AF747017

ഡിസംബർ 30

december 30

•

santha kavumbayi

•

first edition
may 2013

•

typesetting
shaji joseph

•

published

•

printed
anaswara offset pvt ltd

•

cover
vinod

•

price
rupees two hundred only

വിതരണം

ദേശാഭിമാനി ബുക്ക് ഹൗസ്

H O തിരുവനന്തപുരം–695 035
www.chinthapublishers.com
chinthapublishers@gmail.com

ബ്രാഞ്ചുകൾ

ഹെഡ്ഡാഫീസ് ബ്രാഞ്ച് കുന്നുകുഴി • ഓവർബ്രിഡ്ജ് തിരുവനന്തപുരം • കെ എസ് ആർ ടി സി ബസ് സ്റ്റേഷൻ ആലപ്പുഴ • കെ എസ് ആർ ടി സി ബസ് സ്റ്റേഷൻ എറണാകുളം • മച്ചിങ്ങൽ ലെയ്ൻ തൃശൂർ • ഐ ജി റോഡ് കോഴിക്കോട് • കെ എസ് ആർ ടി സി ബസ് സ്റ്റേഷൻ കോഴിക്കോട് • എൻ ജി ഒ യൂണിയൻ ബിൽഡിങ് കണ്ണൂർ • സെൻട്രൽ ബസ് ടെർമിനൽ കോംപ്ലക്സ് താവക്കര കണ്ണൂർ

CO - 1911 / 3217

ഡിസംബർ 30

ശാന്ത കാവുമ്പായി

ചിന്ത പബ്ലിഷേഴ്സ്
തിരുവനന്തപുരം-695 035
വില : ` 200

ശാന്ത കാവുമ്പായി

കണ്ണൂർ ജില്ലയിലെ കാവുമ്പായിയിൽ ജനിച്ചു.
അച്ഛൻ: ഇ കെ രാഘവൻ നമ്പ്യാർ. അമ്മ: ടി വി ലക്ഷ്മി. സേലം രക്തസാക്ഷി സഖാവ് തളിയൻ രാമൻ നമ്പ്യാരുടെ ചെറുമകളാണ്. ശ്രീകണ്ഠാപുരം ഗവ. ഹയർസെക്കന്ററി സ്കൂളിൽ അധ്യാപിക.

പ്രസിദ്ധീകരിച്ച കൃതികൾ: *മോഹപ്പക്ഷി* (കവിതാസമാഹാരം), *കാവുമ്പായിയിലെ അങ്ങേമ്മ* (ലേഖനസമാഹാരം).

വിലാസം : തെക്കിനി
ദുർഗാറോഡ്
കണ്ണൂർ
പള്ളിക്കുന്ന് പി ഒ–670004

Phone : 9447738170
e-mail : santhatv.tv@gmail.com
web : www.santhatv.blogspot.com

ഉള്ളടക്കം

സമർപ്പണം

എക്കാലത്തെയും ഇരകൾക്ക്

അവതാരിക

കനലുപാറുന്ന കാലത്തിന്റെ ആവിഷ്കാരം

പിണറായി വിജയൻ

റോബിൻ ജഫ്രി തന്റെ കൃതിയിൽ ഇരുപതാം നൂറ്റാണ്ടിന്റെ തുടക്കത്തിലെ ഒരു ശരാശരി മലയാളിയുടെ ചിത്രം വാക്കുകൾകൊണ്ട് വരച്ചിട്ടുണ്ട് – ഇടതുകൈ നെഞ്ചത്തുവച്ച് വലതുകൈയാൽ വായ്പൊത്തി നട്ടെല്ലു വളച്ച് തലകുനിച്ചു നിൽക്കുന്ന മലയാളിയുടെ ചിത്രമാണത്.

ഇരുപതാം നൂറ്റാണ്ട് പാതി കടന്നതോടെ, അതായത്, 1950 കളോടെ ജഫ്രി വരച്ചിട്ട ആ ചിത്രം മാറി. വായ പൊത്തിയ കൈ മുഷ്ടിചുരുട്ടി ഉയർന്നു. കുനിഞ്ഞ ശിരസുയർന്നു. വളഞ്ഞ നട്ടെല്ലു നിവർന്നു. അവകാശബോധത്തോടെ, ആത്മാഭിമാനത്തോടെ തലയുയർത്തിനിൽക്കുന്ന മലയാളി പിറന്നു.

ആരാണ് ഈ മാറ്റമുണ്ടാക്കിയത്? ഈ ചോദ്യത്തിന് ഒറ്റ ഉത്തരമേയുള്ളു. കർഷകപ്രസ്ഥാനവും കമ്യൂണിസ്റ്റുപാർട്ടിയും എന്നതാണ് ആ ഉത്തരം. ഉജ്വലങ്ങളായ കാർഷിക സമരങ്ങളിലൂടെയും ഭൂബന്ധങ്ങളുടെ മാറ്റിമറിക്കലിലൂടെയുമാണ് കമ്യൂണിസ്റ്റുകാർ ജഫ്രി വരച്ച ആ ചിത്രം മാറ്റിയെഴുതിയത്.

സ്വത്തുള്ളവന്റെ മുമ്പിൽ സ്വത്തില്ലാത്തവന്റെയും ഭൂമിയുള്ളവന്റെ മുന്നിൽ ഭൂമിയില്ലാത്തവന്റെയും നില എങ്ങനെയായിരുന്നുവെന്നാണ് ജഫ്രി വരച്ചുകാട്ടിയത്. ഭൂബന്ധങ്ങൾ അഴിച്ചുപണിതുകൊണ്ടേ ഈ നിലയ്ക്ക് അറുതി കുറിക്കാനാകൂ എന്നു കണ്ടെത്തിയതും അതിനായി പ്രവർത്തിച്ചതും പോരാടിയതും കമ്യൂണിസ്റ്റുകാരാണ്. ഭൂപരിഷ്കരണം എന്നപേരിൽ ചിലതൊക്കെ അതിനുമുമ്പും ഉണ്ടായിരുന്നു. എന്നാൽ, അതൊക്കെ കാണക്കുടിയാനിലെത്തി നിന്നതേയുള്ളു. കാണക്കുടിയാൻ ജന്മിക്കും പാട്ടക്കുടിയാനുമിടയ്ക്കുള്ള ഒരു വിഭാഗമാണ്. പാടത്ത് പണിയെടുക്കുന്നതാകട്ടെ, പാട്ടക്കുടിയാനാണ്; കർഷകത്തൊഴിലാളിയാണ്.

അവരുടെ പ്രശ്നങ്ങളെ ആരും പരിഗണിച്ചിരുന്നില്ല. യഥാർഥത്തിൽ കാർഷികപ്രശ്നത്തിന്റെ, കുടിയായ്മ പ്രശ്നത്തിന്റെയൊക്കെ കാതൽ പാട്ടവ്യവസ്ഥയായിരുന്നു. അത് ആദ്യമായി ഉയർത്തിയത് കർഷക സംഘവും കമ്യൂണിസ്റ്റുപ്രസ്ഥാനവുമാണ്. വെറുതെ പ്രശ്നം ഉന്നയിക്കുക മാത്രമല്ല ചെയ്തത്. മദിരാശി സർക്കാർ നിശ്ചയിച്ച ടെനൻസി കമ്മീഷൻ ആ വശത്തേക്കു കടക്കാതിരുന്നപ്പോൾ പാട്ടവ്യവസ്ഥ റദ്ദാക്കണമെന്ന് ശക്തമായി വാദിച്ചു. കുട്ടിക്കൃഷ്ണമേനോൻ കമ്മീഷന് ഇ എം എസ് എഴുതിയ വിയോജനക്കുറിപ്പിന്റെ കാതൽ ഇതാണ്; ഈ ആവശ്യമാണ്.

വേദികളിൽ ഈ ആവശ്യം ഉന്നയിക്കുകയും നാട്ടിലാകെ അതിശക്തമായ കർഷകസമരങ്ങൾ സംഘടിപ്പിക്കുകയുമാണ് ചെയ്തത്. അന്ന് ഉന്നയിച്ച മുദ്രാവാക്യം 1957 ലും '67 ലും ധീരമായി നടപ്പാക്കി; ഇ എം എസിന്റെ നേതൃത്വത്തിൽ അധികാരത്തിൽ വന്ന സർക്കാരുകൾ. 1957 ൽ അധികാരമേറ്റ് ഒരാഴ്ചയ്ക്കുള്ളിലാണ് കുടിയൊഴിപ്പിക്കൽ നിരോധിക്കുന്ന ഓർഡിനൻസിറക്കിയത്. പിന്നീടത് കർഷകബന്ധ ബില്ലാക്കി നിയമമാക്കി. തലമുറകളായി ജന്മികൾക്കുള്ള അവകാശമാണ് നിർത്തലാക്കിയത്. അക്കാദമിക് വിദഗ്ധർ തയാറാക്കിയ ബിൽ പാസാക്കുക എന്നതല്ല, മറിച്ച് നാടിന്റെയും നാട്ടുകാരുടെയും ഹൃദയമിടിപ്പ് അറിഞ്ഞ് അനുഭവങ്ങളുടെ വെളിച്ചത്തിൽ കമ്യൂണിസ്റ്റുകാർ സാമൂഹിക മാറ്റത്തിനുവേണ്ടി രൂപപ്പെടുത്തിയ ആശയങ്ങൾ നിയമമാക്കുകയാണ് ചെയ്തത്. സഭയ്ക്കകത്തു നടക്കുന്ന നിയമനിർമാണത്തെ പുറത്തു നടക്കുന്ന വർഗസമരവുമായി കൂട്ടിയിണക്കുന്നതെങ്ങനെയെന്ന് ലോകത്തിന് കാണിച്ചുകൊടുത്തു അതിലൂടെ. 1967 ൽ ആകട്ടെ, ഭൂപരിഷ്കരണനിയമത്തിലൂടെ പാട്ടവ്യവസ്ഥതന്നെ പാടേ ഇല്ലാതാക്കി. 1957 ൽ ഒഴിപ്പിക്കാനുള്ള ജന്മിയുടെ അവകാശം ഇല്ലാതാക്കിയെങ്കിൽ 1967 ൽ പാട്ടം പിരിക്കാനുള്ള അവകാശം പൂർണമായി ഇല്ലാതാക്കി ജന്മിത്തത്തെ അസാധുവാക്കി.

അങ്ങനെയാണ് ഇരുപതാം നൂറ്റാണ്ടിന്റെ തുടക്കത്തിലെ അടിമയെ അടയാളപ്പെടുത്തുംവിധമുള്ള ചിത്രം അമ്പതുകളുടെ സമാപനഘട്ടത്തിൽ ആത്മാഭിമാനത്തോടെ ശിരസുയർത്തി നിൽക്കുന്ന അവകാശബോധമുള്ള പോരാളിയുടെ ചിത്രമായി മാറിയത്.

ഇതിലേക്കൊക്കെ നയിച്ച എത്രയോ ധീരസമരങ്ങളുണ്ട്, അസഹനീയമായ സാമൂഹ്യപശ്ചാത്തലങ്ങളുണ്ട്. ജന്മിമാരുടെ, നാടുവാഴികളുടെ നിഷ്ഠുരമായ തേർവാഴ്ചകളുണ്ട്. അവർക്കു തണലായി നിന്ന ബ്രിട്ടീഷുകാരുടെ കിരാതമർദനങ്ങളുണ്ട്. ആ കാലവും അന്നത്തെ മനുഷ്യരും അവരുടെ ജീവിതവും പോരാട്ടവും അതിജീവനവും ഒക്കെയാണ് ശാന്ത കാവുമ്പായിയുടെ ഈ കൃതിയുടെ അടിസ്ഥാന ഇതിവൃത്തം.

രണ്ടാംലോക മഹായുദ്ധഘട്ടത്തിൽ ഉണ്ടായ രൂക്ഷമായ ഭക്ഷ്യക്ഷാമം. ജന്മിയുടെ നെല്ലറകളിൽ നെല്ല് കുന്നുകൂടുമ്പോഴും കൂരകളിൽ പട്ടിണികൊണ്ടും അതിന്റെ ഫലമായിക്കൂടി പടർന്ന ഗുരുതര രോഗങ്ങളുൾക്കൊണ്ടും മനുഷ്യർ പിടഞ്ഞുവീണു മരിക്കുന്ന അവസ്ഥ. കരി

ഞ്ചന്തയിലെ നെല്ലുകൈമാറ്റം, അതു തടയാൻ നടത്തിയ പോരാട്ടങ്ങൾ; ജ്വലിക്കുന്ന ഒരു ചരിത്രഘട്ടമാണത്.

ഇത്ര ഭൂമിക്ക് ഇത്ര പറ പാട്ടം കൊടുക്കണം എന്നതാണ് വ്യവസ്ഥ. ജന്മിയാകട്ടെ കള്ളപ്പറകൊണ്ടേ നെല്ലളക്കൂ. വിളയിച്ചതുമുഴുവൻ കൊടുത്തു തീർത്താലും പാട്ടം ബാക്കിയാകുന്ന നില. അതുകൊണ്ടു തന്നെ മണ്ണിൽ പണിയെടുക്കുന്നവൻ എന്നും ജന്മിക്ക് കടക്കാരനായി നിൽക്കേണ്ട അവസ്ഥ. എന്ത് അപ്രീതി തോന്നിയാലും ജന്മിക്ക് കുടിയിൽനിന്ന് ഇറക്കിവിടാം. ഒരു ജന്മി ഇറക്കിവിട്ടവനെ മറ്റൊരു ജന്മിയും സ്വീകരിക്കില്ല. ആലംബമറ്റ് പണിയെടുക്കാൻ മണ്ണുകിട്ടാതെ അലയേണ്ട അവസ്ഥ. കോളറ, വസൂരി തുടങ്ങിയവയുടെ പിടിയിൽപ്പെട്ട് ചികിത്സിക്കാൻപോലും കഴിയാതെ എല്ലാവരാലും ഉപേക്ഷിക്കപ്പെട്ട് പലരും മരിക്കുന്ന നില. മരണാസന്നരായവരെ ശുശ്രൂഷിക്കാൻ കർഷകപ്രസ്ഥാനത്തിന്റെ സമരഭടന്മാരേ ഉള്ളു എന്ന അവസ്ഥ. ജന്മിമാർക്ക് ഏത് കൂരയിലെ പെണ്ണും വഴങ്ങിക്കൊടുത്തുകൊള്ളണമെന്ന നില. എതിർത്താൽ കുടുംബമാകെ നിരാധാരമാകുന്ന അവസ്ഥ. ഇത്തരം അവസ്ഥകൾ മുഖമുദ്രയായി നിലനിന്നിരുന്ന ഒരു കാലഘട്ടമുണ്ടായിരുന്നു ഇവിടെ. അതിനെ മാറ്റിയെടുത്ത സമരധീരതയുടെ കഥയാണ് ഹൃദയാവർജകമായ ഭാഷയിൽ, ആർക്കും മനസിലാകുന്ന ലളിതശൈലിയിൽ ശാന്ത കാവുമ്പായി ഇവിടെ അവതരിപ്പിക്കുന്നത്.

കാവുമ്പായിയിൽ ജനിച്ചുവളർന്ന ആളായതുകൊണ്ടും അവിടെ 1946 ൽ നടന്ന വീറുറ്റ സമരത്തിന്റെ അനുഭവങ്ങൾ അച്ഛനിൽ നിന്നുതന്നെ പകർന്നുകിട്ടിയിട്ടുള്ളതുകൊണ്ടും അക്കാലത്തെ അവസ്ഥ, പോരാട്ടവീര്യം എന്നിവ ഈ കൃതിയിൽ നന്നായി പ്രതിഫലിപ്പിക്കാൻ ശാന്തക്ക് കഴിഞ്ഞിട്ടുണ്ട്. ജന്മിത്തം ബ്രിട്ടീഷ് പട്ടാളത്തോടുചേർന്ന് കർഷകരെയും തൊഴിലാളികളെയും അടിച്ചമർത്തിയിരുന്ന ഘട്ടം. രണ്ടാം ലോകമഹായുദ്ധത്തെത്തുടർന്നുണ്ടായ ദുരിതാവസ്ഥയിൽ പങ്കുകൃഷിയിലൂടെ പട്ടിണിയെ മറികടക്കാൻ തൊഴിലാളികൾ നടത്തിയ ശ്രമങ്ങളെക്കൂടി തകർക്കുകയായിരുന്നു, തരിശുഭൂമിപോലും കൃഷിക്കു വിട്ടുകൊടുക്കാൻ കൂട്ടാക്കാതിരുന്ന ജന്മിമാർ. കല്യാട്ട് നമ്പ്യാർ, കാരക്കാട്ടിടം നായനാർ തുടങ്ങിയ പ്രബല ജന്മിമാരായ വമ്പന്മാരുടെ കാലം. ബ്രിട്ടീഷ് പട്ടാളം ജന്മിത്തത്തിന്റെ രക്ഷയ്ക്കെത്തിയതോടെ ജീവിതം ദുഃസഹമായി. അങ്ങനെയാണ് 1946 ഡിസംബർ 29 ന് കർഷകസംഘം പ്രവർത്തകർ കാവുമ്പായിക്കുന്നിൽ പ്രതിഷേധസമ്മേളനത്തിനെത്തിയത്. അതിനെ നേരിടാൻ പൊലീസ് നടത്തിയ നിഷ്ഠുരമായ വെടിവയ്പ്പിൽ പുലവ കുമാരൻ, മഞ്ഞേരി ഗോവിന്ദൻ നമ്പ്യാർ, തെങ്ങിൽ അപ്പ നമ്പ്യാർ, ആലോറമ്പൻ കൃഷ്ണൻ, പുളുക്കൂൽ കുഞ്ഞിരാമൻ എന്നിവരാണ് മരിച്ചുവീണത്. ജന്മിമാർ ആയിരക്കണക്കിനേക്കർ തരിശുഭൂമി കൈവശം വയ്ക്കുകയും ഒരിഞ്ചുഭൂമിപോലും കൃഷിചെയ്യാൻ വിട്ടുകൊടുക്കാതിരിക്കുകയും ചെയ്ത ഘട്ടത്തിലാണ് ആ സമര മുന്നേറ്റമുണ്ടായത്. മൊറാഴ, കയ്യൂർ, കരിവെ

ള്ളൂർ, പുന്നപ്ര–വയലാർ, കാവുമ്പായി തുടങ്ങി എത്രയോ പേരുകൾ കേരളത്തിന്റെ മനസ്സാക്ഷിയിൽ പതിഞ്ഞുകിടക്കുന്നു.

ആ കാലത്തിന്റെ കനലുപാറുന്ന ഒരു അധ്യായമാണ് ഈ നോവലിന് പശ്ചാത്തലമായി നിൽക്കുന്നത്. ഉജ്ജ്വലങ്ങളായ സമരങ്ങൾ സാഹിത്യകൃതികൾക്ക് പ്രചോദനമാകുന്നത് നമ്മൾ നേരത്തേതന്നെ മനസിലാക്കിയിട്ടുണ്ട്. കയ്യൂർ മുൻനിർത്തി നിരഞ്ജന രചിച്ച *ചിരസ്മരണ* നമ്മുടെ മനസിൽ മായാതെ പതിഞ്ഞു നിൽക്കുന്നുണ്ട്. നിരഞ്ജനയുടെ വഴിയിലൂടെതന്നെ സഞ്ചരിച്ച് മറ്റൊരു സമരേതിഹാസം മലയാള ഭാഷാ സാഹിത്യത്തിന് നൽകിയിരിക്കുകയാണ് ഈ നോവലിസ്റ്റ്.

ഇതു കേവലമായ ഒരു നോവലല്ല, ഒരു ചരിത്രാഖ്യായികയാണ്. *മാർത്താണ്ഡവർമ്മ, രാമരാജബഹദൂർ* തുടങ്ങിയ കൃതികളാണ് പൊതുവെ ചരിത്രാഖ്യായികകളായി കരുതപ്പെട്ടിട്ടുള്ളത്. അത് ചരിത്രത്തിന്റെ ഒരു വശത്തെ മാത്രമേ കാണിക്കുന്നുള്ളൂ. എന്നാൽ, ചരിത്രത്തിന്റെ മറച്ചുവയ്ക്കപ്പെട്ട ഒരു ഏടിലേക്ക് വെളിച്ചം വീശുകയാണ് ഈ നോവലിസ്റ്റ് ചെയ്യുന്നത്. സാഹിത്യം മുമ്പോട്ടു പോകുന്നതിന്റെ വഴി ഇതാണ്; സാഹിത്യം ജനകീയമാകുന്നതിന്റെ വഴിയും ഇതാണ്.

പൊള്ളുന്ന ജീവിതാധ്യായങ്ങൾ ഈ കൃതിയിൽ ധാരാളമുണ്ട്. ഭാവനയിൽ നിന്നല്ല, ഈ നാടിന്റെ പോയ കാലത്തെ യാഥാർഥ്യങ്ങളിൽനിന്ന് അടർത്തിയെടുക്കപ്പെട്ടവയാണവ. ഈ നാട്, കഴിഞ്ഞകാലത്ത് എങ്ങനെയായിരുന്നുവെന്ന് വിശദീകരിക്കുന്നവ.

പുക്കാടൻ രാമൻ കല്യാണംകഴിച്ച നാൾതന്നെ നവവധുവിനെ തനിക്ക് വേണമെന്ന് കല്യാട്ടെ യജമാനനായ ജന്മിയുടെ കൽപ്പന; പെണ്ണിനെയും കൂട്ടി രാത്രി ഓടി നാടുവിടേണ്ടി വന്നു അയാൾക്ക്. പിന്നീട് ആ നാട്ടിൽ ചെന്ന് വീടു കണ്ടുപിടിച്ച് ആ ജന്മി അവന്റെ പെണ്ണിനെ നശിപ്പിച്ചു. ചോരയും കണ്ണീരും കലർന്ന ഭാഷയിൽ നോവലിസ്റ്റ് ഇത് വിവരിക്കുമ്പോൾ, ആരുടെ പെണ്ണായാലും ആദ്യരാത്രി അംശാധികാരിക്കൊപ്പമായിരിക്കണമെന്ന ആ കാലത്തെ അലിഖിത ശാസനം വായനക്കാരന്റെ ഉള്ളിൽ മുഴങ്ങും. വളരെ ശ്രദ്ധേയമായവിധം മനസിനെ മഥിക്കുന്ന രീതിയിൽ കഥപറയാനുള്ള കഴിവുണ്ട് ഈ കഥാകാരിക്ക്.

ഒരു കാലത്തെ അതിന്റെ തീവ്രതയോടെ ഈ കൃതി പ്രതിഫലിപ്പിക്കുന്നു. വിളഞ്ഞതു മുഴുവൻ ജന്മിക്കു കൊടുത്തിട്ട് കള്ളക്കർക്കിടകത്തിൽ പട്ടിണിയും പരിവട്ടവുമായി കഴിയേണ്ടിവരുന്നവരുടെ ദൈന്യം. എല്ല് വെള്ളമാക്കി വിളയിച്ചതു മുഴുവൻ കടത്തിക്കൊണ്ടുപോകുന്ന ജന്മിയുടെ ആൾക്കാരുടെ ധാർഷ്ട്യം. തടയാൻ ചെല്ലുന്നവരെ കുഴിച്ചുമൂടുന്ന ജന്മിത്തത്തിന്റെ കിരാതഭാവം. തൊപ്പിക്കുട തലയിൽനിന്ന് മാറ്റിയെന്ന 'കുറ്റ'ത്തിന് കിങ്കരന്മാർ കെട്ടിയിട്ടടിക്കുന്നത് കണ്ടു രസിക്കുന്ന ജന്മിയുടെ മനുഷ്യത്വമില്ലായ്മ എന്നിവയൊക്കെ ഈ നോവലിൽ കടന്നുവരുന്നുണ്ട്.

'മലയോട് കലമെറിഞ്ഞാൽ കലമേ പൊളിയൂ' എന്നു പറഞ്ഞ് കർഷകപ്രസ്ഥാനത്തിൽനിന്ന് അകന്നു നിന്നവരെപ്പോലും പ്രസ്ഥാനത്തോടടുപ്പിച്ച സാമൂഹ്യ സാഹചര്യം, കോൺഗ്രസിൽ അംഗത്വമെടുത്താൽ ജന്മി കുടിലോടെ കടപുഴക്കിയെറിയുമെന്ന അവസ്ഥയെ നേരിടാൻ പാകത്തിൽ കർഷകരും തൊഴിലാളികളും ശക്തിനേടിയതിന്റെ പശ്ചാത്തലം, ജന്മിയുടെ തറവാട്ടിൽ എന്ത് അടിയന്തിരമുണ്ടായാലും അത് നടത്തേണ്ടത് കുടിയാന്മാരാണെന്ന അവസ്ഥയ്ക്കെതിരായ ചിന്ത ഉയർന്നു വന്നതിന്റെ രീതികൾ ഇതിൽ നല്ല രീതിയിൽ വിവരിച്ചിട്ടുണ്ട്. അന്ധവിശ്വാസങ്ങളിൽനിന്നും അനാചാരങ്ങളിൽനിന്നും പുത്തൻ അറിവുകളുടെ കൈത്തിരികൾ കൊളുത്തി വടക്കേ മലബാറിലെ ഗ്രാമങ്ങൾ എങ്ങനെ അറിവിന്റെ വെളിച്ചത്തിലേക്ക് നടന്നു നീങ്ങി എന്ന് ഈ കൃതി വ്യക്തമാക്കിത്തരുന്നുണ്ട്.

പി കൃഷ്ണപിള്ള, ഇ എം എസ്, എ കെ ജി, വിഷ്ണുഭാരതീയൻ, കേരളീയൻ, മുഹമ്മദ് അബ്ദു റഹ്മാൻ, കെ പി ആർ ഗോപാലൻ, സുബ്രഹ്മണ്യഷേണായി, എ വി കുഞ്ഞമ്പു, വി വി കുഞ്ഞമ്പു, മൊയാരത്ത് ശങ്കരൻ, സി ഉണ്ണിരാജ, എൻ ഇ ബാലറാം തുടങ്ങി എത്രയോ നേതാക്കൾ നോവലിലൂടെ നമ്മുടെ മനസിൽ തെളിഞ്ഞുവരുന്നുണ്ട്.

കാവുമ്പായിയിൽനിന്ന് കീച്ചേരിയിലേക്ക് 1940 സെപ്തംബർ 15 നു പുറപ്പെട്ട ജാഥ, അവിടെ ഏർപ്പെടുത്തപ്പെട്ട വിലക്ക്, യോഗം മൊറാഴയിലെ അഞ്ചാം പീടികയിലേക്ക് മാറ്റാനുള്ള തീരുമാനം, യോഗം പിരിച്ചുവിടണമെന്ന എസ് ഐ കുട്ടിക്കൃഷ്ണമേനോന്റെ വിലക്ക്, സാധ്യമല്ലെന്ന കെ പി ആറിന്റെ മറുപടി, ഭീകരമർദനം, അറാക്കലിന്റെ തലപൊട്ടിയത്, വെടിവെയ്പ്പ്, കുട്ടിക്കൃഷ്ണമേനോന്റെ കല്ലേറുമരണം, നാട്ടിലാകെ നടന്ന നരനായാട്ട്, കെ പി ആറിന്റെ വധശിക്ഷാവിധി, അത് ജീവപര്യന്തമാക്കി ഇളവുചെയ്ത ഉത്തരവ് തുടങ്ങിയ അവിസ്മരണീയമായ ചരിത്ര സംഭവങ്ങളൊക്കെ ഈ കൃതിയിൽ പ്രതിഫലിച്ചു നിൽക്കുന്നുണ്ട്; ചരിത്രത്തോടു പുലർത്തേണ്ട സത്യസന്ധതയോടെതന്നെ.

പാറപ്രം സമ്മേളനം, ജാപ്പ് ഫാസിസത്തിന്റെ കടന്നുകയറ്റത്തിനെതിരായ കമ്യൂണിസ്റ്റ് ബോധവൽക്കരണം, അതിനായുള്ള സമ്മേളനം തകർക്കാൻ പൊലീസ് ജീപ്പ് കയറ്റി നടത്തിയ നീക്കം, ജന്മിയുടെ പത്തായപ്പുരയിലേക്കുള്ള മാർച്ച്, തുടർന്നു നടന്ന നരമേധം, കരിവെള്ളൂരിൽനിന്ന് ചിറയ്ക്കൽ കോവിലകത്തേക്കുള്ള നെല്ലുകടത്തലിനെ തടഞ്ഞ കർഷക മുന്നേറ്റം, നെല്ലുകടത്തലിനു കാവൽനിന്ന പൊലീസ് നടത്തിയ വെടിവയ്പ്പ്, അതിന്റെ ഫലമായുണ്ടായ രക്തസാക്ഷിത്വങ്ങൾ, കാവുമ്പായിയിലെ എം എസ് പി നരനായാട്ട്, ജഡങ്ങളും ജീവനുള്ള ശരീരങ്ങളും ഒരുമിച്ച് പത്തായപ്പുരയിൽ തള്ളിയ പൊലീസ് ക്രൂരത തുടങ്ങിയവയൊക്കെ സൂക്ഷ്മതയോടെ ഈ കൃതിയിൽ വിവരിച്ചിട്ടുണ്ട്.

നാട്ടുഭാഷയുടെ ഭംഗി ഈ കൃതിയുടെ സവിശേഷതയാണ്. 'മരത്തന്റെ ഒപ്പരം പോയാൽ ബല്യ ചാളയ്ക്കെത്താം' എന്നും 'ആരോ പൊല

ക്കോട്ടത്ത് കലം കമിച്ചിട്ടുണ്ട്' എന്നും 'ഞാക്കങ്ങ് ബന്നൂട' എന്നും ഒക്കെയുള്ള പ്രയോഗങ്ങളിൽ ആ നാടിന്റെ തനതു ഭാഷയുടെ രുചി നിറഞ്ഞു നിൽക്കുന്നുണ്ട്.

അനുഭവങ്ങളുടെ തീക്ഷ്ണതയാണ് ഈ കൃതിയെ വേറിട്ട ഒന്നാക്കി മാറ്റുന്നത്. സ്വാതന്ത്ര്യലബ്ധിയുടെയും അതിനുമുമ്പെയും ഉള്ള ഘട്ടങ്ങളിൽ വടക്കേ മലബാറിലുണ്ടായ ഉജ്വല കർഷകസമരങ്ങൾ എഴുത്തുകാർക്ക് വറ്റാത്ത ഖനിയായി പ്രയോജനപ്പെടുത്താവുന്നതാണ്. എന്നാൽ, അധികം നീക്കങ്ങൾ ആ വഴിക്ക് ഉണ്ടായിട്ടില്ല എന്നത് നിർഭാഗ്യകരമാണ്. പൊള്ളുന്ന ചരിത്രസത്യങ്ങളിൽനിന്നും ജീവിതയാഥാർഥ്യങ്ങളിൽനിന്നും ഉണ്ടാകുന്ന കഥകൾക്ക് തീക്ഷ്ണതയേറും. അത് കണ്ടില്ലെന്നു നടിച്ച് ഭാവനയിൽനിന്നും തോന്നലുകളിൽനിന്നും കഥകൾ മെനയാനാണ് നമ്മുടെ എഴുത്തുകാരിൽ വലിയ ഒരു വിഭാഗം എന്നും താൽപ്പര്യം കാണിച്ചത്.

ഒരുകാലത്ത് തീപാറുന്ന ഈ പോരാട്ടങ്ങളെ കണ്ടില്ലെന്നു നടിച്ച വിഭാഗം എഴുത്തുകാരുടെ പിന്മുറക്കാർ കമ്യൂണിസ്റ്റുപ്രസ്ഥാനത്തെ ആക്ഷേപിക്കാനും അപകീർത്തിപ്പെടുത്താനും കഥാരചനയിലൂടെ കാര്യമായി ശ്രമിക്കുന്നുണ്ട് ഇന്ന്. അതാണത്രെ ഇക്കാലത്തെ ഫാഷൻ. ഭൂപ്രമാണിമാരും മുതലാളിമാരും നടത്തുന്ന പത്രമാസികകൾക്ക് അത്തരം കഥകളെ പ്രോൽസാഹിപ്പിക്കാനേ മനസുള്ളൂ. ആ പത്രമുടമകളുടെ സ്വീകാര്യത പിടിച്ചുപറ്റാൻ സ്വന്തം വിശ്വാസങ്ങളിലും പൈതൃകത്തിലും പോലും വിട്ടുവീഴ്ചചെയ്യാൻ മടിയില്ലാത്ത ഒരു സംഘം എഴുത്തുകാരിന്നുണ്ട്. അവർക്ക് മുഖ്യധാരാ മാധ്യമങ്ങൾ പ്രശസ്തി കൊടുക്കുന്നുമുണ്ട്. എന്നിട്ടും, ഇതെല്ലാമറിഞ്ഞിരുന്നിട്ടും ആ വഴിക്കു പോകാതെ മണ്ണിനോടും അതിൽ പണിയെടുക്കുന്ന മനുഷ്യരോടും അവരുടെ ജീവിത സമരങ്ങളോടും ചേർന്നു നിൽക്കുകയാണ് ഈ നോവലിസ്റ്റ്. ഇക്കാര്യം മുൻനിർത്തിത്തന്നെ ഇവരെ അഭിനന്ദിക്കേണ്ടിയിരിക്കുന്നു. ഈ ആർജവം എക്കാലവും നിലനിർത്താൻ ഇവർക്കു കഴിയട്ടെ! ഈ നോവലിന് വായനക്കാരുടെ വലിയതോതിലുള്ള സ്വീകാര്യത ഉണ്ടാവുകയും ചെയ്യട്ടെ!

'ഡിസംബർ മുപ്പതി'ന്റെ പിറവി

മുത്തശ്ശി പറഞ്ഞു തന്നത്; വലിയച്ഛൻ പറഞ്ഞുതന്നത്; അച്ഛൻ പറഞ്ഞുതന്നത്; പിറന്ന മണ്ണ് പറഞ്ഞുതന്നത്; കർഷകരുടെ സ്വപ്നങ്ങൾക്കുമേൽ വെടിയുണ്ടകൾ ചോരപ്പൂക്കളർപ്പിച്ച കഥ. 'ഡിസംബർ മുപ്പത്.'

കണ്ണൂർ ജില്ലയുടെ വടക്കുകിഴക്ക് ഭാഗത്തായി സ്ഥിതിചെയ്യുന്ന കാവുമ്പായി എന്ന കൊച്ചുഗ്രാമത്തിൽ നിലനിൽപ്പിനും സ്വാതന്ത്ര്യത്തിനും വേണ്ടി പോരാട്ടവഴിയിലേക്കിറങ്ങേണ്ടി വന്ന ഒരു ജനത അധിവസിച്ചിരുന്നു. ആ ഐതിഹാസിക സമരത്തിൽ കുറേപ്പേർക്ക് ജീവൻ നഷ്ടപ്പെട്ടു; അനേകർക്ക് ജീവിതവും. അന്ന് അവർ ജീവൻ ത്യജിച്ചു പകർന്നുനൽകിയ പുതുജീവനേറ്റുവാങ്ങിയവർ ഞങ്ങൾ.

ആ കാലഘട്ടത്തിന്റെ മുറിവുകളേറ്റുവാങ്ങിയവരുടെ മുന്നിൽ കഥകേൾക്കാനിരുന്നപ്പോൾ കണ്ണീരിനും പൊട്ടിത്തെറിക്കും സാക്ഷിയാകേണ്ടി വന്നു. ജീവൻ നൽകിയ മാതാപിതാക്കളുടെ യാതനകൾ വിവരിക്കാനാവാതെ "അതൊന്നും പറയാനിഷ്ടമില്ലെന്നു" പറഞ്ഞ് അച്ഛൻ പിണങ്ങി എഴുന്നേറ്റു പോകുമ്പോൾ എനിക്ക് ഈ ദൗത്യം പൂർത്തിയാക്കാൻ കഴിയുമോ എന്നു പലപ്പോഴും സംശയിച്ചിരുന്നു. എന്റെ ക്ഷമയോടെയുള്ള നിർബന്ധത്തിനു വഴങ്ങി അറിയാതെതന്നെ അച്ഛൻ പലപ്പോഴായി പറഞ്ഞു തരേണ്ടിവന്നതും, ആവേശത്തോടെ ഒളിവിലെയും തടവിലെയും അനുഭവകഥകൾ പറഞ്ഞു തുടങ്ങിയ വലിയച്ഛൻ, അച്ഛന്റെ ജ്യേഷ്ഠൻ, മണിക്കൂറുകളോളം തുടർച്ചയായി പറയുമ്പോൾ പൊട്ടിപ്പുറപ്പെടുന്ന ചുമയിൽ ശ്വാസംമുട്ടി പ്രാണവായുവിനുവേണ്ടി കഷ്ടപ്പെടാറുള്ളതും, വാത്സല്യത്തിന്റെ മധുരം പകർന്ന് ബാല്യത്തിന്റെ കയ്പ്പു കുറച്ച എന്റെ അങ്ങേമ്മയുടെ കണ്ണിൽനിന്നും പ്രവഹിച്ച കണ്ണീരനുഭവങ്ങളും ഈ കൃതിയുടെ മറക്കാനാവാത്ത രചനാനുഭവങ്ങളാണ്.

എഴുതപ്പെട്ട താളുകളിൽ സ്ഥാനംപിടിച്ച ചരിത്രം വളരെ കുറച്ചു മാത്രം. പറയാത്തതെത്രയോ ഇനിയും ബാക്കിയുണ്ട്; അതിലേറെയും അറിയപ്പെടാതെ മൺമറഞ്ഞുപോയേക്കാം. എന്റെ കൈക്കുടന്നയിലും അതിലിത്തിരി ഒഴിച്ചുതന്നു കാലം. കാലത്തെ അതിജീവിച്ച് തലമുറ കൾക്കതു പകർന്നു നൽകേണ്ടത് എന്റെ ധർമം. അധികാരം കൈയാളുന്ന സ്വാർഥരായ മനുഷ്യരുള്ള കാലത്തോളം ചൂഷണങ്ങളും അതിക്രമങ്ങളും ഉണ്ടായിക്കൊണ്ടിരിക്കും. ചൂഷണത്തിന്റെ രൂപഭാവങ്ങളിൽ മാത്രമേ മാറ്റമുണ്ടാവൂ.

അധികാരം കൈയിലില്ലാത്ത സാധാരണക്കാരനെന്നും അതിനെതിരെ പോരാടേണ്ടിവരും. ഏതു തരത്തിലുള്ള ചൂഷണത്തിനെതിരെയും പോരാടാനുള്ള വീര്യം കോരിനിറയ്ക്കാൻ ഇത്തരം സമരചരിത്രങ്ങളുടെ കഥ ഇരകളെ പ്രാപ്തരാക്കും.

കാടുപിടിച്ചു കിടക്കുന്ന ഓർമകളുടെ പടലങ്ങളിൽ ചിക്കിപ്പരതിയെടുത്ത ധാന്യമണികൾ പിന്നാലെ കടന്നുവരുന്നവർക്കായി ശേഖരിച്ചു വയ്ക്കാൻ, അടിമച്ചങ്ങല പൊട്ടിച്ചെറിയാൻ സ്വജീവിതം ഹോമിച്ചവരുടെ വീരചരിതം തലമുറകളിലേക്ക് കൈമാറാൻ നടത്തിയ ശ്രമത്തിൽ ഒരുപാടുപേർ സഹായിച്ചിട്ടുണ്ട്. പുലക്കോട്ടത്തമ്മയുടെ കഥപറഞ്ഞു തന്ന പറമ്പൻ നാരായണേട്ടനെപ്പോലെ, സേലം വെടിവയ്പ്പിന്റെ അനുഭവകഥകൾ വിവരിച്ചുതന്ന തില്ലങ്കേരിയിലെ കുഞ്ഞിരാമേട്ടനെപ്പോലെ, ഡിസംബർ മുപ്പതിന്റെ സമരരാത്രിയിൽ പങ്കെടുത്ത് എള്ളരിഞ്ഞി പത്തായപ്പുരയിലെ താൽക്കാലിക ലോക്കപ്പിൽ അഞ്ച് ജഡങ്ങൾക്കൊപ്പം തള്ളപ്പെട്ടതിന്റെ നടുക്കുന്ന ഓർമകൾ പങ്കുവെച്ച ബ്ലാത്തൂരെ സാദിരിക്കയെപ്പോലെ ഒരുപാടുപേർ. എന്റെ ഈ ചരിത്ര നിയോഗത്തിൽ പങ്കാളിയായ എല്ലാവർക്കും ഹൃദയംനിറഞ്ഞ നന്ദി.

ശാന്ത കാവുമ്പായി

1

കാവൽ നിൽക്കും പുലക്കോട്ടത്തമ്മമാർ

അവർ കുറേ ദൂരെ നിന്നെത്തിയവരാണ്. ഒരാൾ മധ്യവയസ്കൻ മറ്റുരണ്ടുപേർ ചെറുപ്പക്കാരും. കൂട്ടുംമുഖത്ത് കുഞ്ഞിപ്പരിയുടെ പീടിക കണ്ടപ്പോൾ അവർ അങ്ങോട്ടു കയറി. കുഞ്ഞിപ്പരിക്ക് കൂട്ടുംമുഖത്ത് ചായക്കച്ചവടവും അനാദിക്കച്ചവടവും ഉണ്ട്. 'ഉപ്പ് തൊട്ട് കർപ്പൂരം വരെ കുഞ്ഞിപ്പരീന്റെ പീട്യേക്കിട്ടുംന്നാ' നാട്ടുകാർ പറയുക.

സാധനം വാങ്ങാൻ വരുന്നവരും ചായകുടിച്ച് സൊറപറയാൻ വരുന്നവരുമായി എപ്പോഴും ചെറിയൊരാൾക്കൂട്ടം അവിടെയുണ്ടാകും. ചായ കുടിച്ച പണത്തിന്റെ ബാക്കിയുള്ള ചില്ലറകൊടുത്തിട്ടും അവർ പോകാതെ സംശയിച്ചു നിന്നു.

"ന്തോളീ ബാക്കി കണക്കല്ലേ?" കുഞ്ഞിപ്പരി ചോദിച്ചു.

"അതല്ല. പൊലക്കോട്ടം ഈട അടുത്താണോ?" പ്രായംകൂടിയ ആൾ ചോദിച്ചു.

"ഓ..പൊലക്കോട്ടത്താണോ പോണ്ടത്? എന്തിനാ കലം കമിക്കാനോ, നീർക്കാനോ? " കേൾവിക്കാർക്ക് കൗതുകമേറി.

"വെല്ല്യമ്മോന് ചെറിയൊര് പനിയായിറ്റ് തൊടങ്ങ്യതാ. ഒരുമാസം കയിഞ്ഞിട്ടും ഭേദൂല്ല. ഒരുപാട് വൈദ്യന്മാരെ കാണിച്ചു. ഇപ്പൊ പിച്ചും പേയും പറയാൻ തുടങ്ങി. പ്രശ്നംവെച്ചു നോക്കിയപ്പോ കണ്ടത് പൊലക്കോട്ടത്തെ മുഷിച്ചിലാന്നാ."

"എന്നാ ഒറപ്പിച്ചോ. ആരോ പൊലക്കോട്ടത്ത് കലം കമിച്ചിട്ടുണ്ട്. മൂപ്പർക്ക് ശത്രുക്കളുണ്ടോ?"

"ഇല്ലാന്ന് പറഞ്ഞൂട. ഒരു കേസിൽ അമ്മോനോട് തോറ്റ ഒരാളുണ്ട്. അയാൾ മനംനൊന്ത് പ്രാകാറുണ്ട്. പൊലക്കോട്ടത്ത് കേപ്പിച്ചൂന്നെല്ലാം പറയുന്നുമുണ്ട്."

"എന്നാൽ പരിഹാരക്രിയ ചെയ്യലേ നിവർത്തിയുള്ളൂ" പ്രായംകൂടിയൊരാൾ പറഞ്ഞു.

"മരത്തന്റെ ഒപ്പരം പോയാൽ ബെല്യ ചാളക്കെത്താം." വഴിയിലൂടെ പോകുന്ന മരത്തനെ ഒരാൾ കൈകൊട്ടി വിളിച്ചു. "ഇവരും അങ്ങോട്ടാണ്. ബെല്യ ചാളക്ക്."

അവർ മരത്തനൊപ്പം നടന്നു; കഥകേട്ടുകൊണ്ട്. മരത്തൻ പുലക്കോട്ടത്തമ്മയുടെ കഥ പറയാൻ തുടങ്ങി.

"അങ്ങു ദൂരെയൊരു നാട്ടിൽ രണ്ടു ഭഗവതിമാർ ഉണ്ടായിരുന്നു. ചുഴലി ഭഗവതിമാർ. ഏട്ടത്തിയും അനിയത്തിയും. മനുഷ്യരെ കൊന്നു തിന്നുന്ന ഭയങ്കരികളായ ഭഗവതിമാർക്ക് ഇരിപ്പിടവും പൂജയും ലഭിച്ചിട്ടില്ല. ഭഗവതിമാർക്കതിൽ മനംനൊന്തു.

മറുദേശത്തേക്കവർ യാത്രയായി. നടന്നു നടന്നു കടൽക്കരയിലെത്തി.

അകലെ ഒരു കപ്പൽ. അവരത് കൈമാടി വിളിച്ചു. ഭഗവതിമാർ വിളിച്ചാൽ ഏതു കപ്പലാണ് കരയ്ക്കടുക്കാതിരിക്കുക!

മരക്കലത്തിൽ കയറിയവർ മരക്കലത്തമ്മമാരായി കേളികേട്ടു. മരക്കലത്തമ്മമാർ യാത്രക്കാരെയും കപ്പിത്താനെയും കൊന്ന് തിന്ന് വിശപ്പടക്കി. കപ്പിത്താനില്ലാത്ത കപ്പൽ പിന്നെയും ഓടി. കുറേ ദൂരം പോയപ്പോൾ ഭഗവതിമാർക്ക് കരയ്ക്കിറങ്ങണമെന്നൊരു പൂതി തോന്നി. കപ്പൽ തനിയെ കരയ്ക്കിടിച്ചു നിന്നു. പൂഴി വാരി പല്ലു തേച്ചുകൊണ്ട് ഭഗവതിമാർ നടന്നു. കുടിയിരിക്കാനിടം തേടി. എവിടെയും ഒരിത്തിരി സ്ഥലം പോലും കിട്ടിയില്ല. നടന്നു തളർന്നവർ വയത്തൂരെത്തി.

"ചുഴലി ഭഗവതിമാരെന്താ എഴുന്നള്ളിയത്?" വയത്തൂർ കാല്യാർ ചോദിച്ചു.

"ഇരിക്കാൻ ശിങ്കിടിവട്ടം സ്ഥലം വേണം."

"മകരം ഒമ്പത്, പത്ത് ഇവിടെ ഉത്സവം. കുടകിൽനിന്ന് പേറുകൊണ്ട്[1] വരുന്നത് മുട്ടിക്കല്ലേ. നേരെ പടിഞ്ഞാറോട്ട് നടന്നോളൂ."

"ഒറ്റക്ക് പോവൂല. കൂട്ടിന് ആരെങ്കിലും വേണം."

"ആര്യമ്മലയ്ക്കുപോയി ബെളയാംകോട്ട് ദേവിയോട് തുണവരാൻ പറയൂ" മഹാദേവൻ കൽപ്പിച്ചു.

ദേവിമാർ അവിടന്ന് നടകൊണ്ടു. ബെളയാംകോട്ട് ദേവിയെ മഹാദേവന്റെ കൽപ്പന അറിയിച്ചു. ഉടുവസ്ത്രംപോലും മാറാതെ ദേവി കൂടെയിറങ്ങി. വയത്തൂർ കാല്യാറെ കണ്ടുവണങ്ങി. ദേവൻ ഭഗവതിക്ക് പന്തവും വിളക്കും ദേവിക്ക് ചൂട്ടും വെളിച്ചവും കൽപ്പിച്ചരുളി.

ഭഗവതിമാർ വിളക്കു പിടിച്ച്, ചൂട്ടും മിന്നിച്ച് മലകയറി, പുഴ നീന്തി, നടനടന്നു.

---

1. കണ്ണൂർ ജില്ലയിലെ പയ്യാവൂർ, വയത്തൂർ ക്ഷേത്രങ്ങളിലെ ഉത്സവത്തിന് കുടകർ കാളപ്പുറത്ത് അരിയുമായി എത്തുന്ന ചടങ്ങ്.

അന്തിക്കും മോന്തിക്കും കണ്ടവരെല്ലാം ഏഴുനാൾ പനിച്ചു തുള്ളി. പാതിരാവിൽ അട്ടഹാസംകേട്ട് കുട്ട്യോള് ഞെട്ടിയൊണർന്ന് നെലവിളിച്ചു.

പയ്യാവൂരപ്പന്റെ തിരുനടയിൽ മുടിയഴിച്ചിട്ടുറഞ്ഞ ദേവിമാരോട് തൃക്കണ്ണ് തുറക്കാതരുളി ദേവൻ.

"ഉം. എന്തേ വന്നു."

"കുടിയിരിക്കാൻ ശിങ്കിടിവട്ടം സ്ഥലംവേണം."

"കുംഭം ഒമ്പത്, പത്ത് മഹോൽസവം. മാലോകരൊത്തുകൂടുംകാലം. കുടകിൽനിന്ന് കാലീം പേറും വരും. ആളെത്തിന്നും കൂട്ടം ഇവിടെയും പാടില്ല.."

ദേവിമാർ അവിടുന്നും നടകൊണ്ടു. പാറക്കടവ് കടന്ന് ചുണ്ടപ്പറമ്പ് കയറ്റം കഴിഞ്ഞ് മുയിപ്ര കാഞ്ഞരങ്ങാട്ടമ്പലത്തിലെത്തി. ശിവൻ അവിടെയും കയറ്റിയില്ല. അവിടുന്ന് തിരിഞ്ഞുനോക്കാതെ നടന്നു. കപ്പാലക്കണ്ടി ഇറങ്ങി അരയാൽത്തറയിലിരുന്ന് തളർച്ച മാറ്റി. പിന്നേം പടിഞ്ഞാട്ട് നടന്ന് കാവുമ്പായിയിലെത്തി. വിഷ്ണുഭഗവാന്റടുത്ത്. നല്ല കാര്യായി. ശിവൻ സമ്മതിക്കാത്തത് വിഷ്ണു സമ്മതിക്ക്വോ? വിഷ്ണുവും അവരെ കൈവെടിഞ്ഞു.

അങ്ങനെ അവർ നടന്നുനടന്ന് വെള്ളരിക്കുണ്ടിനടുത്തെത്തി. ദാഹിച്ച് തൊണ്ട പൊട്ട്യപ്പം അനിയത്തി കുണ്ടിലിറങ്ങി കാലും മുഖവും കഴുകി. മൂന്നുവട്ടം കൈക്കുമ്പിളിൽ വെള്ളം കോരിക്കുടിച്ച് നിവർന്നപ്പോൾ കണ്ടു. ചാളേന്റെ ചൊമരുമ്മല് പാതി മെടഞ്ഞ പായ. തൊട്ടടുത്ത് മീങ്കുടയും.

അനിയത്തി നെഞ്ചത്തടിച്ചു. "ഏട്ത്തീ ചതിച്ചൂലോ. അയിത്തായീലോ."

"നമ്മക്കിനി ഇവിടെയിരിക്കാം. നീ എന്നെത്തൊടാണ്ട് മാറിയിരി."

അന്നവരിരുന്ന കണ്ടം ഒറ്റക്കണ്ടം.

ദേവി ചാളക്കിലെ പെണ്ണുങ്ങളെ ഒച്ച്യാട്ടി ബിളിച്ചു. പെണ്ണാള് പുറത്തു ബന്നപ്പം പന്തോം ബെളക്കും കത്തുന്ന കണ്ടു.

"ഞാക്കങ്ങു ബന്നൂട. അയിത്തക്കാരത്തിയാന്നേ."

"ആണുങ്ങളൊക്കെ എവിടെ?"

"ഓറ് കള്ളു കുടിക്കാൻ കക്കുടിയില് പോയി."

"പന്തവും വിളക്കും വാരി ഒരു സ്ഥാനത്ത് വെക്ക്. എച്ചിലും വറ്റും പറ്റരുത്.." എന്നുംപറഞ്ഞവർ മറഞ്ഞു.

പെണ്ണാളത് വാരി പ്ലാവിന്റെ കീഴില് വച്ചു. കക്കുടീല് കള്ളും കുടിച്ചിരിക്കുമ്പം പൊലേനൊര് മയക്കം വന്നു. മയക്കത്തിൽ കണ്ടു ബല്യ ചാള കത്ത്ന്ന്. പിന്നൊറ്റോട്ടാന്ന്. ചാളേന്റെ മിറ്റത്ത് വന്നാ നിന്നത്. നേരെ പടിഞ്ഞാറ്റി കേറി. അപ്പെന്താ കണ്ടേ? ചാണോം കരീം തേച്ച പടിഞ്ഞാറ്റീൽ പന്തോം ബെളക്കും മൊളച്ച് ബന്ന്ന്. ഒരു പച്ചക്കലവും മൊളച്ച്ന്. പട്ടുമുണ്ടും ബാളുണ്ട്.

പൊലേൻ പേടിച്ചു തുള്ളി. എല്ലാംകൂടി വാരിക്കെട്ടി മുറ്റത്തു കൊണ്ടുവെച്ചു. ഓരോ നിമിത്തം കാട്ടി ദേവി ഇഷ്ടക്കേട് പ്രകടിപ്പിച്ചുകൊണ്ടി

രുന്നു. ഒടുക്കം മൂലത്തറേല് സ്ഥാനമുറപ്പിച്ചു. പൊലക്കോട്ടത്ത് മാതാവിനെ തെയ്യം കെട്ട്യാടിക്കാംന്ന് പൊലേൻ നേർച്ചേം നേർന്നു.

അനിയത്തിക്ക് ഇരിപ്പിടമായപ്പോൾ മറ്റുള്ളവർ യാത്രയായി. ഒരാൾ കിഴക്കോട്ടു പോയി ഐച്ചേരി നിറക്കൽ ഭഗവതിയെന്ന് പേരുകൊണ്ട് കുടിയിരുന്നു. മറ്റേയാൾ വടക്കോട്ട് നടന്ന് ആപ്പൂരീം കടന്ന് ചന്തൂട്ടിപ്പാറ കേറി ചേടിക്കുണ്ട് ഭഗവതിയായി. മുപ്പെട്ട് വെള്ള്യാഴ്ചതോറും പാതിരാക്ക് മുണ്ടക്കച്ച് വയലിൽ മൂന്നു പന്തങ്ങൾ സന്ധിക്കാറുണ്ടത്രെ. ഇന്നും പാതിരാനേരത്ത് ആ വഴി പേടിച്ചാരും നടക്കാറില്ല.

മേടം ഇരുപത്തഞ്ചുമുതൽ ഇടവം പത്തുവരെ പുലക്കോട്ടത്ത് ഉത്സവം. പുലയർതന്നെ ദേവിയുടെ കോലം കെട്ടിയാടും. പുലക്കോട്ടത്ത് ഉത്സവം തുടങ്ങിയാൽ നാട്ടുകാർ കാവുമ്പായി വിട്ട് അന്യനാട്ടിൽ അന്തിയുറങ്ങാറില്ല. അന്യനാട്ടിൽനിന്ന് മംഗലംകഴിച്ചു കൊണ്ടുവന്ന പെണ്ണുങ്ങൾ നോമ്പെടുത്തവർ കോട്ടത്തു നിന്നിറങ്ങിയാലേ സ്വന്തം വീട്ടിൽപ്പോലും പാർക്കാൻ പോവുകയുള്ളൂ" മരത്തൻ അവസാനിപ്പിച്ചു.

മൂന്ന് കാവുകളുടെ നടുക്ക്, ഉഗ്രമൂർത്തികളുടെ കാവലിൽ പേരുകേട്ട കാവുമ്പായി. കാലം കരുതിവെച്ച കാവുമ്പായിയിൽ കരുത്തരായ ആണുങ്ങളും പെണ്ണുങ്ങളും വാണിരുന്നു. ജന്മിയും കാര്യസ്ഥന്മാരും മുട്ടുമടക്കിയ ഒരേയൊരു സ്ഥലവും കാവുമ്പായി തന്നെ.

കാവുമ്പായിയുടെ കരുത്തിൽ പൊട്ടിയുണർന്ന സമരത്തിന്മേൽ വെടിയുണ്ടയേറ്റതിന്റെ മുറിപ്പാടുണങ്ങിയിട്ടില്ലാത്ത മനുഷ്യരും അവരുടെ സന്തതിപരമ്പരകളും കൈമോശം വരാത്ത ധൈര്യത്തോടെ ഇന്നും ജീവിക്കുന്നുണ്ട്.

2

പുതിയ മണ്ണിന്റെ സാന്ത്വനം

അതൊരൊളിച്ചോട്ടമായിരുന്നില്ല. ഒളിച്ചോടാൻ കോയാടൻ രാമൻ നമ്പ്യാർ ഒരു ഭീരുവല്ല. പരിക്കളത്ത് കല്യാട്ടെശമാനനെ വകവെയ്ക്കാത്ത ഒറ്റ ആണേ ഉണ്ടായിരുന്നുള്ളൂ. അതീ കോയാടൻ രാമനാണ്. ശത്രുവിന്റെ മർമത്തിലടിച്ചിട്ട് രക്ഷപ്പെടാൻ ധൈര്യപ്പെട്ടവൻ. അങ്ങനെ വേട്ടക്കാരനെ യടിക്കുന്ന ഇരയായി, ചരിത്രം തിരുത്തിയവനായി മാറിയവൻ കോയാടൻ രാമൻനമ്പ്യാർ.

ഓരോ പലായനത്തിന്റെയും പിന്നിൽ കണ്ണീരിന്റെയും രക്തത്തിന്റെയും കഥയുണ്ടാവും. പലായനത്തോടെ കഥ പൂർണമാവുകയില്ല. പലായനത്തിലൂടെ അതിജീവനംനേടിയ മനുഷ്യർക്ക് ചരിത്രത്തെ മാറ്റിക്കുറിക്കാൻ കഴിയും. അഭിമാനത്തിനു ജീവനേക്കാൾ വില കൽപ്പിച്ച മനുഷ്യരുടെ പലായനം അക്രമം കൊടികുത്തി വാണിരുന്ന ഒരു സാമൂഹ്യവ്യവസ്ഥയെ കിടുകിടാ വിറപ്പിക്കാനും മാറ്റി മറിക്കാനും നിമിത്തമായതിന്റെ കഥ കാവുമ്പായിക്കു പറയാനുണ്ട്.

അന്നത്തെ സംഭവമോർക്കുമ്പോൾ ഇന്നും അടിമുടി വിറ വരുന്നുണ്ട്. നേർക്കുനേരെ കണ്ടിരുന്നെങ്കിൽ ദേശം വാഴാൻ അവൻ ബാക്കിയുണ്ടാവില്ലായിരുന്നു. മൂത്ത പെങ്ങളുടെ മോള് ചേയ്യിക്കുട്ടി മൂന്നാല് ആണിനുശേഷം കൊട്ടിയൂരപ്പന്റെ മുമ്പിൽ കണ്ണു കെട്ടിത്തെരഞ്ഞിട്ട് ഉണ്ടായതാണ്. കുന്നത്ത് കൊന്ന പൂത്തപോലെ തറവാട്ടിൽ അവൾ നിറഞ്ഞുനിന്നു. തോട്ടിൽനിന്നു കുളിച്ചു വരുമ്പോൾ കല്യാട്ടെശെമാന്റെ കാര്യസ്ഥൻ പിറകെയുണ്ട്.

നേരെ എത്തിയത് അമ്മാവന്റെ മുൻപിൽ.

ഒറ്റച്ചോദ്യം: "എന്താണേ?"

"ഓറെന്റെ ബയ്യെ വന്നതാ. എനക്കറീല."

"എന്താടോ?"

"കല്യാട്ടെശെമാനൻ പറഞ്ഞിറ്റ്ണ്ട്. ഓറ് ഇന്ന് ഈടേ്യാ കെടക്കുന്നത്. ഓർക്ക് നിന്റെ മരോളെ അത്രക്കങ്ങട് പിടിച്ചുപോയി. പോരാത്തതിന് ഇന്ന് ബംഗ്ലാവില് യെശമാന്റെ ചങ്ങായിമാരെത്തിയിട്ടുണ്ട്. അപ്പൊ നല്ല മേളായിരിക്കും. അതിന് കൊഴുപ്പുകൂട്ടേണ്ടത് ഇന്നിവളാ."

"ഫാ... നായിന്റെ മോനേ.... യെശമാനനും ഞാനും സ്വജാതിക്കാരാണ്. ഓന് സംബന്ധം വേണെങ്കിൽ രണ്ടണ പൊടവയുമെടുത്ത് നാലാളേം കൂട്ടി അന്തസ്സായി വരാൻ പറ." പറച്ചിലും ചവിട്ടും ഒന്നിച്ചു കഴിഞ്ഞു. മുറ്റത്തേക്ക് മലർന്നടിച്ച്, അന്തിത്തിരി വെയ്ക്കുന്ന കല്ലിൽ തലയടിച്ചു വീണു. പോതോംകതേം ഇല്ലാണ്ട്.

"ന്റെ ബയത്തൂർ കാല്യാറെ. യശമാനും പടേം ഈട കേറി നെരങ്ങ്വല്ലപ്പാ. ന്റെ മോന്റെ പൊടി ഇണ്ടാവൂലല്ലോ" അമ്മ നെഞ്ചത്തടിച്ച് കരയാൻ തുടങ്ങി.

ഇനിയിവിടെ നിന്നാൽ അറുംകൊല ചെയ്യേണ്ടി വരും. നെറിയില്ലാത്തവൻ തന്റെ മുമ്പിൽ വെച്ച്... കൂട്ടിന് ആ നെറികെട്ട സായ്പ്പുമുണ്ടാകും. അങ്ങനെ എത്ര പെണ്ണുങ്ങളെ...കണ്ടു നിൽക്കാനാവില്ല. കൊന്നു പോകും.

"മിണ്ടരുത്, ഞാനിപ്പോ വരാം." നേരെ പോയത് കുഞ്ഞമ്മീന്റടുത്തേക്ക്. കുഞ്ഞമ്മി അയൽക്കാരനാണ്. നാട്ടിലെ പണക്കാരനും പ്രതാപിയുമാണ്. കല്യാട്ട് യെശമാനന്റെ കുടിയാനുമല്ല. പോരാത്തതിന് അന്യമതസ്ഥനും. യശമാനന് അയാളെ ഒന്നും ചെയ്യാൻ കഴിയില്ല. അതുകൊണ്ടാണ് കോയാടൻ കുഞ്ഞമ്മിയെ സമീപിച്ചത്.

"എന്റെ എളകുന്നതും എളകാത്തതുമായ മൊതലെല്ലാം നിനക്ക് തരുന്നു. ന്താന്നു വെച്ചാൽ തരിക. ഇനി ഏത് മണ്ണിലാന്നച്ചാൽ അറിയിക്കാം. ബാക്കി അവിടെ തന്നാൽ മതി."

"ഇങ്ങളെന്താപ്പാ മനുസ്യന പരീക്ഷിക്ക്വാ? എന്നിട്ടിങ്ങളേടപ്പോണ്. ഞമ്മക്കൊന്നും തിരീന്നില്ലല്ലാ നമ്പ്യാറേ."

"ഒന്നും പറയാൻ നേരൂല്യ. നാടുവിട്ടു പോക്വാന്നറിഞ്ഞാൽ മതി."

കുഞ്ഞമ്മി കൊടുത്ത പണവുംകൊണ്ട് അമ്മയെയും പെങ്ങമ്മാരെയും മരുമക്കളെയും കൂട്ടി അന്നുതന്നെ നാടുവിട്ടു. നടന്നുനടന്ന് കാടും മലയും കടന്ന് സന്ധ്യയാവുമ്പോഴേക്കും പയ്യാവൂരെത്തി.. കല്യാട്ടെശമാനന്റെ അതിർത്തി കടന്നിരിക്കുന്നു. കിരാത മൂർത്തിയായ ശിവൻ എഴുന്നള്ളിയിരിക്കുന്ന സ്ഥലമാണ് പയ്യാവൂർ. മനംനൊന്തു വിളിച്ചു: "ന്റെ കിരാത മൂർത്തീ കാത്തോണേ." അമ്മയെയും പെങ്ങളെയും മരുമക്കളെയും അഗ്രശാലയിലിരുത്തിയിട്ട് പറഞ്ഞു: "ഞാനിപ്പോ വരാം." എമ്പ്രാശനെ കണ്ട് കാര്യം പറഞ്ഞു. കാടും മലയും താണ്ടി വരികയാണ്. വിശപ്പും ദാഹവുമുണ്ട്. സഹായിക്കണം. അദ്ദേഹം കുറച്ചു കാത്തിരിക്കാൻ പറഞ്ഞു. മണിക്കിണറിൽനിന്ന് വെള്ളമെടുത്ത് മടമടാ കുടിച്ചു.

കണ്ണും മുഖവും കഴുകി. കിണ്ടിയിൽ കുറച്ചെടുത്ത് അഗ്രശാലയിലെ ¯ nA ½b pws] § f pwB À¯ _ntb ns S I pSn p

F {¼ nn ³] St¨ ndpans b- n '''D¸ pw I m ntcyb pÅ q I qkm s\ n¶ qe." '''R § Ä¡ nXvA arXnW\'' B Zct h ns S G äph n§ n _] ¦ nkp I gn m³ XpS§ pt¼ nÀ {] ntb aps Å ncp k {Xo A Sp s¯ - n '''B cm¸ m\ n§ sf ns¡ ?CXph sc CusSyn¶ pw I - nkn ÃtÃm'' k zÀWt¯ nSb nkh er b I nXpt ffnkns¡ m vA hÀtNnZn p

'''R nfi§ v] cn f¯ v\ n¶ m_ cpt¶ .C\ nA t§ nknÃ. I eym s«i ansâ tXn¶ ynk § Ä¡ vssI b pwI W¡ qÃ. C¶ se tNyb n ¡ pt«ynSvtXn¶ ynk wI nW n m³ I ncyÊ \ ] d ª b¨ p F sâ tam³ Hns\ Nh nkn qkn Nt¯ m¸ tNb t¨ n¶ nÀ¡ drb nwC\ nB S \ n¶ nÀ i crb nh qe. Ø nt\ nw Xdh nSpw Kpcpt nct Wn½ ntdw _ nkämt] n¶ XvHnt\ nSvA hcptNnb t¨ nkv''

A ½ DSpap nsâ tI m esI m vI ®pt sfm¸ n

] pe À¨ b s¡ gpt¶ äp\ S¶ p F Å cn³ nb nte¡ vI eyns«i - anh sâ GähpwherbI {Xph nsâ ,\ nb ¬ nepsS A Spt¯ ¡ v {Xp h nsâ i {Xpan{Xanb n I Yt I «t¸ nÀ herb \ nb ¬ nÀ¡ _vh f sc k - t´ nj w I eyns«i anh ³ I et SÀ k nb n ns â _ e¯ nÀ I fn ¡ p¶ I fn f nÀ \ nb ¬ nÀ¡ vA Xr} Xnb p vA XvÀ t±I wX pd¶ p] db pt b pwsNb Xp

\ nb ¬ nÀtI nb nSs\ c- pssI b pw\ qnk zd cn pXsâ tZi - § f nÂ F h nsSb ntWmCj SwA h nsSXnak n m³ A\ ph nZh pw \ÂI nF {X `qanth Wsa¡ nepwNnÀ¯ ns¡ nSp m pwXb ndnb n cp¶ pA t±I wI nWn pXcp¶ nS¯ vXnak n m³ tI nb nS³ cna³ \ ¼ ynÀ¡ v] änÃ. P· nansc I ®paS¨ vh n zk n m³ an{Xw HcphnU V nb paÃ A b nÀ.B h i ywI grb pt¼ nÀ A hÀX\ n\ ndw I nW n psa¶ vA \ p h¯ nÀ \ n¶ v] Tn nkpap v

F ÃmtZi h pw\ S¶ pI - p I nh p¼ nb nb nse¯ nb t¸ nÀ a\ - k nenb nCXpXs¶ X\ n p] äb a® v\ nb ¬ nÀ¡ h nsSP· ¬ new I pdh nWvHcp nSvsNdp nSP· nanepÅ Ø ew\ ¼ yncpw\ ¼ qXn crb pwam¸ nfb psans¡ b p v] WwsI nSp¯ vCSb t¡ m¯ nÃwh I] d¼ vP· wh n§ n\ Ã I ®nb Ø e¯ pXs¶ b nWv] d¼ vh ¶ p tI drb h ³ h ¼ pÅ h s\ ¶ v\ nensf s¡ m v] db n Ww tI nb m S³ h f ¸ nÀ A f h pwI W¡ psam¸ n v] Sn³ nän pc] WnXpI nh p ¼ nb n nÀ Dcpkpt «b pw s] «n «b pwsI m vNpaÀ sI «pt¼ nÀ tI nb nS³ \ ¼ ynÀ tXnW n nWvI ÃvsI m ph ¶ XvA ½b pw I pSpw_ § f pwA ´ tÊ nsSXnak n Ww] Sn vXnsgb pÅ] p© - \ new\ nb ¬ nÀ k t´ nj t¯ nsS NnÀ¯ ns¡ nSp¯ p tI nb nS³ acpa¡ sf b pwI qknI psd] d¼ pwI pgn nWanb nNab ns¨ Sp¯ p

എടക്കലവൻ തറവാട് കത്തി നിൽക്കുന്ന കാലം. കരക്കാട്ടിടം നായനാരെ പേടിക്കേണ്ട കാര്യമൊന്നും അന്നവർക്കില്ലായിരുന്നു. മലയും പറമ്പും കണ്ടവും ഇഷ്ടംപോലെയുണ്ട്. അതും ജന്മമായിട്ടു തന്നെ. കോയാടന്റെ കരുത്തും പ്രതാപവും കണ്ടിട്ടു തന്നെയായിരുന്നു അവിടെ നിന്നൊരു സംബന്ധാലോചന വന്നത്. അമ്മയ്ക്കും പെങ്ങന്മാർക്കും പൂർണസമ്മതം. പെണ്ണിന് ആദ്യത്തെ സംബന്ധത്തിൽ രണ്ട് ആൺമക്കൾ ഉള്ളതൊന്നും ഒരു കുറവായി ആരും കരുതിയില്ല. ആണായാലും പെണ്ണായാലും ഒന്നിലേറെ സംബന്ധം കഴിക്കാത്തവർ അന്ന് വിരളം. ചെറിയക്കാണെങ്കിൽ ആദ്യത്തെ സംബന്ധത്തിൽ രണ്ടാണേ ഉള്ളൂ. ഒരു പെൺ സന്താനം ഉണ്ടാവേണ്ടത് തറവാടിന്റെ നിലനിൽപ്പിന് ആവശ്യമാണുതാനും.

അവസാനംവരെ ചെറിയ അമ്മയ്ക്ക് മകൾ തന്നെയായിരുന്നു.

ഭാര്യക്കും മക്കൾക്കും കൊടുക്കേണ്ടതെല്ലാം കൊടുത്ത് സംരക്ഷിച്ചു. വെറുമൊര് സംബന്ധക്കാരനായി ഭാര്യവീട്ടിൽ പോക്കുവരവ് നടത്താൻ കോയാടൻ രാമൻനമ്പ്യാർക്കാവില്ല. പുടവകൊടുത്ത പെണ്ണിനെ അന്തസ്സായി പോറ്റണം. തളിയന്മാർ വീട് ജന്മം വാങ്ങി. അവിടെ പഴയൊരു വീടുണ്ട്. അതിനടുത്ത് പുതുതായി കല്ലുകൊണ്ടുതന്നെ തെക്കിനി കുട്ടിയെടുത്ത് ഭാര്യയെയും മക്കളെയും പാർപ്പിച്ചു.

"മോൻ അച്ഛന്റെ മുറിച്ച കഷണം തന്നെ. വീറും വാശിയും തന്റേടവും അതേപോലെ കിട്ടിയിട്ടുണ്ട്." കുഞ്ഞിരാമൻ കുസൃതി കാണിക്കുമ്പോൾ അഭിമാനം കലർന്ന പരിഭവത്തോടെ ഭാര്യ ഭർത്താവ് കേൾക്കെ പറയും. അതുകേൾക്കുമ്പോൾ ഉള്ളിൽത്തോന്നിയ സന്തോഷം പ്രകടിപ്പിക്കാറില്ല. കുട്ടികളെ വളർത്തേണ്ടത് കറുത്ത കണ്ണും വെളുത്ത ചോറും നൽകിയാണ് എന്ന് പണ്ടുള്ളവർ പറയുന്നത് ശരിയാണെന്ന പക്ഷക്കാരനാണ് കോയാടൻ.

നായനാർ പുറത്തുനിന്ന് ഗുരുനാഥന്മാരെ വരുത്തിയാണ് ചിണ്ടക്കുട്ടിയെയും ചന്തുക്കുട്ടിയെയും ഉണ്ണമ്മനെയും പഠിപ്പിച്ചത്. കുഞ്ഞിരാമനെ നായനാരുടെ പത്തായപ്പുരയിൽവച്ച് അവിടുത്തെ കുട്ടികളുടെ കൂടെ പഠിപ്പിക്കാൻ അനുവദിച്ചത് നായനാർക്ക് കോയാടനോടുള്ള പ്രത്യേക മമത കൊണ്ടു തന്നെയായിരുന്നു. കോരൻ മാസ്റ്റർക്ക് കുഞ്ഞിരാമനെ വലിയ കാര്യമായിരുന്നു. മറ്റുകുട്ടികളൊക്കെ തീണ്ടാപ്പാടകലത്തിൽ നിൽക്കുമ്പോൾ കുഞ്ഞിരാമൻ എടത്തിലെ കുട്ടികളുടെകൂടെ പഠിക്കുകയും കളിക്കുകയും ചെയ്തു. വീടിനു വിളക്കായി ഒരു പെൺകുട്ടിയെയും ദൈവം നൽകി. പൊന്നുമോൾ പാറുക്കുട്ടിയെ.

3

കയ്പ്പും മധുരവും നിറച്ച്

രാവിലെയെഴുന്നേറ്റ് ഇറയത്തു വന്നു. ഇളയമ്മ പറഞ്ഞു: "ഓ... മോനിന്ന് സ്കൂളിൽ പോണ്ടല്ലോ. ശനിയാഴ്ച്ച്യല്ലേ."

ഇന്ന് സ്കൂളിൽ പോകേണ്ടെന്ന് മറന്നുപോയി. അപ്പോൾ ഇന്നെന്താ ചെയ്യേണ്ടതെന്നാലോചിച്ചു നിൽക്കുമ്പോൾ ഇളയമ്മ വീണ്ടും പറഞ്ഞു: "എന്നാൽ ഇന്ന് കണ്ടത്തിൽപ്പോയി പണിയെടുപ്പിക്ക്. നാട്ടിയല്ലേ. വല്യ ബാല്യക്കാരനായില്ലേ. ഇനി ബാലസംഘും കളീം മാത്രം പോരല്ലോ."

ബാലസംഘത്തിൽ ചേർന്നതു മുതൽ ഇളയമ്മ കളിയാക്കുന്നതാണ്. അച്ഛനെപ്പോലെ മോനും കൂട്ടോം കുറിയുമായി നടന്നോന്ന് അച്ഛൻ കേൾക്കാതെ പറയും. ഇളയമ്മക്ക് അച്ഛനെ മരണപ്പേടിയാണ്. 'എണെ പാറു'ന്ന് അച്ഛനൊന്ന് നീട്ടി വിളിച്ചാൽ ഇളയമ്മ പേടിച്ച് വിറക്കും. പാവം.

കണ്ടത്തിൽ പോകാൻ നാരായണന് ഇഷ്ടമാണ്. അമ്മ തന്ന്യാണ് സമ്മതിക്കാത്തത്. "കോരിച്ചൊരിയുന്ന മഴയാ. പനി വരും" എന്ന് പറഞ്ഞ് പേടിപ്പിക്കും.

അല്ലെങ്കിലും നാലാലുരുകൻ പനി എന്നു കേൾക്കുമ്പോഴേ പേടിയാണ്. രണ്ടു ദിവസം പനി ഇല്ലെങ്കിൽ മൂന്നാമത്തെ ദിവസം ഉറപ്പായിട്ടും പനിക്കും. അതാ നാലാലുരുകന്റെ ലക്ഷണം. പരിപ്പായിലെ കണിയാൻ വൈദ്യന്റെ ചികിത്സയായിരുന്നു. അതോർക്കുമ്പോൾ ഇപ്പോഴും ഛർദ്ദിക്കാൻ വരും. കടുക്ക ഗോമൂത്രത്തിൽ പുഴുങ്ങി ഇടിച്ച് കഷായം വെച്ചു തരും. കാട്ടുതുളസിയും കരുനെച്ചിലിന്റെ ഇലയുമിട്ട് തിളപ്പിച്ചവെള്ളം ആവി പിടിക്കണം. കഷായം കുടിച്ചില്ലെങ്കിൽ അമ്മയും ഇളയമ്മയുംകൂടി പിടിച്ച് അമ്മയുടെ മടിയിൽ കിടത്തും. എന്നിട്ട് ഇളയമ്മ കൈയും കാലും പിടിച്ചുവെക്കും. അമ്മ ഒരുകൈകൊണ്ട് മൂക്ക് പിടിച്ച് കഷായം വായിലൊഴിക്കും. അറിയാതെ ഇറങ്ങിപ്പോകും. ഛർദിക്കാതിരിക്കാൻ വായിൽ ഒരു കഷണം ചക്കര വെച്ചു തരും.

ഓലകൊണ്ടു ചുറ്റി അടുക്കിവെച്ച ചക്കര കയരളത്തുനിന്നു ചക്കരച്ചപ്പില കൊണ്ടു വരുന്നതാണ്. കള്ള് കുറുക്കിയാണ് ചക്കര ഉണ്ടാക്കുന്നത്. അമ്മ അമ്പതും നൂറും കണ്ണി ചക്കരവരെ വാങ്ങി വെക്കും. അമ്മയുടെ പെട്ടിയിൽ പൂത്ത പണമുണ്ടല്ലോ.

ഇനി പനീന്നു പറഞ്ഞാൽ പറ്റില്ല. സ്കൂളിൽ പോക്കും ബാലസംഘവുമൊക്കെയായി വലിയ ആളായില്ലേ. കെ പി ആർ ഗോപാലൻ എള്ളരിഞ്ഞിയിൽവച്ച് കുട്ടികളുടെ സംഘം വിളിച്ചു ചേർത്തപ്പോൾ കമ്മിറ്റിയിൽ ചേർത്തുകൊണ്ടു പറഞ്ഞു: "നാരായണൻ തളിയന്റെ മകനല്ലേ? അപ്പോൾ മോശമാകാൻ വഴിയില്ലല്ലോ." ബാലസംഘത്തിന്റെ കമ്മിറ്റി മെമ്പറാവുക വലിയൊരഭിമാനമായിട്ടാണ് അന്ന് കരുതിയത്. ബ്ലാത്തൂരും പയ്യാവൂരുംവച്ച് നടത്തിയ കർഷകസംഘത്തിന്റെ സമ്മേളനത്തിൽ പങ്കെടുക്കാൻ ഘോഷയാത്രയുടെ മുന്നിൽ ബാലസംഘത്തിന്റെ വെളുത്ത കൊടിയും പിടിച്ച് നടന്നപ്പോൾ അച്ഛനെപ്പോലെ വലിയ ആളായി എന്ന് തോന്നി.

അല്ലെങ്കിലും വലുതാകാൻ ഇഷ്ടമാണ്. സ്കൂളിൽ കൂടെ വരുന്നവരൊക്കെ ഏട്ടൻ എന്നു വിളിക്കണം. അല്ലെങ്കിൽ നാരായണന്റെ സ്വഭാവമറിയും. എല്ലാവരും ബഹുമാനത്തോടെ ഏട്ടാ എന്നു വിളിക്കുമ്പോൾ ഒരു കാന്താരിപ്പെണ്ണു മാത്രം പേരു വിളിക്കാൻ ധൈര്യപ്പെടുന്നത് കുറച്ചൊന്നുമല്ല അലോസരപ്പെടുത്തുന്നത്. അവളെ മര്യാദ പഠിപ്പിക്കാൻ അറിയാഞ്ഞിട്ടല്ല. വേണ്ടാന്നു വെക്കുന്നത് അച്ഛനെ പേടിച്ചിട്ടാണ്. അച്ഛന്റെ ആത്മസുഹൃത്തിന്റെ മരുമകളായിപ്പോയി. ഇല്ലെങ്കിൽ കാണിച്ചുകൊടുക്കാമായിരുന്നു.

അഞ്ചാം ക്ലാസിൽ എത്തിയതോടെ അഞ്ചൽക്കാരന്റെ ജോലിയുമായി എന്നമ്മ കളിയാക്കാറുണ്ട്. അനന്തൻ മാഷിന്റെ കത്ത് അച്ഛനു കൊണ്ടു കൊടുക്കണം. അച്ഛന്റെ മറുപടി മാഷിനും. മാഷ് കോൺഗ്രസിന്റെ ആളാണെന്ന് അച്ഛൻ പറഞ്ഞിട്ടുണ്ട്. രാഘവൻ മാഷും കോൺഗ്രസ് തന്നെയാണ്. ഇനിയും വലിയ ആളാകണം. എന്നാലേ അവരെപ്പോലെ കോൺഗ്രസാകാൻ പറ്റൂ.

വേഗം പല്ലുതേച്ച് അന്ത്രാളത്തിൽ[1] പലകയിട്ടിരുന്നു. ഇളയമ്മ കാപ്പിയും കിണ്ണത്തപ്പവും കൊണ്ടുവന്നു. അമ്മ പുലർച്ചയ്ക്കേ നാട്ടിപ്പണിക്ക് പോയിട്ടുണ്ടാവും. അമ്മ പോയില്ലെങ്കിൽ പെണ്ണുങ്ങളൊന്നും പണിക്കിറങ്ങില്ലപോലും. നാട്ടിപ്പണി തുടങ്ങിയാൽപ്പിന്നെ അമ്മയെ പകൽ വീട്ടിൽ കാണില്ല.

കുപ്പായവുമിട്ട് പുറത്തേക്കിറങ്ങി. വഴിയിൽ ചാണകം കടത്തുന്ന പെണ്ണുങ്ങളെ കണ്ടു. അവർക്കു വഴിമാറിക്കൊടുക്കുമ്പോൾ പുതുക്കുടി കുട്ടീരമ്മ ചോദിച്ചു:

"നാരാണൻ ഏട്യാ പോന്ന്?"

---

1. പഴയ വീടുകളുടെ മധ്യത്തിലുള്ള മുറി.

"കണ്ടത്തില്."

"ഓ.. നാട്ടിപ്പണിയെടുപ്പിക്കാനായിരിക്കും അല്ലേ?"

"അതേ."

"എന്നാ വേഗം പോയാട്ടെ. അല്ലെങ്കിൽ പണിക്കാരെല്ലാം കേറിപ്പോകും."

പെണ്ണുങ്ങളെല്ലാം ചിരിക്കാൻ തുടങ്ങി.

ഹും. ഒറ്റ നടത്തംവെച്ചുകൊടുത്തു.

പെരിന്തിലവയലിലെത്തിയപ്പോഴേ കണ്ടത്തിൽ നിരന്നു നിന്ന് പെണ്ണുങ്ങൾ ഞാറ് പറിക്കുന്നത് കണ്ടു. അച്ഛൻ വരമ്പത്ത് കുത്തിയിരുന്ന് തുമ്മാൻ[1] ചവയ്ക്കുന്നുണ്ട്. അച്ഛനാണ് ആദ്യം കണ്ടത്.

"എന്റെ മോൻ വരുന്നുണ്ടല്ലോ പണിയെടുപ്പിക്കാൻ. ഞാനിനി പോയേക്കാം പെണ്ണുങ്ങളെ. ഇവര് കുത്തിയിരിക്കുന്നുണ്ടോന്ന് നോക്കണേ മോനേ."

കണ്ടത്തിലേക്കു നീട്ടിത്തുപ്പിക്കൊണ്ട് അച്ഛനെഴുന്നേറ്റു. വരമ്പത്തു നിന്ന് തൊപ്പിക്കുടയുമെടുത്ത് കാലിപൂട്ടുന്ന കണ്ടത്തിലേക്കു നടന്നു. എട്ടനോടെന്തോ പറഞ്ഞു. അച്ഛനു പാർട്ടിക്കു പോകാനുള്ള സമയമായിട്ടുണ്ടാവും പുലർച്ചയ്ക്കെഴുന്നേറ്റ് കണ്ടത്തിലേക്കു വന്നതാണ്. തീറ്റയും കുടിയുമൊക്കെ കണ്ടത്തിൽ വരമ്പത്തിരുന്നിട്ടാണ്.

ഇളയമ്മ രാവിലത്തെ ആഹാരം കണ്ടത്തിൽ കൊണ്ടുക്കൊടുക്കും. പണിക്കാരുടെ കൂടെയിരുന്ന് അത് കഴിക്കും. ഉച്ചക്ക് പണികഴിഞ്ഞ് തോട്ടിലൊന്ന് മുങ്ങി ഈറനോടെ വീട്ടിലേക്ക്. ഉച്ചക്കഞ്ഞി കുടിച്ചതിനുശേഷം പുറത്തേക്കു പോകും. പാതിരായ്ക്കാണ് പിന്നെ തിരിച്ചു വരിക. ചിലപ്പോൾ പുലരുമ്പോഴായിരിക്കും. അതുവരെ കർഷകസംഘവും കോൺഗ്രസും മീറ്റിങ്ങും.

കൈയിൽ ഒരുപിടി ഞാറുമെടുത്ത് നിവർന്നു നിന്നിട്ട് ഞാറ്റിന്റെ കൊടികൊണ്ട് തിരിച്ചു കെട്ടുന്നതിനിടയിൽ അമ്മ ചോദിച്ചു: "നീ വല്ലതും കുടിച്ചിനോ? ഒന്നും തിന്നാണ്ട് തുക്കി നടന്നോ. കാണുന്നില്ലേ നരുന്ത് പോലിരിക്ക്ന്നത്."

"പറഞ്ഞിറ്റൊന്നും കാര്യ്യല കുഞ്ഞി. എന്റെ ചെക്കനും ഇങ്ങന്യാ. എപ്പൊം കളിക്കണംന്ന വിചാരേള്ളു." ചന്തൂട്ടിയുടെ അമ്മ പറയാൻ തുടങ്ങി:

"കുട്ട്യോളായാൽ കളിക്കൂലേ?"

ഞാറ് ഒലുമ്പുന്നതിനിടയിൽ മരുത്തൻ ചോദിച്ചു:

"നീ ഓന്റെ ഭാഗേ പറയു. എപ്പൂം നിന്റെ കൂടെ കാട്ടിലും കയ്യിലും നടക്കലല്ലേ ഓന്റെ പണി" എന്നായി അമ്മ.

"ഇവർക്കൊന്നും വേറെ പണിയില്ല. നമ്മക്ക് കണ്ടത്തിൽ കൊണ്ടുപോയി ഞാറ് നെരത്താം" ഒലുമ്പിക്കഴുകിയ ഞാറ്റിൻപിടികൾ കുട്ടയിൽ

---

1. മുറുക്കാൻ

വെച്ചുകൊണ്ട് മരത്തൻ പറഞ്ഞു. ചാണകവും തോലും ചേർത്ത് ഏഴ് ചാൽ പൂട്ടി മരമിട്ട് കലക്കി പായസം പോലാക്കിയ കണ്ടത്തിന്റെ വരമ്പിൽ ഞാറ് കൊണ്ടുവെച്ചു. അറ്റം നിരത്തി മുറിച്ചുകെട്ടിയ ഞാറ് ഓരോ പിടിയായി കണ്ടത്തിൽ നിരത്തിയിട്ടു. മരത്തന്റെകൂടെ കണ്ടത്തിലിറങ്ങാൻ നോക്കിയപ്പോൾ മരത്തൻ തടഞ്ഞു. "അരയോളം ചെളിയാ. മുങ്ങിപ്പോകും. കുഞ്ഞൻ കീയണ്ട. ബരമ്പത്ത്ന്നിട്ടാ മതി."

മരത്തന്റെയൊര് കാര്യം. പുലരുന്നതിനുമുമ്പ് അമ്മ വിളിച്ചുണർത്തി കണ്ടത്തിലേക്കു പറഞ്ഞയക്കും. കണ്ടത്തിന്റെ നടുക്ക് തറിച്ചുകൂട്ടിയ തോല് വാരിപ്പരത്താൻ. ചളിക്കണ്ടത്തിലിറങ്ങി നിന്ന് ചീഞ്ഞു നാറുന്ന തോല് വാരിപ്പരത്തുന്ന നാരായണനോടാ കളി. വേണ്ടെങ്കിൽ വേണ്ട. ഒറ്റക്കു നിരത്തട്ടെ.

മരത്തൻ കണ്ടത്തിൽ ഞാറ് നിരത്തുന്നതുംനോക്കി വരമ്പത്തു നിന്നു. രണ്ട് കണ്ടം കാലിപൂട്ടിക്കഴിഞ്ഞു. മൂന്നാമത്തെ കണ്ടം നിരപ്പാക്കാൻ എട്ടൻ മരമിടുകയാണ്. എട്ടൻ മരത്തിൽ കയറിനിന്ന് മൈലന്റെ വാലിൽ ഒരു കൈകൊണ്ടു പിടിച്ചു മും...മും.. എന്ന് മൂളിക്കൊണ്ട് ചോമന്റെ നേരെ മറ്റേ കൈകൊണ്ട് വടി ഓങ്ങി. പാവങ്ങൾ അടി പേടിച്ച് പായുന്നുണ്ട്.

കണ്ടത്തിന്റെ വരമ്പ് ചെത്തി ചെളികോരി പിടിപ്പിച്ചിട്ടുണ്ട്. ഞാറ് പറിക്കുന്ന കണ്ടം മാത്രം വരമ്പ് വെച്ചിട്ടില്ല. മുകൾഭാഗത്തെ കുറ്റിപ്പുല്ല് ബാക്കിവെച്ച് വരമ്പ് ചെത്തിയതു കണ്ടപ്പോൾ കൈ അറിയാതെ തലയുടെ പിറകിൽ കൊണ്ടുപോയി. നാദ്യൻ രാമൻ മുടി മുറിക്കുമ്പോൾ കഴുത്തിനുമുകളിൽ ക്രോപ്പടിച്ചു തരുന്നതുപോലെയുണ്ട്. കത്തികൊണ്ട് ചുരണ്ടുമ്പോൾ ഇക്കിളികൊണ്ട് പിടഞ്ഞുപോകും.

അപ്പോൾ അയാൾ പേടിപ്പിക്കും, "അനങ്ങാണ്ട് നിന്നില്ലെങ്കിൽ കഴുത്തു മുറിക്കും."

എട്ടൻ മരപ്പലകയിൽ നിന്നുമിറങ്ങി. മൂരികളുടെ കഴുത്തിൽനിന്നും നുകമഴിച്ചു. മൂരികൾ തലകുടഞ്ഞ് ആശ്വസിച്ചു. അച്ഛൻ സഹായിക്കാനെത്തി. രണ്ടുപേരുംകൂടി മൂരികളെ തെളിച്ച് തോട്ടിലിറക്കി അവരുടെ പിറകേ നടന്നു.

"കുഞ്ഞെളോല് മൂരീന കുളിപ്പിക്കാനാ ബെർന്നത്?" മൈലന്റെ കൊമ്പിൽനിന്ന് കയറഴിച്ചു തോട്ടുവക്കിലെ മരക്കൊമ്പിൽ കെട്ടുമ്പോൾ എട്ടൻ ചോദിച്ചു. വെറുതെ മൂളി, "മൂരീന്റെ കുത്ത് വേണിക്കാണ്ട് വന്നേക്കണം." അച്ഛൻ കണ്ടത്തിലേക്കുതന്നെ പോയി.

എട്ടൻ തോട്ടിലിറങ്ങി ചോമന്റെ പുറത്തേക്കു വെള്ളം തെറിപ്പിച്ചു. ചോമൻ വെള്ളത്തിൽ കാലുമടക്കി കിടന്നു. എട്ടൻ പാറോത്തില പറിച്ച് മൂരിയുടെ പുറത്തു തേച്ചു. തലയിൽനിന്ന് പാളത്തൊപ്പിയൂരി വെള്ളം കോരിയൊഴിച്ചു ചെളികഴുകിക്കളഞ്ഞു. ചോമനെ കുളിപ്പിച്ചു കരയിൽ കൊണ്ടുപോയി കെട്ടിയിട്ട് മൈലനെ അഴിച്ചു. ഇളയമ്മ വലിയ ചെമ്പിൽ കഞ്ഞിയുംകൊണ്ട് വരുന്നുണ്ട്. ഇപ്പോൾ അമ്മ കഞ്ഞി കുടിക്കാൻ വിളിക്കും. കണ്ടത്തിലേക്ക് നടന്നു.

പെണ്ണുങ്ങൾ കണ്ടത്തിന്റെ വെള്ളമൊഴുകുന്ന ആണിയിൽ[1] കൈയും കാലും കഴുകി ചിറമ്മിൽ[2] കയറിയിരുന്നു. ഇളയമ്മ കിണ്ണത്തിൽ കഞ്ഞി വിളമ്പിക്കൊടുക്കുന്നുണ്ട്. കുരാച്ചിക്കും വട്ടിച്ചിക്കും കുപ്പച്ചിക്കും വെള്ളച്ചിക്കും പാളകോട്ടിയതിലാണ് കഞ്ഞി വിളമ്പിയത്. അവർ പുലയരല്ലേ. അതുകൊണ്ട് കിണ്ണത്തിൽ കൊടുക്കില്ല. കോരിച്ചൊരിയുന്ന മഴയത്തുപോലും അവർക്ക് മുറ്റത്തിന്റെ അതിരിൽ പറമ്പിലാണ് കഞ്ഞി വിളമ്പുക. പാവങ്ങൾ വലിയ കളക്കുട പൊത്തിയിട്ട് കോട്ടിയ പാളയിൽ വിളമ്പിയ കഞ്ഞി കുടിക്കും. മഴക്കാലമല്ലെങ്കിൽ മണ്ണിൽ കുഴിച്ചുവെച്ച ഇലയിലാണ് ഇളയമ്മ കഞ്ഞി വിളമ്പിക്കൊടുക്കാറുള്ളത്.

കുഞ്ഞാതിയേടത്തി എല്ലാവരുടെ മുമ്പിലും വാഴയിലച്ചീന്ത് വെച്ചു കൊടുത്തു. അമ്മ അതിൽ കലത്തിൽനിന്നും ചക്ക വിളമ്പി.

കിണ്ണത്തിൽ കഞ്ഞി വിളമ്പിവെച്ചിട്ട് അമ്മ വിളിച്ചു. അമ്മയുടെ അടുത്തു പോയിരുന്നു. എല്ലാവരും ചിരിച്ചു.

"അയ്യേ, ആണുങ്ങൾ പെണ്ണുങ്ങളൊപ്പരം കഞ്ഞി കുടിക്കല്." അമ്മാളേടത്തിയാണ്.

"വേണ്ട അമ്മാളു. നിനക്കോന്റെ സൊഭാവറിയാലോ" അമ്മ പറഞ്ഞു. കഞ്ഞി കുടിച്ചുകൊണ്ടിരിക്കുമ്പോൾ അച്ഛൻ വന്നു.

"ഒന്നു വേഗാവട്ടെ പെണ്ണുങ്ങളെ. പൊഴപോലത്തെ കണ്ടാ നാട്ടിക്ക് മറഞ്ഞ് കെടക്ക്ന്നത്."

കുഞ്ഞാത്യേടത്തി പിറുപിറുത്തു: "ഇരുട്ട് കണ്ണിൽ കുത്ത്യാലേ കേറുള്ളൂ. എന്നിട്ടോന്റെ പറച്ചില് കേട്ടില്ലേ."

അച്ഛനടുത്തേക്ക് വന്നിട്ട് ചോദിച്ചു: "നീ എന്ത്നാ പറീന്ന്ത്?"

"നിങ്ങളൊന്ന് മിണ്ടാണ്ട് നിക്ക്ന്നുണ്ടോ. ഞാളതെല്ലാം നട്ടോളും." അമ്മ ഇടക്ക് കേറിയില്ലെങ്കിൽ കലമ്പ്[3] ഉറപ്പാണ്. അച്ഛന് വേഗം ദേഷ്യം വരും. പെണ്ണുങ്ങൾ കൈകഴുകി ഞാറു നടാനിറങ്ങി.

"മോൻ അച്ഛന്റെ കൂടെ വീട്ടിലേക്കു പൊയ്ക്കോ" അമ്മ പറഞ്ഞു.

"ഊം..ഊം. ഞാൻ പണികേറീറ്റേ പോകുന്നുള്ളൂ."

"പനി വന്നാൽ സ്കൂളിൽ പോകാനാവില്ല."

"പനിയൊന്നും വരൂല. ഞാൻ വലുതായില്ലേ?"

അമ്മ പിന്നെ ഒന്നും മിണ്ടിയില്ല. ഞാറ് നടാൻ കണ്ടത്തിലിറങ്ങി. രണ്ടുചേരിയായി പെണ്ണുങ്ങൾ വയലിന്റെ രണ്ടു ഭാഗത്തായി നിന്നു. രണ്ടു ചേരിയിലെയും കേമികളിലൊരാൾ അവനവന്റെ ചേരിയിലെ ഓരോരുത്തർക്കും ഓരോ വരിയായി നുരി[4] നട്ട് കളം തിരിച്ചു കൊടുത്തു. കുപ്പച്ചി പറഞ്ഞു: "ബേം ഊർന്നൂർന്ന് ബാ കുഞ്ഞിക്കമ്മാറേ. അയിലെ പെങ്ക്റാട്ട്[5]മ്മാർക്ക് നമ്മളൊപ്പരമെത്താനാവൂല. ഓറെ നമ്മക്ക് തോപ്പിക്കണം."

---

1. തോട്ടിൽനിന്ന് വെള്ളം കൊണ്ടുവരാൻ കണ്ടത്തിന്റെ അരികിൽ കീറുന്ന ചാല്.
2. വയലിൽ തോട്ടിനോട് ചേർന്ന് മണ്ണിട്ടുയർത്തിയ ഭാഗം.
3. വഴക്ക്
4. വയലിൽ ഒരു കുഴിയിൽ നടുന്ന ഞാറ്.
5. പുലയർ നമ്പ്യാർസ്ത്രീകളെ വിളിക്കുന്ന ആചാരപ്പേര്.

പിന്നെ പൊരിഞ്ഞ വാശിയായി. എത്രവേഗത്തിലാണ് പെണ്ണുങ്ങൾ ഞാറ് നടുന്നത്! കൈ പൊങ്ങുന്നതും താഴുന്നതും കാണുന്നേയില്ല. അമ്മാളേടത്തി പാടാൻ തുടങ്ങി. നല്ല നാട്ടിപ്പാട്ടുകളറിയാം അമ്മാളേടത്തിക്ക്. തച്ചോളി ഒതേനന്റെയും പാലാട്ടുകോമന്റെയും ഉണ്ണിയാർച്ചയുടെയുമൊക്കെ കഥകൾ. എത്രകേട്ടാലും മതിയാകില്ല. മറ്റുള്ളവർ ഏറ്റുപാടാൻ തുടങ്ങി. ചിറമ്മിലെ തെങ്ങിൽ ചാരിയിരുന്നു കേൾക്കാൻ നല്ല രസം. കുറെശ്ശേ ഉറക്കം വരുന്നുണ്ട്.

അങ്ങനെ ഞാറ് നട്ടുനട്ട് രണ്ടു ചേരിക്കാരും അടുത്തടുത്തെത്തി. അപ്പോൾ തമ്പായിയേടത്തി വിളിച്ചു ചോദിച്ചു: “അല്ല കുപ്പച്ചീം മക്കളും ബയ്യായിപ്പോയല്ലോ. ഞാള് എടത്തേ മൂലേക്കൂടി കേറണ്ടേരോ?”

“ഞാള് ബയ്യൊന്നുമല്ല. ബേണേങ്കി ഞാറ്റിൻ പിടിയോണ്ട് ഇപ്പളക്കാം.”

“എന്നാ അളന്നിറ്റന്നെ കാര്യം.”

“എണെ പണ്ടാരപ്പെണ്ണുങ്ങളെ. നേരം പതിറ്റട്യായി. പൊഴപോലത്തെ ഒരു കണ്ടം എനീം ബാക്കീണ്ട്. മിണ്ടാണ്ട് നട്. പിള്ളറച്ഛൻ ഇപ്പെത്തും. കുത്തൻ[1] കുത്ത്യാലും കൊറക്കണ്ടാക്കീറ്റ് കേറാന്ന് ആരും നിരീക്കണ്ട.”

ഇതുകേട്ടപ്പോൾ തമ്പായിയേടത്തി ഒന്നു നിവർന്നു നിന്നു. “ഞാള് ഇന്നും ഇന്നലേം തൊടങ്ങ്യ പണിയല്ല. പത്തു വയസിൽ തൊടങ്ങ്യതാ. അമ്മേന്റൊപ്പരം എടത്തിലെ കണ്ടത്തിലാ ആദ്യേറങ്ങീത്. പഠിക്കാനാ പോയത്. പിറ്റേ ദെവസം ഞാൻ ഞാറ് നട്ടന്നത് ബരമ്പത്ത് നിന്ന് നായനാറ് കണ്ടു. അന്നു ബൈയുന്നേരം കൊങ്ങായി[2] നെല്ല് അനക്കുമളന്നു. നാളേം പെണ്ണിനെ കൂട്ടണമെന്ന് അമ്മയോട് പറയ്യേം ചെയ്തു.” തമ്പായിയേടത്തി മടീന്ന് മുറുക്കാൻ പൊതിയഴിച്ച് വെറ്റിലയും പുകയിലയുമെടുത്ത് വായിലിട്ടു. അടക്ക കടിച്ച് പൊട്ടിച്ചു. “ഇതുവരെ കൊറക്കണ്ടത്തീന്ന് കേറിപ്പോയിറ്റില്ല.”

“എന്റപ്പാ ഞാനൊന്നും പറഞ്ഞിട്ടില്ല. എനിക്കറീലേ നിങ്ങളെ” അമ്മ താണു കൊടുത്തു. എണേ അമ്മാളു, നിന്നോടാരാ പാട്ടുനിർത്താൻ പറഞ്ഞേ. ഉം. പാടിക്കൊടുക്ക്.”

“ഞാക്കും പാട്ടറിയാം. ഏറ്റുപാടിക്കോ. ആറ്റുംമണമ്മിലേ... ” കുപ്പച്ചി തുടങ്ങി. പിന്നെ നട്ടു തീർന്നതിനുശേഷമാണെല്ലാവരും നടുനിവർത്തിയത്. വരമ്പത്ത് കമഴ്ത്തിവെച്ച കളക്കുടയുമെടുത്ത് പെണ്ണുങ്ങൾ നടന്നു. ചിലർ പെരുന്തില വയലിലെ തോട്ടിൽ കുളിക്കാനിറങ്ങി.

“ഇനി നമ്മക്കും കുളിച്ചിറ്റ് പോകാം. വീട്ടിലെത്തുമ്പോൾ സന്ധ്യാകും” അമ്മ പറഞ്ഞുകൊണ്ട് കൈ പൊന്തിച്ച് കുപ്പായം തലയിലൂടെ ഊരിയെടുത്തു. അമ്മ പണിക്കു പോകുമ്പോൾ കുപ്പായമിടും. ഇല്ലെങ്കിൽ അച്ഛനു ദേഷ്യംവരും. വേറെ ഒന്നുരണ്ടുപേരും കുപ്പായമിടാറുണ്ട്. മറ്റെ

1. വൈകുന്നേരം ഒരു പക്ഷി ചിലയ്ക്കുമ്പോൾ ഗ്രാമീണർ സമയം കണക്കാക്കും.
2. ധാന്യങ്ങളും മറ്റും അളക്കുന്ന ഒരു അളവുപാത്രം. ഒരു സേറിന്റെ പകുതിയിൽ കുറച്ചധികം.

ല്ലാവരും വലതുകൈ പുറത്തിട്ട് തോർത്തുമുണ്ട് തോളിൽക്കൂടി കെട്ടിയിട്ടാണ് പണിക്കു പോവുക.

"മദിച്ചു കളിക്കാണ്ട് വേഗം കുളിച്ച് കേറിക്കോണം" അമ്മയുടെ ശാസന. അല്ലെങ്കിലും ഈ പെണ്ണുങ്ങളുടെ നടുക്കുനിന്നുള്ള കുളി ഒട്ടും സുഖമല്ല. നീന്താനും മദിക്കാനും കുളിക്കാനുമൊന്നും പറ്റില്ല. അതിനു കൂട്ടുകാരുടെകൂടെ കുളത്തിലോ കൂട്ടുംമുഖത്തെ പുഴയിലോ പോണം. അതിനൊട്ട് അച്ഛനും അമ്മയും സമ്മതിക്കുകയുമില്ല. ചെറിയ കുട്ടിയാണുപോലും. ഒരിക്കൽ ചോദിക്കാതെ ചന്തൂട്ടിയുടെയും കുഞ്ഞപ്പയുടെയും കൂടെ കൂട്ടുംമുഖത്തെ പുഴയിൽ പോയി. പുഴയിലെത്തിയപ്പോൾ അവിടെ കൂട്ടുകാർ എല്ലാവരുമുണ്ട്. നീന്തിക്കളിച്ചു നേരം പോയതറിഞ്ഞില്ല. വീട്ടിലെത്തുമ്പോൾ സന്ധ്യയായി. പൊള്ളോലെടം വളപ്പിലെ കോണികയറുന്നിടത്ത് അച്ഛൻ കൈയിൽ വടിയുമായി കാത്തു നിൽക്കുന്നുണ്ടായിരുന്നു.

കോണി കയറുന്നതുവരെ അച്ഛനെ കണ്ടിരുന്നില്ല. അല്ലെങ്കിൽ ഓടിയൊളിക്കുമായിരുന്നു. കോണിയിൽനിന്നും വളപ്പിൽ കാലെടുത്തു കുത്തിയപ്പോൾ അച്ഛൻ കൈയിൽ പിടിച്ചു. അവിടന്നു തുടങ്ങിയ അടി വീട്ടിലെത്തുന്നതുവരെ തുടർന്നു. നിലവിളികേട്ട് അമ്മ വന്നു തടയുന്നതുവരെ.

പെണ്ണുങ്ങൾ മാറത്തെ തോർത്തഴിച്ച് ഉടുത്തിട്ട് ഉടുമുണ്ട് നനക്കുകയാണ്. അതിനിടയിൽ അമ്മയും കയറി. തലയിലിട്ട തോർത്ത് കല്ലിലടിച്ച് ഒലുമ്പിപ്പിഴിഞ്ഞ് തോർത്താൻ തന്നു. അമ്മ വേഗം കുളിച്ചു കയറി. നനഞ്ഞ തുണി രണ്ടു ചുമലിലുമിട്ട് മാറു മറച്ചു നടക്കുന്ന അമ്മയുടെ പിന്നാലെ നടന്നു. അച്ഛമ്മയുടെ അടുത്തിരുന്ന് രാഘവൻ നാമം ചൊല്ലുന്നുണ്ട്. കുഞ്ഞപ്പമോൻ ഉറങ്ങ്വായിരിക്കും. മുറ്റത്തുകൂടി വടക്കുപുറത്തു പോയി. അയക്കോലിൽനിന്ന് ഉണങ്ങിയ മുണ്ടെടുത്തുടുത്തു. അമ്മയും ഈറൻ മാറ്റി പുടവയുടുത്തു.

"ഭസ്മം തൊട്ടിട്ട് പോയി നാമം ജപിക്ക്. എന്നിട്ട് ചൊല്ലിക്കൂട്ട്."

അമ്മ ഭസ്മക്കൊട്ടയിൽ കൈയിട്ട് ഒരു നുള്ള് ഭസ്മമെടുത്ത് നെറ്റിയിൽ വരച്ചു.

4

ഉണർത്തുപാട്ടുമായാത്മവിദ്യാലയം

"ഗുരുർ ബ്രഹ്മാ ഗുരുർ വിഷ്ണു
ഗുരുർ ദേവോ മഹേശ്വരാ
ഗുരുർ സാക്ഷാൽ പരബ്രഹ്മാ
തസ്മൈ ശ്രീ ഗുരവേ നമഃ"

സ്വാമിമഠം അടഞ്ഞ വാതിലിനുള്ളിൽ ഗുരുപൂജയുടെ നിറവിൽ. ഗുരുവിന്റെ ഛായാചിത്രത്തിനുമുന്നിൽ ഗുരുവിൽനിന്നും ഉപദേശം സ്വീകരിച്ച സ്ത്രീ–പുരുഷൻമാർ ഏകാഗ്രചിത്തരായിരിക്കുന്നു. അവിടെ നമ്പൂതിരിയും നായരും തീയനും വണ്ണത്താനും എരുവാനുമൊക്കെയുണ്ട്. ജാതിചിന്തകൾക്കതീതരായി ആ വാതിലിനുള്ളിൽ അവർ തുല്യരാണ്. അപരനെ ഈശ്വരനായി സങ്കൽപ്പിച്ച് പൂവെടുത്ത് മൂന്നു പ്രാവശ്യം അർപ്പിച്ച് ഓരോരുത്തരും നമസ്ക്കരിച്ചു. സമാരാധനയ്ക്കുശേഷം തുറക്കപ്പെട്ട വാതിലിനുള്ളിലേക്ക് വരാന്തയിൽ കാത്തുനിന്ന ആബാലവൃദ്ധം ജനം പതുക്കെ പ്രവേശിച്ച് ഉപവിഷ്ടരായി. മുന്നിൽ നിരത്തിയ വാഴയില ച്ചീന്തിൽ ചെറുപ്പക്കാർ നിവേദ്യം വിളമ്പിത്തുടങ്ങി.

"ഭജഗോവിന്ദം ഭജഗോവിന്ദം
ഗോവിന്ദം ഭജ മൂഢമതേ."

കോമർ കുട്ടിയെഴുത്തച്ഛൻ ഗുരുവിൽനിന്നു ലഭിച്ച ആധ്യാത്മികതയുടെ അഗ്നിനാളം സഹജീവികളിലേക്ക് പകരുകയാണ്. ആത്മബലം നശിച്ച് അക്രമത്തിനും ചൂഷണത്തിനും നൂറ്റാണ്ടുകളായി ഇരയായിക്കൊണ്ടിരുന്ന ഒരു ജനതയുടെ പുനർജ്ജനിമന്ത്രമായി അത് അലയടിച്ചുയർന്നു. നൂറുനൂറു കണ്ഠങ്ങൾ അതേറ്റുപാടി.

"മനമേ നീ ധരിക്കുക മരണമിതിനുണ്ടെന്നും"

ഇടവൻ കമ്മാരൻ നമ്പ്യാരുടെ സ്വരമാധുരിയിൽ ലയിച്ച് ആധ്യാത്മികതയുടെ അഭൗമമേഖലകളിലൂടെ ശ്രോതാക്കൾ സഞ്ചരിച്ചു. കേളോത്ത് കൃഷ്ണൻ കൈയിലെ മണിമുഴക്കിക്കൊണ്ട് ഏറ്റു പാടി. ഭജന തീരുമ്പോൾ പാതിരാവായി.

പിന്നെയൊര് കൂടിയാലോചന പതിവാണ്. അതും കഴിഞ്ഞേ ഭജന സംഘം പിരിഞ്ഞുപോകൂ.

നാരായണൻ നായർ തുടങ്ങി വെച്ചു, "പുനംകൊത്താൻ നായനാർക്ക് ശീലക്കാശ് കൊടുത്തിട്ടും കീഴ്ക്കാര്യസ്ഥൻ വന്ന് കുറ്റിയടിച്ചു തരുന്നില്ലല്ലോ."

"ഇതിപ്പം മകരം തീരുന്നേന് മുമ്പ് വയക്കിത്തെളിക്കണ്ടേ?" അപ്പനമ്പ്യാർ ചോദിച്ചു.

"അയാള് കണക്ക് പറഞ്ഞ് കുറ്റിപ്പണോം വാങ്ങി" നാരായണൻ നായർക്ക് കുറേശ്ശേ ദേഷ്യം വരുന്നുണ്ട്.

"കുഞ്ഞിരാമൻ നമ്പ്യാറെന്താ മിണ്ടാണ്ടിരിക്കുന്നത്. നായനാറ് പഴയ ചങ്ങായ്യല്ലേ.....

ആ കാര്യസ്ഥന്റെ തോന്ന്യാസത്തെക്കുറിച്ച് ഓറോട് ഒന്ന് പരാതി പറഞ്ഞൂടെ?" രാമൻ നായർ ചോദിച്ചു.

"നായനാന്മാരോട് അപേക്ഷിക്കാനൊന്നും എന്നെക്കിട്ടില്ല. അതു കൊണ്ട് കാര്യൂണ്ട്ന്നും തോന്നുന്നില്ല."

"അതിനേക്കാളെളുപ്പം ആ കാര്യസ്ഥൻ നമ്പ്യാർക്ക് ചില്ലറ കൊടുത്ത് സന്തോഷിപ്പിക്കുന്നതാണ്" ചാത്തൂട്ടി നമ്പ്യാർ അഭിപ്രായപ്പെട്ടു.

"എന്നാലതിനേ നേരുണ്ടാവൂള്ളു. പിരിവ് ഈടക്കൊണ്ട് തീരൂലല്ലോ" നാരായണൻനായർ മുറുമുറുത്തു.

"അതും നേരാ. ഇനിയിപ്പൊ കാര്യസ്ഥന്മാര് കത്ത്യാൾപ്പണംന്ന് പറഞ്ഞ് വരും."

ചാത്തൂട്ടി നമ്പ്യാർ സമ്മതിച്ചു.

"ഇനി ബല്ലതും വെളഞ്ഞ് കിട്ട്യാലോ. ഓന്റെ ഒടുക്കത്തെ ആർത്തീം കൊണ്ട് വരും. വെളവ് കണക്കാക്കുന്നത് ഓന്റെ നാവ്മ്മേൽ അല്ലേ? അഞ്ഞൂറ് മേനി ആയിരാക്കാൻ എന്താ വെഷമം" നാരായണൻ നായർ ആളിക്കത്തി.

"അപ്പൊ ഓന് കള്ളും കോഴീം കൊടുക്ക്. പോരാന്ന് പറഞ്ഞാൽ പണവും കൊടുക്കണം. പെണ്ണാ വേണ്ട്ച്ചാൽ അതും കൊടുക്കണം. പെങ്ങളായാലും ഓളായാലും വേണ്ടില്ല." കുഞ്ഞിരാമൻ നമ്പ്യാർ പരിഹസിച്ചു.

"ഓരോരുത്തർ കാര്യം നേടുന്നത് അങ്ങനൊക്കെ തന്ന്യാ. ബേറെ വഴീല്ലല്ലോ" ഗോവിന്ദൻനായർ സങ്കടപ്പെട്ടു.

"വഴിയൊക്കെണ്ട്. കൃഷിക്കാരെല്ലാം ഒന്നിച്ചു നിൽക്കണം. എന്നിട്ട് ചോദിക്കണം. അതിനാ കർഷകസംഘം."

"നന്നായി. ഓടത്തുപാലത്തിന്റടുത്തെ തൂക്കുമരം കേട്ടിട്ടുണ്ടോ?

ഇപ്പളും നായനാർക്ക് കൊല്ലിനും കൊലയ്ക്കും മടിയില്ല. സംഘവും കൊണ്ട് നടന്നാൽ അതാരിക്കും ഗതി" ഗോവിന്ദൻനായർ ഓർമിപ്പിച്ചു.

ശരിയാണ്. ഓടത്തു പാലത്തിനു കഥകളേറെ പറയാനുണ്ട്. പുഴക്കരയിലെ കഴുമരത്തിൽ ജീവൻ ഹോമിക്കേണ്ടിവന്ന ഹതഭാഗ്യരുടെ കഥകൾ. ചെയ്ത കുറ്റമെന്തെന്നുപോലും അറിയാത്ത പാവങ്ങൾ. കാര്യസ്ഥൻമാർ കെട്ടിച്ചമച്ച കുറ്റങ്ങൾക്ക് ബലിയാടാകേണ്ടി വന്നവർ കഴുമരത്തിൽ കിടന്നാടി. കെട്ടിത്തൂക്കിക്കൊന്നിട്ട് നേരെ പുഴയിലേക്ക് കൊത്തിയറുത്തിടും. അത് നേരെ അറബിക്കടലിലെത്തിക്കൊള്ളും. ശവംപോലും ബന്ധുക്കൾക്ക് കിട്ടില്ല. എന്നാലും തിരുവായ്ക്കെതിർവായില്ല. പുഴക്കരയിലെ കഴുമരത്തിന്റെ ഓർമ എല്ലാവരുടെയും വായ മൂടിക്കെട്ടുമെന്ന് നായനാർക്കും സിൽബന്തികൾക്കുമറിയാം. കൊല്ലിനും കൊലയ്ക്കുമുള്ള അധികാരം കരക്കാട്ടിടത്തിലെ ഇളമുറക്കാരെ ഇന്നും മത്തുപിടിപ്പിച്ചുകൊണ്ടിരിക്കുന്നു. അധികാരവും ഐശ്വര്യവും മനുഷ്യരെ എത്രത്തോളം അധഃപതിപ്പിക്കുമെന്ന് എടത്തിലെ ചെറുപ്പക്കാരെ നോക്കിയാലറിയാം.

കൊല്ലുന്ന രാജാവിന് തിന്നുന്ന മന്ത്രി എന്നതുപോലുള്ള കാര്യസ്ഥൻമാരും ഗുണ്ടകളും അവർക്കുവേണ്ട ഒത്താശകൾ ചെയ്തുകൊടുക്കുന്നു. അവരവരുടെ ഓഹരി അവരും വാരുന്നു. പണമായാലും പെണ്ണായാലും.

"എന്തൊരക്രമമാണ് ഈ ജന്മിമാർ കാണിക്കുന്നത്. വാരക്കച്ചീട്ട് എഴുതി വാങ്ങിയാലും തോന്നുമ്പോൾ ഒഴിപ്പിക്കാം. ആ കല്യാണിയുടെ കണ്ടത്തിൽ മറ്റൊരുത്തൻ കാലിപൂട്ടാൻ ഇറക്കിയപ്പോഴാണ് മേൽച്ചാർത്ത്[1] മറ്റൊരാൾക്ക് കൊടുത്തത് ഓളറിഞ്ഞതു തന്നെ. ആണും തൂണുമില്ലാണ്ട് ഒറ്റയ്ക്ക് കഴിയ്വാ പാവം കല്യാണി. സഹായിക്കാനാരുല്യാണ്ട് കണ്ടം നടക്കുന്നോളാണ് കല്യാണി. അറിഞ്ഞ പാടേ ഓള് നായനാരുടെ അടുത്തേക്കു പാഞ്ഞു. ഒന്നാംവിള വെള്ളം കേറി ചീഞ്ഞു പോയിരുന്നു. നെല്ലു പോയിട്ട് പുല്ലുപോലും കിട്ടിയില്ല. അതൊന്നും നായനാർക്കറിയേണ്ട. അയാൾക്ക് വാരം കൃത്യമായി കിട്ടണം. ഒരു പൊതിക്കണ്ടത്തിൽനിന്ന് നൂറ് സേർ നെല്ലുപോലും കിട്ടാത്തപ്പോൾ മുന്നൂറ്റിപ്പന്ത്രണ്ടര സേർ നെല്ല് വാരമളക്കുന്നത് എങ്ങനെയെന്ന് ചോദിച്ചപ്പോൾ 'നീയിനി കൃഷിചെയ്ത് കഷ്ടപ്പെടേണ്ട' എന്നാണ് മറുപടി പറഞ്ഞത്. അല്ലെങ്കിൽ പത്തായപ്പുരയിൽ ഒറ്റയ്ക്ക് ചെന്ന് കാണണമത്രെ. അമ്മയെയും പെങ്ങളെയും തിരിച്ചറിയാത്ത മുറാളൻ" നാരായണൻ നായർക്ക് രോഷമടക്കാനാവുന്നില്ല.

"കോരിച്ചൊരിയുന്ന മഴയത്തുപോലും ഓലക്കുടയും ചൂടി പത്തായപ്പുരയുടെ അടുത്തുകൂടി ആർക്കും നടന്നൂടല്ലോ. തലയിൽനിന്നും തൊപ്പിക്കുട മാറ്റിയില്ല എന്ന കുറ്റത്തിനാണ് ചാത്തുവിനെ കാര്യസ്ഥൻമാർ പിടികൂടി മുക്കാലിയിൽ കെട്ടിയിട്ടടിച്ചത്. ഓന്റെ അമ്മ നെഞ്ചത്ത് തച്ച് കാളിക്കൊണ്ട്[2] പാഞ്ഞു വന്നു. പിഴയൊടുക്കാൻ പണ

1. ജന്മിയുടെ ഭൂമിയിൽ കൃഷിചെയ്യുന്ന കുടിയാനെ ഒഴിപ്പിച്ച് മറ്റൊരാൾക്ക് നൽകൽ.
2. കരഞ്ഞുകൊണ്ട്

ത്തിനുവേണ്ടി ആ പാവം എവിടെയൊക്കെയാണ് ഓടിനടന്നത്. അവസാനം അച്ഛനാണ് സഹായിച്ചത്. രണ്ടും കൽപ്പിച്ച് അവരുടെകൂടെ പോകാനിറങ്ങിയതാണ്. പിഴയൊടുക്കാതെ ഓനെ വിടീപ്പിക്കാൻ. അച്ഛൻ സമ്മതിച്ചില്ല. നായനാന്മാരുടെ അക്രമങ്ങൾ കൂടിക്കൊണ്ടിരിക്കുകയാണ്. ഉണ്ണമ്മന്റെ പ്രവൃത്തികൾ കാണുമ്പോൾ മിണ്ടാതിരിക്കാൻ കഴിയില്ല. ഞാൻ കോയാടൻ രാമൻ നമ്പ്യാരുടെ മോനാണെങ്കിൽ ഈ കുഞ്ഞിരാമനെ അധികം വൈകാതെ ഓനറിയും."

"വെളഞ്ഞത് മുഴുവൻ ജന്മിക്ക് കൊടുത്തിട്ട് നമ്മളൊക്കെ കള്ളക്കർക്കിടകത്തിൽ പട്ടിണിയും പരിവട്ടവുമായി കഴിയുന്നവരല്ലേ. ചിങ്ങമാസത്തിൽ പുത്തരിച്ചോറുണ്ണാൻ കാത്തിരിക്കുമ്പോഴായിരിക്കും കാര്യസ്ഥൻമാരുടെ എഴുന്നള്ളത്ത്. എല്ല് വെള്ളാക്കി വിളയിച്ചത് ജന്മിയുടെ ആളുകൾ കൊണ്ടുപോകുന്നത് കണ്ണീരോടെ കണ്ടുനിൽക്കാനേ പാവങ്ങൾക്കു കഴിയൂ. കേളോത്ത് ചന്തൂന്റെ കണ്ടം കാര്യസ്ഥനും പണിക്കാരും വന്ന് മൂർന്ന് കൊണ്ടോയിറ്റ് ഓനെന്നാ ചെയ്തത്? കുത്തിർന്ന് കണ്ണീരൊഴുക്കി. അത്രതന്നെ. തടയാൻ ചെന്നാൽ കണ്ടത്തിൽവെച്ചു തന്നെ തല്ലിക്കൊന്നു കുഴിച്ചുമൂടും. കോയാടൻ ദാറൂട്ടിയെ ജന്മിയുടെ കിങ്കരന്മാർ തല്ലിക്കൊന്നതു മറന്നുപോയോ കൂട്ടരേ?" കോയിപ്പറമ്പൻ രാമൻ നായർ ചോദിച്ചു.

"അങ്ങനെ പേടിച്ചാൽ കാട്ടിൽ സ്ഥലൂണ്ടാവൂല. പാവങ്ങളുടെ കണ്ണീരും ചോരയും കുടിച്ച് തടിച്ചുകൊഴുത്ത ജന്മിമാർ എവിടെയും ഒരുപോലെ തന്നെയാണ്. അത് കല്യാട്ടെജമാനനായാലും കരക്കാട്ടിടം നായനാരായാലും ഒരു വ്യത്യാസവുമില്ല. ഇതിനൊക്കെ ഒരവസാനമുണ്ടാക്കിയേ തീരൂ. വിധിയെന്നു സമാധാനിച്ച് എന്തുതോന്ന്യാസവും സഹിക്കുന്ന ആൾക്കാരുടെ പേടി മാറ്റിയെടുത്താലേ അന്യായം കണ്ടാൽ എതിർക്കാൻ കഴിയൂ. നമ്മളും മനുഷ്യരാണെന്ന് ഇവരെ ബോധ്യപ്പെടുത്തണം. അതിനു നമ്മൾ ഒറ്റക്കെട്ടായി നിൽക്കണം. ഒത്തുപിടിച്ചാൽ മലയും പോരും" കുഞ്ഞിരാമൻ നമ്പ്യാർ വാശിയോടെ പറഞ്ഞു.

"എല്ലാവർക്കും നിന്നെപ്പോലെ ധൈര്യുണ്ടാവ്വോ കുഞ്ഞിരാമാ. ഞാക്കെല്ലാം കുഞ്ഞുകുട്ടി പരാതീനങ്ങളുള്ളതാ. നായനാറ് പടകൂട്ടി വന്നാല് ഏട്യാ പോയൊളിക്കാ?" ചാത്തൂട്ടി നമ്പ്യാർ ഭയം തുറന്നു പറഞ്ഞു.

"കുഞ്ഞുകുട്ടി പരാതീനങ്ങളെല്ലാർക്കുമുണ്ട്. അവരെ രക്ഷക്കും കൂട്യാണ് നമ്മളൊന്നിക്കണംന്ന് പറീന്നത്. എന്ത്ന്നായാലും ഒന്നിച്ചനുഭവിക്കണം. നായനാറക്കാണുമ്പോൾ കാലുമാററുത്. ആ.. പിന്നെ പിള്ളമ്മാറക്കൊണ്ട് ഒരു സംഘലുണ്ടാക്കീട്ടുണ്ട്. ബാലസംഘം. കഴിഞ്ഞ യോഗത്തിൽ സഖാവ് കെ പി ആർ ഗോപാലൻ പ്രത്യേകം പറഞ്ഞിട്ടുണ്ട്. ചെറുപ്പത്തിൽത്തന്നെ കുട്ടികൾ എല്ലാമറിയണം. നമ്മളെ കാലം കഴിഞ്ഞാലും ജന്മിയോട് നേരിടേണ്ടതവരാണ്. എന്റെ മക്കൾ ബാലസംഘത്തിൽ മെമ്പർഷിപ്പെടുത്തു. നാരായണന് അതിനൊക്കെ വലിയ ഉത്സാഹമാണ്.

പിന്നെ പറഞ്ഞില്ലാന്നുവേണ്ട. ഇങ്ങനെ പോയാൽ വീട്ടിലിരിക്കുന്ന പെണ്ണുങ്ങൾക്കുപോലും രക്ഷയുണ്ടാകുമെന്നു കരുതേണ്ട. കോട്ടൂരെ ചെറിയയെ മറന്നിട്ടില്ലല്ലോ ആരും. ഓളെ ഗതി വീട്ടിലെ പെണ്ണുങ്ങൾക്കുണ്ടാവരുതെന്ന് ആഗ്രഹമുണ്ടെങ്കിൽ എല്ലാരുമൊന്നിച്ചു നിൽക്കണം" തളിയൻ അൽപ്പം ക്ഷോഭത്തോടെ പറഞ്ഞു നിർത്തി.

കോട്ടൂരെ പൂക്കാടൻ രാമൻ ഒരുപാട് സ്വപ്നങ്ങളുമായി വയത്തൂർ നിന്നൊരു സുന്ദരിപ്പെണ്ണിനെ മംഗലം കഴിച്ചുകൊണ്ടുവന്നു. മരണംവരെ രാമനെന്ന കരുത്തനായ ചെറുപ്പക്കാരന്റെ പെണ്ണായി ജീവിക്കാൻ വലതുകാൽവെച്ചു കയറി വന്ന പെൺകുട്ടിയായിരുന്നു ചെറിയ. വന്നുകയറിയപാടെ അവൾ വീട്ടുകാരിയായി. എങ്കിലും വീടിനു വിളക്കായി വാഴാൻ ജന്മി അവളെ അനുവദിച്ചില്ല. അന്നു സന്ധ്യക്ക് അവർക്കൊരതിഥി വന്നു കയറി. കല്യാട്ടെജമാനന്റെ മരുമകൻ അനന്തൻ നമ്പ്യാരുടെ കാര്യസ്ഥൻ ആയിരുന്നു അത്.

കാര്യസ്ഥനെ കണ്ടപ്പോൾ രാമൻ ഞെട്ടി. എന്തു പറഞ്ഞിട്ടാണിയാളെ മടക്കിയയക്കേണ്ടത്? അനന്തൻ നമ്പ്യാരുടെ പത്തായപ്പുരയിലേക്ക് ക്ഷണിക്കാനെത്തിയതാണയാൾ. നവദമ്പതികളെ സൽക്കരിക്കാനല്ല, നവവധുവിനൊപ്പം ആദ്യരാത്രി പങ്കിടാൻ. ആരുടെ പെണ്ണായാലും ആദ്യരാത്രി അംശം അധികാരി അനന്തൻ നമ്പ്യാർക്കൊപ്പമായിരിക്കണമെന്നത് അലിഖിത നിയമം. നാട്ടിലേതെങ്കിലും ചെക്കന് പെണ്ണിനെ കൊണ്ടുവരണമെങ്കിൽ വെറ്റിലടക്കയും പണവും കാഴ്ചവെച്ച് അധികാരിയുടെ സമ്മതം വാങ്ങണം. അധികാരി സമ്മതം മൂളിയില്ലെങ്കിൽ മംഗലം നടക്കില്ല. സമ്മതം കിട്ടിയാൽ പണത്തിനു പിന്നാലെ പെണ്ണുമെത്തണം, അധികാരിയുടെ കിടപ്പറയിലേക്ക്. സന്ധ്യക്കു മുന്നേ പെണ്ണ് യെശമാനന്റെ കൊട്ടാരത്തിലെത്തിയിരിക്കണം.

സന്ധ്യ കഴിഞ്ഞിട്ടും രാമന്റെ പെണ്ണ് യെശമാനന്റെ അടുത്തെത്തിയില്ല. ഇരിക്കപ്പൊറുതിയില്ലാതെ യെശമാനൻ രാമന്റെ പുരയിലേക്ക് കാര്യസ്ഥനെ പറഞ്ഞയച്ചു. യെശമാനന്റെ സ്ത്രീവിഷയങ്ങളിലെ സഹായിയായ കാര്യസ്ഥൻ സസന്തോഷം കർത്തവ്യ നിർവഹണത്തിന് പുറപ്പെട്ടു.

വീടിന്റെ മുറ്റത്തെത്തിയപ്പോഴേ അയാൾ ഉച്ചത്തിൽ വിളിച്ചു: "എടാ രാമാ, മാമൂൽ മറന്നിട്ട് നീയെന്താ പുത്യ പെണ്ണിനേം കെട്ടിപ്പിടിച്ച് കെടക്കാംന്നു വിചാരിച്ചോ? യെശമാനൻ കാത്തുനിൽക്കാണ്. ഓളെ വേഗം ഇറക്കി വിട്."

എന്താണ് മറുപടി പറയേണ്ടതെന്നറിയാതെ ഒരുനിമിഷം രാമൻ നിന്നു പുകഞ്ഞു. മംഗലം കഴിച്ചുകൊണ്ടുവന്ന പെണ്ണിനെ യെശമാനനു കൂട്ടിക്കൊടുക്കാൻ അയാൾക്കു മനസില്ല.

"എന്തെടാ കുന്തം വിഴുങ്ങിയപോലെ നിക്കുന്നത്. ഞാൻ അകത്തു കേറി പെണ്ണിനെ പിടിച്ചെറക്കണോ?" കാര്യസ്ഥന്റെ ശബ്ദം ഒന്നുകൂടി ഉച്ചത്തിലായി.

"ഓള് അമ്മേന്റൊപ്പരം കുളിക്കാൻ പോയിന്. വന്നപാടെ കൂട്ടിക്കൊണ്ടരാം."

പെട്ടെന്നു തോന്നിയ ഉപായം രാമൻ പ്രയോഗിച്ചു. ഇല്ലെങ്കിൽ പെണ്ണിനേം പിടിച്ച് പുരയ്ക്ക് തീയും വെച്ചേ അയാൾ പോകൂ.

"വേഗം കൊണ്ടരണം. ഇല്ലെങ്കിൽ അറിയാലോ" കാര്യസ്ഥൻ മുരണ്ടുകൊണ്ട് എഴുന്നേറ്റു. അയാൾ പറമ്പു കടന്നപ്പോൾ രാമൻ അകത്തു കയറി. മൂലയ്ക്കു പതുങ്ങിനിൽക്കുന്ന പുത്യ പെണ്ണിന്റെ കൈപിടിച്ച് അടുക്കളവാതിൽ കടന്ന് പുറത്തേക്കോടി. ഓടുമ്പോൾ രാമൻ മെല്ലെ മന്ത്രിച്ചു: "ഇനിയിവിടെ നിന്നാൽ ആപത്ത്. നമ്മൾക്ക് വയത്തൂർക്ക് പോകാം."

ചെറിയക്ക് എന്തോ കുഴപ്പമുണ്ടെന്നു മനസിലായി. പുറത്തെ ഒച്ചയും ബഹളവും അവളും കേട്ടതാണല്ലൊ. ഒന്നും മിണ്ടാതെ അവൾ ഭർത്താവിന്റെ കൂടെ ഓടി. കാട്ടിൽക്കൂടി ഓടിയോടി പുലരുമ്പോഴേക്ക് അവർ വയത്തൂരെത്തി. പുതുപ്പെണ്ണിന്റെ കാലുകൾ കല്ലിലും മുള്ളിലും തട്ടി കീറി മുറിഞ്ഞിരുന്നു. അമ്പരപ്പോടെ വീട്ടുകാർ ചോദിച്ചു: "എന്താ കുഞ്ഞീ പൊലർച്ചക്കന്നെ. ആടെയ്യന്തെങ്കിലും കൊയപ്പ്വണ്ടോ?"

"ആട പണീം തൊരോം കൊറവാണ്. തല്ലുംപിടീം കൂടുതലും. ഞാള് കൊറച്ചുനാള് ഈട കൂടാം" രാമൻ തൽക്കാലം ബന്ധുക്കളുടെ വായടച്ചു. മകരമാസംവരെ അവരങ്ങനെ സസുഖം വയത്തൂർ താമസിച്ചു. മകരമാസത്തിൽ വയത്തൂർ കാല്യാറെ ഉത്സവം....കുടകിൽനിന്ന് കാളപ്പുറത്ത് അരിയുമേറ്റി കുടകരുമെത്തി. ഇനി പന്ത്രണ്ടുനാളുത്സവം.

ഉത്സവത്തിന്റെ ഊരായ്മസ്ഥാനം കല്യാട്ടേശമാനനാണ്. ഇപ്രാവശ്യം ഊരായ്മ സ്ഥാനത്ത് അനന്തൻ നമ്പ്യാരാണ് എത്തിയത്. അയാൾക്കു പറന്നുപോയ കിളിയെ പിടികൂടണം. അത് വയത്തൂര് ഇണക്കുരുവിക്കൊപ്പം സുഖമായി കൊക്കുരുമ്മിക്കഴിയുമ്പോൾ അയാളെങ്ങനെ കൊട്ടാരത്തിൽ മനഃസമാധാനത്തോടെ കഴിയും.

കാര്യസ്ഥൻമാർക്ക് വയത്തൂർ കാവിലെ കോമരത്തിന്റെ പുര കണ്ടുപിടിക്കാൻ ഏറെ പ്രയാസപ്പെടേണ്ടി വന്നില്ല. അയാളുടെ മരുമകളാണ് ചെറിയ.

ഉത്സവം കഴിഞ്ഞതിനുശേഷം അനന്തൻ നമ്പ്യാരും ശിങ്കിടികളും വെച്ചടിച്ചത് കോമരത്തിന്റെ പുരയിലേക്ക്. രാമൻ പുരയിലില്ലാത്ത നേരത്ത് ഉത്സവകാലത്തെ വ്രതം മുറിക്കാൻ അനന്തനധികാരിയെത്തി. കഥയറിയാത്ത, വൃദ്ധനായ കോമരത്തെ പറഞ്ഞു പറ്റിച്ച് പുരയിൽ നിന്നകറ്റി. നമ്പ്യാർ അകത്തുകയറി ഇരയുടെമേൽ ചാടി വീണു.

അലറിക്കരയാൻപോലുമാവാതെ ചെറിയ പേടിച്ചു വിറച്ചു. അവൾക്കു ശബ്ദം പുറത്തു വന്നില്ല.

"കോട്ടൂര്ന്ന് ഓടിയാൽ ഏട്യാടി ഓന് നിന്നെ ഒളിപ്പിക്കാൻ കഴിയ്വ? നിനക്ക് മാമൂൽ തെറ്റിച്ചേന്റെ ശിക്ഷ ഇപ്പൊത്തരാം."

"അയ്യോ തമ്പ്രാനേ ഒന്നും ചെയ്യല്ലേ. അടിയനു കണ്ണുദീനാണ്." ആ പാവം പെണ്ണ് പേടിച്ചു വിറച്ചു.

"അനങ്ങാതെ കെടക്കെടീ. നിന്റെ കണ്ണല്ല എനക്ക് വേണ്ടത്" ഇരയുടെ പിടച്ചിലും പ്രാണവേദനയും വേട്ടക്കാരൻ അറിഞ്ഞില്ല. ഒട്ടും അലിഞ്ഞുമില്ല. അധികാരിയുടെ ഊഴംകഴിഞ്ഞപ്പോൾ അനുയായികളും ആ പെൺശരീരം കൊത്തിപ്പറിച്ചു ഭക്ഷിച്ചു. തമ്പുരാനെ സൽക്കരിക്കാൻ അകലെയുള്ള പീടികയിൽനിന്ന് അവിലും ശർക്കരയും പഴവും വാങ്ങി കോമരമെത്തുമ്പോഴേക്കും ദാഹവും വിശപ്പും ശമിപ്പിച്ച് അധികാരിയും സംഘവും സ്ഥലം വിട്ടിരുന്നു.

അകത്തുകയറിയപ്പോൾ കോമരം കണ്ട കാഴ്ച നടുക്കുന്നതായിരുന്നു. ബോധമില്ലാതെ ഉടുതുണി പിച്ചിച്ചീന്തപ്പെട്ടു ചോരയിൽ കുളിച്ചു കിടക്കുന്ന മരുമകൾ. ആ വൃദ്ധന്റെ തല കറങ്ങി. അയാൾ അലറി, "എന്റെ ദേവീ."

കോമരം ഇറങ്ങിയോടി. കാവിലെത്തി വാളെടുത്ത് തലയ്ക്കു കൊത്തിയുറഞ്ഞു.

കാലമല്ലാക്കാലത്ത് കോമരം കാവിലുറഞ്ഞ് തുള്ളുന്നതു കണ്ട് ആളുകൾ ഓടിക്കൂടി. പുരയിലേക്കു പിടിച്ചുകൊണ്ടുപോയപ്പോഴാണ് ദുരന്തം പൂർണമായി മനസിലായത്. മരവിച്ച മനസോടെ ആളുകൾ പിരിഞ്ഞുപോയി. അങ്ങനെ എത്രയെത്ര കാഴ്ചകൾ കണ്ടതാണവർ. അന്നു തളർന്നു വീണ വൃദ്ധൻ പിന്നെയെഴുന്നേറ്റില്ല.

അഭിമാനിയായ ഭർത്താവിനു മുന്നിൽ ഭാര്യയുടെ കണ്ണിൽനിന്നും ഒഴുകിയത് രക്തം. കടുത്ത അപമാനത്തിന്റെ നിണമൊഴുകി അവളുടെ രണ്ടു കണ്ണുകളുടെയും കാഴ്ച എന്നെന്നേക്കുമായി നശിച്ചു.

5

കെട്ടിപ്പടുക്കാനുണ്ടൊരു ലോകം

കോൺഗ്രസ് മെമ്പർഷിപ്പ് മുറിപ്പിക്കൽ ഒരു തലവേദന ആയിക്കൊണ്ടിരിക്കുകയാണ്. മെമ്പർഷിപ്പിന് നാലണ മുടക്കുന്നതിലല്ല പലർക്കും എതിർപ്പ്. നായനാർ അറിഞ്ഞാൽപ്പിന്നെ ഭൂകമ്പമായിരിക്കും. അതിൽ എന്തൊക്കെ തകരുമെന്ന് പ്രവചിക്കാനാവില്ല. കാര്യസ്ഥൻമാർ ഗുണ്ടകളുമായെത്തും. കണ്ണിൽക്കണ്ടവരെയെല്ലാം തല്ലിച്ചതയ്ക്കും. വീട്ടിലെ പെണ്ണുങ്ങളെക്കേറിപ്പിടിക്കും. കാണുന്നതെല്ലാമെടുത്തുകൊണ്ടു പോകും.

വ്യക്തിവൈരാഗ്യം തീർക്കാനും കാര്യസ്ഥൻ പണി ഉപയോഗിച്ച ചരിത്രമുണ്ട്. കാര്യസ്ഥൻ നമ്പ്യാരുടെ വീട്ടിലെ തെയ്യത്തിന് നാട്ടിലെ ചെറുപ്പക്കാരെ ക്ഷണിക്കുന്നത് സ്വാഭാവികമാണ്. അതിലാർക്കും സംശയം തോന്നിയില്ല.

സന്തോഷത്തോടെതന്നെ വാല്യക്കാരൊത്തുകൂടി ഓടിച്ചാടി പണിയെടുത്തു. എന്നാൽ ചെറുപ്പക്കാരുടെ പരിഹാസത്തിനു പാത്രമായതിന്റെ മുൻവൈരാഗ്യം അന്നയാൾ തീർക്കുകതന്നെ ചെയ്തു, അവരൊരിക്കലും മറക്കാത്തവിധം. നാട്ടിലെ വാല്യക്കാരെ മാത്രമല്ല അന്നയാൾ ക്ഷണിച്ചത്. എള്ളരിഞ്ഞിയിൽ തമ്പടിച്ചിരുന്ന പൊലീസിനെയും അയാൾ ക്ഷണിച്ചു വരുത്തി. അവർ വന്നത് മഫ്ടിയിലായിരുന്നു. തെയ്യം കാണൽ ആയിരുന്നില്ല പൊലീസിന്റെ ലക്ഷ്യം. കാര്യസ്ഥന്റെ നിർദേശമനുസരിച്ച് അഹങ്കാരികളായ വാല്യക്കാരെ അടിച്ചു പതം വരുത്തലായിരുന്നു.

ഗോവിന്ദമാരാർ മാവിലരെയും മറ്റ് അടിയാളരെയുംകൊണ്ട് നായനാർക്കുവേണ്ടി പണിയെടുപ്പിക്കുന്ന പൊയ്ത്തിപ്പണിക്കാരൻ. ഗോവിന്ദമാരാർ നായനാരുടെ അടുത്ത് പൊയ്ത്തിപ്പണിക്കാരനും നാട്ടുകാരുടെ മുന്നിൽ കമ്യൂണിസ്റ്റുകാരനുമായിരുന്നു. ചില്ലറ കാര്യങ്ങളൊക്കെ അയാൾ

പാർട്ടിക്കുവേണ്ടി ചെയ്യാറുണ്ട്. കമ്യൂണിസ്റ്റുകാർക്കുവേണ്ടി ലാത്തിയുണ്ടാക്കാൻ വടക്കൻ മലയിൽനിന്നും മാവിലരെക്കൊണ്ട് എരങ്കോൽ കൊത്തിക്കൊണ്ടുവന്ന് പെരുന്തിലവയലിനടുത്തുള്ള കളത്തിൻ താഴത്തെ കുളത്തിലിടീച്ചത് അയാളാണ്.

തെയ്യത്തിന്റന്ന് അതെടുത്തിട്ടാണ് ചോരയും നീരുമുള്ള ചെറുപ്പക്കാരെ ലാത്തിയെടുക്കാതെ മഫ്ടിയിൽ വന്ന പൊലീസ് തല്ലിച്ചതച്ചത്. കുളത്തിലെ എരങ്കോൽ മുഴുവൻ അവരുടെ തലയിൽ കെട്ടിവച്ച് എള്ളരിഞ്ഞിയിലേക്ക് കടത്തിക്കുകയും ചെയ്തു. എരങ്കോൽകൊണ്ടുള്ള അടിയേറ്റ് തലപൊട്ടി ചോരയൊലിപ്പിച്ചുകൊണ്ട് ദാമോദരൻ ഓടിവന്നു. അവന്റെ അമ്മ അലമുറയിട്ട് കരഞ്ഞു പറഞ്ഞു: "അനിയത്തീം പുത്വനും രക്ഷിക്കുംന്ന് നിരീച്ചിറ്റല്ലേപ്പാ തറവാടും വീടും വിറ്റിട്ട് വന്നത്. എന്നിറ്റ് എനക്കുമെന്റെ മക്കക്കും ഈ ഗതി വന്നല്ലോ തമ്പുരാനേ."

അന്ന് ഏട്ത്തിയെ സമാധാനിപ്പിക്കാൻ കുട്ട്യളമ്മ ഒരുപാട് കഷ്ടപ്പെട്ടു.

ഇതിനെയൊക്കെ നേരിടാൻ നല്ല നെഞ്ചുറപ്പ് കൂടിയേ തീരൂ. അതില്ലാത്തവർ സംഘത്തിൽ ചേരാൻ മടിച്ചു നിന്നു. അവരെ കുറ്റം പറഞ്ഞിട്ടും കാര്യമില്ല. കോൺഗ്രസിനെയും നായനാരെയും പിണക്കാനാവില്ല. അതുകൊണ്ട് ഗുണത്തിനും ദോഷത്തിനും തങ്ങളില്ലെന്ന നിലപാടിൽ പലരും ഉറച്ചു നിന്നു. ഇവരെയൊക്കെ എങ്ങനെയാണ് ഒന്നു കണ്ണുതുറപ്പിക്കുക എന്നറിയാതെ തളിയനും കൂട്ടരും കുഴങ്ങി. 'മലയോട് കലമെറിഞ്ഞാൽ കലമേ പൊളിയൂ' എന്നുപറഞ്ഞ് ഇടത്തരം കർഷകർ കർഷകസംഘത്തിൽ ചേരാതെ മാറിനിന്നു.

കർഷകസംഘത്തിന്റെ പ്രസിഡന്റ് എന്ന നിലക്ക് തളിയന് ഉത്തരവാദിത്വത്തിൽനിന്ന് ഒഴിഞ്ഞു നിൽക്കാനുമാവില്ല.

ഭാരതീയനും പാട്ടത്തിൽ പത്മനാഭനും പി വി അച്യുതൻ നമ്പ്യാരും സ്വാമിമഠത്തിലെത്തി, കോൺഗ്രസ് കമ്മിറ്റി രൂപീകരിക്കാൻ. കൃഷ്ണൻ നമ്പ്യാർ കോൺഗ്രസ് കമ്മിറ്റിയുടെ പ്രസിഡന്റും തളിയൻ രാമൻ നമ്പ്യാർ സെക്രട്ടറിയുമാവണമെന്ന് നേതാക്കൾ ശഠിച്ചു. ആറരപ്പൊതി കണ്ടം നടക്കുന്നതിന്റെ പ്രാരബ്ധം പറഞ്ഞൊഴിയാൻ ശ്രമിച്ചു. മക്കൾ ചെറിയ കുട്ടികളാണ്. സഹായിക്കാൻ കുടുംബക്കാരില്ല.

പക്ഷേ, അവരുടെ മുന്നിൽ അതൊന്നും വിലപ്പോയില്ല. 'ഇളയച്ഛൻ മുന്നിൽ നിന്നാൽ മതി. എല്ലാം ഞാൻ നോക്കിക്കൊള്ളാ'മെന്നായി ജ്യേഷ്ഠന്റെ മകൻ രാമർകുട്ടി. വലംകൈയായി കൂടെ നടക്കുന്ന രാമർകുട്ടി പറഞ്ഞാൽ ഇളയച്ഛൻ എങ്ങനെ തള്ളും. ഭാരിച്ച ഉത്തരവാദിത്വമാണ് ഏറ്റെടുക്കുന്നതെന്നറിഞ്ഞിട്ടും ഒഴിഞ്ഞുമാറാൻ കഴിഞ്ഞില്ല.

ഏറെക്കഴിയുന്നതിനുമുമ്പുതന്നെ കോൺഗ്രസ് കർഷകസംഘം രൂപീകരിച്ചു. എള്ളരിഞ്ഞി കർഷകസംഘം കമ്മിറ്റിയുടെ പ്രസിഡന്റായി ഐകകണ്ഠ്യേന തളിയനെ തെരഞ്ഞെടുത്തു. തെങ്ങിൽ കുഞ്ഞപ്പ സെക്രട്ടറിയായി.

നനഞ്ഞിറങ്ങിയാൽ കുളിച്ചു കയറുകതന്നെ.

എഴുത്തച്ഛന്റെ സമ്മതം വാങ്ങി സ്വാമിമഠത്തിൽ രാത്രികാലങ്ങളിൽ നേതാക്കന്മാരെത്താൻ തുടങ്ങി. കൃഷിക്കാരന്റെ അവകാശങ്ങളെക്കുറിച്ച് ചൂടുപിടിച്ച ചർച്ചകളും വാദപ്രതിവാദങ്ങളും അവിടെ അരങ്ങേറി. വിദ്യാരംഭം കുറിച്ചിരുന്ന തട്ടകത്തിന് മാറ്റത്തിന്റെ ആരംഭം കുറിക്കാൻ നിയോഗം. ഭജനയ്ക്കുശേഷം രഹസ്യയോഗങ്ങൾ ചേരുക പതിവായി. അവിടെ കൃഷിക്കാരുടെ പ്രശ്നങ്ങളും നായനാരുടെ അക്രമവും തന്നെയായിരിക്കും എപ്പോഴും ചർച്ചാവിഷയമാകാറുള്ളത്. വീട്ടിലെത്തുക പലപ്പോഴും പാതിരായ്ക്ക്.

നാരായണന്റെ അമ്മ തിരിച്ചറിവുള്ളവളാണ്. അവൾക്ക് കാര്യം മനസിലാവും. ഭർത്താവിന്റെ സഹായമില്ലെങ്കിലും എല്ലാം ഏറ്റെടുത്ത് നടത്താൻ മിടുക്കിയുമാണ് ആ കയരളംകാരി. കണ്ണൻമാഷിന്റെ കണ്ടെത്തൽ പിഴച്ചില്ല. അച്ഛനുമമ്മയും കണ്ടെത്തിയ പെണ്ണിനൊപ്പം പൊരുത്തപ്പെട്ട് ജീവിക്കാൻകഴിയാതെ വന്നപ്പോൾ മനസിണങ്ങിയ പെൺകുട്ടിയെ കണ്ടെത്താൻ സഹായിച്ചത് കണ്ണൻ മാഷാണ്.

കയരളത്ത് ഇടവൻ കോറോത്ത് തറവാട്ടുകാർ പേരുകേട്ടവരാണ്. അവിടത്തെ ഇളയ പെൺകുട്ടിയാണ് ഉമ്മങ്ങ. ഇളയമോളായതുകൊണ്ട് എല്ലാവരും കുഞ്ഞി എന്നവളെ ഓമനിച്ചു വിളിച്ചു. അച്ഛന്റെ മരണത്തോടെ അൽപ്പം തളർന്നുപോയതുകൊണ്ടാണ് ഈ കിഴക്കൻ മൂലയിലേക്കു കുഞ്ഞിയെ അയക്കേണ്ടി വന്നത്. പുടമുറികഴിഞ്ഞ് ഓലക്കുട പിടിച്ച് കാവുമ്പായിയിലെത്തിയ പുതിയ പെണ്ണിനെ കാണാൻ വന്ന പെണ്ണുങ്ങൾ അമ്മയോടു പറയുന്നതു കേട്ടു: "ചെറിയേടത്തി നിങ്ങളെ പുത്യപെണ്ണിന്റെ കൈ ഓലക്കൊട പിടിച്ചിറ്റ് പൊള്ളിയല്ലോ. ഇവളീ കൈയും കൊണ്ടെങ്ങന്യാപ്പാ നാട്ടിപ്പണ്യെടുക്കാ?"

"നിങ്ങക്ക് പ്രാന്ത്ണ്ടാ തമ്പായേട്ത്തി. ഓളെ നാളെത്തന്നെ ചെറിയേട്ത്തി നാട്ടിപ്പണിക്കയക്കൂല. ഈ ചോന്ന് ബെളുത്ത നെറെല്ലാം കരിഞ്ഞുപോകൂലേ?"

"പെണ്ണിന്റെ തലമുടി ഒന്നു മിനുക്കണമെങ്കിൽ ഒരു കുത്തൂണ്ണം ബെളിച്ചെണ്ണ ബേണല്ലപ്പാ."

"ന്റെ കുട്ടിക്ക് കണ്ണ് കൊള്ളല്ലോ ചേയിക്കുട്ടീ. ഉപ്പും പറങ്കീം കടും ഉയിഞ്ഞ് അടുപ്പിലിടണ്ടേരും" അമ്മ ചിരിച്ചുകൊണ്ട് പറഞ്ഞു.

അവരുടെയെല്ലാം കണക്കുകൂട്ടലുകൾ തെറ്റിച്ചുകൊണ്ട് കുഞ്ഞി എല്ലാമേറ്റെടുത്തു. വീട്ടിലും പറമ്പിലും വയലിലും അവൾ നിറഞ്ഞു നിന്നു. അതിനിടയ്ക്ക് ഏഴുമക്കളെയും പ്രസവിച്ചു. നാലുപേരെ ദൈവം കൊണ്ടുപോയി. അമ്മയേയുമച്ഛനേയും നോക്കിക്കൊന്നതും കുഞ്ഞി തന്നെ.

വിദ്യാഭ്യാസമുള്ളതുകൊണ്ട് എല്ലാറ്റിനും സ്വന്തമായ അഭിപ്രായമുണ്ട്. അതുകൊണ്ട് അൽപ്പം നയത്തിൽ നിൽക്കണമെന്നുമാത്രം

നാരായണന്റെ കാര്യത്തിൽ മാത്രമാണ് എതിരഭിപ്രായം. കുട്ടിയുടെ

കാര്യത്തിൽ അച്ഛനു ശ്രദ്ധയില്ലെന്ന് അമ്മ എപ്പോഴും പറയും. നാലാലു രുകൻ പനിവന്നു ക്ഷീണിച്ചുപോയതുകൊണ്ട് വൈകിയാണ് കുട്ടിയെ സ്കൂളിലയക്കാൻ കഴിഞ്ഞത്. അതുവരെ മൊടോൻ ഏത്ശൻ തെക്കിനിയിൽ താമസിച്ച് അക്ഷരങ്ങൾ പഠിപ്പിച്ചു. കണിയാൻ ഗുരുക്കൾ ശ്ലോകങ്ങളും മറ്റും പഠിപ്പിച്ചു. അതുകൊണ്ട് എള്ളരിഞ്ഞി സ്കൂളിൽ ചേർക്കാൻ കൊണ്ടുപോയപ്പോൾ ഹെഡ്മാസ്റ്റർ രണ്ടിൽച്ചേർത്തു. അഞ്ചിലെത്തിയിട്ട് കൊല്ലം രണ്ടായി. ക്ലാസ് കയറ്റം കിട്ടിയിട്ടും അഞ്ചിൽത്തന്നെ ഇരിക്കേണ്ട ഗതികേടാണ്. തളിപ്പറമ്പിൽ കൊണ്ടുപോയി ആറാം ക്ലാസിൽ ചേർക്കണം. പാർട്ടിയും കൃഷിയും തിരക്കും കാരണം ഇതുവരെ കഴിഞ്ഞില്ല. അടുത്ത കൊല്ലമെങ്കിലും നാരായണനെ തളിപ്പറമ്പിലയക്കണം. അവിടെ താമസത്തിനുള്ള ഏർപ്പാടുകൾ ഇപ്പൊഴേ ചെയ്തില്ലെങ്കിൽ വിഷമിച്ചുപോകും. അച്ഛനേക്കാൾ വലുതായി എന്നാണ് ഇപ്പോഴത്തെ ഭാവം. രാഘവനും വലുതാവുകയാണ്. രണ്ടുപേരെയും പഠിപ്പിക്കണം.

തന്നെ പഠിപ്പിച്ച് വലിയ ആളാക്കണമെന്നത് അച്ഛന്റെ ഏറ്റവും വലിയ മോഹമായിരുന്നു. അതുകൊണ്ടാണ് എടത്തിൽ പഠിക്കാനയച്ചത്. എടത്തിൽ കോരൻ മാസ്റ്റർ പഠിപ്പിക്കാൻ വരാതായിട്ടും പഠനം നിന്നില്ല. പിന്നെ കോമർകുട്ടി എഴുത്തച്ഛൻ പടിപ്പുര മാളികയിലെത്തി പഠിപ്പിക്കാൻ തുടങ്ങി. പിന്നീട് കുറേക്കാലം ചുറ്റുവട്ടത്തെ സമ്പന്നന്മാരുടെ മക്കളെല്ലാം അവിടെ പഠിക്കാനെത്തിയിരുന്നു. അവരുടെ കൂടെയിരുന്ന് മകൻ പഠിക്കുന്നത് അച്ഛന് അഭിമാനമായിരുന്നു.

പരിക്കളത്തുനിന്ന് ജീവനും കൊണ്ടോടിപ്പോന്ന കോയാടൻ രാമൻ നമ്പ്യാരുടെ മകൻ സാമന്തനായ കരിക്കാട്ടിടം ജന്മിയുടെ എടത്തിലെ കുട്ടികൾക്കൊപ്പമിരുന്നു പഠിക്കുന്നതിൽ അദ്ദേഹം വല്ലാതെ ഊറ്റം കൊണ്ടിരുന്നു.

ഒരുകാര്യത്തിൽ ചന്തുക്കുട്ടി നായനാരെ അഭിനന്ദിക്കണം, എലിമെന്ററി സ്കൂൾ തുടങ്ങിയതിൽ. ട്രെയിനിങ് കഴിച്ച അധ്യാപകരെയും നിയമിച്ചു. അതേതായാലും നന്നായി. നാട്ടിലെ കുട്ടികൾക്ക് നാലക്ഷരം പഠിക്കാൻ കഴിയുമല്ലോ.

6

മാറ്റുവിൻ ചട്ടങ്ങളെ

രാമർകുട്ടിയും കൃഷ്ണനും രാവിലെതന്നെ എത്തിയിട്ടുണ്ട്. ഇള യച്ഛനെവിടെ എന്ന് ചോദിച്ചുകൊണ്ട് രാമർകുട്ടി നേരെ അകത്തേക്കു കയറി.

"നിന്നെ കാണാനേയില്ലല്ലോ ദാറൂട്ടി."

"എന്റളേമ്മേ ഒന്നും പറയണ്ട. നിന്ന് തിരിയാൻ നേരൂല്ല. പണിത്തെ രക്കെന്നെ. അതിന്റെടക്ക് കോൺഗ്രസിന്റെ പണീം."

"നീ എളേപ്പനെ ചോയ്ച്ചപ്പളേ കാര്യം തിരിഞ്ഞു. ഒരുകാര്യം ഞാൻ പറഞ്ഞേക്കാം. കൂട്ടോം കുറിയുമായി നടന്നിട്ട് ദേവിക്കുട്ടീനെ കഷ്ടത്തി ലാക്കല്ലേ. ഓള് എന്റെ കുഞ്ഞേട്ടന്റെ മോളാണ്. നിന്നെ വിശ്വസിച്ചിട്ടാണ് ഓളെ നിനക്ക് പൊടോറി കയ്ച്ചു തന്നത്. ഈടയ്യുള്ളാൾക്ക് അതൊന്നും പറഞ്ഞാൽ തിരീല്ല." കുഞ്ഞ്യമ്മ പറയാൻ തുടങ്ങി.

"ഞങ്ങളൊരു കുഴപ്പത്തിനും പോകില്ല. ഞങ്ങളോട് ആരെങ്കിലും കുഴപ്പത്തിനു വന്നാൽ വെറുതെ വിടുകയുമില്ല."

"എന്താ എളേമ്മീം മോനും കൂട്ട്യാര് വർത്തമാനം."

"കോൺഗ്രസിന്റെ കാര്യത്തിൽ എളേമ്മയ്ക്കൊരു പേടി. നമ്മള് വല്ല കൊഴപ്പത്തിലും പെടോന്ന്."

"ഓളങ്ങനെ പലതും പറയും. ഒന്നും മിണ്ടാണ്ടിരിക്കുന്നവർക്ക് രക്ഷ യുണ്ടോ ഇവിടെ? എടോ ഞങ്ങൾക്ക് എന്തെങ്കിലും തിന്നാനെടുക്ക്. പൊലരുമ്പോ പോയതാ കണ്ടത്തില്. വയറ്റ്ന്ന് പോച്ചലെടുക്കുന്ന്ണ്ട്." കിണ്ടിയെടുത്ത് കാൽ കഴുകിക്കൊണ്ട് കുഞ്ഞിരാമൻ നമ്പ്യാർ വിളിച്ചു പറഞ്ഞു.

"കൃഷ്ണൻ പുറത്തുണ്ടെളേപ്പാ."

"നമ്മൾക്ക് തെക്കിനീന്റെറേത്തിരിക്കാം. ഓനാട്യല്ലേ ഉള്ളത്. എടോ അങ്ങോട്ട് കൊണ്ടെന്നാൽ മതി. വന്ന് കൈകഴുക് ദാറൂട്ടി."

മൂന്നാൾക്കും ദോശയും തോരപ്പരിപ്പ് കൂട്ടാനും വിളമ്പുമ്പോൾ രാമർകുട്ടി പറഞ്ഞു.

"എളേമ്മേന്റെ കൈപ്പുണ്യം എല്ലാർക്കും കിട്ടൂല. അതാ ഞാൻ എടക്കിങ്ങനെ വരുന്നത്."

"അതിനെന്താ ഉള്ളേലോഹരി നിനക്കെപ്പോഴും ഈടിണ്ടാകും. രണ്ടാ ബന്ധം. ഇവറേട്ടന്റെ മോൻ മാത്രമല്ല നീ. എന്റാങ്ങളേന്റെ മോളെ പുരവനും കൂടിയാണ്. എന്റെ ദേവിക്കുട്ടീനെ നിന്നെക്കൊണ്ട് സംബന്ധം ചെയ്യിച്ചൂടേന്ന് കോറൂട്ട്യത്ശനോട് ഞാനാ ചോദിച്ചത്. നിനക്കങ്ങനെ ഒരു മോഹം ണ്ടെങ്കില് ഞാനായിട്ടെന്തിനാ തടസം നിക്കുന്നത് കുഞ്ഞീന്ന് ഓറങ്ങ് സമ്മതിച്ചു."

"ഓറ് പറഞ്ഞതാ അയിന്റെ ശരി" കൃഷ്ണൻ പിന്താങ്ങി.

"ഇളയച്ഛാ, മയ്യിൽനിന്ന് നാളെ ആള് വരും, വാളന്റിയർമാരെ പരിശീലിപ്പിക്കാൻ. ഒരു പത്തമ്പതാൾക്കാരെങ്കിലും വേണംന്നാ അറിയിച്ചിട്ടുള്ളത്" കിണ്ടിയെടുത്ത് കൈയിൽ വെള്ളമൊഴിച്ചുകൊണ്ട് രാമർ കുട്ടി പറഞ്ഞു.

"അതൊക്കെ നമ്മക്ക് പിടിച്ചുകൊണ്ടരാം. ഒരുത്തനും ഞാൻ പറഞ്ഞാൽ മറുത്തു പറയില്ല."

"കുഞ്ഞപ്പയെ എവിട്യാ താമസിപ്പിക്കേണ്ട്ത്? പലസ്ഥലത്തും നോക്കി. സൗകര്യമുള്ള സ്ഥലം കാണുന്നില്ല. ദൂരേന്നു വരുന്നവർക്കും അന്നന്ന് പോകാനാവില്ല."

"പുത്യ മഠത്തിലെ ബംഗ്ലാവ് ഒഴിഞ്ഞു കെടക്കല്ലേ. ഞാൻ കുഞ്ഞമ്പുനോടൊന്ന് ചോദിക്കട്ട്. അത് പെരുന്തില വയലിനടുത്തല്ലേ. അവര് അവിട്യല്ലേ പരിശീലിക്ക. അല്ല ഇവിടെ കൊഴപ്പൊന്നൂല്ല. തെക്കിനീന്റ മുകളിൽ കിടക്കാൻ സൗകര്യമുണ്ടല്ലോ. ചോറോ കഞ്ഞിയോ വേണമെങ്കിൽ അതിനും മുട്ടില്ല. ഉണ്ടാക്കാൻ നമ്മള കോരൻകുട്ടിയെ ഏൽപ്പിക്കാം. ഓന് അത്യാവശ്യം പാചകൊക്കെ അറിയാം."

"അത് എളേമ്മക്കും പിള്ളാർക്കും വിഷമമാവില്ലേ?"

"അവർക്കെന്തു വിഷമം. പടിഞ്ഞാറ്റിപ്പൊരതന്നെ മുഴുവൻ അവർക്കുവേണ്ട. പിന്നെ പെൺമക്കളൊന്നുമില്ലല്ലോ. മൂന്നാണല്ലേ. അവരും ഇതെല്ലാം അറിയണം."

"ഞാൻ പെണ്ണിനെ പെറാഞ്ഞിട്ടല്ലല്ലോ. ഭാഗ്യൂല്ലാഞ്ഞിട്ടല്ലേ എന്റെ മോള് പോയത്."

കുഞ്ഞ്യമ്മയുടെ കണ്ണ് നിറഞ്ഞു.

"നിന്നെ സങ്കടപ്പെടുത്താനല്ല പറഞ്ഞത്. ഇനി കാളും ബിളിക്കും വേണ്ട."

"അതെല്ലാം മറക്കണമെളേമ്മെ" രാമർകുട്ടി ആശ്വസിപ്പിച്ചു.

"അല്ല ദാറൂട്ടി, ഇന്നു വൈകുന്നേരം കോണോംപട്ടത്ത് പോകണ്ടേ?

അവിടെ കർഷകസംഘത്തിന്റെ യോഗം വെച്ചിട്ടില്ലേ? ഇന്നല്ലേ കേരളീയൻ വരുന്നത്?"

"ഇത് ശരിയാക്കിയിട്ട് നമ്മക്ക് നേരെ അങ്ങോട്ട് പൊയ്ക്കൂടെ? എന്നാ എറങ്ങട്ടെ എളേമ്മേ."

നടയിറങ്ങുമ്പോൾ കുഞ്ഞ്യമ്മ ഓർമിപ്പിച്ചു. "ദാറൂട്ടി പറഞ്ഞതോർമയുണ്ടല്ലോ. കൊഴപ്പത്തിനൊന്നും പോകല്ലേ. കുട്ട്യളച്ചന് ഒട്ടും ക്ഷമയില്ല. നീ നോക്കിക്കോളണം."

"എളേമ്മ പേടിക്കാണ്ടിരി. അതെല്ലാം ഞാൻ നോക്കിക്കോളും." അവർ നടയിറങ്ങിപ്പോകുന്നതുവരെ കുഞ്ഞ്യമ്മ നോക്കിനിന്നു.

മനസിനു വല്ലാത്ത ഭാരം. പതുക്കെ അടുക്കളയിലേക്കു നടന്നു. കഞ്ഞിയും കൂട്ടാനും വെക്കണം. കുട്ടികൾ സ്കൂൾ വിട്ടു വരുമ്പോൾ കഞ്ഞി വേണം. ചക്ക പ്ലാവിന്മേൽ ഉണ്ട്. പറിച്ചു കൊണ്ടുവരണം, കൂട്ടാൻ വെക്കാൻ. ഒന്നിനും ഉത്സാഹം തോന്നുന്നില്ല. കയരളത്തൊന്ന് പോകണമെന്ന് വിചാരിക്കാൻ തുടങ്ങിയിട്ട് നാള് കുറെയായി. ഇതുവരെ പറ്റിയില്ല. അമ്മയെ കാണാഞ്ഞിട്ട് കണ്ണ് പുളിക്കുന്നുണ്ട്. അച്ഛൻ മരിച്ചപ്പോൾ അമ്മ വീണതാണ്. ചിണ്ടേട്ടന്റെ മരണത്തോടെ അമ്മ ശരിക്കും കിടപ്പിലായിപ്പോയി.

കുഞ്ഞിക്കണ്ണനാണെങ്കിൽ പെനാംഗിൽനിന്ന് വന്നതേയുള്ളൂ. കുഞ്ഞപ്പേട്ടനും കിട്ടേട്ടനും അമ്മയെ നോക്കുമെങ്കിലും പെൺമക്കളെപ്പോലെ ആണുങ്ങൾക്കാവില്ലല്ലോ. അവരുടെ ഭാര്യമാർക്ക് അവരുടെ വീട്ടിലെ കാര്യം നോക്കണ്ടേ? ഭർത്താക്കന്മാർ മരിച്ചതിനുശേഷം ഏടത്തിമാർ വീട്ടിലുണ്ടെങ്കിലും മക്കളുടെ കാര്യങ്ങൾ നോക്കാൻ പോലും അവർക്കു നേരമുണ്ടാവാറില്ല.

ഇവിടെയാണെങ്കിൽ അലക്കൊഴിഞ്ഞിട്ട് കാശിക്ക് പോക്കുണ്ടാവില്ല എന്നു പറയുമ്പോലെയാണ് കാര്യം. കണ്ടത്തിലും പറമ്പിലും പുനത്തിലുമായി ബാക്കിയുള്ളോരുടെ ജന്മം തീർന്നു കിട്ടും. അതിനിടക്ക് മക്കളോട് തായാടും വേണം. പണിക്കാരുടെ കാര്യം വേറെയും. കഞ്ഞിയും വെള്ളവുംകൊണ്ട് കൂടെത്തന്നെ നടക്കണം. വലിയ കോപ്പുകാരനും[1] തറവാട്ടുകാരനും എന്നു പറഞ്ഞിട്ടാണ് ചിണ്ടേട്ടൻ ഈ ബന്ധമുറപ്പിച്ചത്. അച്ഛനുണ്ടായിരുന്നെങ്കിൽ ഇത്ര കിഴക്കോട്ട് അയക്കില്ലായിരുന്നു. കുഞ്ഞി എന്ന് അച്ഛൻ മുഴുവൻ വിളിക്കില്ല. ഇളയ മോളോട് പ്രത്യേക വാൽസല്യമായിരുന്നു അച്ഛന്. എഴുത്തച്ഛനെ വീട്ടിൽ വരുത്തിയാണ് പഠിപ്പിച്ചത്. "എന്റെ കുഞ്ഞീന്റെ കണ്ണ് തെളിക്കണം. ഓള് ബുദ്ധീള്ളോളാ." അച്ഛൻ പറയുമായിരുന്നു. മണിപ്രവാളവും *ഭാഗവത*വും *ഭാരത*വും *കൃഷ്ണഗാഥ*യുമൊക്കെ പഠിപ്പിച്ചു. മരണസമയത്തും കുഞ്ഞിയെക്കുറിച്ച് തന്നെയായിരുന്നു ആധി മുഴുവൻ.

കൈയിരിപ്പ് സമ്പാദ്യമടങ്ങിയ പെട്ടി ഇളയമോൾക്ക് കൊടുക്കുമ്പോൾ അച്ഛൻ മറ്റു മക്കളോടു പറഞ്ഞു:

---

1. സ്വത്തുകാരൻ.

“ഇത് എന്റെ കുഞ്ഞീന്റെ കൈയിൽനിന്ന് ആരും തട്ടിപ്പറിക്കരുത്. ആരെങ്കിലും അങ്ങനെ ചെയ്താൽ അവർ നശിച്ചുപോകും.” അച്ഛന്റെ ശാപം ഭയന്നിട്ടാണോയെന്നറിയില്ല. എത്ര അത്യാവശ്യം വന്നാലും ഏട്ടൻമാർ അതിൽ കൈവയ്ക്കാറില്ല.

പുടമുറികഴിഞ്ഞ് കാവുമ്പായിയിലേക്ക് വരുമ്പോൾ ആ പെട്ടിയും കൊണ്ടുവന്നു. കുട്ട്യളച്ഛനും അതു തൊട്ടില്ല. ഓർക്കതിന്റെ ആവശ്യവും ഇല്ല. ആള് കോപ്പുകാരനും പ്രാപ്തനുമൊക്കെത്തന്നെ. പക്ഷേ, ഇരുന്ന് വെള്ളം കുടിക്കാൻ യോഗമില്ലെന്നേയുള്ളൂ. നാട്ടിലെ കൂട്ടോം കുറീം തീർത്തിട്ട് ഒന്നിനും നേരമുണ്ടാകില്ല.

അതുകൊണ്ട് മൂപ്പരെ കൂടെ വരാനൊന്നും കിട്ടില്ല. കയരളത്ത് പോകണമെന്ന് നിർബന്ധിച്ചാൽ മക്കളേയുംകൂട്ടി പൊയ്ക്കോളൂ എന്നു പറയും. അല്ലെങ്കിൽ അമ്മയെ ഇങ്ങോട്ട് കൊണ്ടുവന്നൂടേന്ന് ചോദിക്കും. അവസാനം അതുതന്നെ വേണ്ടിവരും. അമ്മയ്ക്ക് വയസായിക്കൊണ്ടിരിക്കുകയാണ്. നിർബന്ധിച്ചു കൊണ്ടുവരണം. ഉള്ളതൊക്കെ ഭാഗിക്കണമെന്ന് എല്ലാവരും പറയാൻ തുടങ്ങീട്ടുണ്ട്. ഒന്നോർത്താൽ അതാണ് നല്ലത്.

അമ്മയെ ഇങ്ങോട്ട് കൊണ്ടുവരാലോ.

നാദ്യൻ വീട്ടിലെ ചൊറുവിനെയാണ് കയരളത്ത് പോകുമ്പോൾ തുണകൂട്ടാറുള്ളത്. ചെങ്ങളായിവരെ നടന്നാൽ ചിലപ്പോൾ ബോട്ട് കിട്ടും. അത് എപ്പോഴുമുണ്ടാകുമെന്ന് ഉറപ്പിക്കാനാവില്ല.

കുഞ്ഞപ്പമോനെ എടുക്കണം. മടിയനാണ്. ഒരടി നടക്കില്ല. ചെക്കന് കുരുത്തക്കേട് കൂടുതലാണ്. അടീന്റെ കുറവാണ് എന്ന് മോന്റച്ഛനെപ്പോഴും പറയും. ഓർക്കങ്ങെനെ പറയാം. ഏഴ് പെറ്റിട്ടാണ് മൂന്നെണ്ണത്തിനെ ബാക്കി കിട്ടിയത്. നാല് മക്കളെ കുഴിയിലേക്കെടുക്കുമ്പോൾ നെഞ്ചുപൊട്ടിക്കരഞ്ഞത് ആണുങ്ങൾക്ക് വേഗം മറക്കാം. പെറ്റ വയറിന്റെ വേദന അവർക്കറിയില്ലല്ലോ. നെഞ്ചത്ത് ഒരു കൊട്ട മണ്ണ് വീഴുന്നതുവരെ മക്കളെ മറക്കാനാവില്ല. പൊന്നുമോൾ കാർത്യായനി പാദസരവും കിലുക്കി നടക്കുന്നത് ഇന്നും കണ്ണിൽനിന്നും മായുന്നില്ലല്ലോ. ഇനി പുത്രദുഃഖം അനുഭവിക്കാനിടവരുത്തല്ലേ ഭഗവാനേ. കണ്ണടയുവോളം മൂന്നാളെയും കാണാൻ കഴിഞ്ഞാൽ മതി.

7

കാഹളം മുഴങ്ങുന്നു

നാട്ടിൽ നാലാൾ കൂടുന്നിടത്തൊക്കെ സംഭാഷണവിഷയം കർഷക സംഘംതന്നെ. 1935 ജൂലൈ 13ന് വിഷ്ണുഭാരതീയന്റെ കൊളച്ചേരിയിലെ വീട്ടിൽവച്ച് കർഷകസംഘം പിറവിയെടുത്തു. പാട്ടത്തിൽ പത്മനാഭന്റെ അധ്യക്ഷതയിൽ ചേർന്ന യോഗത്തിൽ കർഷസംഘത്തിന്റെ പ്രസിഡന്റായി വിഷ്ണുഭാരതീയനെയും സെക്രട്ടറിയായി കേരളീയനെയും തെരഞ്ഞെടുത്തു. അതോടെ നേതാക്കന്മാർ കർഷകരുടെ പൊള്ളുന്ന പ്രശ്നങ്ങൾ ഏറ്റെടുക്കാൻ തുടങ്ങി.

1936 നവംബർ ഒന്നിന് ചിറയ്ക്കൽ താലൂക്ക് കർഷകസംഘം രൂപീകരിച്ചതോടെ ഗ്രാമങ്ങളിലും കർഷകസംഘങ്ങൾ രൂപീകരിച്ചു പ്രവർത്തനം തുടങ്ങി. മലബാർ കർഷകസംഘംകൂടി രൂപീകൃതമായതോടെ കർഷകരുടെ ഇടയിലേക്ക് നേതാക്കളിറങ്ങി. ബ്രിട്ടീഷ് സർക്കാരിന്റെയും ജന്മിമാരുടെയും അഴിമതികളോടും അന്യായങ്ങളോടും പ്രതികരിക്കാൻ വിസമ്മതിക്കുന്ന കോൺഗ്രസിന്റെ നയങ്ങളിൽ എതിർപ്പുള്ള ഒരു വിഭാഗം കോൺഗ്രസിനുള്ളിൽത്തന്നെ രൂപപ്പെട്ടു. കോൺഗ്രസ് സോഷ്യലിസ്റ്റ് പാർട്ടിയിൽ ഇടതുപക്ഷ ചിന്താഗതിയുള്ള പ്രവർത്തകർ കർഷക സംഘങ്ങൾ വഴി കർഷകരെയും കർഷത്തൊഴിലാളികളെയും സംഘടിപ്പിച്ച് മലബാറിൽ പ്രക്ഷോഭങ്ങൾക്ക് രൂപംനൽകി. നാടിന്റെ പലഭാഗത്തും കർഷസംഘങ്ങളുടെ പ്രവർത്തനങ്ങളുടെ ഫലം കണ്ടുതുടങ്ങി. സംഘടിത ശക്തിയുടെ ചെറുത്തുനിൽപ്പ് ജന്മിമാരെ അമ്പരപ്പിച്ചു. ഇന്നലെവരെ പേടിച്ചുവിറച്ചുകഴിഞ്ഞവർ ഇന്ന് തലയുയർത്തിപ്പിടിച്ച് മുദ്രാവാക്യങ്ങൾ മുഴക്കുന്നു.

എള്ളരിഞ്ഞിയിൽനിന്ന് ഒരു ജാഥ പുറപ്പെടുകയാണ്. അതിൽ സ്ത്രീകളും പുരുഷന്മാരും മുതിർന്ന കുട്ടികളുമുണ്ട്. അവരുടെകൂടെ

കത്തുന്ന വിറകുകൊള്ളിയുമായി ഒരാൾ ഓടിവന്നുചേർന്നു. ജാഥ പുറപ്പെടാൻ തുടങ്ങുമ്പോൾ അടുപ്പിൽനിന്ന് കത്തുന്ന വിറകുകൊള്ളിയുമെടുത്ത് എടത്തിലെ വെപ്പുപുരയിൽനിന്നു പാചകക്കാരൻ കർഷസംഘത്തിന്റെ ജാഥയ്ക്കൊപ്പം ചേർന്നതാണ്.

ആളുകൾ അണിനിരന്നുകഴിഞ്ഞു. അവർക്കാവേശം പകർന്നുകൊണ്ട് വിഷ്ണുഭാരതീയൻ മുന്നിൽത്തന്നെ നിലകൊണ്ടു. തളിയനും രാമർകുട്ടിയും കോട്ടക്കൃഷ്ണനും വിളിച്ചുപറയുന്ന മുദ്രാവാക്യങ്ങൾ ഏറ്റുപറഞ്ഞുകൊണ്ട് ജാഥ കിഴക്കോട്ട് നീങ്ങി. അതൊരു പ്രതിഷേധ ജാഥയാണ്. അതിന്റെ ലക്ഷ്യം പയ്യാവൂരാണ്. ഒരു പാവം കുടിയാനോട് ജന്മിയും കാര്യസ്ഥനും കാണിച്ച അതിക്രമത്തിനെതിരായ പ്രതിഷേധ പ്രകടനം. പയ്യാവൂരെ കുമാരന്റെ കഷ്ടകാലത്തിനാണ് പറമ്പിൽനിന്നു പുഴയിലേക്കു വീണുകിടന്ന മരംമുറിച്ച് നായനാർക്ക് കൊടുക്കാൻ തോന്നിയത്. ബാക്കിവന്ന കഷണമെടുത്ത് സ്വന്തം ആവശ്യത്തിനുപയോഗിച്ചത് നായനാർ സമ്മതിച്ചിട്ടുതന്നെയായിരുന്നു. പക്ഷേ, അയാളൊരു കാര്യം മറന്നുപോയി. പ്രവൃത്തി കാര്യസ്ഥനെ നേരിൽക്കണ്ടു കൊടുക്കേണ്ടത് കൊടുത്ത് പ്രീതിപ്പെടുത്തിയില്ല, നായനാരേക്കാൾ വലിയവരാണ് കാര്യസ്ഥൻമാർ എന്ന് അധികം വൈകാതെ അവർ അയാളെ പഠിപ്പിച്ചു. കാട്ടാളൻ കാര്യസ്ഥൻ കുമാരനെ പിടികൂടി. "എന്തെടാ നീയെപ്പൊഴാ കാര്യസ്ഥന്മാരെ തലയ്ക്കുമീതെ കയറാൻ തൊടങ്ങ്യത്? നിന്നെയൊരു പാഠം പഠിപ്പിച്ചിട്ടുതന്നെ കാര്യം."

കാര്യസ്ഥൻ സംഭവം കാട്ടിൽനിന്ന് മരം മോഷ്ടിച്ച കേസാക്കി മാറ്റി. പത്തുറുപ്പിക പിഴയുമീടാക്കി. അളമുട്ടിയാൽ ചേരയും കടിക്കും. അന്നന്നത്തെ അന്നത്തിനു വകകണ്ടെത്താൻ പാടുപെടുന്നവന് പത്തുറുപ്പിക ഉണ്ടാക്കൽ അതികഠിനമായ പരീക്ഷണമാണ്. അതിലയാൾ പരാജയപ്പെട്ടാൽ രാക്ഷസനായ കാര്യസ്ഥന്റെ കൊടിയമർദനം ഏറ്റുവാങ്ങേണ്ടിവരും. ഒരുപക്ഷേ, കിടപ്പാടംപോലും ഇല്ലാതാവും. പത്തുറുപ്പിക ഉണ്ടാക്കാൻ അനുഭവിക്കേണ്ടിവന്ന യാതനകൾ കുമാരനെ തളിപ്പറമ്പ് കോൺഗ്രസ് ആപ്പീസിലെത്തിച്ചു. പേടിച്ചു പേടിച്ചയാൾ ജന്മിക്കെതിരായി പരാതി കൊടുത്തു. പാർട്ടി വിഷ്ണുഭാരതീയനെ സംഭവം അന്വേഷിക്കാനയച്ചു. നായനാരുടെയും കാര്യസ്ഥന്മാരുടെയും അക്രമങ്ങൾക്കെതിരായി കർഷകരെ സംഘടിപ്പിച്ച് അവരുടെ മൂക്കിനു താഴെ, എള്ളരിഞ്ഞിയിൽനിന്നുതന്നെ പ്രകടനം തുടങ്ങി. ദീർഘകാലമായി അടക്കിവെച്ച വേദനകൾ രോഷമായി അണപൊട്ടിയൊഴുകി. മുഷ്ടികൾ ചുരുട്ടി അവർ മുദ്രാവാക്യങ്ങൾ മുഴക്കി. കാര്യസ്ഥന്മാരും ശിങ്കിടികളും അമ്പരപ്പോടെ ആ കാഴ്ച കണ്ടു. നായനാർ പുറത്തിറങ്ങിയതേയില്ല. മുറിവേറ്റ സിംഹത്തെപ്പോലെ മുറിക്കുള്ളിൽ ഓടിനടന്നു. കാൽക്കീഴിലെ മണ്ണിന് കുറേശ്ശെ ഇളക്കം തട്ടുന്നതയാളറിഞ്ഞു.

വഴിനീളെ അമ്പരപ്പും ഭയവും ആശംസയുമേറ്റുവാങ്ങി പ്രകടനം പയ്യാവൂരെത്തി. പയ്യാറ്റ് വയലിൽ നിറഞ്ഞുകവിഞ്ഞ ജനസഞ്ചയത്തിൽ

പ്രകടനം ലയിച്ചുചേർന്നു. രക്തവും കണ്ണീരും വീണ് വളക്കൂറേറ്റിയ മണ്ണിൽ ഇന്നലെവരെ വിളഞ്ഞത് ധാന്യങ്ങൾ. ഇന്ന് അവിടെ അടിച്ചമർത്തപ്പെട്ട അടിയാളന്റെ ആത്മാഭിമാനത്തിന്റെ മുളകളും പൊട്ടിയുയരുകയാണ്. ഇതുവരെ അവർ കണ്ടത് കാര്യസ്ഥന്മാരുടെയും ഗുണ്ടകളുടെയും പ്രകടനമായിരുന്നു. രാമൻവൈദ്യരുടെ പത്തായത്തിൽ നിറച്ച നെല്ല് തട്ടിയെടുത്തു കൊണ്ടുപോയത് പയ്യാവൂരപ്പന്റെ ഓമനക്കാഴ്ച[1] വരുന്നതുപോലെയാണ്. വാദ്യമേളങ്ങളുടെ അകമ്പടിയോടെ കാര്യസ്ഥന്മാർ വന്നു. വൈദ്യരെ ഇറയത്തിന്റെ തൂണിൽ പിടിച്ചു കെട്ടിയിട്ടു. അലമുറയിടുന്ന പെണ്ണുങ്ങളെ അടിച്ചോടിച്ചു. പത്തായത്തിൽനിന്ന് നെല്ല് ചാക്കുകളിൽ നിറഞ്ഞു.

കാഴ്ചക്കാരായെത്തിയവരുടെ തലയിൽത്തന്നെ കാട്ടാളന്മാർ നെല്ലിൻചാക്ക് വെച്ചുകൊടുത്തു. അവർ വരിവരിയായൊഴുകി, എള്ളരിഞ്ഞിയിലേക്ക്, നായനാരുടെ കൊട്ടാരത്തിലേക്ക്. ആർത്തുവിളിച്ചുകൊണ്ട് കാര്യസ്ഥന്മാരും അവരുടെ ഗുണ്ടകളും മുന്നിൽ. കൊഴുപ്പേകാൻ ചെണ്ടമേളവും.

പയ്യാവൂരപ്പനെ തൊഴുന്നതിനുമുമ്പ് നായനാരുടെ അരമനയിൽ തൊഴുത് മാനം കാണിക്കവയ്ക്കേണ്ടിവന്ന പെണ്ണുങ്ങളുടെ കണ്ണീര് പാറക്കടവിലൂടൊഴുകാൻ തുടങ്ങിയിട്ട് കാലമേറെയായി. കുംഭത്തിൽ ഉത്സവമാഘോഷിച്ചു മടങ്ങുന്ന ജന്മിമാരും ശിങ്കിടികളും സമ്മാനിക്കുന്ന വൃശ്ചികക്കുഞ്ഞുങ്ങളെയും മാറോടണച്ച് അപമാനത്തിൽ എരിഞ്ഞുതീരുന്ന അമ്മമാർ. അന്നവർ കരളിലമർത്തിവെച്ച കനലെരിഞ്ഞ് തീജ്വാലയായി മാറിയിരിക്കുന്നു. എന്തിനെയും ചുട്ടെരിക്കാൻ ശക്തിയുള്ള തീജ്വാല. അമ്മയെയും പെങ്ങളെയും കൺമുന്നിലിട്ടപമാനിക്കുന്നത് കണ്ടുനിൽക്കേണ്ടിവന്നവന്റെ നിസ്സഹായതയിൽ കുരുത്തരോഷം സഹനത്തിന്റെ അതിർവരമ്പ് പൊട്ടിച്ചൊഴുകാൻ തുടങ്ങിയിരിക്കുന്നു. പകലന്തിയോളം മാടുകളെപ്പോലെ മണ്ണിൽ പണിയെടുത്ത് വിളവ് മുഴുവൻ ജന്മിക്ക് കാഴ്ചവെച്ച് പട്ടിണികിടക്കുന്നവരുടെ കരുത്ത് വിളംബരം ചെയ്തുകൊണ്ട് അവരൊത്തുകൂടി.

നാളിന്നുവരെ അവരനുഭവിച്ച ക്രൂരതകളൊന്നൊന്നായി പങ്കുവെച്ചു.

"കുറുക്കനെ വെടിവെച്ചുപോയാൽ അതിന്റെ കൊറകും ജന്മിക്ക് കൊടുക്കണ്ടേ?"

ചോദ്യം നിറഞ്ഞ സദസിനോടാണ്. ആ ചോദ്യം അനേകം ഹൃദയങ്ങളിൽ അലയടിച്ചു തെറിച്ചുവീണു. അതു വീണ്ടുംവീണ്ടും അനേകായിരം കർണപുടങ്ങളിൽ അലയടിച്ചെത്തി. നാവുകളത് കാറ്റിനോട് പറഞ്ഞു. കാറ്റതുംമൂളി നാടുകൾതോറുമലഞ്ഞു.

---

1. പയ്യാവൂർ ക്ഷേത്രത്തിൽ കുംഭം പത്താംതീയതിയിലെ മഹോത്സവത്തിന് ചൂളിയാട്ടുനിന്ന് തിയ്യൻമാർ ഇരുഭാഗത്തും തണ്ടിൽത്തൂക്കിയിട്ട പഴുത്ത വാഴക്കുലകൾ വാദ്യമേളങ്ങളോടെ കാഴ്ചയായി കൊണ്ടുവരുന്നത്.

നാടായ നാടും കാടായ കാടുമെല്ലാം ജന്മിയുടേതാണ്. അവിടെ വളരുന്നതെന്തും ജന്മിയായ നായനാർക്കവകാശപ്പെട്ടതാണ്. അപ്പോൾ കാട്ടിൽ നിന്ന് വേട്ടയാടിക്കിട്ടുന്ന മൃഗത്തിന്റെ മാംസളമായ കൊറക് നായനാർക്ക് കാഴ്ചവെച്ചേ തീരൂ. അദ്ദേഹവും കുടുംബാംഗങ്ങളും തികഞ്ഞ സസ്യഭുക്കുകളാണെന്നിരിക്കിലും ആ അവകാശം വിട്ടുകൊടുക്കാൻ തയാറല്ല. ആർക്കുവേണ്ടി എന്നതൊരു വിഷയമേയല്ല. "എന്റെ വനത്തിൽനിന്നും പിടിച്ചതിനെ എനിക്കു കിട്ടിയേ തീരൂ." അതിനു മറുപടിയാണ് ടി സി നാരായണൻ നമ്പ്യാർ പറഞ്ഞത്.

"നാടൻതോക്കുമായി കുറച്ചുപ്രായമായൊരാൾ വെടിവയ്ക്കാൻ പോയേക്കാം. ചിലപ്പോൾ കുറുക്കനും ചത്തുവീണേക്കാം. അതിന്റെ കൊറകും നായനാർക്ക് കാഴ്ചവെക്കണ്ടെ?"

കർഷകരും തൊഴിലാളികളുമടങ്ങുന്ന യോഗത്തിൽ പ്രസംഗിക്കുകയാണ് ടി സി നാരായണൻ നമ്പ്യാർ. ചൂളിയാട്ടുകാരായ വെടിക്കാരും ജന്മിയുടെ ശിങ്കിടികളായ എള്ളരിഞ്ഞിക്കാരും തമ്മിൽ അടിപിടി നടന്നു. വിഷയം എള്ളരിഞ്ഞി മലയിൽനിന്നും വേട്ടയാടിക്കിട്ടിയ പന്നിയുടെ കൊറക് നായനാർക്ക് കാഴ്ചവെച്ചില്ല എന്നതായിരുന്നു. അങ്ങനെ കൊടുക്കേണ്ട എന്നാണ് പാർട്ടിയുടെ നിർദേശം. പാർട്ടിയും കർഷകസംഘവും സാമാന്യം വേരുപിടിച്ച സ്ഥലമാണ് ചൂളിയാട്. വെറുതെയങ്ങനെ തല്ലും വാങ്ങിപ്പോകാൻ അവർ തയാറായില്ല. പ്രശ്നത്തിൽ പാർട്ടി ഇടപെട്ടു. നായനാരുടെ പത്തായപ്പുരയുടെ മുന്നിൽ കുറച്ചുസ്ഥലം ബീവീരകത്തുകാരുടേതാണ്. അതിലിറങ്ങിയിട്ടേ അദ്ദേഹത്തിന് പുറത്തുപോകാൻ കഴിയൂ. അതൊരു അപമാനമായി നായനാർ കണ്ടപ്പോൾ ബീവീരകത്ത് മുതലാളി അതൊരഭിമാനമായിക്കണ്ടു. ആ സ്ഥലം വിലയ്ക്ക് ആവശ്യപ്പെടുമ്പോഴൊക്കെ അയാൾ പറയും:

"യെശമാനപ്പോലത്തെ വലിയൊരു ജന്മി ഞമ്മളെ സ്ഥലത്തുകൂടി നടക്കാന്ന് വച്ചാൽ അതൊരു മഹാഭാഗ്യാണ്. ഞമ്മളായിട്ട് ആ ഭാഗ്യം ഒരിക്കലും ഇല്ലാണ്ടാക്കൂല."

അങ്ങനെ എലിയോട് മല തോറ്റതുപോലെയായി അവസ്ഥ. ആ സ്ഥലത്താണ് പാർട്ടി പ്രതിഷേധയോഗം നടത്തിയത്. അതും നായനാർക്ക് ക്ഷീണമായി. ടി സിയുടെ ചോദ്യം കേട്ടതും ജനം ആവേശത്തോടെ കൈയടിച്ചു. അന്യന്റെ അധ്വാനത്തിൽ തടിച്ചുകൊഴുത്ത് കൂത്താടുന്ന ജന്മിമാരെ തടയിടാൻ ആയിരങ്ങൾ എള്ളരിഞ്ഞിയിലെത്തി, കുടിയാൻ മഹായോഗത്തിൽ നാഴികകൾ താണ്ടി കാൽനടജാഥകളെത്തി. വാശിയും നുരിയും മുക്കാലുമിനിയില്ലെന്ന് വാശിയോടെ മുദ്രാവാക്യങ്ങൾ മുഴക്കിയലകടലായി ജനമെത്തി.

"കാലം പിഴച്ചുപോയാലും വിള-
നാശം പിണഞ്ഞുപോയാലും
കാര്യം കടുകീറിയല്ലേ-ജന്മി
വാങ്ങുന്നു നമ്മളിൽ നിന്നും

ഏറെനാൾ ജന്മി പിടിച്ചു-വാശി
തീരെ നശിച്ചു കൃഷിക്കാർ
മേലാലൊരുമിച്ചു സംഘം-ചേർന്നു
നമ്മൾ പിടിക്കണം വാശി..."

അവകാശങ്ങളെക്കുറിച്ചുള്ള ഉണർത്തുപാട്ടുകളായി നേതാക്കന്മാരുടെ പ്രസംഗങ്ങൾ. വിഷ്ണുഭാരതീയനും കെ പി ആർ ഗോപാലനും ടി സി നാരായണൻ നമ്പ്യാരും കേരളീയനും സുബ്രഹ്മണ്യ ഷേണായിയും കുടിയാന്മാരുടെ അകക്കണ്ണു തുറപ്പിച്ചു. അവർ തിരിച്ചറിഞ്ഞു.

മണ്ണും കാടും തങ്ങൾക്കുകൂടിയവകാശപ്പെട്ടതാണ്.

കാടായ കാടെല്ലാം ജന്മിയുടേത്. അവിടെനിന്നും ഒരുതരി തോലു പോലും കുടിയാനും അടിയാനും ജന്മി അറിയാതെ എടുത്തുകൂടാ. കടുത്ത വിമർശനത്തിനും എതിർപ്പിനും തിരികൊളുത്തിയ പിടിവാശിയായിരുന്നു അത്.

"വിറകും തോലും ഞങ്ങളെടുക്കും
കാലൻ വന്നു തടഞ്ഞാലും
ആരും സ്വന്തം നേടിയതല്ല
വാരിധിപോലെ കിടക്കും വിപിനം.
അരിവാൾ തോലരിയാനായ് മാത്രം
പരിചൊടുകൈയിൽ കരുതിയതല്ല.
കാട്ടിൽ മുളയ്ക്കും പച്ചിലയെല്ലാം
കൂട്ടത്തോടെയെടുക്കും ഞങ്ങൾ"

ടി എസ് തിരുമുമ്പിന്റെ വരികൾ ആവേശത്തോടെ പാടിക്കൊണ്ട് കർഷകർ കാട്ടിൽ പ്രവേശിച്ചു. കാട്ടിൽ തോലും വിറകും ശേഖരിക്കാൻ സമ്മതിക്കാത്ത ജന്മിമാരുടെ അന്യായത്തിനു മുന്നിൽ തോറ്റുകൊടുക്കാതിരിക്കാൻ ജനങ്ങൾക്കു ശക്തിപകർന്നു നൽകിയ വരികളാണത്. തോൽവിറകു സമരം ആളിക്കത്തിച്ച വരികൾ.

കർഷകസംഘം പ്രസിഡന്റ് തളിയൻ കുഞ്ഞിരാമൻ നമ്പ്യാർ ഓടിനടന്ന് കൃഷിക്കാരെ സംഘടിപ്പിച്ചു. കർഷകസംഘത്തിൽ പുതിയ അംഗങ്ങളെ ചേർത്തു. കാവുമ്പായി, കാഞ്ഞിലേരി, കൈതപ്രം, ചെരിക്കോട്, മാപ്പിനി, നെടുങ്ങോം, എള്ളരിഞ്ഞി തുടങ്ങിയ സ്ഥലങ്ങളൊക്കെ എള്ളരിഞ്ഞി പ്രാദേശിക കർഷസംഘത്തിന്റെ കീഴിലാണ്. അവിടെയൊക്കെ നടന്നുപോയി ആൾക്കാരെ കാണണം.

കർഷസംഘത്തിൽ അംഗമാവുക എന്നാൽ ജന്മിക്കെതിരാവുക എന്നാണർഥം. സാധാരണക്കാർ പേടിച്ചു പിന്മാറാതിരിക്കണമെങ്കിൽ തളിയനെപ്പോലെ ശക്തനായൊരു നേതാവിന്റെ നിരന്തര സമ്മർദം ഉണ്ടായിരിക്കണം. അതിനുവേണ്ടി അദ്ദേഹം സ്വയം ഉഴിഞ്ഞുവെച്ചു. വീടും കുടുംബവും മറന്നു. വാശിയും നുരിയും മുക്കാലും കള്ളപ്പറയും ഇല്ലാതാക്കാൻ തളിയന്റെ വിശ്വരൂപം നായനാർ കാണേണ്ടിവന്നു. തളിയൻ രാമൻ നമ്പ്യാർ കർഷക പ്രതിനിധികൾക്കൊപ്പം നായനാരെ ചെന്നുകണ്ടു.

കള്ളപ്പറ നിർത്തലാക്കണമെന്നു കൽപ്പിച്ചു. ജന്മിക്കു രണ്ടുതരം പറയുണ്ട്. ഒന്ന് ജന്മിക്ക് അളന്നു കൊടുക്കാനുള്ളതും മറ്റൊന്ന് അളന്നു വാങ്ങാനുള്ളതും. ജന്മിക്ക് വാരമളക്കുമ്പോൾ പത്തുസേർ കൊള്ളുന്ന പറയ്ക്ക് ഏഴരസേർ കണക്കാക്കി അളന്നു വാങ്ങും. അപ്പോൾ ഏഴരസേറിനു പകരം കൃഷിക്കാരൻ പത്തുസേർ അളന്നുകൊടുക്കണം. ഓരോ പറ അളന്നു കഴിയുമ്പോഴും എണ്ണം തിട്ടപ്പെടുത്താനെന്നും പറഞ്ഞ് കൈനിറയെ നെല്ല് വാരിവെക്കും. നുരി എന്നറിയപ്പെടുന്ന ഇത് ജന്മിക്കവകാശപ്പെട്ടതാണ്.

ഓരോ പറ അളന്നു കഴിഞ്ഞാലും വാശി എന്നപേരിൽ ഉണക്കക്കുറവ് പരിഹരിക്കാൻ എന്ന വ്യാജേന രണ്ടുകൈ നിറയെ വാരിയിടും. നെല്ലളന്നുവയ്ക്കുന്ന കാര്യസ്ഥന്റെ കൈകൾ ചേർത്തുവെച്ചാൽ എത്ര കൊള്ളുമോ അത്രയും നെല്ല് വെറുതെ കൊടുക്കണം. കാര്യസ്ഥന്റെ കൈകൾക്ക് വലിപ്പം കൂടുന്തോറും കർഷകന്റെ നെഞ്ചിടിപ്പും കൂടിക്കൊണ്ടിരുന്നു. ഓരോ പത്തുപറ അളന്നു കഴിഞ്ഞാലും മുക്കാലിടങ്ങഴിവീതം അധികമളക്കണം. മുക്കാലെന്ന പേരിലുള്ള അക്രമപ്പിരിവാണിത്.

ഇനിമുതൽ പത്തുസേർകൊള്ളുന്ന പറയ്ക്കളന്നാൽ പത്തുസേർ വാരമളന്നതായി കണക്കാക്കുമെന്നും വാശിയും നുരിയും മുക്കാലും കിട്ടില്ലെന്നും തളിയൻ നായനാരെ അറിയിച്ചു. ഈ പകൽക്കൊള്ള അവസാനിപ്പിച്ചേ ഒക്കൂ എന്നു കടുപ്പിച്ചു പറഞ്ഞപ്പോൾ പുകയുന്ന അമർഷം കടിച്ചുപിടിച്ചുകൊണ്ട് നായനാർ മിണ്ടാതെ നിന്നു. വെച്ചുകാണലും തൊഴലുമൊന്നും ഇനി നടപ്പില്ലെന്നുകൂടി അദ്ദേഹം നായനാരെ ഓർമിപ്പിച്ചു. എടത്തിൽ എന്തു വിശേഷമുണ്ടായാലും അതിന്റെ ഭാരം ചുമക്കേണ്ടത് കുടിയാന്മാരാണ്. ഓണമായാലും വിഷുവായാലും കുടിയാൻ വാഴക്കുലയും പച്ചക്കറികളും കാഴ്ചയായി എത്തിക്കണം. അതുപോലെതന്നെ എടത്തിൽ നടക്കുന്ന കല്യാണവും പിറന്നാളുമൊക്കെ കുടിയാന്റെ നടുവൊടിക്കും. ഇതിനൊക്കെ കുടിയാൻ നിശ്ചിത തുക പണമായും കൊടുക്കണം. കുടിയാനെന്ന പട്ടിണിക്കാരന്റെ പിച്ചച്ചട്ടിയിൽ കൈയിട്ടു വാരിയിട്ടാണ് എടത്തിലെ കല്യാണവും ചാവടിയന്തിരവും മറ്റാഘോഷങ്ങളും നടത്താറുള്ളത്. അതൊന്നും കൊടുക്കേണ്ട ബാധ്യത കുടിയാനില്ലെന്ന് കർഷകസംഘം കൃഷിക്കാരെ പഠിപ്പിച്ചു.

കുടിയാന്റെ ഗൃഹത്തിൽ വിവാഹമോ മറ്റെന്തെങ്കിലും മംഗളകർമമോ നടത്തണമെങ്കിൽ പണവും മറ്റു വസ്തുക്കളും കാഴ്ചവെച്ച് ജന്മിയുടെ അനുവാദം വാങ്ങണം. കർഷകസംഘം കൂടെയുണ്ടെന്ന ധൈര്യത്തിൽ കുടിയാൻ മാമൂലുകൾ ഓരോന്നായി തെറ്റിക്കാൻ തുടങ്ങി.

രാജ്യംമുഴുവൻ മാറ്റത്തിന്റെ കാഹളമൂതിക്കഴിഞ്ഞു. 1939 ൽ ബക്കളം സമ്മേളനം. മാങ്ങാട്ടുപറമ്പിൽ കർഷകസംഘത്തിന്റെയും തൊഴിലാളി സംഘത്തിന്റെയും സഹകരണത്തോടെ നടത്തപ്പെട്ട മഹാസമ്മേളനം. പത്താം കേരളരാഷ്ട്രീയ സമ്മേളനത്തിൽ കെ പി സി സി പ്രസിഡന്റ് മുഹമ്മദ് അബ്ദുറഹ്മാൻ സാഹിബ് അദ്ധ്യക്ഷൻ...

അതൊരു മഹാസംഭവമാക്കണം.

പാർട്ടിയുടെ നിർദേശം പ്രാദേശിക ഘടകങ്ങൾക്കു ലഭിച്ചു. തളിയനും വളണ്ടിയർമാരും മറ്റുകൃഷിക്കാരും മൂവർണക്കൊടിയുമേന്തി ബക്കളത്തേക്കു പുറപ്പെട്ടു. വരിയൊത്ത് കാൽനടയായി മാങ്ങാട്ടുപറമ്പിലെ ജനസമുദ്രത്തിൽ ലയിച്ചു ചേർന്നു. മഹാത്മാഗാന്ധിക്കും അബ്ദുറഹ്മാൻ സാഹിബിനും ആവേശത്തോടെ ജയ് വിളികൾ. അലയടിച്ചെത്തിയ ജനങ്ങളെ കണ്ട് അബ്ദു റഹ്മാൻ സാഹിബ് അതേ ആവേശത്തോടെ പ്രസംഗിച്ചു.

"ഇതുപോലെ ഇന്ത്യാരാജ്യത്തിലെ കൃഷിക്കാരൻ ഉണരുകയാണെങ്കിൽ ബ്രിട്ടീഷുകാരെ നമ്മുടെ രാജ്യത്തുനിന്നും ഊതിപ്പറപ്പിക്കാൻ കഴിയും." അബ്ദുറഹ്മാൻ സാഹിബിന്റെ വാക്കുകൾ കൈയടിയോടെ ജനങ്ങൾ സ്വീകരിച്ചു. 'ഭാരതമാതാ കീ ജയ്' വിളികൾ ദിഗന്തങ്ങളിൽ തട്ടി പ്രതിധ്വനിച്ചു.

8

തിരിച്ചടിക്കാൻ പഠിപ്പിച്ച മൊറാഴ

ആയിരത്തിത്തൊള്ളായിരത്തി നാൽപ്പത് സെപ്തംബർ 15. കാവുമ്പായിയിൽനിന്ന് ഇരുപത്തഞ്ചോളം കർഷക വളണ്ടിയർമാരും അതിലേറെ കർഷകരും ത്രിവർണ പതാകയുമേന്തി തളിയന്റെ നേതൃത്വത്തിൽ ജാഥയായി കീച്ചേരിയിലേക്ക് പുറപ്പെട്ടു. രണ്ടാം ലോക മഹായുദ്ധത്തിൽ ആമ്റി പ്രഭു ഏകപക്ഷീയമായി ഇന്ത്യയെ യുദ്ധപങ്കാളിയായി പ്രഖ്യാപിച്ചതിൽ രാജ്യമെങ്ങും പ്രതിഷേധം അലയടിക്കുകയാണ്. കെ പി ആർ ഗോപാലന്റെ നേതൃത്വത്തിൽ മലബാറിൽ സമരസമിതി രൂപീകരിച്ചു. യുദ്ധവിരുദ്ധ റാലികളും യോഗങ്ങളും നാടെങ്ങും നടത്തപ്പെട്ടു.

യുദ്ധവിരുദ്ധ പോസ്റ്ററുകളൊട്ടിച്ച് യുദ്ധവിരുദ്ധ വികാരം ജനങ്ങളിലെത്തിച്ചു.

കെ പി സി സിയുടെ നിർവാഹക സമിതി മലബാറിലാകെ സെപ്തംബർ പതിനഞ്ചിന് മർദകപ്രതിഷേധ ദിനമാചരിക്കാൻ തീരുമാനിച്ചിരുന്നു. മലബാറിലാകെ കർഷസംഘവും ട്രേഡ് യൂണിയനുകളും വിലനിയന്ത്രണമാചരിക്കാൻ അണിനിരന്നു. അതൊരു ബഹുജന പ്രക്ഷോഭമായി മാറുമെന്നു തോന്നിയപ്പോൾ മലബാർ കളക്ടർ വില്യംസ് നിരോധന ഉത്തരവ് പ്രഖ്യാപിച്ചു.

അധികാരികൾ അഴിച്ചുവിടുന്ന മർദ്ദനത്തിനെതിരെ സോഷ്യലിസ്റ്റ് കോൺഗ്രസ് പാർട്ടിയുടെ നേതൃത്വത്തിൽ ചിറയ്ക്കൽ താലൂക്ക് കർഷസംഘം മർദന പ്രതിഷേധദിനമാചരിക്കാൻ തെരഞ്ഞെടുത്ത സ്ഥലം കീച്ചേരി.

കാവുമ്പായി, കരിവെള്ളൂർ, കയരളം, പറശ്ശിനിക്കടവ്, മൊറാഴ, പാപ്പിനിശ്ശേരി, കല്യാശ്ശേരി തുടങ്ങിയ സ്ഥലങ്ങളെല്ലാം കർഷകസംഘത്തിന്റെ ശക്തികേന്ദ്രങ്ങൾ. സെപ്തംബർ 15 ന് ഉച്ചതിരിഞ്ഞ് അവിടുന്നൊക്കെ

ട്രെയിൻഡ് വാളണ്ടിയേഴ്സും കർഷകരും ജാഥയായി കീച്ചേരിയിലെ യതീന്ദ്രനഗറിലെത്തിച്ചേർന്നു.

ജാഥകൾ കീച്ചേരിയിലെത്തിയപ്പോൾ അവിടെ സമ്മേളനം നടക്കില്ലെന്നറിഞ്ഞു. ആറോൺമിൽ സമരം അടിച്ചമർത്തുന്നതിൽ പ്രധാന പങ്കു വഹിച്ച വളപട്ടണം പൊലീസ് ഇൻസ്പെക്ടർ കുട്ടിക്കൃഷ്ണമേനോൻ കർഷകരെയും തൊഴിലാളികളെയും മർദിച്ചൊതുക്കുന്നതിൽ കുപ്രസിദ്ധിയാർജിച്ചിരുന്നു.

അയാൾ ഒരുസംഘം പൊലീസുമായി സ്ഥലത്തെത്തി. നിരോധന ഉത്തരവ് നേതാക്കൾക്ക് നൽകി. കെ പി ആർ മറ്റു നേതാക്കളുമായി ആലോചിച്ചു. യോഗസ്ഥലം മൊറാഴ വില്ലേജിലെ അഞ്ചാം പീടികയിലേക്കു മാറ്റാൻ തീരുമാനിച്ചു. കല്യാശ്ശേരിക്കടുത്ത് ഒളിച്ച് താമസിക്കുന്ന ഇ എം എസും കേരളീയനും യോഗസ്ഥലം മാറ്റാനുള്ള നിർദേശം തന്നെയാണ് നൽകിയത്.

“മൊറാഴയിലാണ് സമ്മേളനം ചേരുന്നത്, അങ്ങോട്ടു നീങ്ങുക.”

കെ പി ആർ ഗോപാലൻ കീച്ചേരിയിലെത്തിയ ജാഥകളെ മൊറാഴയിലേക്ക് തിരിച്ചുവിട്ടു.

ചിറയ്ക്കൽ താലൂക്കിലെ വളണ്ടിയർ ക്യാപ്റ്റൻ അറാക്കൽ കുഞ്ഞിരാമൻ കയരളത്തുനിന്നും ജാഥ നയിച്ചുകൊണ്ട് കീച്ചേരിയിലെത്തി. അദ്ദേഹം ജനങ്ങളെ അണിനിരത്തി മൊറാഴയിലേക്കു നയിച്ചു.

മൊറാഴ കുട്ടിക്കൃഷ്ണമേനോന്റെ അധികാര പരിധിയിലല്ല. തളിപ്പറമ്പ് പൊലീസ് സ്റ്റേഷൻ പരിധിയിലാണ് മൊറാഴ സ്ഥിതിചെയ്യുന്നത്. യോഗം തുടങ്ങി. വേദിയിൽ നേതാക്കന്മാർ ഇരുന്നു കഴിഞ്ഞു. അധ്യക്ഷൻ കർഷകസംഘം താലൂക്ക് പ്രസിഡന്റ് വിഷ്ണുഭാരതീയൻ. മൂവർണക്കൊടി പാറിക്കളിക്കുന്നതിനിടയിൽ നിമിഷംനേരംകൊണ്ട് അരിവാൾ ചുറ്റിക അടയാളമുള്ള ചെങ്കൊടി ഉയർന്നുപൊങ്ങി. കെ പി ആർ ഗോപാലൻ പതാകയെ സല്യൂട്ട് ചെയ്തു. മുഷ്ടി ചുരുട്ടി ആവേശത്തോടെ മുദ്രാവാക്യം വിളിച്ചു. “കമ്യൂണിസ്റ്റ് പാർട്ടി സിന്ദാബാദ്..., ഇങ്കിലാബ് സിന്ദാബാദ്..” ജനം എഴുന്നേറ്റു നിന്ന് പതിന്മടങ്ങ് ആവേശത്തോടെ ഏറ്റുവിളിച്ചു: ഇതാ, ഇവിടെ കമ്യൂണിസ്റ്റ് പാർട്ടിയുടെ ആദ്യത്തെ പരസ്യ വിളംബരം നടക്കുകയാണ്. കോൺഗ്രസിലെ സോഷ്യലിസ്റ്റ് വിഭാഗം ഒന്നടങ്കം കമ്യൂണിസ്റ്റ് ആവുകയാണിവിടെ.

വിഷ്ണുഭാരതീയൻ വേദിയിൽ എഴുന്നേറ്റു നിന്നു. അദ്ദേഹം സാവകാശം പ്രസംഗം ആരംഭിച്ചു. ജനങ്ങൾ ചെവികൂർപ്പിച്ചു.

ബ്രിട്ടീഷുകാരുടെ മർദനനയത്തെ കഠിനമായി വിമർശിച്ചുകൊണ്ട് അദ്ദേഹം ശബ്ദമുയർത്തി.

പെട്ടെന്ന് ഒരു പൊലീസ് വണ്ടി ഇരച്ചെത്തി. അതിൽനിന്നും വളപട്ടണം എസ് ഐ കുട്ടിക്കൃഷ്ണമേനോൻ ചാടിയിറങ്ങി. പിറകെ കാക്കി ട്രൗസർ ധാരികൾ തുരുതുരെയിറങ്ങി. അയാൾ സമ്മേളന സ്ഥലത്തേക്കു ചാടിക്കയറി ഗർജിച്ചു.

"ഉടനെ പിരിഞ്ഞുപോകണം.

ഇവിടെ യോഗം നടത്താൻ അനുവാദമില്ല."

കീച്ചേരിയിൽ നൂറ്റിനാൽപ്പത്തിനാല് പ്രഖ്യാപിച്ചാൽ സമ്മേളനം നടത്താനാവില്ലെന്ന ഇൻസ്പെക്ടറുടെ കണക്കുകൂട്ടലുകൾ തെറ്റിച്ചുകൊണ്ട് സമ്മേളനം മൊറാഴയിലെ അഞ്ചാം പീടികയിലേക്ക് മാറ്റിയപ്പോൾ കുട്ടിക്കൃഷ്ണമേനോന് വാശികയറി. എന്തുവിലകൊടുത്തും യോഗം തടയണം. പ്രതിഷേധദിനം ആചരിക്കാൻ കർഷകരെ അനുവദിക്കില്ലെന്ന വാശിയോടെ തളിപ്പറമ്പ് മജിസ്ട്രേറ്റ് വെങ്കിട രമണ അയ്യർ, തളിപ്പറമ്പ് സബ് ഇൻസ്പെക്ടർ ബീരാൻ മൊയ്തീൻ, ഹെഡ്കോൺസ്റ്റബിൾ ഗോപാലൻനായർ, പതിനാല് പൊലീസുകാർ എന്നിവർക്കൊപ്പം കുട്ടിക്കൃഷ്ണൻ മൊറാഴയിലുമെത്തി.

യോഗം നിരോധിച്ചിരിക്കുന്നു എന്നു മജിസ്ട്രേറ്റ് പ്രഖ്യാപിച്ചു. ഉത്തരവിന്റെ കോപ്പി കെ പി ആറിന് നൽകി.

കുട്ടിക്കൃഷ്ണമേനോൻ ഉടനെ യോഗം പിരിഞ്ഞുപോകണമെന്നാവശ്യപ്പെട്ടു. വിഷ്ണുഭാരതീയൻ അയാളോട് വിളിച്ചു പറഞ്ഞു: "ഞങ്ങൾ സമാധാനപരമായി യോഗം നടത്തുകയാണ്. ഞങ്ങൾ അക്രമത്തിനു വന്നവരല്ല. സമ്മേളനം കഴിയുന്നതുവരെ ഞങ്ങൾ പിരിഞ്ഞു പോകില്ല. ഈ യോഗം പിരിച്ചു വിടാനുള്ള അധികാരം അധ്യക്ഷനായ എനിക്കാണ്. യോഗം കഴിഞ്ഞാൽ ഞാൻ അതു ചെയ്യും."

"പിരിഞ്ഞുപോയില്ലെങ്കിൽ പിരിച്ചയക്കും" ഇൻസ്പെക്ടർ ഭീഷണി മുഴക്കി. ആ ഭീഷണി വകവയ്ക്കാതെ അദ്ദേഹം പ്രസംഗം തുടർന്നു: "ഈ നിരോധത്തെ ലംഘിക്കുവാൻ നമ്മൾ തീരുമാനിച്ചിരിക്കുന്നു. ഇതിനുമുമ്പ് പല തവണ നാം അങ്ങനെ ലംഘിച്ചിട്ടുണ്ട്. അതുകൊണ്ട് യോഗാധ്യക്ഷൻ എന്ന നിലയിൽ നിങ്ങളാരും പിരിഞ്ഞു പോകരുതെന്ന് ഞാനാവശ്യപ്പെടുന്നു. നിങ്ങൾ സമാധാനത്തോടെ യോഗാവസാനം വരെ ഇവിടെത്തന്നെ ഇരിക്കണം." ജനങ്ങൾ അദ്ദേഹത്തെ അനുസരിച്ചു. അവർ പിരിഞ്ഞു പോയില്ല.

"ഉടൻ പിരിഞ്ഞുപോകണം" ഇൻസ്പെക്ടർ മൂന്നുപ്രാവശ്യം വിളിച്ചുപറഞ്ഞു.

അതിനു മറുപടിയായി കാതടപ്പിക്കുന്ന ശബ്ദത്തിലുള്ള മുദ്രാവാക്യം വിളി മുഴങ്ങി.

"ഇങ്ക്വിലാബ് സിന്ദാബാദ്."

തുടർന്ന് ഒരു ഇടിമുഴക്കമാണ് കേട്ടത്. "പിരിഞ്ഞുപോകില്ല."

കെ പി ആർ ഗോപാലന്റെ സിംഹഗർജനമായിരുന്നു അത്. മജിസ്ട്രേറ്റ് യോഗം പിരിച്ചുവിടാത്ത അധ്യക്ഷനെ അറസ്റ്റുചെയ്യാൻ നിർദേശിച്ചു. പൊലീസ് വേദിയിൽ ചാടിക്കയറി വിഷ്ണുഭാരതീയനെ വലിച്ചിഴച്ചു. അദ്ദേഹം തറയിൽ കമിഴ്ന്നു കിടന്നു.

ഇൻസ്പെക്ടർ പൊലീസ് 'ഫാളിൻ' ആവാൻ വിസിൽ മുഴക്കി. പൊലീസ് അണിനിരന്നതോടെ കെ പി ആർ വളണ്ടിയർ അറാക്കൽ കുഞ്ഞിരാമനെ വിളിച്ച് വളണ്ടിയേഴ്സിനെ അണിനിരത്താൻ ആവശ്യപ്പെട്ടു.

പൊലീസും വളണ്ടിയർമാരും അഭിമുഖമായി നിന്നു. പരസ്പരം ഏറ്റു മുട്ടാനൊരുങ്ങി.

പിന്നെ നടന്നത് ഭീകരമായ ലാത്തിച്ചാർജ്. ക്രോധം മൂത്ത് ഭ്രാന്ത് പിടിച്ച കുട്ടിക്കൃഷ്ണമേനോൻ ഓടിനടന്ന് തലങ്ങും വിലങ്ങും അടിച്ചു. പൊലീസുകാരൊന്നിച്ച് വളണ്ടിയർ ക്യാപ്റ്റൻ അറാക്കൽ കുഞ്ഞിരാമനെ ആക്രമിച്ചു. ഇൻസ്പെക്ടർ കുട്ടിക്കൃഷ്ണമേനോൻ, ചാത്തുട്ടി, രൈരു നമ്പ്യാർ, അറാക്കൽ കുഞ്ഞിരാമൻ എന്നിവരുമായി ഏറ്റുമുട്ടി. ഇൻസ്പെക്ടർ കുട്ടിക്കൃഷ്ണൻ അറാക്കലിനുനേരെ ലാത്തി ചുഴറ്റിയടുത്തപ്പോൾ അദ്ദേഹം ലാത്തി പിടിച്ചുവാങ്ങി.

കുട്ടിക്കൃഷ്ണമേനോൻ അടുത്തുള്ള ആയുർവേദ വൈദ്യശാലയിൽ നിന്ന് മരുന്നിളക്കുന്ന ഏറ്റുചട്ടുകം വലിച്ചെടുത്തു. കരുത്തനായ വലിയൊരഭ്യാസിയായ ഇൻസ്പെകടറുടെ കൈയിൽ അത് മാരകായുധമായി മാറി. അതുംകൊണ്ടയാൾ പരക്കെ പ്രഹരിച്ചു. പിന്നീടയാൾ അറാക്കലുമായി ദ്വന്ദ്വയുദ്ധത്തിലേർപ്പെട്ടു. എസ് ഐ ലാത്തികൊണ്ട് ആക്രമിക്കുമ്പോൾ അറാക്കൽ വെറും കൈകൊണ്ടതിനെ നേരിട്ടു. ലാത്തിയടിയേറ്റ് അറാക്കലിന്റെ തലപൊട്ടി ചോരയൊഴുകി. അതേസമയം തന്നെ അടുത്തുള്ള പീടികയുടെ നിരപ്പലകകൊണ്ട് ഒരു പൊലീസുകാരൻ അറാക്കലിനെ പിന്നിൽ നിന്നടിച്ചു. അറാക്കൽ കുഞ്ഞിരാമൻ ബോധരഹിതനായി നിലംപതിച്ചു.

ഇനി ക്ഷമിക്കാനാവില്ലെന്നറിഞ്ഞ് 'ഇങ്കിലാബ് സിന്ദാബാദ് 'മുഴക്കിക്കൊണ്ട് കെ പി ആർ ചാടിവീണു. കർഷകസഖാക്കൾ പണിയായുധങ്ങൾ പിടിച്ചു തഴമ്പേറിയ കൈകൾകൊണ്ട് പലകയെടുത്തടിക്കുന്ന പൊലീസുകാരനെ പരലോകത്തിന്റെ പടിവാതിൽക്കലെത്തിച്ചു.

കെ പി ആർ രംഗത്തിറങ്ങുമ്പോൾ കുട്ടിക്കൃഷ്ണൻ ചോരയൊലിപ്പിച്ചുകൊണ്ട് ആസുരമായി അടി തുടരുകയായിരുന്നു. ആളുകൾ ഇളകി കൈയിൽ കിട്ടിയ കല്ലുകൾ വലിച്ചെറിഞ്ഞു. ജനങ്ങളുടെ കോപം താങ്ങാൻ കുട്ടിക്കൃഷ്ണമോനോന്റെ കരുത്തൻ ശരീരത്തിനുമായില്ല. മൈതാനത്തിലെ ഏതോ കല്ല് അയാളുടെ ജീവനെടുത്തു.

ലാത്തിച്ചാർജിൽ കാര്യങ്ങളവസാനിച്ചില്ല. കല്ലേറിൽ പരിക്കേറ്റ എസ് ഐ ബീരാൻ മൊയ്തീൻ പിസ്റ്റൾ എടുത്ത് വെടിവെച്ചുകൊണ്ടിരുന്നു. പലർക്കും പരിക്കേറ്റു. ബോധംകെട്ടു കിടക്കുന്ന അറാക്കലിന്റെ കാലിൽ വെടികൊണ്ടു. തുടർന്നുണ്ടായ വെടിവെപ്പിൽ പലർക്കും പരിക്കേറ്റു. ആളുകൾ രണ്ടും കൽപ്പിച്ചിളകി. നിൽക്കക്കള്ളിയില്ലാതെ ഇൻസ്പെക്ടർ ബീരാൻ മൊയ്തീനും മജിസ്ട്രേറ്റും ഓടി രക്ഷപ്പെട്ടു.

ഇരുഭാഗത്തും നന്നായി പരിക്കു പറ്റി. ആശുപത്രിയിൽ വച്ച് അന്നു രാത്രി ഹെഡ്കോൺസ്റ്റബിൾ ഗോപാലൻനായർ മരിച്ചു. അണികളോട് ഇനിയും പൊലീസ് ആക്രമണം ഉണ്ടാകും എന്നും ഉടനെ അവരവരുടെ നാട്ടിൽ തിരിച്ചെത്തണമെന്നും നേതാക്കന്മാർ ആഹ്വാനം ചെയ്തു. മൊറാഴ സംഭവത്തോടെ മലബാർ കർഷസംഘം ബ്രിട്ടീഷ് സർക്കാർ

നിരോധിച്ചു. പൊലീസ് നാടാകെ അക്രമം അഴിച്ചു വിട്ടു. തുടർന്ന് കിസാൻ സഭ കർഷകസംഘത്തിന്റെ പ്രവർത്തനങ്ങൾ ഏറ്റെടുത്തു.

മൊറാഴ സംഭവത്തോടെ ഒളിവിൽപ്പോയ കെ പി ആർ കുറച്ചുനാൾ കാവുമ്പായിക്കടുത്തുള്ള ചെരിക്കോട് ഒളിവിൽ താമസിച്ചിരുന്നു. ആ മണം പിടിച്ച എം എസ് പി എള്ളരിഞ്ഞിയിൽ എത്തി. നായനാർ അവരെ സ്വാഗതം ചെയ്തു. അവർ നായനാരുടെ അതിഥിയായി പത്തായപ്പുര യിൽ തങ്ങി. അതോടെ പൊലീസും ജന്മിയും തമ്മിലുള്ള ബന്ധം ദൃഢ തരമായി.

ചെരിക്കോട് കൂമൻ മൂളുന്ന കാട്ടുപ്രദേശമായിരുന്നു. കാട്ടുവഴികളി ലൂടെ എത്തിച്ചേരാൻ പ്രയാസമുള്ള സ്ഥലം. അതുകൊണ്ടാണ് ചെരി ക്കോട് കെ പി ആറിന്റെ ഒളിത്താവളമായി തെരഞ്ഞടുത്തത്. അവിടെ വെച്ച് അദ്ദേഹത്തിനു കഠിനമായ പനി പിടിപെട്ടു. ചില്ലറ നാട്ടു ചികിൽസ യ്ക്കൊന്നും പനി വഴങ്ങിയില്ല. സഖാവിന്റെ ജീവൻ അപകടത്തിലാവും എന്ന അവസ്ഥയിലെത്തിയപ്പോൾ പുറത്തേക്കു കൊണ്ടുപോയേ തീരൂ എന്നായി.

ആവശ്യം അത്യാവശ്യമായപ്പോൾ സഖാക്കൾ വഴിയും കണ്ടുപി ടിച്ചു. ചാക്കിന്റെ തുന്നലഴിച്ച് മഞ്ചലാക്കി അതിൽ അവർ അദ്ദേഹത്തെ കിടത്തി. കുറ്റ്യാട്ടൂർനിന്ന് നെല്ല് മൂരാൻ വന്ന സ്ത്രീക്ക് പനി പിടിച്ചു. അവരെ നാട്ടിലേക്കു കൊണ്ടുപോകുകയാണ് എന്ന വ്യാജേന കെ പി ആറിനെ പകൽ വെളിച്ചത്തിൽത്തന്നെ അവർ കടത്തി.

കെ പി ആർ കാവുമ്പായിയിൽ ആയിരിക്കും ഒളിച്ചിരിക്കുക എന്നു പൊലീസ് സംശയിച്ചു. വളണ്ടിയർ മാർച്ചോടെ മൊറാഴ സമ്മേളനത്തിൽ കാവുമ്പായിക്കാർ പങ്കെടുത്തിട്ടുണ്ടല്ലോ. രാത്രിയിൽ ഓരോ വീട്ടിലും പൊലീസ് കയറിയിറങ്ങി. കാവുമ്പായിയിലെ ആണുങ്ങളെല്ലാം പകൽ മുഴുവൻ കാട്ടിലൊളിക്കും. രാത്രിയിലെങ്കിലും അവർ വീട്ടിലെത്തും എന്നു കരുതിയാണ് രാത്രിയിൽ പൊലീസെത്തുന്നത്. തളിയനെ അന്വേഷിച്ച് പൊലീസ് വീട്ടിലെത്തി. അവരുടെ കൂട്ടത്തിൽ കയരളം സ്വദേശിയായൊരു പൊലീസുകാരനുള്ളതുകൊണ്ട് അന്ന് വലിയ അക്രമമുണ്ടായില്ല. കുഞ്ഞ്യമ്മ നല്ല വാക്കുകൾ പറഞ്ഞ് അവരെ മടക്കി അയച്ചു.

മൊറാഴ സംഭവത്തിൽ 38 പേരെ പ്രതിചേർത്ത് കേസെടുത്തു. ഒമ്പതു മാസങ്ങൾക്കു ശേഷം കെ പി ആറിനെ അറസ്റ്റു ചെയ്തു. ഭീക രമർദനങ്ങൾക്കുശേഷം തലശ്ശേരി കോടതിയിൽ വിചാരണ ചെയ്തു. കെ പി ആറടക്കം പതിനാലുപേരെ രണ്ടുവർഷം മുതൽ ഏഴുവർഷംവരെ വിവിധ കാലയളവിൽ തടവുശിക്ഷയ്ക്കു വിധിച്ചു. ഇരുപതുപേരെ വെറുതെ വിട്ടു. നാലുപേരെ പിടികിട്ടിയില്ല.

സെഷൻസ് കോടതി വിധിയിൽ തൃപ്തിയാകാതെ ഗവൺമെന്റ് മദ്രാസ് ഹൈക്കോടതിയിൽ അപ്പീൽ നൽകി. ഹൈക്കോടതിയിൽ ജസ്റ്റിസ് കിങ്ങും ജസ്റ്റിസ് ഹാപ്പലും ചേർന്ന് കെ പി ആറിന് വധശി ക്ഷയും എട്ടുപേർക്ക് ജീവപര്യന്തവും വിധിച്ചു. കെ പി ആറിന്റെ വധശി

ക്ഷയ്ക്കെതിരെ നാടുണർന്നു. അദ്ദേഹത്തിന്റെ ജീവൻ രക്ഷിക്കാൻ കമ്യൂണിസ്റ്റ് പാർട്ടി ഒരു പ്രസ്ഥാനത്തിനുതന്നെ ആഹ്വാനം ചെയ്തു.

1941 മാർച്ച് 1 ന് കെ പി ആർ ദിനമാചരിച്ചു.

ആയിരങ്ങൾ ഒപ്പിട്ട ഭീമഹർജികൾ അധികാരികൾക്കയച്ചുകൊടുത്തു. പ്രതിഷേധ യോഗങ്ങളും റാലികളും സംഘടിപ്പിച്ചു. അധികാരികൾ പങ്കെടുക്കുന്ന സമ്മേളനങ്ങൾ 'കെ പി ആറിനെ വിട്ടയക്കുക' എന്ന മുദ്രാവാക്യങ്ങളാൽ മുഖരിതമായി. കേരളത്തിനു പുറത്തും കെ പി ആർ ഗോപാലൻ ജീവരക്ഷാകമ്മിറ്റികൾ രൂപംകൊണ്ടു. വിവിധ സംസ്ഥാനങ്ങളിലെ വിവിധ സംഘടനകൾ പ്രക്ഷോഭത്തിന് നേതൃത്വം നൽകി.

ലോകപ്രശസ്തനായ ബ്രിട്ടീഷ് അഭിഭാഷകൻ ഡി എൻ പ്രിറ്റ് കെ പി ആറിന്റെ കേസ് വാദിച്ചു. ബ്രിട്ടീഷ് പാർലമെന്റിൽപ്പോലും പ്രശ്നം ഉന്നയിക്കപ്പെട്ടു. കമ്യൂണിസ്റ്റ് നേതാവ് ഗല്ലച്ചറിന് ആമ്റി പ്രഭു കെ പി ആറിന്റെ പ്രശ്നത്തിൽ പരിഹാരം കാണാമെന്ന് വാക്കുകൊടുത്തു

ബോംബെയിലെ ഇന്ത്യൻ സിവിൽ ലിബർട്ടീസ് യൂണിയൻ സെക്രട്ടറി ഡോക്ടർ കെ ബി മേനോൻ ഗാന്ധിജിയെ സംഭവത്തിന്റെ യഥാർഥ വസ്തുതകൾ ബോധ്യപ്പെടുത്തി.

"മറ്റേതെല്ലാം തരത്തിൽ നീതീകരിക്കാൻ വയ്യെന്നിരുന്നാലും ദുരുദ്ദേശ്യം തെല്ലും അടങ്ങിയിട്ടില്ലാത്ത ഒരു പ്രവൃത്തിയെച്ചൊല്ലി ഒരു ചെറുപ്പക്കാരനെ തൂക്കുമരത്തിലേക്ക് അയക്കുന്നത് അപഹാസ്യമാണ്. അതുകൊണ്ട് പത്രങ്ങളും ജനനേതാക്കന്മാരും ശിക്ഷ ഇളവു കിട്ടുന്നതിന് നടത്തുന്ന പ്രയത്നങ്ങൾ എന്നെ ആഹ്ലാദിപ്പിക്കുന്നു. ജനാഭിപ്രായം സർക്കാർ ചെവിക്കൊള്ളും എന്നാണ് പ്രതീക്ഷിക്കപ്പെടുന്നത്."

ഗാന്ധിജി *ഹരിജനിൽ* ഇങ്ങനെ എഴുതി:

ജവഹർലാൽ നെഹ്റു പ്രസ്താവിച്ചു: "കെ പി ആർ ഗോപാലൻ നമ്പ്യാരുടെമേൽ ചുമത്തിയ വധശിക്ഷ റദ്ദാക്കാൻ വേണ്ടിയുള്ള അനേകം അപേക്ഷകളുടെ കൂട്ടത്തിൽ എന്റെ അപേക്ഷയേയും ചേർക്കാൻ ഞാൻ ആഗ്രഹിക്കുന്നു."

ബഹുജനപ്രക്ഷോഭത്തെ കണ്ടില്ലെന്നു നടിക്കാൻ അധികാരികൾക്കു കഴിഞ്ഞില്ല.

1942 മാർച്ച് 24 ന് മദ്രാസ് ഗവർണർ കെ പി ആറിന്റെ വധശിക്ഷ ജീവപര്യന്തമായി ഇളവുചെയ്തു.

9

കള്ളക്കേസിൻ നിഴലിൽ

മലപ്പട്ടത്ത് കമ്യൂണിസ്റ്റ് പാർട്ടിയുടെ അഖിലേന്ത്യാ സെക്രട്ടറി പി സി ജോഷി വരുന്നു. കർഷകസമ്മേളനത്തിൽ പ്രസംഗിക്കാൻ. ഇരിക്കൂർ ഫർക്കയിലെ കർഷകരുണർന്നു കഴിഞ്ഞു. സമ്മേളനം വിജയിപ്പിക്കാൻ ഫർക്കയിലെങ്ങും കർഷകരും നേതാക്കളുമൊരുങ്ങി. നാടെങ്ങും വളണ്ടിയർ പരിശീലനങ്ങൾ. കർഷക മാർച്ചുകൾ. വില്ലേജ് കമ്മിറ്റികൾ കർഷകരെ നയിച്ചുകൊണ്ട് മലപ്പട്ടത്തെത്തി.

അന്ന് അവിടെ വെച്ച് ആയിരങ്ങളെ സാക്ഷി നിർത്തി സഖാവ് ജോഷി പ്രഖ്യാപിച്ചു.

"ഇരിക്കൂർ ഫർക്ക. ചുവന്ന ഫർക്ക."

കർഷകരുടെ ഹൃദയങ്ങൾക്കൊപ്പം മൺതരികളുമതുകേട്ട് കോരിത്തരിച്ചു.

കർഷകസംഘത്തിനും കമ്യൂണിസ്റ്റുപാർട്ടിക്കും ഉത്തരവാദിത്വങ്ങൾ ഏറുകയാണ്. കൃഷിഭൂമി കൃഷിക്കാരനെന്ന സ്വപ്നം യാഥാർഥ്യമാക്കാൻ ഇനുയുമൊരുപാട് ദൂരം സഞ്ചരിക്കാനുണ്ട്.

കാവുമ്പായിയിൽ തളിയനും കൂട്ടരും തിരക്കുപിടിച്ച ദിനങ്ങളിലൂടെ കടന്നുപോകുകയാണ്, കർഷകസംഘത്തിന്റെ പ്രവർത്തനവുമായി. രഹസ്യയോഗങ്ങളും ചർച്ചകളും വാഗ്വാദങ്ങളും. കർഷകരുടെ സംശയങ്ങൾ ദുരീകരിക്കണം. ജന്മിയുടെ ചൂഷണപ്പിരിവുകൾ അവസാനിപ്പിക്കണം. കാര്യസ്ഥന്മാരുടെയും ഗുണ്ടകളുടെയും പീഡനത്തിൽനിന്ന് കർഷകരെ രക്ഷിക്കണം. അങ്ങനെയങ്ങനെ...

അപ്പോഴാണ് ആളുകളുടെ തലച്ചോറിന് തീ പിടിപ്പിക്കുന്ന വാർത്തയെത്തിയത്.

'ചീക്കിൽ കൃഷ്ണന്റെ തല കൊത്തി മുറിച്ചു.' വാർത്ത കാട്ടുതീ പോലെ പരന്നു. ആരാണ് മുറിച്ചത്?

ഏട്ടനുമനിയനും തമ്മിൽത്തല്ലി കൊത്തുമുറിയായതാണ്. കൃഷ്ണൻ കള്ളുംകുടിച്ച് വന്ന് ഏട്ടനെ ചീത്ത വിളിച്ചു. ഒന്നുംരണ്ടും പറഞ്ഞ് വാക്കേറ്റം കൈയേറ്റമായി.

ദേഹത്ത് കൈവെച്ചപ്പോൾ അനിയനാണെന്നൊന്നും ഓർത്തില്ല. കൈയിൽ കിട്ടിയത് കത്ത്യാളായിരുന്നു. തലയ്ക്കാണ് കൊണ്ടത്.

തലപൊട്ടി ചോര ഒലിപ്പിച്ചുകൊണ്ട് കൃഷ്ണൻ മുറ്റത്തിറങ്ങി. കൃഷ്ണൻ നായനാരുടെ പാപ്പാനാണ്. നായനാർക്ക് എന്നും രാവിലെ ആനയെ കണികണ്ടേ തീരൂ. ആനയ്ക്കൊപ്പം കണികാണുന്ന കൃഷ്ണ നെന്തെങ്കിലും സംഭവിച്ചാൽ നായനാർ പൊറുക്കുമോ. അതുമാത്രമോ, എടത്തിലുള്ളവരുടെ സർവ കൊള്ളരുതായ്മകൾക്കും ഏഷണിയുടെ അകമ്പടിയോടെ കൂട്ടുനിൽക്കുന്നവനുമാണ് അയാൾ. അങ്ങനെയുള്ള കൃഷ്ണനെന്തെങ്കിലും സംഭവിച്ചാൽ നായനാർ പൊറുക്കുമോ. നായനാ രുടെ കോപം താങ്ങാൻ ശേഷിയുള്ളവരുണ്ടെങ്കിൽ വരട്ടെ.

പുഞ്ചക്കണ്ടത്തിൽ വീണുകിടന്നപ്പോൾ ആളും ബഹളവുമായി ആഘോഷമായിത്തന്നെ കൃഷ്ണനെ പത്തായപ്പുരയിലെത്തിച്ചു.

വൈദ്യരെത്തി മരുന്നു വെച്ച് മുറിവു കെട്ടി. അപ്പോഴേക്കും നായ നാരെത്തി. വിചാരണയായി. ശിങ്കിടികളൊത്തുമൂളിയപ്പോൾ കൊത്തിയ വരെ കിട്ടി. ഒന്നാം പ്രതി തളിയൻ രാമൻനമ്പ്യാർ. രണ്ടും മൂന്നും പ്രതി കളെയുമൊപ്പിച്ചു. കോട്ടക്കൃഷ്ണനനും മാവില രാമർകുട്ടിയും.

മലവെള്ളപ്പാച്ചിൽപോലെ കോമരുട്ട്യെഴുത്തച്ഛനെത്തി. "എന്റെ നായ നാറെ എന്നോടിച്ചതി വേണോ?"

"നിങ്ങളനന്ത്രോൻ ആളത്ര ശരിയല്ലല്ലോ ഏത്ശാ. ആളുംതരോം നോക്കാണ്ട് കളിച്ചാ ഇങ്ങനൊക്കിരിക്കും."

"എന്റെ കുട്ടി കൂട്ടത്തിനൂല്ല കുറിക്കൂല്ല. നായനാറ് കൈവിടരുത്."

"ആദ്യം മരുമോനോട് നന്നാവാൻ പറയു. ഓനിപ്പോ കമ്മൂണിസ്റ്റാ ണുപോലും. ആൾക്കാറെ തലകൊത്തണ കമ്മൂണിസോംകൊണ്ട് നമ്മോട് കളിച്ചാൽ ഇങ്ങനിരിക്കും. സ്വന്തം കാര്യം മാത്രം നോക്കി നടക്കട്ടെ."

"എല്ലാം പറീമ്പോലെ ചെയ്തോളാം."

"ആ അനിയനോടൊന്നാലോചിക്കട്ടെ. എന്നിട്ട് പറയാം. ഏത്ശ നിപ്പൊ പോയാട്ടെ."

"നിങ്ങളെ വിശ്വസിച്ചാ ഞാനിപ്പൊ പോണത്. രക്ഷിക്കണം." ഏത്ശൻ വടികുത്തി വിറച്ചു വിറച്ച് പത്തായപ്പുരയുടെ പടിയിറങ്ങി. നായ നാർ നോക്കിനിന്നു. രണ്ടാം കാര്യസ്ഥൻ ഗോപാലൻ നായർ തല ചൊറി ഞ്ഞുകൊണ്ട് മെല്ലെ അടുത്തുവന്നു.

"എന്താടോ നായരേ?"

"മുറുക്കാനെടുക്കട്ടെ?"

"ഉം. മറ്റെന്തോ പറയാനുള്ളതുപോലെ തോന്നുന്നല്ലോ."

"ഏത്ശന്റെ മരോന്റെ കാര്യന്നെ" അയാൾ ചമ്രം പടിഞ്ഞിരുന്ന്

ചെല്ലപ്പെട്ടി എടുത്ത് തുറന്നുകൊണ്ട് പറഞ്ഞു: "ഓനത്ര സാധ്യൊന്നല്ല. കേക്കണൊ നായനാർക്ക്? ഇന്നാള് ഓനോട് പറ്യോന്ന്, 'നിന്റെ നായനാറ മുട്ടുകുത്തിച്ചിറ്റേ ഞങ്ങളടങ്ങൂ.' എന്നെപ്പ്ച്ചാൽ ഓനും ഓന്റെ കാങ്ഗ്രസു മടങ്ങുന്ന്. ഞാൻ നീട്ട്യാരാട്ട് കൊടുത്തു."

"ന്തിനാ അയിറ്റ്ങ്ങളൊടെല്ലാം പറയാൻ പോകുന്നത്? ഇപ്പൊ കോങ്ഗ്രസല്ല ഗോപാലാ, കമ്മൂണിസ്റ്റാണുപോലും. ആരീം തലയെടു ക്കുന്നവരാ അവര്. രണ്ടുപൊലീസുകാര്യല്ലേ കമ്മൂണിസ്റ്റ്കാര് മൊറാ ഴേന്ന് തച്ചുകൊന്നത്."

"എനിക്കാരീം പേടീല്ല. ഞാനുണ്ടചോറിന് നന്ദി കാണിക്കുന്നോനാ. എടത്തിലുള്ളോറ കുറ്റം പറഞ്ഞാൽ ഞാക്ക് സഹിക്കൂല" വെറ്റിലച്ചുരുൾ നായനാർക്ക് നീട്ടിക്കൊണ്ട് ഗോപാലൻ നായർ പറഞ്ഞു.

"ഓനും ഓന്റെ കമ്മൂണിസൂം. ഒറ്റെണ്ണത്തിനേം വെറുതെ വിടറ്."

"ഇങ്ങന്യാ ഉണ്ണമ്മനും പറേന്നത്." നായനാർ മുറുക്കാൻ വാങ്ങി വായിലിട്ടു.

"ചെറിയ നായനാർക്ക് അയിറ്റ്ങ്ങളെ തനിക്കൊണറിയാം അവരെ കളിയൊന്നും ഓറടുത്ത് നടക്കൂല." ഗോപാലൻ നായർ കോളാമ്പി ഉയർത്തിപ്പിടിച്ചുകൊടുത്തു.

"എനക്കോന്റെ മാതിരി പറയാനാവൂല. ഒന്നൂല്ലെങ്കില് ഞങ്ങളെ കുട്ട്യോളെ നാലക്ഷരം പഠിപ്പിച്ച ഗുരുനാഥന്റെ മദ്വോനല്ലേ ദാറൂട്ടി. പോരാ ത്തേന് ദാറൂട്ടിന്റെളയപ്പനും ഞങ്ങളും ഒന്നിച്ചു പഠിച്ചോരും."

"നായനാറ അയ്യോ പാവൊന്നും അയിറ്റങ്ങക്കില്ല. എളേപ്പനുണ്ടല്ലോ ന്നുള്ള അഹങ്കാരൂം ഉണ്ട്ന്ന് കൂട്ടിക്കോ."

"ഗോപാലൻ പറഞ്ഞത് നേരാ. കുഞ്ഞിരാമന്റെ ബലത്തിൽ തന്ന്യാ കാവുമ്പായിക്കാറെ കളി. ഓനിപ്പം വെറും കുഞ്ഞിരാമനല്ല. കാവുമ്പായി രാജാവല്ലേ. കമ്മൂണിസ്റ്റുകാറെ നേതാവ്." ഇടതുകൈയുടെ വിരലുകൾ രണ്ടും ചുണ്ടിൽ ചേർത്തുവെച്ചുകൊണ്ട് വലിയ നായനാർ കോളാമ്പി യിലേക്ക് നീട്ടിത്തുപ്പി. കോളാമ്പി നിലത്തുവെച്ചിട്ട് ഗോപാലൻനായർ മുറ്റ ത്തേക്കിറങ്ങി. ചെത്തിക്കെട്ടിയ കൽപ്പടിക്കപ്പുറത്തെ തെങ്ങിൻ തടത്തി ലേക്ക് നീട്ടിത്തുപ്പിയിട്ട് അയാൾ തിരിച്ചു വന്നു. നായനാറുടെ ചാരുക സേരയ്ക്കരികിൽ നിലത്ത് കാലും നീട്ടിയിരുന്നു. നായനാരുടെ കാലെ ടുത്ത് മടിയിൽ വെച്ച് ഉഴിയാൻ തുടങ്ങി.

"കുഞ്ഞിരാമന്റച്ഛൻ കോയാടൻ രാമൻനമ്പ്യാർ അമ്മോന്റെ വലിയ ചങ്ങാതിയായിരുന്നു. കല്യാട്ടെശമാനനോട് തെറ്റിവന്നപ്പൊ തൊട്ടുള്ള അടുപ്പും സ്നേഹൂം ഇതുവരെ മുറിഞ്ഞിട്ടില്ല. ഞാനായിട്ടത് മുറിക്കണ്ടാന്ന് കരുതിയാ മിണ്ടാണ്ടിരിക്കുന്നത്.

അല്ലാണ്ട് ഓനീം ഓന്റെ കാങ്ഗ്രസിനേം കമ്മൂണിസത്തേം പേടി ച്ചിറ്റല്ല."

"അതന്ന്യാ നായനാറ അയ്യോ പാവംന്ന് പറീന്ന്. ഇനീപ്പം ചെറി യോറ് പറീമ്പോലെ ചെയ്യുന്നതാ നല്ലത്."

"ഉണ്ണമ്മനോട് എന്നെ വന്നു കാണണമെന്ന് പറയൂ. ഞാനൊന്ന് മയങ്ങട്ടെ."

* * * * * * *

കുത്തുകേസ് പ്രതികൾ മൂന്നുപേരായിരുന്നു ആദ്യലിസ്റ്റിലുണ്ടായിരുന്നത്. കോമർ കുട്ടിയെഴുത്തച്ഛൻ അപേക്ഷിച്ചപ്പോൾ നായനാര് മനസില്ലാമനസോടെ രാമർകുട്ടിയെ പ്രതിപ്പട്ടികയിൽനിന്ന് പിൻവലിച്ചു. കോട്ടക്കൃഷ്ണൻ വാർത്ത പരന്ന ഉടനെ മുങ്ങി.

തളിയൻ വീട്ടിലെത്തുന്നതിനു മുമ്പ് തന്നെ രാമർകുട്ടി ഇളയച്ഛനെ അന്വേഷിച്ചെത്തിയിരുന്നു. കൂടെ മറ്റു രണ്ടുപേരും. രാമർകുട്ടിയുടെ പരിഭ്രമിച്ച മുഖം കണ്ടപ്പോൾ തന്നെ കുഞ്ഞ്യമ്മക്ക് കാര്യം മനസിലായി. ഉച്ചയോടെ ആ വാർത്ത അവരുടെ ചെവിയിലുമെത്തിയിരുന്നു. ചീക്കിൽ കൃഷ്ണന്റെ തല അയാളുടെ ഏട്ടൻ കണ്ണൻ കൊത്തിമുറിച്ച കഥ കേട്ടപ്പോൾ അതും തന്റെ ഭർത്താവിന്റെ തലയിൽത്തന്നെ വീഴുമെന്നും തോന്നിയിരുന്നു. പഴയ ചങ്ങാതിമാരുടെ ശത്രുത കാണാൻ തുടങ്ങിയിട്ട് നാള് കുറെയായല്ലോ. കാവുമ്പായിയിൽ എന്തു സംഭവിച്ചാലും അതിന്റെ പേരിൽ നായനാർക്ക് തളിയനെ കുടുക്കാലോ.

"ഇളയമ്മേ, ആ കാട്ടാളന്മാർ ചതിച്ചു. പൊലീസുടനെയെത്തും."

"അതിനെന്താ ദാറൂട്ടി നായനാർക്ക് ഓറെയൊന്ന് ജെയിലിലയക്കണംന്ന് മോഹംണ്ടെങ്കില് അങ്ങന്ന്യായ്ക്കോട്ട്. ആണുങ്ങക്ക് പറഞ്ഞിട്ടുള്ളതന്ന്യാ ജെയില്."

"അങ്ങനല്ലേളേമ്മേ. നായനാറ് എന്ത് പറഞ്ഞാലും പൊലീസ് ചെയ്യും. തടിക്ക് കേടു വരുത്തും. അതുകൊണ്ട് തൽക്കാലം ഒന്നു മാറി നിൽക്കുന്നതാ ബുദ്ധി."

"അതെ കുഞ്ഞീ. ഇപ്പം പൊലീസിന്റെ പിടിയിൽ പെടരുത്. നീ വേണം ഓനെ പറഞ്ഞു സമ്മതിപ്പിക്കാൻ. എങ്ങോട്ടെങ്കിലും ഒന്നു മാറി നിൽക്കണം" ഒതേനൻ നമ്പ്യാർ പറഞ്ഞു. അവർ തിരക്കിട്ട് പടിയിറങ്ങിപ്പോയി അമ്മ അടുക്കളയിലേക്കും. നാരായണൻ താടിക്ക് കൈയും കൊടുത്തിരുന്നു.

രാത്രി വൈകി വന്ന അച്ഛനോട് മകൻ വിശേഷം പറഞ്ഞു. അച്ഛൻ പറഞ്ഞു:

"അവരെന്നെ കണ്ടിരുന്നു. ഒ പിയും പറഞ്ഞു നാട്ടിൽനിന്നു മാറി നിൽക്കാൻ. ഒരു കള്ളനെപ്പോലെ ഒളിച്ചോടാനൊന്നുമാവില്ല."

അമ്മ വിളക്കുമെടുത്ത് പുറത്തേക്കു വന്നു. "ദാറൂട്ടീം പറഞ്ഞു മാറി നിക്കണംന്ന്. ഏത്ശൻ എടത്തിലെ കള്ളക്കളീം ആലോചനീം അറിഞ്ഞിറ്റ്ണ്ടാവും. അതുകൊണ്ട് വേഗം പുറപ്പെടാനുള്ള ഒരുക്കം കൂട്ടണം."

"നീയെന്നാ പറീന്നത്? കണ്ടത്തിൽ നെല്ല് വെളഞ്ഞ് കെടക്ക്ന്ന്ണ്ട്. അത് പത്തായത്തിലെത്തണമെങ്കിൽ തടിയാപ്പാതി കൊടുക്കണം. നെല്ല് മൂർന്നിറ്റൂല്ല, മുതിച്ചിറ്റൂല്ല എന്നുപറഞ്ഞാൽ ജന്മി കേക്ക്വോ?"

"അതൊന്നുമോർത്ത് നിങ്ങള് ബേജാറാവണ്ട. ഈ എടവൻ കോറോത്ത് വീട്ടിൽ കുഞ്ഞീം എട്ടൻ പൊലേനും ജീവനോട്ണ്ടെങ്കിൽ വെളഞ്ഞ നെല്ല് കണ്ടത്തിലടിയൂല. നായനാരെ വായിൽ തലവച്ച് കൊടുക്കാണ്ട് അവനോന്റെ തടി നോക്ക്യാ മതി. ചൊമരുണ്ടെങ്കിലേ ചിത്രുള്ളു."

വാദപ്രതിവാദങ്ങൾക്കൊടുവിൽ പതിവുപോലെ ഭർത്താവ് കീഴടങ്ങി. പിന്നെയെല്ലാം ഭാര്യ തീരുമാനിച്ചു. ഏട്ടന്റെ മോളെ പുടമുറി കഴിച്ചുപോയത് പടിയൂരാണ്. അങ്ങോട്ടുപോകാം. എല്ലാം ആറിയിട്ടു വന്നാൽ മതി. പാതിരക്ക് മൂത്തമോൻ നാരായണനെ അമ്മ വിളിച്ചുണർത്തി. അച്ഛനൊപ്പം തുണ പോകണം.

"നിനക്കെന്താ പ്രാന്തുപിടിച്ചോ ഏളർക്കെർച്ചീല്ലാത്ത കുട്ടി ഒറ്റയ്ക്ക് തിരിച്ചുവരോ? എന്നെക്കൊല്ലാൻ വരുന്നവർ ഓന വെറുതേ വിടോ? മകന്റെ തലയിൽ തടവിക്കൊണ്ട് അച്ഛൻ പറഞ്ഞു: "മോനിവിടെനിന്ന് അമ്മേനീം അനിയമ്മാരീം നോക്കണം." തിരിഞ്ഞ് ഭാര്യയോട്, "എടോ, പീട്യേലെ കാര്യങ്ങള് നിന്റാങ്ങള കുഞ്ഞിക്കണ്ണൻ നോക്കിക്കോളും. ബാക്കിയ്യല്ലാം ഏടത്തീനീം മക്കളീം വിളിച്ച് ചെയ്യിക്ക്. കളത്തിലെ കാവലിന് കുഞ്ഞമ്പൂനെ വിളിച്ചോ. രാത്രി കൂട്ടിന് കുഞ്ഞിക്കോരനെ വിളിക്കണം." അച്ഛൻ തിരിഞ്ഞുനോക്കാതെ പടിയിറങ്ങി ഇരുളിൽ മറഞ്ഞു.

10

കടുവയെ കുടുക്കാൻ

കോട്ടക്കൃഷ്ണൻ ഒളിവിൽപ്പോയി. എവിടെയുണ്ടെന്നാർക്കുമറിയില്ല. എടത്തിലെ വെറുമൊരു കാലിച്ചെക്കനായിരുന്നു കൃഷ്ണൻ. കാര്യസ്ഥൻമാർക്കു തോന്നുമ്പോൾ ചീത്തപറയാനും തല്ലാനും പറ്റുന്നൊരു ജന്മം. മർദനം സഹിക്കാനാവാതെ ഒരിക്കൽ കാര്യസ്ഥനെ എതിർക്കാനുള്ള ധൈര്യം കാണിച്ചുപോയി കൃഷ്ണൻ. അതിന്റെ ഫലം ഭീകരമായിരുന്നു. പിടിച്ചുകെട്ടി തല്ലി, ബോധം മറയുവോളം. ഒരുതുള്ളി കണ്ണീർപോലും വീഴ്ത്താതെ അന്നവൻ മർദനം സഹിച്ചു. ഒരു കാലിച്ചെക്കനിത്ര ധൈര്യമോ? ഗുണ്ടകളുടെ കൈത്തരിപ്പ് മുഴുവൻ ആ പിഞ്ചു ശരീരത്തിലന്നവർ തീർത്തു. ഇടിച്ചു നുറുക്കിയ വേദനയോടെ എടത്തിന്റെ കോലായിൽ ചുരുണ്ടുകൂടി. ശബ്ദമില്ലാതെ കരഞ്ഞു. അച്ഛനുണ്ടായിരുന്നെങ്കിൽ ഇങ്ങനെ കണ്ടവരുടെ തല്ല് കൊള്ളേണ്ടിവരില്ലായിരുന്നു.

പട്ടിണിയിൽനിന്ന് രക്ഷപ്പെടാനാണ് അമ്മ എടത്തിലേക്ക് പൈക്കളെ മേയ്ക്കാനയച്ചത്. അന്തിയാകുന്നതുവരെ കണ്ടത്തിലിറങ്ങി പണിയെടുത്താൽ കൊങ്ങായി നെല്ലാണ് അമ്മയ്ക്കു കിട്ടുക. അതുകൊണ്ട് അഞ്ചാറു വയറിന്റെ എരിച്ചിലകറ്റാനാവാഞ്ഞപ്പോൾ ഒമ്പതു തികയാത്ത മകനെ കാലിമേയ്ക്കാൻ കാട്ടിലയക്കേണ്ടി വന്നു. വളരുന്തോറും തന്റെ ചുറ്റും നടക്കുന്ന അതിക്രമങ്ങൾ കണ്ട് അവന്റെ മനസു പുകഞ്ഞു. എതിർപ്പിന്റെ സ്വരം അറിയാതെ പുറത്തേക്കു വന്നു. ആരോടും ചോദിക്കാതെ അവൻ ബാലസംഘത്തിൽ ചേർന്നു. ജാഥകളിൽ കുട്ടികളുടെ നേതാവായി. അതോടെ ജന്മിക്കും ഗുണ്ടകൾക്കും പുറത്തേക്കെറിയേണ്ട പുകഞ്ഞ കൊള്ളിയായി മാറുകയായിരുന്നു കൃഷ്ണൻ. കാരണം അവൻ വളരുകയാണെന്നവർ അറിഞ്ഞു. അവസരത്തിനുവേണ്ടി അവർ കാത്തിരുന്നു. മുളയിലേ നുള്ളുന്നതാണുത്തമമെന്ന് കൂടെയുള്ളവർ ഉപദേശിച്ചപ്പോൾ

കൃഷ്ണനെ കള്ളക്കേസിൽ കുടുക്കാൻ നായനാർ മടിച്ചില്ല. എന്നിട്ടും കൃഷ്ണനെ പൊലീസിന്റെ കൈകളിലെത്തിക്കാൻ കരക്കാട്ടിടം നായനാരുടെ പ്രതാപത്തിനു കഴിഞ്ഞില്ല.

അപ്പോൾ നായനാരുടെ ഭാഗ്യം പോലെ കാറ്റിൽ പറന്നൊരു വാർത്തയെത്തി. തളിയനെ കണ്ടവരുണ്ട്. വാർത്ത നായനാരുടെ കാതിലുമെത്തി. നായനാർ എള്ളരിഞ്ഞിയിലെ അംശകച്ചേരിയിലേക്ക് കാര്യസ്ഥനെ അയച്ച് ഹെഡ്കോൺസ്റ്റബിൾ നാണുനായരെ വരുത്തി. അംശം അധികാരി ചിണ്ടൻകുട്ടി നായനാരുടെ എള്ളരിഞ്ഞിയിലെ കച്ചേരിയിൽ രണ്ടു പൊലീസുകാരും ഒരു ഹെഡ്കോൺസ്റ്റബിളുമുണ്ട്.

കണ്ടവരെ കണ്ടുപിടിക്കാൻ ജന്മിഗുണ്ടകളും പൊലീസും നാടുമുഴുവൻ അരിച്ചുപെറുക്കി. സഞ്ചാരിയായ കേളു സ്വാമിയെ നായനാരുടെ സമക്ഷത്തിൽ ഹാജരാക്കി. നായനാരുംകൂടി ചോദ്യംചെയ്തപ്പോൾ പാവം കിടുകിടാ വിറച്ചു മൂത്രമൊഴിച്ചു. തളിയൻ രാമൻനമ്പ്യാരെ എവിടെയാണ് കണ്ടതെന്ന ചോദ്യത്തിന് മുക്കിയും മൂളിയും കണ്ണീരൊലിപ്പിച്ചും കേളു സ്വാമി ഉത്തരം പറഞ്ഞു: "പടിയൂരുണ്ട്." കാവിയുടുത്ത് പലനാട്ടിലും സഞ്ചരിച്ച്, ഓരോ വീട്ടിലും കയറി ഓരോപിടി അരി വാങ്ങി ജീവിക്കുന്ന സഞ്ചാരികളിലൊരാളാണ് കേളുസ്വാമി. അങ്ങനെ പടിയൂരെത്തിയപ്പോൾ അവിടെയൊരു വീടിന്റെ പൂമുഖത്ത് ചാരുകസേരയിൽ ഇരുന്ന് മുറുക്കുന്ന ആളെ കണ്ടപ്പോൾ നല്ല മുഖപരിചയം തോന്നി. സൂക്ഷിച്ചുനോക്കിയപ്പോൾ തളിയനാണെന്നു മനസ്സിലായി.

ഹെഡ്കോൺസ്റ്റബിൾ നാണുനായരുടെ നേതൃത്വത്തിൽ ഒരു സംഘം പൊലീസുകാർ ഉടൻ പുറപ്പെട്ടു, പടിയൂരേക്ക്. നായനാർ വിശ്വസ്തരായ അനുയായികളെയും അയച്ചുകൊടുത്തു. പിടികിട്ടിയാൽ ചെണ്ട കൊട്ടി കൊണ്ടുവരാൻ ചെണ്ടക്കാരെയും ഏർപ്പാടാക്കി. വഴികാണിച്ചു കൊടുക്കാൻ കേളുസ്വാമിയെക്കൂടി കൊണ്ടുപോയി. തളിയനെ പൂട്ടാനാണ് പോകുന്നതെന്ന് വഴിനീളെ വിളംബരം ചെയ്യാനുമവർ മറന്നില്ല. പുലക്കോട്ടത്തിന്റെ താഴെയെത്തിയപ്പോൾ കുണ്ടൻ നമ്പ്യാർ അങ്ങോട്ടു കയറി.

"ഞാനിപ്പൊ വരാം."

കുറച്ചുകഴിഞ്ഞപ്പോൾ അയാൾ ഓടിക്കിതച്ചെത്തി. "എന്താടോ നമ്പ്യാരേ, ഒരു കള്ളക്കളി?" ഹെഡ്കോൺസ്റ്റബിൾ നാണുനായർ ചോദിച്ചു.

"പെലക്കോട്ടത്ത് ഒരു അത്തായക്കൊല തൂക്കാൻ ചില്ലറ കൊടുക്കാൻ കേറിയതാ. ആ കഴുവേറിമോൻ നമ്മളെത്തുമ്പ്ളക്ക് ഓടിപ്പോകാണ്ടിക്കാൻ ഓന്റാൾക്കാര് ഇപ്പത്തെന്നെ അറീച്ചിട്ടുണ്ടാകും."

"എന്നിട്ടേടപ്പോകാനാടോ? ഈ ഇരിക്കൂർ ഫർക്കേലെവെട്യായാലും ഞാനോനെപ്പൊക്കും. ഇത് നായനാർക്ക് കൊടുത്ത വാക്കാ."

ചുവന്ന തൊപ്പിക്കാരെ കണ്ട് കറ്റയും ചുമന്ന് വരുന്ന അടിയാറ് കുപ്പച്ചിയും സംഘവും കണ്ടത്തിലെ ചേറിലിറങ്ങി വഴിയൊഴിഞ്ഞു.

"എന്താടീ തളിയന്റെ കണ്ടത്തിലെ കറ്റയാണോ?" പിന്തിരിഞ്ഞു

നിൽക്കുന്ന ചെറുപ്പക്കാരിയുടെ ചന്തിക്ക് വരമ്പത്തുനിന്ന് ലാത്തി നീട്ടി കുത്തിക്കൊണ്ട് ഹെഡ്കോൺസ്റ്റബിൾ ചോദിച്ചു.

"അതേമാനേ, ഈറ്റ്ങ്ങളെല്ലാം ഓന്റെ പണിക്കാർത്ത്യളാ. ബാക്കി ള്ളോര് വിളിച്ചാ എന്താ ഈറ്റ്ങ്ങളെ ഒരഹങ്കാരം" കുണ്ടൻ നമ്പ്യാർ എരിവുകേറ്റിക്കൊടുത്തു.

"അതെല്ലാം മാറ്റാനല്ലേ ഞങ്ങള് വന്നത്"ലാത്തി വീശിക്കൊണ്ട് അയാൾ മുന്നോട്ട് നടന്നു. പിന്നാലെ മറ്റുള്ളവരും. വരമ്പിന്റെ കണ്ടികൾ ചാടിക്കടന്ന് സംഘം കരയ്ക്കുകയറി. കൂട്ടുംമുഖം മുക്ക് കടന്ന് അവർ അങ്ങാടിയിലെത്തി. പുഴക്കരയിലെ താണുകിടക്കുന്ന ഇടവഴിയിലേക്കിറങ്ങി നടക്കുമ്പോൾ പുഴയിലേക്കാരോ എടുത്തുചാടിയതുപോലെ. പൊലീസ് പിന്നാലെയോടി. വെള്ളം ഇളകുന്നുണ്ട്. ആരെയും കാണുന്നില്ല.

"ഏതോ കള്ളനായിന്റെ മോനായിരിക്കും. വിടരുതോനെ." നാണു നായർ പറഞ്ഞു. പൊലീസുകാരിലൊരുത്തൻ വിളിച്ചു പറഞ്ഞു: "ദാ, അങ്ങോട്ടു നോക്കൂ. അവിടെ ഒരു തല കാണുന്നുണ്ട്."

"ആർക്കൊക്കെ നീന്താനറിയാം?" നാണുനായർ ചോദിച്ചു. കൂട്ടത്തിൽ ചിലർ മുണ്ടഴിച്ച് തലയിൽ കെട്ടി.

"ഏമാനേ, അതൊരു മണ്ണനാണെന്നു തോന്നുന്നു. അതെ മണ്ണൻ[1] തന്നെ. ആരും വെള്ളത്തിലെറങ്ങല്ലേ." പോതാൻ കിട്ടൻ വിളിച്ചു കൂവി.

ഞാവൽക്കൊമ്പിലിരുന്നൂഞ്ഞാലാടുന്ന കുരങ്ങൻ അവരെ നോക്കി പല്ലിളിച്ചു.

ഒരണ്ണാറക്കണ്ണൻ കളിയാക്കുംപോലെയൊന്നു ചിലച്ചു.

പഴയങ്ങാടിയെത്തിയപ്പോൾ കച്ചവടക്കാരായ മാപ്പിളമാർ പീടികയിൽ നിന്നും എത്തിനോക്കി പൊലീസിനെ കണ്ട് ഉള്ളോട്ട് തന്നെ വലിഞ്ഞു.

ഇരുമ്പു റെയിലിൽ മുരുക്കിൻതടികൾ ചേർത്തുവെച്ച് കയറുകൊണ്ട് കെട്ടിയ ഓടത്തുപാലം ബൂട്സിട്ടകാലുകൾ കൊണ്ട് ചവിട്ടിക്കുലുക്കി പൊലീസ് കടന്നു.

പിന്നാലെ മറ്റുള്ളവരും.

പടിയുരെത്തിയപ്പോൾ നാണുനായർ കേളുവിനോട് പറഞ്ഞു: "നീ ആദ്യം ചെന്ന് അയാൾ അവിടെ ഉണ്ടോന്ന് നോക്കിയിട്ട് വാ."

കേളുസ്വാമി തിരിച്ചു വന്നിട്ട് പരിഭ്രമത്തോടെ പറഞ്ഞു: "ഓറാടീണ്ട്."

മുറ്റത്തെത്തിയപ്പോഴാണ് വീട്ടുകാർ പൊലീസിനെയും സംഘത്തെയും കണ്ടത്.

നാരായണി ഉറക്കെ കരയുന്നതു കേട്ട് തളിയൻ ഇറങ്ങിവന്നു.

"ആരെയും ഉപദ്രവിക്കേണ്ട. ഞാൻ വന്നേക്കാം."

അദ്ദേഹം മുറ്റത്തേക്കിറങ്ങി. കൈകൾ നീട്ടി. ഹെഡ്കോൺസ്റ്റബിൾ പൊലീസുകാരന്റെ കൈയിൽനിന്നും വിലങ്ങു വാങ്ങി അണിയിച്ചു.

"ഇനി ചെണ്ട കൊട്ടിക്കോളൂ" ആരോ നിർദേശിച്ചു.

---

1. മുതല.

അവരുടെ നടുവിൽ അദ്ദേഹം ശിരസ്സുയർത്തിപ്പിടിച്ചു നടന്നു. വഴി നീളെ പുരുഷന്മാരും സ്ത്രീകളും കുട്ടികളും കൗതുകത്തോടെ നോക്കി നിന്നു. ഈ ആജാനുബാഹു ആരാണ്? അവർ പരസ്പരം ചോദ്യമെറി ഞ്ഞു.

"കടുവയെ കിട്ടി. കടുവയെ പിടിച്ചേ" എന്ന ആർപ്പ് അവർക്കുത്തര മേകി.

സാധാരണ നാട്ടിലിറങ്ങുന്ന പുലിയെ വീഴ്ത്താൻ മഞ്ച ഒരുക്കിവ യ്ക്കും. അതിനുള്ളിലെ ചെറിയ കൂട്ടിൽ നരിയെ ആകർഷിച്ചു വരുത്താൻ ആടിനെയും കെട്ടിവെക്കും. പുലി കൂട്ടിൽ കയറുമ്പോൾ കൂടിൻ വാതിൽ അടയും. പുലി വീണുകഴിഞ്ഞാൽ അംശം അധികാരിയെ വിവരമറിയി ക്കും. അധികാരി എത്തിയാൽ തയാറായി നിൽക്കുന്ന തോക്കുകാർ അദ്ദേഹം ആജ്ഞാപിക്കുമ്പോൾ മേലോട്ട് വെടിവയ്ക്കും. പിന്നീട് പുലിയെ വെടിവെക്കും. എന്നിട്ടതിന്റെ നാക്ക് മുറിച്ച് കരിച്ചു കളയും. അത് മണ്ണിലിട്ടുകൂടാ. കൊടും വിഷമാണുപോലും. ചെറുപ്പക്കാർ ചത്ത നരിയെ തണ്ടിൽക്കെട്ടിയെടുത്ത് ചെണ്ടകൊട്ടി നാട് വലംവെക്കും. വീടു കളിൽനിന്ന് നരിയെ എഴുന്നള്ളിച്ചു വരുന്നവർക്ക് പണം കൊടുക്കും.

അതുപോലെ ചെണ്ടകൊട്ടി അങ്ങാടികളിലും കവലകളിലും ആഘോഷത്തോടെ ആനയിക്കുമ്പോൾ ഒന്നും സംഭവിക്കാത്തമട്ടിൽ തളിയൻ നിന്നുകൊടുത്തു. എള്ളരിഞ്ഞിയിലെത്തിയപ്പോൾ നായനാരും പരിവാ രവും അക്ഷമരായി കാത്തുനിൽപ്പുണ്ടായിരുന്നു. അതിൽ എടത്തിലെ ബന്ധുവായ പഴയ വീട്ടിലധികാരിയുമുണ്ട്. തളിയന്റെ ഭാര്യ കുഞ്ഞ്യമ്മ യുടെ തറവാട്ടുകാരൻ. പഴയൊരു കണക്ക് പഴയ വീട്ടിലധികാരിക്ക് തളി യനോട് തീർക്കാനുണ്ട്.

കുഞ്ഞ്യമ്മക്ക് കയരളത്ത് കുടുംബസ്വത്തായി കിട്ടിയ പറമ്പിൽ അദ്ദേഹത്തിനൊരു കണ്ണുണ്ടായിരുന്നു. അത് ചുളുവിലയ്ക്ക് തട്ടിയെടു ക്കാൻ തളിയൻ സമ്മതിച്ചില്ല. പത്തായപ്പുരയിലെ കേസുവിചാരണയിൽ അദ്ദേഹമത് തീർക്കുകതന്നെ ചെയ്തു. പഴയവീട്ടിലധികാരിയായാലും പുതിയ വീട്ടിലധികാരിയായാലും തളിയനെ സംബന്ധിച്ചിടത്തോളം ഒരു പോലെയാണ്. ബന്ധുക്കളെയെന്നല്ല, ആരെയും താണുതൊഴുന്ന ശീലം തളിയനൊട്ടില്ലതാനും.

നാണുനായരും സംഘവും എത്തിയപ്പോൾ "കാവുമ്പായി രാജാ വെത്തിയോ" എന്ന പരിഹാസം നായനാർ പുരുഷാരത്തിനു നേർക്കെറി ഞ്ഞു. അമർത്തിയ മൂളലിനും ചിരിക്കുമിടയിൽ തളരാതെ തളിയൻ അക്ഷോഭ്യനായി നിലകൊണ്ടു.

പത്തായപ്പുരയിലെത്തിയ ഉടനെ അദ്ദേഹത്തെ ചങ്ങലകൊണ്ട് തൂണിൽ പിടിച്ചു കെട്ടി. ആനയെ തളയ്ക്കുന്ന ചങ്ങലകൊണ്ട് കാലിലും തളച്ചു.

വിചാരണയിൽ പലരും പലതും പറഞ്ഞു: സാക്ഷികളെ ഒന്നൊ ന്നായി വിളിപ്പിച്ചു. കൊത്തിയവനും കൊത്തുകൊണ്ടവനും പറഞ്ഞു: "കൊത്തിയത് തളിയൻ തന്നെ. പിടിച്ചുവെച്ചത് കോട്ടക്കൃഷ്ണൻ."

കൊത്തിയത് നേരിൽ കണ്ടവരേറെ. അവരും മൊഴിനൽകി. കൊത്തിയത് തളിയനെന്ന്.

"ഏട്ടനെ പരിക്കേൽപ്പിച്ചത് തളിയനല്ല." അനിയൻ രാമന്റെ സാക്ഷി മൊഴിയെ അസത്യമൊഴികൾ കഴുത്തുഞെരിച്ചു കൊന്നു.

ഇനി ശിക്ഷ നടപ്പാക്കണം. ആദ്യം നായനാരുടെ ശിക്ഷ. അതുകഴിഞ്ഞ് മജിസ്ട്രേറ്റ് ശിക്ഷിച്ചാൽ മതി. അങ്ങനെയെത്ര ശിക്ഷ നടപ്പാക്കിയിട്ടുണ്ട് നായനാന്മാർ.

എന്തു ശിക്ഷയാണ് തളിയനു നൽകേണ്ടത്? അയാൾ വലിയ അഭിമാനിയല്ലേ. അതിനു ക്ഷതം സംഭവിച്ചാൽ മരിച്ചതിനു തുല്യം. പെണ്ണുങ്ങളുടെ രക്ഷകനല്ലേ! അപ്പോൾ ഒരു പെണ്ണപമാനിച്ചാൽ സഹിക്കില്ല. അതിന് അങ്ങനെയൊരു പെണ്ണുവേണമല്ലോ. നായനാർ ചെല്ലും ചെലവും കൊടുത്ത് പെണ്ണുങ്ങളെ നിർത്തുന്നത് വെറുതെയാണോ? അത്തരത്തിലൊരു പെണ്ണാണ് പൊതുവാൾത്തി ചെറിയ.

എടത്തിലെ അടിച്ചു തളിക്കാരത്തികളിലൊരാളാണ് ചെറിയ. നല്ല തണ്ടും തടിയുമുള്ള പെണ്ണ്. പണ്ടെപ്പൊഴോ ഒരുത്തൻ മുണ്ടുകൊടുത്തിരുന്നു. അധികകാലം അതു വാണില്ല. അതിലൊരു മോനുണ്ട്. കുടുംബമായിട്ടേ നായനാരുടെ ആശ്രിതരാണ്. എടത്തിലേക്ക് പാലും മോരും കൊണ്ടുവരുന്നത് ചെറിയയുടെ കുടുംബക്കാരാണ്. ആ ചെറിയയെ ഈ ദൗത്യമേൽപ്പിക്കാം. അടിച്ചു തളിക്കാരിയല്ലേ ചെറിയ. നല്ല ചാണകവെള്ളത്തിൽ ചൂലുമുക്കി തളിയനെ ഒന്നു അടിച്ചു ശുദ്ധീകരിക്കണം.

എല്ലാവരും തീരുമാനം കേട്ട് 'ബലേ ഭേഷ് ' പറഞ്ഞു കൈയടിച്ചു. ഇതു കണ്ടുകൊണ്ടുവന്ന കോമറെഴുത്തച്ഛൻ മാത്രം ഞെട്ടി. അദ്ദേഹം പറഞ്ഞു: "നായനാറോട് ഒരപേക്ഷയുണ്ട്. നിങ്ങൾ രണ്ടുപേരും എനക്കൊരുപോലെയാണ്. ഇത്തരം പ്രവർത്തനംകൊണ്ട് ഭയങ്കരമായ ഭവിഷ്യത്ത് ഉണ്ടാകും. ഒരു മനുഷ്യജീവിയാണെന്നെങ്കിലും കരുതണം. ദൈവം ഉണ്ടെന്ന് വിചാരിക്കണം. ഓൻ വല്യ അഭിമാന്യാ. ഇങ്ങനെ അപമാനിച്ചാൽ മരിച്ചു കളയും. അതിന്റെ ഫലം സർവനാശമായിരിക്കും. വിനാശകാലേ വിപരീത ബുദ്ധി."

എല്ലാവരും പരിഹസിച്ചു ചിരിച്ചു. കാര്യസ്ഥൻമാർ ചെറിയയെത്തേടി ഓടി. കണ്ടെത്താൻ കഴിഞ്ഞില്ല. ചെറിയ ഒളിച്ചു കളഞ്ഞു. അവസാനം അടിച്ചുതളി ശിക്ഷ അവസാനിപ്പിച്ച് മറ്റു ശിക്ഷാവിധികൾ തേടാൻ തുടങ്ങി.

നായനാർ നാണുനായർക്ക് വേണ്ട നിർദേശം നൽകി: "ഓൻ ആറു മാസമെങ്കിലും അകത്തു കിടക്കണം."

നായനാരും ബന്ധുക്കളും ഒന്നടങ്കം ആവശ്യപ്പെട്ടു. ഹെഡ്കോൺസ്റ്റബിൾ നാണുനായർ അംശക്കച്ചേരിയിൽ സർവാധികാരങ്ങളും കൈയാളി വാഴുന്ന കാലം. യാതൊരു പഴുതുകളുമില്ലാതെ കുറ്റപത്രം തയാറാക്കി. ഇയാൾ കുറ്റം ചെയ്തിട്ടുണ്ട് എന്ന് സാക്ഷികളും തെളിവുകളും നിരത്തി

അയാൾ കോടതിയിൽ സമർഥിക്കും. ഊരിപ്പോരാനാവില്ല. സായിപ്പ് ആറു മാസമെങ്കിലും കൊടുത്തോളും.

രാത്രി ഏറെ വൈകിയതുകൊണ്ട് തളിയനെ അന്ന് പത്തായപ്പുരയിലെ താൽക്കാലിക ലോക്കപ്പിലിട്ടു. എടത്തിലെ അടക്ക നീറ്റിലിടുന്ന മുറിയിൽ പൂട്ടിയിട്ടു. ജന്മി പറയുന്നവരെ പൂട്ടിയിട്ട് മർദിക്കുന്നതവിടെയാണ്. അതിനുശേഷമേ മജിസ്ട്രേറ്റിന് മുന്നിൽ ഹാജരാക്കാൻ പാടുള്ളൂ. ചീഞ്ഞ അടക്കയുടെ നാറ്റം കാരണം അകത്തുകടക്കാതെ പൊലീസ് മുറിയുടെ പുറത്തു കാവൽ നിന്നു.

പുലർച്ചയ്ക്കുതന്നെ ഹെഡ്കോൺസ്റ്റബിളും പൊലീസുകാരനും അംശം കോൽക്കാരനുംകൂടി തളിയനെ പത്തായപ്പുരയുടെ പടിയിറക്കി. കൂട്ടുംമുഖത്തെ പാലംകടത്തി നടത്തിക്കൊണ്ടുപോയി. പടൃക്കല്ല് കടന്ന്, അമ്മകോട്ടവും പഴയങ്ങാടിയും കടന്ന്, ശ്രീകണ്ഠാപുരം വഴി, ചെങ്ങളായിക്കപ്പുറം കുറുമാത്തൂരിനപ്പുറം തളിപ്പറമ്പിലേക്ക് കുഞ്ഞിരാമൻ നമ്പ്യാരെ കൈയിൽ വിലങ്ങും വെച്ചവർ നടത്തിക്കൊണ്ടുപോയി, മജിസ്ട്രേറ്റിന്റെ മുമ്പിൽ ഹാജരാക്കാൻ. അന്ന് അവിടെ റിമാൻഡിൽ സൂക്ഷിച്ചതിനുശേഷം അടുത്ത ദിവസം മജിസ്ട്രേറ്റിനു മുമ്പാകെ ഹാജരാക്കി. പ്രതിയെ ജാമ്യത്തിലിറക്കാൻ ആരുമുണ്ടാവില്ലെന്ന ധാരണയെ തെറ്റിച്ചുകൊണ്ട് വക്കീൽ ഹാജരായി. മരുത്യോടൻ ഒതേനൻ നമ്പ്യാർ കോടതിയിൽ ജാമ്യം നിന്നു. പാർട്ടി ആവശ്യമുള്ളതെല്ലാം ചെയ്തിരുന്നു.

കോടതിയിൽനിന്ന് പുറത്തിറങ്ങിയപ്പോൾ തളിയൻ "ഒതേനൻ നമ്പ്യാരേ," എന്നൊന്നു വിളിച്ചു. കൈപിടിച്ചമർത്തിക്കൊണ്ട് അദ്ദേഹം പറഞ്ഞു: "ഞാനിത് ജീവനുള്ള കാലംവരെ മറക്കില്ല."

"ന്റെ കുഞ്ഞിരാമൻ നമ്പ്യാരെ, ആ നായനാറ് എന്നീം കൊറെ ബെള്ളം കുടിപ്പിച്ചതാന്ന് നിങ്ങക്കറിയാലോ. എന്റെ ആലേന്ന് കറക്കുന്ന പൈക്കള്ള്യാ നായനാറ കാര്യസ്ഥൻ പിടിച്ചുകൊണ്ടുപോയത്. എത്ര കള്ളക്കേസാ അയാൾ എനിക്കെതിരേ കൊടുത്തിട്ടുള്ളതെന്ന് കണക്കാക്കാൻ പറ്റില്ല. അപ്പൊളെല്ലാം നിങ്ങളെപ്പോലുള്ളവര് ഉണ്ടായിറ്റാ പൊറത്തെറങ്ങാൻ കഴിഞ്ഞത്. ഇപ്പൊ നിങ്ങക്കൊരാപത്ത് വന്നപ്പൊ ഞാൻ വന്നു. അങ്ങനെ കരുത്യാ മതി."

"കേസ് നടത്തണം. വക്കീലിനെ കാണണം. അതുകൊണ്ട് ഞാൻ കാവുമ്പായിക്ക് ഇപ്പൊ വരുന്നില്ല. അതൊക്കെ കഴിഞ്ഞ് വെറുതെ വിട്ടെങ്കിലേ വരുന്നുള്ളൂ. അല്ലെങ്കില് വെല്യവീട്ടില് ആറുമാസം കെടക്കണ്ടേരുംന്നറിയാലോ. ഓളോടും പിള്ളറോടും ധൈര്യായിരിക്കാൻ പറയണം."

11

തീയിൽക്കുരുത്ത് വെയിലത്ത് വാടാതെ

കാവുമ്പായിയിലെ പതിവു കാഴ്ചകളിൽ വലിയ മാറ്റമൊന്നുമു ണ്ടായില്ല. എന്നും സൂര്യൻ ഉദിച്ചുയർന്നു. കൊയ്ത്തും മെതിയും അതി നിടയിൽ ചില്ലറ ഏഷണി പറച്ചിലും നിർബാധം തുടർന്നു.

കുഞ്ഞ്യമ്മയും മക്കളും ഒന്നും സംഭവിക്കാത്ത മട്ടിൽ പെരുമാറാൻ ശ്രമിച്ചു. അച്ഛന്റെ കാര്യം പറഞ്ഞ് കളിയാക്കിയവർക്ക് കുഞ്ഞ്യമ്മയും നാരായണനും കണക്കിനു കൊടുത്തു. രാഘവൻ മുഖം വീർപ്പിച്ച് മിണ്ടാ തിരുന്നു. കുഞ്ഞപ്പൻ മോൻ കാര്യമറിയാതെ കളിച്ചു നടന്നു. നായനാ റുടെ ശിങ്കിടികൾ പറഞ്ഞു: "അമ്മേന്റീം മക്കളീം അഹങ്കാരം ഒട്ടും കുറ ഞ്ഞില്ലല്ലോ. ഉം നടക്കട്ടെ. ചെമ്മീൻ തുള്ള്യാൽ മുട്ടോളം. പിന്നെത്തു ള്ള്യാൽ ചട്ടീല്."

താഴെ ചാളക്കിലെ എട്ടൻ പുലയനും അവന്റെ പെണ്ണ് പൊക്കിയും പിറന്നു വീണതുതന്നെ തളിയൻ കുഞ്ഞിരാമനെളോലെ കണ്ടത്തിലാ യിരുന്നു എന്നുപറഞ്ഞാൽ അതിശയോക്തിയാവില്ല. കുഞ്ഞിപ്പെംക്രാ ടിന്റെ കഞ്ഞികുടിച്ചിട്ടാണ് എട്ടന്റെ മക്കൾ വളർന്നത്. എളോലിന്[1] എട്ടൻ പണിക്കാരനല്ല. കൂടപ്പിറപ്പാണ്. കൂട്ടുംമുഖത്തെ പുഴയിൽ കുളിക്കുമ്പോൾ ഒരിക്കൽ എട്ടനെ മുതല പിടിച്ചു. കൂടെയുള്ളവർ വലിച്ചു കരയിൽ കയ റ്റിയെങ്കിലും കാലിലെ മാംസത്തിൽ നല്ലൊരു ഭാഗം മുതല കൊണ്ടു പോയിരുന്നു. കരയ്ക്കു കയറ്റിക്കിടത്തിയിട്ട് മറ്റുള്ളവർ തളിയന്മാർവീട്ടി ലേക്ക് എട്ടന്റെ മോനെ അയച്ചു. തളിയൻ കുഴമ്പ് തേച്ച് കുളിക്കാനൊരു ങ്ങുമ്പോഴാണ് എട്ടനെ മണ്ണൻ പിടിച്ചു എന്ന് കരഞ്ഞുകൊണ്ട് മകൻ ഓടിയെത്തിയത്. മുക്കിയ ഓട്ടു മുരട വെള്ളത്തിൽ തന്നെയിട്ട് തളിയൻ ചാളക്കിലേക്കോടി.

1. പുലയർ നമ്പ്യാരെ വിളിക്കുന്ന ആചാരപ്പേര്.

ആ രാത്രി തന്നെ എട്ടനെ തണ്ടുകെട്ടി കണ്ണൂരേക്കെടുപ്പിച്ചു. അലോപ്പതി ചികിൽസ അന്നു കണ്ണൂർ മാത്രം. കുഞ്ഞിരാമൻ നമ്പ്യാർ കൂടെ നിന്ന് വേണ്ടതെല്ലാം ചെയ്തു. തുടയിലെ മാംസമെടുത്തുവെച്ചാണ് കാലിനു ചികിൽസിച്ചത്. ജീവനും കാലിനും കുഴപ്പമില്ലാതെ രക്ഷിച്ചെടുത്തു. കുഞ്ഞിരാമെളോല് ആവശ്യപ്പെട്ടാൽ എട്ടൻ ജീവൻപോലും പറിച്ചു നൽകും.

അതിരാവിലെ കുഞ്ഞ്യമ്മ മക്കളെ പറഞ്ഞയച്ചു. കുട്ടികളോട് എട്ടൻ പറഞ്ഞു: "കഞ്ഞിബെച്ച് കുടിച്ച്റ്റ് ഞാളങ്ങ് ബന്നോളാം." പുഴുങ്ങിയ നെല്ല് കലത്തിലിട്ട് ഇളക്കി ഉണക്കുന്നതിനിടയിൽ പൊക്കിയും പറഞ്ഞു: "ഇത് കുത്തി കഞ്ഞി വെച്ച് പിള്ളർക്ക് കൊടുത്തിട്ട് ഇപ്പ ബരാം." അതും കേട്ട് കുട്ടികൾ മടങ്ങി. അമ്മയോട് വിവരം പറഞ്ഞു. കാത്തിരുന്ന് കൂട്ടി വരാത്തതിന് അമ്മ മക്കളുടെ പ്രാപ്തിയില്ലായ്മയെ കുറ്റം പറഞ്ഞു. "ഈ അമ്മേന്റെ കാര്യം. എട്ടൻ വരുംന്ന് പറഞ്ഞില്ലേ. പിന്നെന്താ?"

നാരായണന് സംശയമേയില്ല. എട്ടന്റെ ആത്മാർഥതയെ സംശയിക്കാൻ ഒരു കാരണവുമില്ല. മറിച്ച് ഒരുപാട് അനുഭവങ്ങളുണ്ട് താനും.

കണ്ടത്തിൽ നെല്ല് വിളയിക്കുന്ന അതേ അധ്വാനം അകത്തുകേറ്റാനും വേണം. അതിനെല്ലാവരും ഒത്തുപിടിച്ചേ തീരൂ. പത്തുപതിനഞ്ചു വയസായ വാല്യക്കാരനല്ലേ. അതുകൊണ്ട് നാരായണന് നന്നായിത്തന്നെ അധ്വാനിക്കേണ്ടി വരാറുണ്ട്. ജന്മിക്ക് കോട്ടൂർ നെല്ലെത്തിക്കണം. അതിന് ഇറയത്ത് കൂട്ടിയിട്ട നെല്ല് പറയിൽ അളന്നെടുത്ത് ചാക്കിൽ നിറച്ചുകൊണ്ടിരിക്കുമ്പോൾ എട്ടൻ വന്നിട്ട് വളപ്പിൽ കിളയ്ക്കാൻ കുങ്കോട്ട്[1] വേണമെന്നു പറഞ്ഞു. രണ്ടെണ്ണം കൊടുത്തപ്പോൾ ഒന്നു വലുതാണ്. മറ്റൊന്ന് ചെറുതുമായിപ്പോയി. അപ്പോൾ എട്ടനു ദേഷ്യം വന്നു. "നല്ല കുങ്കോട്ട് ഓട്ത്തു."

"അതീടില്ല."

"ഏടപ്പോയി?"

"അത് ഇന്നലെ നട്ടി[2]ക്ക് കെളക്കാൻ കൊണ്ടുപോയിറ്റ് വെല്യാലില് വെച്ചു. കെളച്ചു തീർന്നിറ്റില്ല. അതിപ്പൊ എടുക്കാൻ പോകാൻ കഴിയില്ലല്ലോ. അതുകൊണ്ട് ഇപ്പം ഇതോണ്ട് കെളക്ക്."

"അനക്ക് കയീല്ല. നല്ലതുകൊണ്ടോയിക്കളഞ്ഞില്ലേ?"

"എന്നാടാ?" അച്ഛൻ ചോദിച്ചു.

"നല്ല കുങ്കോട്ട് ഏട്യോ കൊണ്ടായി ചാടി" എട്ടൻ പറഞ്ഞു.

"ഞാൻ ചാടീറ്റൊന്നൂല്ല. നട്ടിനടാൻ കൊണ്ടോയതാ."

"നിന്നെ ഞാൻ" എന്നു പറഞ്ഞ് അച്ഛൻ ചാടിയെണീറ്റു.

അപ്പോൾ മകൻ നെൽക്കൂനയിൽനിന്ന് മുറ്റത്തേക്ക് ഒറ്റച്ചാട്ടം. കൂടെ അഞ്ചുപറ നെല്ലിലേറെ മുറ്റത്തെത്തി. അച്ഛൻ പിന്നാലെയോടി. പെരുന്തില വയലിൽ വെച്ച് പിടികൂടി. കളത്തിന്റെ വേലികെട്ടിയ നാട്ട വലി

1. കൈക്കോട്ട്.
2. പച്ചക്കറി കൃഷി.

ച്ചൂരി അടിക്കാൻ തുടങ്ങി. അഞ്ചാറു വടി പൊട്ടുന്നതുവരെ അടിച്ചു. ഏട്ടൻ കരഞ്ഞുപറഞ്ഞിട്ടും അച്ഛൻ പിടിവിട്ടില്ല. കുറേ കിട്ടിക്കഴിഞ്ഞപ്പോൾ അച്ഛന്റെ പിടി ഒന്നയഞ്ഞുപോയി. ആ തക്കംനോക്കി ഓടി രക്ഷപ്പെട്ടു. അച്ഛൻ പിന്നാലെ ഓടിയെങ്കിലും ഒപ്പമെത്താൻ കഴിഞ്ഞില്ല. അന്നോടി യെത്തിയത് മാരാർ വീട്ടിലാണ്. കുഞ്ഞപ്പയും ശങ്കരനും കൃഷ്ണനും കൂട്ടുകാരാണല്ലോ. അതുകൊണ്ട് എപ്പോഴും അവിടെ കയറിച്ചെല്ലാം. നേരെ മുകളിലേക്കു കയറി. ലക്ഷ്മി മാരസ്യാർ "എന്താ നാരായണാ" എന്നു ചോദിച്ചപ്പോൾ മിണ്ടല്ലേന്ന് ആംഗ്യം കാണിച്ചു. സന്ധ്യവരെ അവിടെ ഒളിച്ചിരുന്നു. അന്നാണ് അച്ഛന്റെ സ്നേഹം എന്താണെന്നറിഞ്ഞ ത്. വൈകുന്നേരമായപ്പോഴേക്കും അച്ഛന് ആധിയായി. എല്ലായിടത്തും അന്വേഷിച്ചു. "മോനേ നാരായണാ" എന്ന് ഉറക്കെ വിളിച്ചുകൊണ്ട് സന്ധ്യ യോടെ അച്ഛൻ മാരാർ വീട്ടിലുമെത്തി.

രാമമാരാർ ചോദിച്ചു. "എന്താ കുഞ്ഞിരാമൻ നമ്പ്യാരെ?

"എന്റെ നാരായണൻ ഇങ്ങോട്ടെങ്ങാൻ വന്നോ? എട്ടനോട് കലമ്പി നെല്ല് തട്ടിത്തെറിപ്പിച്ചപ്പൊ അന്നേരത്തെ ദേഷ്യത്തിന് ഓനെ ഞാൻ കൊറേ തച്ചു. ഇതുവരെ വീട്ടിലെത്തീറ്റില്ല. ഓന്റമ്മച്ച്യാന്നെങ്കില് അതു മിതും പറയാനും തൊടങ്ങി."

"ഓനേടപ്പോകാനാ? നല്ലോണം പൈക്കുമ്പം വീട്ടിലെത്തും."

"നിങ്ങള് പറീന്നെടത്ത്വന്നല്ല കാര്യം. എല്ലിനൊറപ്പ് വെച്ചു കഴിഞ്ഞു. എനിയേടപ്പോയാലും ചോറ് കിട്ടും. അണച്ചുപിടിക്കാനും ആളുണ്ടാവും."

"നിങ്ങള് ബേജാറാവാണ്ട് ഇപ്പപ്പോയാട്ടെ. സന്ധ്യകയിഞ്ഞിറ്റും ബന്നി റ്റില്ലെങ്കിൽ നമ്മക്ക് പരതാം."

അച്ഛൻ മുറ്റം കടന്നപ്പോൾ രാമമാരാരോട് ലക്ഷ്മി മാരസ്യാർ പതുക്കെ പറഞ്ഞു:

"ഓനട്ടത്തുണ്ട്."

"അയ്യോ, ഓാറ വിളിച്ചു പറയട്ട്." മാരാർ മുറ്റത്തേക്കിറങ്ങാൻ തുട ങ്ങിയപ്പോൾ ഓടിച്ചെന്ന് വായ്പൊത്തി. "ഞാനങ്ങ് പൊയ്ക്കോളാം. ഇപ്പൊ എന്നെക്കണ്ടാൽ അച്ഛന് ദേഷ്യാ വരും."

പത്ത് നാഴിക രാച്ചെന്നപ്പോൾ കള്ളനെപ്പോലെ പതുങ്ങിച്ചെന്നു. പാലം കടക്കുന്നിടത്ത് അച്ഛൻ കാവൽ നിൽക്കുന്നുണ്ടായിരുന്നു. കണ്ട ഉടനെ കൈപിടിച്ചു കൊണ്ടുപോയി ഇറയത്തിരുത്തി. മുണ്ട് പൊന്തിച്ച് കാൽവണ്ണയും തുടയും പരിശോധിച്ചു. കരിവാളിച്ചു കിടക്കുന്നതു കണ്ട് കണ്ണിൽ വെള്ളം നിറഞ്ഞു. കുഴമ്പ് പുരട്ടി ചൂടുവെള്ളത്തിൽ തോർത്തു മുണ്ട് മുക്കി ആവിപിടിച്ചു. മനസിൽ സങ്കടം നിറഞ്ഞു. പാവം എന്റെ അച്ഛൻ. ആ അച്ഛനെയാണ് ദുഷ്ടന്മാർ പിടിച്ചുകൊണ്ടുപോയത്.

കുഞ്ഞ്യമ്മ ദേഷ്യവും സങ്കടവുംകൊണ്ട് കണ്ണ് കാണാത്ത അവ സ്ഥയിൽ ഏട്ടത്തിയുടെ വീട്ടിലെത്തി. അനിയത്തിയുടെ ചുവന്ന മുഖം കണ്ടപ്പൊഴേ പന്തികേട് മണത്തു. തമ്പായിയമ്മ അനിയത്തിയുടെ പ്രതാ പിയായ ഭർത്താവിന്റെ സഹായം പ്രതീക്ഷിച്ചിട്ടു തന്നെയാണ് കയര

ളത്തെ ഓഹരി വിറ്റ് കാവുമ്പായി വീടും പറമ്പും വാങ്ങിയത്. ഇതുവരെ എല്ലാക്കാര്യത്തിനും അതുണ്ടായിരുന്നു താനും. അനിയത്തി പ്രഖ്യാപിച്ചു: "അമ്മേം മക്കളും ഇപ്പൊ എന്റെകൂടെ കണ്ടത്തിലേക്ക് വരണം. ഓരോ മൂർച്ചക്കത്തീമെടുത്തോ. നെല്ല് വെളഞ്ഞു ചത്തു. ന്റെ പിള്ളറീം കൂട്ടാം."

ഏട്ടത്തി മക്കളെയും കൂട്ടി കൂടെയിറങ്ങി. ഏടത്തിയും അനിയത്തിയും മക്കളും എട്ടന്റെ സഹായത്തോടെ ഒരുവിധം നെല്ല പത്തായത്തിലെത്തിച്ചു. ജന്മിക്കളക്കേണ്ടത് കൊടുത്തയച്ചു. അതിനിടയിലൊരു ദിവസം മരുത്യോടെനെത്തി.

"കുഞ്ഞീ, നീ കാളി വിളിച്ച് കൊയപ്പുണ്ടാക്കറ്. ഓൻ ഒരു നാലു മാസം കയിഞ്ഞിറ്റേ ബെരൂള്ള്."

"അപ്പൊ ഓർക്ക് ജെയിലിൽ ചോറൊറച്ചൂന്നർഥം. ഞാൻ കയരളത്തെ പ്രതാപിയായ ദാറൂട്ടി നമ്പ്യാറെ മോളാ. കാളൂന്നൂല്ല, ബിളിക്കുന്നൂല്ല. കാളും ബിളിക്കും ചെയ്താല് മക്കളെ നോക്കാനാവൂല്ലലോ."

നാരായണനാണ് അച്ഛൻ ജെയിലിൽ പോയതിലേറെ പ്രയാസം അനുഭവിച്ചത്. കണ്ടത്തിൽ അമ്മയും വലിയമ്മയും മൂർന്നുവെച്ച കറ്റകൾ തലയിലെടുത്ത് കളത്തിലെത്തിക്കണം. വലിയമ്മയുടെ മക്കളായ ദാമോദരേട്ടനും ഗോവിന്ദേട്ടനും കൂട്ടിനുണ്ടാകും. കളത്തിൽ മെതിച്ചു കൂട്ടിയ നെല്ലിന് രാത്രി കാവൽ കിടക്കണം. നെല്ല് കൂനകൂട്ടി ചാണക വെള്ളം കൊണ്ട് നെൽക്കൂനയിൽ ചിത്രപ്പണികൾ ചെയ്യും, ആരെങ്കിലും വാരിയാൽ അറിയാൻ. അനിയന് ഒറ്റയ്ക്ക് കിടക്കാൻ പേടിയാണ്. അതുകൊണ്ട് അമ്മ അവനെ കളത്തിൽ കാവലിന് അയക്കില്ല. പുലർച്ചയ്ക്കെണീറ്റ് എട്ടന്റെ കൂടെ ആലപ്പറമ്പിൽ പോയി മൂരികളെ തെളിച്ച് കണ്ടത്തിലെത്തിക്കണം. കാവുമ്പായിക്കാരുടെ ആല മുഴുവൻ പുള്ള്യാംകുന്നിലെ ആലപ്പറമ്പിലാണ്. ഉച്ചവരെ കണ്ടത്തിൽ കാലിപൂട്ടി ഉച്ചയ്ക്കുശേഷം കാലികളെ കാട്ടിൽ മേയ്ക്കാൻ കൊണ്ടുപോകും. സന്ധ്യക്ക് ആലപ്പറമ്പിലെ ആലയിൽ കെട്ടി ഊതലിടും[1] അവിടെ നിന്നാണ് രാവിലെ അഴിച്ചുകൊണ്ടു വരേണ്ടത്.

നെല്ല് മൂർന്ന കണ്ടം വിണ്ടുകീറുന്നതിനു മുമ്പ് കീറിമുറിക്കേണ്ടതാണ്. രണ്ടുമൂന്ന് ചാല് പൂട്ടിയിട്ട് ഉഴുന്ന് വിതയ്ക്കണം. വെയിലിനു ചൂടായാൽ പിന്നെ കണ്ടത്തിൽ നിൽക്കാനാവില്ല. അതുകൊണ്ട് അതിരാവിലെ എഴുന്നേൽക്കണം. എട്ടൻ കാലിപൂട്ടുമ്പോൾ ഭക്ഷണം കൊണ്ടുക്കൊടുക്കണം. മൂരികളെ കുളിപ്പിക്കാൻ സഹായിക്കണം. ഉച്ചക്കുശേഷം മരത്തന്റെ കൂടെ കാട്ടിൽ മൂരികളെ മേയ്ക്കാനും പോകണം. മൂരികളെ മേയ്ക്കാൻ പോയപ്പോഴാണ് ആ പാട്ട് ആദ്യമായി കേട്ടത്. കാലിമേയ്ക്കാൻ വന്ന ചെക്കൻമാർ പാടിക്കൊണ്ടിരിക്കുന്നു.

"ചാച്ചാപ്പീച്ചിക്കണ്ണൻ തലക്കു കൊത്ത്യല്ലോ

---

1. ആലയുടെ വാതിൽ പൂട്ടാനുപയോഗിക്കുന്ന മര അഴി.

കോട്ടക്കൃഷ്ണൻ ഒളിവിലായല്ലോ
തളിയൻ രാമൻ ജെയിലിലായല്ലോ."

കേട്ടപ്പോൾ ആദ്യം ദേഷ്യം തോന്നി. അവരുടെ അടുത്തേക്ക് ഓടാൻ തുടങ്ങിയപ്പോൾ എട്ടൻ പിടിച്ചു വെച്ചു. "മോൻ്റച്ഛനൃല്ലല്ലോ അവര് കളിയാക്കിയത്, കൊത്ത്യവരെയല്ലേ."

ആലോചിച്ചുനോക്കിയപ്പോൾ ശരിയാണെന്നു തോന്നി. "അച്ഛൻ വരുന്നതുവരെ മോൻ കൂട്ടത്തിനും കുറിക്കും പോകണ്ട" എന്ന് അമ്മയും പറഞ്ഞു.

അക്കൊല്ലത്തെ വിഷു തളിയന്മാർവീട്ടിനു പുറത്തുകൂടി പൊയ്ക്കളഞ്ഞു. അമ്മ സദ്യ ഒരുക്കിയില്ല. ഉപ്പേരി വറുത്തില്ല. പതിവുപോലെ പുല്ലുതച്ച നെല്ലിന്റെ പുകിയ അരികൊണ്ടുള്ള ചോറും വെള്ളരിക്ക ഓലനും മാത്രം. നെല്ല് മെതിച്ചാലും കല്ലിൽ തല്ലിയെടുത്താലും കറ്റയിൽ നെന്മണികൾ ബാക്കിയുണ്ടാകും. അത് കൂട്ടിവെച്ച് പുകിക്കഴിഞ്ഞാൽ പെണ്ണുങ്ങൾ വലിയ വടികൊണ്ട് തച്ച് നെന്മണികളെടുക്കും. അത് പാറ്റി പതിരു കളഞ്ഞ് നല്ല നെല്ലും വന്നലയുമായി വേർതിരിക്കും. അതിൽ ഏതാണ്ട് പകുതി തല്ലിയ പെണ്ണുങ്ങൾക്ക് കൂലിയായി കൊടുക്കും. ബാക്കിയുള്ളത് വീട്ടുകാർ കുത്തി അരിയാക്കി ചോറുവെച്ചുണ്ണും. ചോറ് രുചിയുണ്ടാവില്ല. വായിലിട്ടാൽ പരുപരാന്നിരിക്കും. അതുതീരുന്നതുവരെ അമ്മ അച്ഛനു മാത്രമേ നല്ല ചോറ് വെക്കൂ. നല്ല ചോറിനു വേണ്ടി ശാഠ്യം പിടിക്കുമ്പോൾ അച്ഛൻ കൂടെയിരുത്തി ഊട്ടും. എന്നിട്ട് ഈ വിഷുദിനത്തിലും പുഴുകിയ അരിയുടെ ചോറ്. ആരും വേണ്ടെന്നു പറഞ്ഞ് ശാഠ്യം പിടിച്ചില്ല. അമ്മ പറഞ്ഞു: "അച്ഛൻ വന്നിട്ട് നമ്മക്ക് സദ്യയൊരുക്കാം."

12

അക്ഷരദീപം കൊളുത്തി വീണ്ടും

വലിയ വയലിൽ വീണ്ടും വിത്തുവിതച്ചു. നാട്ടുകാരെ അത്ഭുതപ്പെടുത്തിക്കൊണ്ട് അമ്മയും മക്കളും പുലരുമ്പോൾ തന്നെ കണ്ടത്തിലെത്തും. അടുത്ത കണ്ടത്തിൽ ഞാറിടാൻ കട്ടപൊളിക്കുമ്പോൾ കല്യാണിക്കുട്ടിയമ്മ പറഞ്ഞു: "എന്നാലും കുഞ്ഞി കേമ്യന്നെ. രാമാട്ടനില്ലാഞ്ഞിറ്റും ഓള് കണ്ടം പൂട്ടി ഞാറിട്ടില്ലേ."

ഏട്ത്തി ചേയ്ക്കുട്ടിയമ്മ പിന്താങ്ങി. "നേരന്നെ. ഞാറ് മുളച്ച് പൊരിച്ചു നടാനാവുമ്പ്ളക്ക് ഓറിങ്ങെത്തും ചെയ്യും."

"കണ്ടം നടക്കാഞ്ഞാ ഓക്ക് മക്കളെ പോറ്റാൻ കയ്യോ?" മഞ്ഞേരി വീട്ടിലോറ് മറുപടി പറഞ്ഞു.

"നിങ്ങള് ഭാഗൊന്നും പറയണ്ട. ഞാനും നല്ലതന്ന്യാ പറഞ്ഞത്" കല്യാണിയമ്മ പറഞ്ഞു.

മഴപെയ്ത് തോട് നിറഞ്ഞപ്പോഴേക്കും രാമൻനമ്പ്യാർ ജയിലിൽ നിന്നിറങ്ങി. കൃഷിയും കുടുംബക്കാര്യവുമായി കുറച്ചുനാൾ. അച്ഛൻ വന്നതോടെ നാരായണന് സ്വാതന്ത്ര്യം കിട്ടി. വീണ്ടും സ്കൂളിൽ പോകാൻ തുടങ്ങി.

അത് ഏറെ നീണ്ടു നിന്നില്ല. ഒരുദിവസം സ്കൂളിലെത്തിയപ്പോൾ എടത്തിലെ കുട്ടികൾ, നായനാരുടെ മരുമക്കൾ സങ്കടത്തോടെ പറഞ്ഞു:

"നാളെ മുതൽ സ്കൂളിൽ വരണ്ട. ഇന്ന് സ്കൂൾ അടച്ചു പൂട്ടും. നാളെ സ്കൂൾ പൊളിക്കാൻ പണിക്കാർ വരും. അമ്മോൻ പറയുന്ന കേട്ടു."

കൃഷ്ണനും രയരപ്പനും എടത്തിലെ കുട്ടികളാണെങ്കിലും നല്ല കൂട്ടുകാരാണ്. അവരെ പിരിയുന്നതിൽ നാരായണന് വിഷമം തോന്നി.

അന്ന് അധ്യാപകരൊന്നും ക്ലാസിൽ വന്നില്ല. മുഴുവൻ സമയവും ഹെഡ്മാസ്റ്ററുടെ മേശയ്ക്കു ചുറ്റുമിരുന്ന് കൂടിയാലോചന തന്നെ.

വൈകുന്നേരം ഹെഡ്മാസ്റ്റർ ക്ലാസിൽ വന്നു പറഞ്ഞു: "ഇന്ന് സ്കൂൾ അടച്ചു പൂട്ടണമെന്ന് ഉത്തരവ് കിട്ടിയിട്ടുണ്ട്. അതുകൊണ്ട് നാളെ ആരും സ്കൂളിൽ വരേണ്ട."

മണിയടിച്ചപ്പോൾ എല്ലാവരും സ്കൂൾ വിട്ടിറങ്ങി. കൃഷ്ണനും രയരപ്പനും നാരായണനെ കെട്ടിപ്പിടിച്ചു കരഞ്ഞു.

വിവരമറിഞ്ഞപ്പോൾ അമ്മ പറഞ്ഞു: "നന്നായി. അഞ്ചിൽ എത്ര കൊല്ലാ ഇരിക്കേണ്ടത്."

"ഓന്റെ കുറ്റല്ലല്ലോ. നമ്മക്ക് നിവൃത്തിയില്ലാഞ്ഞിട്ടല്ലേ തളിപ്പറമ്പിൽ ചേർത്ത് പഠിപ്പിക്കാൻ. മോൻ വിഷമിക്കണ്ട. അടുത്ത കൊല്ലം തളിപ്പറമ്പിലെ സ്കൂളിൽ ആറാം ക്ലാസിൽ ചേർക്കാം" അച്ഛൻ സമാധാനിപ്പിച്ചു.

"അപ്പോഴേക്കും പൊടോറി കയ്ക്കാനാകും" അമ്മ കളിയാക്കി. "അല്ല അറിയാഞ്ഞിറ്റ് ചോയ്ക്ക്വാ. ആ നയനാരെന്തിനാ സ്കൂള് പൂട്ടുന്നത്. നാട്ടിലെ പിള്ളര് രണ്ടക്ഷരം പഠിച്ചാൽ ഓർക്കെന്നാ നഷ്ടം?'

"പഠിച്ചവർ അതിക്രമം കണ്ടാൽ ചോദിക്കും. അപ്പൊ അവർക്ക് എന്ത് തോന്ന്യാസും കാണിക്കാൻ പറ്റില്ല. അതെന്നെ കാര്യം. പഠിച്ചിട്ടാണ് ഇങ്കിലാബ് വിളിക്കുന്നതുപോലും. അതിൽ കുറച്ചു കാര്യം ഇല്ലാതില്ല. നായനാർമാരുടെ കൂടെയിരുന്ന് പഠിച്ചതാണ് ഞാൻ. അതുകൊണ്ടാണ് എനക്ക് അവരുടെ നേരെ നിന്ന് മുട്ടു വിറക്കാതെ ചോദിക്കാൻ കഴിയുന്നത്."

അടുത്ത ദിവസം അതിരാവിലെ തന്നെ നായനാരുടെ പണിക്കാരെത്തി. ഇട്ടാണി[1] വെച്ച് പുരപ്പുറത്തു കയറി. ഓടിറക്കിവെച്ചു. ആശാരി കഴുക്കോലും പട്ടികയും പൊളിച്ചടുക്കി. തണ്ടും തടിയുമുള്ള വാല്യക്കാർ കല്ലിളക്കി പെണ്ണുങ്ങളുടെ തലയിൽ വെച്ചുകൊടുത്തു. അവരതുംകൊണ്ട് എടത്തിനുനേരെ നീങ്ങി. ഓടും കല്ലും മരവും ഒന്നൊന്നായി എടത്തിലെത്തി. കണ്ടവരെല്ലാം മിണ്ടാതെ നടന്നു. ചിലർ മൂക്കത്ത് വിരൽ വച്ചു.

വീണ്ടുമവിടെ കുട്ടികളെത്തി. പഠിക്കാനല്ല. കളിക്കാൻ. സ്കൂൾ പറമ്പിൽനിന്ന് കണ്ണുപൊത്തിക്കളിക്കുന്ന കുട്ടികളുടെ ആരവമുയർന്നു. കണ്ണടച്ചുകളിക്കുന്ന നായനാരെ പരിഹസിക്കുമ്പോലെ.

ഈ അതിക്രമം അങ്ങനെ പൊറുക്കാൻ കോട്ടക്കൃഷ്ണൻ തയാറായില്ല. ഒളിവുജീവിതം പഴയ കാലിച്ചെക്കന്റെ ജാതകം മാറ്റിക്കുറിച്ചു. കമ്യൂണിസത്തിന്റെ തുറന്നിട്ട വാതിലിനുള്ളിലേക്കാണ് അന്നവൻ ഒളിച്ചെത്തിയത്. അവിടെനിന്നും അവന് അറിവും കരുത്തും ലഭിച്ചു. പാർട്ടി അവനെ ഏറ്റെടുത്തു പഠിപ്പിച്ചു. ഒളിച്ചോടിയ കൃഷ്ണനല്ല തിരിച്ചെത്തിയത്. പിന്നെയും സഞ്ചാരം. പല സ്ഥലത്തും തങ്ങി. പലരേയും കണ്ടു. ഒരുപാട് പഠിച്ചു. മനസിൽ ചാരം മൂടിക്കിടക്കുന്ന തീപ്പൊരി ആളിക്കത്താൻ നിമിത്തങ്ങളൊരുങ്ങി. സുബ്രഹ്മണ്യഷേണായിയെപ്പോലുള്ള നേതാക്കന്മാരുമായുള്ള അടുപ്പം കാഴ്ചപ്പാടാകെ മാറ്റിമറിച്ചു. ചൂഷകരെയും വർഗശത്രുക്കളെയും തിരിച്ചറിയാൻ കഴിഞ്ഞു.

---

1. തട്ടിൻപുറത്തും പുരപ്പുറത്തും കയറാനുപയോഗിക്കുന്ന ഗോവണി.

നൂറ്റാണ്ടുകളായി ചൂഷണത്തിനിരകളായിക്കഴിഞ്ഞവരുടെ പ്രതിനിധിയാണ് താൻ. താനുൾപ്പെടുന്ന വർഗത്തെ രക്ഷിക്കാൻ പറ്റുന്നതൊക്കെ ചെയ്യണം. അധ്വാനിക്കുന്നവന്റെ വിയർപ്പിന്റെ ഫലം കവർന്നെടുക്കുന്നവരാണ് ജന്മിമാർ. വാരം, പാട്ടം, ശീലക്കാശ്, കത്ത്യാൾപ്പണം, കുറ്റിപ്പണം, വാശി, നുരി, മുക്കാൽ, വെച്ചുകാണൽ, കാഴ്ച, എണ്ണിയാലൊടുങ്ങാത്ത പിഴകൾ. എല്ലാം ജന്മിയുടെ അവകാശങ്ങൾ.

ആരാണിതൊക്കെ അയാൾക്ക് അനുവദിച്ചു കൊടുത്തത്? ആരായാലും അത് അംഗീകരിക്കാനാവില്ല.

ഭൂമിയുടെ യഥാർഥ അവകാശി മണ്ണിൽ പണിയെടുക്കുന്നവനാണ്. ആ അവകാശം ലഭിക്കണമെങ്കിൽ അധ്വാനിക്കുന്നവൻ സംഘടിച്ചേ തീരൂ. വിധിയെന്നു വിശ്വസിച്ച് എല്ലാ അനീതിയും സഹിക്കുന്ന പാവപ്പെട്ടവരെ സംഘടിപ്പിക്കണം. ഓടി നടന്നു പ്രവർത്തിച്ചു. സംശയമുള്ളവർക്ക് വിശദീകരിച്ചുകൊടുത്തു. അനുഭവത്തിന്റെ ചൂടും ചൂരുമുള്ള വാക്കുകളിൽ പലരുടെയും സംശയങ്ങൾ അലിഞ്ഞുപോയി. പിറന്ന മണ്ണിന്റെ വിളി കാതിൽ മുഴങ്ങാൻ തുടങ്ങിയിട്ട് കുറച്ചു കാലമായി. തിരിച്ചു പോണം. അമ്മയെയും കുടുംബത്തെയും കാണണം.

എള്ളരിഞ്ഞിയിൽ നായനാരുടെ സിംഹാസനത്തിന് നേരിയ ഇളക്കം തട്ടിത്തുടങ്ങിയിരിക്കുന്നു. ചുറ്റുവട്ടത്തെ കുടിയാന്മാരെല്ലാം സംഘടിക്കാൻ തുടങ്ങിയത് വലിയ നായനാരും അനുജന്മാരും അൽപ്പസ്വൽപ്പം പരിഭ്രമിക്കാൻ ഇടയാക്കിയിട്ടുണ്ട്. ഇന്നലെവരെ വായ്ക്കൈപൊത്തി ഓച്ഛാനിച്ചു കഴിഞ്ഞവർ പത്തായപ്പുരയുടെ മുന്നിൽ വന്നുനിന്ന് "ജന്മിത്തം നശിക്കട്ടെ" എന്നു വിളിച്ചു കൂവുമ്പോൾ നായനാർക്കു സഹിക്കാനാവുന്നില്ല.

നാട്ടിലെത്തിയ പഴയ കാലിച്ചെക്കനെ വിളിപ്പിച്ചത് ഭീഷണിപ്പെടുത്താനല്ല. അനുനയിപ്പിച്ച് കൂടെ നിർത്താനാണ്. നായനാർ വെച്ചുനീട്ടിയ പ്രവൃത്തികാര്യക്കാർ പദവി നിരസിക്കാൻ കൃഷ്ണന് രണ്ടാമതൊന്ന് ആലോചിക്കേണ്ടിവന്നില്ല. നായനാരുടെ മുന്നിൽ വെച്ച് കാര്യസ്ഥൻ പിടിച്ചുകെട്ടി തല്ലിയ തൂണ് അവിടെത്തന്നെയുണ്ട്. അത് പിഴുതു മാറ്റാൻ സമയമായി.

മാറ്റത്തിന്റെ കാറ്റ് വീശിത്തുടങ്ങി. കിരാത വാഴ്ചക്കറുതി വരുത്തണം. ഇനി തിരക്കുപിടിച്ച കാലം. വിശ്രമിക്കാനൊട്ടും സമയമില്ല. മുന്നോട്ടു വെച്ച കാൽ പിന്നോട്ടേക്കില്ല.

1939 ഡിസംബറിലെ പാറപ്രം സമ്മേളനം. പാവപ്പെട്ടവർക്കും ജീവിക്കാനുള്ള അവകാശം തിരിച്ചു നൽകാൻ പ്രതിജ്ഞയെടുത്തവർ നടത്തിയ രഹസ്യ യോഗം. കേരളത്തിന്റെ ഭാഗധേയം മാറ്റിക്കുറിക്കാൻ കമ്യൂണിസ്റ്റു പാർട്ടിയുടെ ബീജാവാപം അന്നവിടെ നടന്നു. കോൺഗ്രസിന്റെ
htcWyhÀKt¯ nSpÅ arZpk ad¯ \¯ nÂ \rcnì enbnC F wF k y
F hnl p¶ ¼psl F tl cf db³ , sl] nB À t Knj ne³ , a© p
\ nY dnh pF ³ C _ needmvk p¶ Ò Wytj Wnb n,hnhnl p¶ ¼p
sanb ne¯ vi ¦ e³ , k nD® rcnP Xp§S nsXn® ¢dnfiwt l m¶ {Kk v

സോഷ്യലിസ്റ്റ് പ്രവർത്തകർ പങ്കെടുത്ത യോഗത്തിൽ കെ പി ഗോപാലൻ അധ്യക്ഷൻ. അന്നവർ വിത്തിട്ട കമ്യൂണിസം വളർത്തിയെടുക്കണം. മണ്ണിൽ പണിയെടുക്കുന്നവരെ മനുഷ്യരാക്കി മാറ്റണം. അതിന് അവർക്ക് അക്ഷരങ്ങളുടെ കരുത്ത് പകർന്നു നൽകണം.

വിദ്യാലയ നിർമാണം ഒരു നിമിത്തമായി മാറുകയാണ്. കൃഷ്ണൻ നടന്ന് ആളുകളെ സംഘടിപ്പിച്ചു. ആളും അർഥവും കൂടി. കൂട്ടുപ്രതിയായ തളിയൻ തന്നെയാണ് സ്കൂൾ നിർമാണത്തിൽ മേൽനോട്ടം വഹിക്കാൻ തെക്കൻ നാരായണൻ നായരുടെ പേര് നിർദേശിച്ചത്. പ്രവർത്തനത്തിൽ കൂടുതൽപ്പേരെ പങ്കാളികളാക്കണം. താൻ എല്ലാറ്റിനും കൂടെയുണ്ട്. ചെയ്യാത്ത കുറ്റത്തിന് ജയിലിലിൽ പോയതിന്റെ പരിഭവം വീട്ടുകാർക്കുണ്ട്. കുട്ടികളെ നോക്കണം. അവരുടെ ഭാവി നശിച്ചുപോകുമെന്ന പേടി കുട്ടികളുടെ അമ്മയ്ക്കുണ്ട്.

കെട്ടിടം പൂർത്തിയായി. കോട്ടക്കൃഷ്ണൻ പ്രസിഡന്റും എം സി രയരപ്പൻ മാസ്റ്റർ സെക്രട്ടറിയുമായി സ്കൂൾ കമ്മിറ്റി രൂപീകരിച്ചു. ഒ പി അനന്തൻ മാസ്റ്റർ ഹെഡ്മാസ്റ്ററായി ചാർജെടുത്തു.

കൊട്ടയാടൻ രാഘവൻ മാസ്റ്ററും എം സി രയരപ്പൻ മാസ്റ്ററും എം സി പത്മനാഭൻ മാസ്റ്ററും സഹാധ്യാപകരായി. കുട്ടികൾക്ക് അമ്മയെപ്പോലൊരു ടീച്ചറുമെത്തി. രാഘവൻ മാസ്റ്ററുടെ ഭാര്യ ജാനകി ടീച്ചർ.

പ്രായം നോക്കാതെ കുട്ടികളെ സ്കൂളിലെത്തിക്കാൻ രക്ഷിതാക്കൾ മത്സരിച്ചു. ഒന്നുമുതൽ അഞ്ചുവരെയുള്ള ക്ലാസുകളിൽ കുട്ടികളെത്തി. നാരായണനും രാഘവനും വീണ്ടും അഞ്ചിൽ പഠിക്കാനെത്തി.

അമ്മയുടെ എതിർപ്പ് അച്ഛന്റെയും മക്കളുടെയും ഉത്സാഹത്തിൽ മുങ്ങിപ്പോയി. ഐച്ചേരിയിലെ പീടികയിൽ അമ്മാവന്റെ കൂടെ നിന്ന് കാര്യം പഠിക്കണമെന്ന് അമ്മയെപ്പോഴും പറയാറുണ്ട്. "നാളെയത് നോക്കി നടത്തണ്ടോനാ. കിലാടി പിള്ളറൊപ്പരം കളിച്ച നടക്ക്ന്ന്."

കയരളത്തുനിന്നും ഭാഗം കഴിഞ്ഞു വരുമ്പോൾ ഇളയ ആങ്ങള കുഞ്ഞിക്കണ്ണനെയും പെങ്ങൾ കൂടെക്കൂട്ടി. ഇളയ ആങ്ങളയോട് കുഞ്ഞിക്ക് പ്രത്യേക വാൽസല്യമായിരുന്നു.

ഭർത്താവിനെക്കൊണ്ട് ഐച്ചേരിയിൽ ആങ്ങളയ്ക്കുവേണ്ടി പീടിക തുറപ്പിച്ചു. പലചരക്കുകടയും ചായക്കടയും ഒന്നിച്ചു നടത്തി. അവിടെ എപ്പോഴും തിരക്കാണ്. കുഞ്ഞിക്കണ്ണൻ നമ്പ്യാരുടെ ചായ പേരുകേട്ടതാണ്. ഐച്ചേരി എത്തിയാൽ കണ്ണൻ നമ്പ്യാരുടെ പീട്യേന്ന് ഒരു ആപ്പ്[1] ചായ കുടിക്കാതെ ആർക്കും കാല് മുന്നോട്ട് നീങ്ങില്ല.

അതിന് വലിപ്പച്ചെറുപ്പമോ ആൺപെൺഭേദമോ ഇല്ല. കുന്നത്തൂർ പാടിയിലെ സ്ഥാനിക അടിയാത്തി നായനാരെ കണ്ട് മടങ്ങുമ്പോൾ കുളത്തിലോ തോട്ടിലോ മുങ്ങി തലതോർത്തിക്കൊണ്ട് ഐച്ചേരിയിലെത്തും. പീട്യേന്റെ മുമ്പിലെത്തുമ്പോൾ ഒന്നു നിൽക്കും. "കണ്ണൻ കയ്ക്കോറേ[2]

1. ഗുണമേന്മയുള്ള പകുതി ചായ.
2. തീയരും മറ്റും നമ്പ്യാരെ വിളിക്കുന്ന ആചാരപ്പേര്.

ങ്ങള് ചുത്തായിറ്റാണെങ്കില് ഞാക്കൊര് ചായ ബേണം. ചുത്തൂല്ലെങ്കില് ബേണ്ട. മുത്തപ്പന് നേർച്ച കൊടുക്കണ്ടോളാന്നറിയാലോ."

"അയിനെന്താ നിന്റെ മുമ്പിത്തന്നെ ചുത്തായ്ക്കളയാം" എന്നും പറഞ്ഞ് കണ്ണൻ നമ്പ്യാർ കുളിക്കാനിറങ്ങും. ഇതാന്ന് പറയുമ്പോഴേക്കും ഒന്ന് മുങ്ങിവരും. ആവി പറക്കുന്ന ചായ അടിയാത്തിയുടെ മുമ്പിലെത്തും.

കുന്നത്തൂർ പാടിയിൽ മുത്തപ്പന്റെ സാന്നിധ്യം ആദ്യം തിരിച്ചറിഞ്ഞ അടിയാത്തിയുടെ സന്തതി പരമ്പരയിൽപ്പെട്ട മൂത്തസ്ത്രീയാണ് കുന്നത്തൂർ പാടിയിലെ സ്ഥാനിക അടിയാത്തി. അവർക്ക് ചില കർമങ്ങളൊക്കെ കുന്നത്തൂർ പാടി ദേവസ്ഥാനത്ത് നിർവഹിക്കാനുണ്ട്.

അത്രയ്ക്ക് പേരും തിരക്കുമുള്ള പീടികയിൽ നാരായണൻ കണക്കെഴുതി പണം വാങ്ങിയാൽ ആശ്വാസമായിരിക്കുമെന്ന് അമ്മാവൻ പറയാറുമുണ്ട്.

13

വിശ്വാസവും യുക്തിയും

പയ്യാവൂർ വാഴും മഹേശ്വരന് കുംഭമാസം ഉത്സവകാലമാണ്. സംക്രമം മുതൽ പന്ത്രണ്ട് ദിവസം പയ്യാവൂർ സൂര്യാസ്തമനമില്ല. അതിനുമുമ്പേ അങ്ങകലെ കുടകുദേശത്ത് ഒരുക്കങ്ങൾ തുടങ്ങിയിട്ടുണ്ടാകും. കുടകിലെ സ്ഥാനികരായ തറവാട്ടുകാർ കുടകുനാട്ടിൽ വിളഞ്ഞ നെല്ല് കുത്തി അരിയാക്കി കാളപ്പുറത്ത് കയറ്റി കൊണ്ടുവരണം പയ്യാവൂരപ്പനെയും ഭക്തരെയും ഊട്ടാൻ. അത് അവരുടെ അവകാശമാണ്. ഉത്സവകാലത്ത് ഇലഞ്ഞിത്തറയിലുറയുന്ന കുടകർ മനോഹരമായൊരു കാഴ്ചയാണ്. കുംഭം പത്ത് മഹോത്സവം. അന്ന് വാളും പിടിച്ച് കുടക് സ്ഥാനികർ കൊമരത്തച്ഛനു പിന്നാലെ കനലെരിയുന്ന കുഴിയടുപ്പിൽ ചാടണം.

അടുത്തും അകലെയുമുള്ള ദേശങ്ങളിൽ നെയ്യമൃത് മഠങ്ങളുണ്ട്. മകര സംക്രമദിനത്തിൽ കുളുത്തുകുടി മാറ്റി വണ്ണത്താൻ നൽകുന്ന മാറ്റുടുത്ത് വ്രതശുദ്ധിയോടെ ആണുങ്ങൾ ഓരോ ദേശത്തും മഠത്തിൽ കയറും. കുംഭം പതിനൊന്നിന് വൈകുന്നേരം മാത്രമേ വീട്ടിലേക്കു തിരിച്ചു കയറൂ. പയ്യാവൂർ ക്ഷേത്രത്തിലേക്ക് ഓ... എന്ന് നീട്ടിച്ചിനച്ചു കൊണ്ട് നെയ്യമൃതുകാർ കടന്നുപോകുന്നത് പതിവു കാഴ്ചയാണ്. അപ്പോൾ അശുദ്ധിയുള്ളവർ വഴിയിൽനിന്നും മാറിനിൽക്കും.

നെയ്യമൃത് മഠത്തിൽ ഓരോ ദിവസവും ഓരോരുത്തരുടെ കഞ്ഞിയായിരിക്കും. അടുപ്പമുള്ളവരെയൊക്കെ കഞ്ഞികുടിക്കാൻ ക്ഷണിക്കും. സംക്രമദിവസം കോമർകുട്ടി ഏത്ശന്റെ കഞ്ഞിയായിരുന്നു. വേണ്ടപ്പെട്ടവരെയെല്ലാം അദ്ദേഹം ക്ഷണിച്ചിട്ടുണ്ട്. അതിൽ കുണ്ടൻ നമ്പ്യാരും നാദ്യൻ വേലുവുമുണ്ട്. കുണ്ടൻ നമ്പ്യാർ കിണ്ടിയിൽ വെള്ളമെടുത്ത് കൈകഴുകി കുടഞ്ഞത് മുറ്റത്തു നിൽക്കുന്ന നാദ്യൻ വേലുവിന്റെ മുഖ

ത്തേക്ക്. വേലു അനിഷ്ടത്തോടെ നരച്ച രോമം വളർന്നുനിൽക്കുന്ന കുണ്ടൻ നമ്പ്യാരുടെ മുഖത്തേക്ക് തുറിച്ചു നോക്കി.

"എന്താടാ കള്ളനായിന്റെ മോനേ, മോത്തന്നെ നോക്ക്ന്ന്?" അയാൾ ഒച്ചയെടുത്തു. വേലു നാട്ടിലെ നാദ്യനാണ്. കൊല്ലത്തിൽ പത്തു കൊങ്ങായി നെല്ല് കൊടുത്ത് നിർത്തിയിരിക്കുന്നത് രോമം വളരുമ്പോൾ വീട്ടിലെത്തി കളഞ്ഞു കൊടുക്കാനാണ്. നാദ്യന്റെ ചുമതലയാണത്. ഒരു മാസമായി വേലു ആ വഴി തിരിഞ്ഞു നോക്കിയിട്ട്. "മോത്തെന്താ കുരിപ്പുണ്ടോ? നോക്കിക്കൂടേ?" വേലുവിനെ അങ്ങനെ വിരട്ടാൻ പറ്റില്ല. നാദ്യനാണെങ്കിലും തന്റേടിയാണ്.

"ചെരക്കാൻ ബെരാണ്ട് കൊരയ്ക്കുന്നോടാ നായേ" കുണ്ടൻ നമ്പ്യാർ മുറ്റത്തേക്കിറങ്ങി വേലുവിന്റെ നേരെ പാഞ്ഞടുത്തു. രണ്ടു കവിളത്തും മാറിമാറി അടിച്ചു. "ആയ്യായി. കുണ്ടൻനമ്പ്യാരെ, എന്തായി ചെയ്ന്നെ. ബുദ്ധിമോശം കാണിക്കല്ലേ. നമ്മളാളല്ലേ ഓൻ. എന്തും പറഞ്ഞാ കേക്കുന്നവനെ ദ്രോഹിക്കാൻ പാടുണ്ടോ" ഏത്ശൻ നല്ല വാക്കു പറഞ്ഞ് അയാളെ കൈപിടിച്ചുകൊണ്ടുപോയി.. ഒരു കഞ്ഞിത്തടത്തിന്റെ മുന്നിലിരുത്തി. വാഴപ്പോള വളച്ചുവെച്ച് അതിന്റെ നടുക്ക് വാഴയില വെച്ചാണ് നെയ്യമൃത് മഠത്തിലെ കഞ്ഞി വിളമ്പുന്നത്. കാമ്പ്, കായ, ചക്ക, മാങ്ങ തുടങ്ങി നാട്ടിൽ കിട്ടുന്ന സാധനങ്ങൾ കൊണ്ടുണ്ടാക്കിയ മൂന്നു നാല് കൂട്ടാനുമുണ്ടാവും. പാകം ചെയ്യുന്നത് നെയ്യമൃതുകാർ തന്നെ. പാചകത്തിനുള്ള വട്ടളവും ചെമ്പുമൊക്കെ മഠത്തിന്റെ വകയായിട്ടുണ്ട്. കല്യാണവീടുകളിൽ നെയ്യമൃത് മഠത്തിൽനിന്ന് വട്ടളവും ചെമ്പും കൊണ്ടുവരാറുണ്ട്. നെയ്യമൃതുകാരുടെ കൂട്ടത്തിൽ പ്രായംകൂടിയ ആൾ മഠത്തിലെ കാരണവരായിരിക്കും. അദ്ദേഹമാണ് കാര്യങ്ങൾ നിയന്ത്രിക്കുക.

നെയ്യമൃത് മഠത്തിലെ സംഭവം അവിടെ തീർന്നില്ല. വേലുവിനേറ്റ അപമാനത്തിന്റെ തീപ്പൊരി അവന്റെയുള്ളിൽ പുകഞ്ഞുകൊണ്ടിരുന്നു. കീഴാളന്റെ ആത്മാഭിമാനം സടകുഞ്ഞെഴുന്നേറ്റു. ഏറെ അടുപ്പമുള്ളവർ തീരുമാനിച്ചു. ഈ തെമ്മാടിത്തത്തെ ഒരു പാഠം പഠിപ്പിച്ചേ തീരൂ. മര്യാദ പഠിപ്പിക്കാൻ കുണ്ടൻ നമ്പ്യാരെ ഒന്നു വിരട്ടിയേ തീരൂ. പാർട്ടിയുടെ മൗനാനുവാദവുമുണ്ട്.

കുണ്ടൻ നമ്പ്യാർ നന്നായി കള്ളുകുടിക്കുന്ന ആളാണ്. ഒറ്റയിരുപ്പിന് ഒരു പാനി കള്ള് തുടയിൽവെച്ച് ചെരിച്ച് കുടിച്ച് കാഴ്ചക്കാരെ ഞെട്ടിച്ച ചരിത്രമദ്ദേഹത്തിനുണ്ട്. കൂട്ടുംമുഖത്ത് കള്ള് കുടിക്കാൻ പോകുന്ന സമയം തിരിച്ചടിക്കാൻ തീരുമാനിച്ചു. പക്ഷേ, മര്യാദ പഠിപ്പിക്കൽ വാർത്ത എങ്ങനെയോ ചോർന്നുപോയി. വിവരം കുണ്ടൻ നമ്പ്യാരുടെ ഇളയ അനിയൻ കൃഷ്ണൻ മണത്തറിഞ്ഞു.

'ഏട്ടനെ രക്ഷിക്കണം' കൃഷ്ണൻ ഉറപ്പിച്ചു. അയാൾ വയലിൽക്കൂടി നടന്നു. കള്ള് ഷാപ്പിലേക്ക്.

വഴിയിൽ രണ്ടുമൂന്ന് കരുത്തൻമാർ ചാടിവീണു വഴിതടഞ്ഞു.

"എങ്ങോട്ടാണ് പോകുന്നത്?"

"ഒരു മാടായിച്ചെക്കന്ണ്ട്ന്ന് വെച്ച്റ്റ് ആരിക്കും പെര്യ പൊയ്ക്കൂടേ?" മറുപടിയും മുഖമടച്ചടിയും ഒന്നിച്ച്. ചെറുപ്പക്കാരുടെ കരുത്ത് കൃഷ്ണന്റെ മുഖത്ത് കരുവാളിച്ച് കല്ലിച്ചു.

"ഫാ..നായിന്റെ മോനെ, മിണ്ടാണ്ട് ഓടിക്കോ. തിരിഞ്ഞു നോക്കരുതത്." കൃഷ്ണൻ പാഞ്ഞവഴിക്ക് പുല്ലുമുളച്ചില്ല.

അന്തിക്ക് കുണ്ടൻ നമ്പ്യാർ കള്ളുംമോന്തി പാട്ടും പാടി മെല്ലെ നടന്നുവരികയാണ്. ഉയർന്ന വരമ്പത്തുകൂടി നടക്കുമ്പോൾ മങ്ങിയ വെളിച്ചത്തിൽ രണ്ടുമൂന്നുപേർ ചാടിവീണു. കള്ളിന്റെ ലഹരിയിൽ ആദ്യത്തെ അടിക്കുതന്നെ കറങ്ങിവീണു. അല്ലെങ്കിൽ നേരെ വരുന്നവനെ ഒരു കൈ കൊണ്ടുതന്നെ കുണ്ടൻ നമ്പ്യാർ പൊക്കിയെറിയും. കറുത്തിരുണ്ട് കരുത്തും പൊക്കവുമുള്ള ഭീമാകാരനെ നേർക്കുനേർ നോക്കുമ്പോൾ തന്നെ ആരും മൂത്രമൊഴിച്ചുപോകും. ഇപ്പോൾ കള്ള് പറ്റിച്ചുകളഞ്ഞു. അടിതെറ്റിയാൽ ആനയും വീഴുമല്ലോ.

കാരിരുമ്പിൻമേൽ കൂടുതൽ കൈകൾ പെരുമാറിയപ്പോൾ കുണ്ടൻ നമ്പ്യാർ ഒരു ബുദ്ധി പ്രയോഗിച്ചു. ചത്തപോലെയങ്ങ് കിടന്നു. അവിടെ മയങ്ങി. മയക്കം തെളിഞ്ഞപ്പോൾ മൂർന്നൊഴിഞ്ഞ വയലിൽ, ഉഴുതുമറിച്ചിട്ട കട്ടകളുടെ മേലെ കിടക്കുകയാണ്. ചാറ്റമഴയിൽ ബോധം വന്നപ്പോൾ മെല്ലെ എഴുന്നേറ്റിരുന്നു.

ആരാണ് അടിച്ചത്? ഓർക്കാൻ കഴിയുന്നില്ല. ശത്രുക്കളേറെയുണ്ട്. പലമുഖങ്ങൾ തലയിലൂടെ മിന്നിമറഞ്ഞു. അവസാനം എന്തോ നിശ്ചയിച്ചുറച്ച് എഴുന്നേറ്റു നിന്നു. ആരാണെന്ന് ഇനി പുലക്കോട്ടത്ത് മാതാവ് തീരുമാനിക്കട്ടെ.

തോട്ടിലിറങ്ങി മുങ്ങി. വലിയ ചാളക്കിലെത്തി. ഈറനോടെ പുലക്കോട്ടത്തിനു മുന്നിൽനിന്ന് നെഞ്ചത്തടിച്ചു കേൾപ്പിച്ചു. കലം കമഴ്ത്തി. "എന്റെ പൊലക്കോട്ടത്ത് മാതാവേ നാൽപ്പത്തൊന്നു ദിവസത്തിനുള്ളിൽ അടയാളം കാണിച്ചു തരണം."

കാണുന്നവരോടൊക്കെ പുലക്കോട്ടത്തു ദോഷം ചെയ്തിട്ടാണ് വരുന്നതെന്നറിയിച്ചു. വിവരമറിഞ്ഞവർ അത് നാടുനീളെ പരത്തുകയും ചെയ്തു. വിപ്ലവാവേശം മൂത്ത ചെറുപ്പക്കാർ പരിഹസിച്ചു തള്ളി. അറിവുള്ളവർ പറഞ്ഞു: "മൂർഖനെ തച്ചാൽ പാതിയാക്കരുത്. പകരം വീട്ടും." പ്രായമായ അമ്മമാർ പേടിച്ചു വിറച്ചു. തങ്ങളുടെ മക്കൾ ആ സംഘത്തിലുണ്ടായിരുന്നോ? തന്നെ തല്ലിയവരെ മാതാവ് ശിക്ഷിച്ചോളും എന്ന് കുണ്ടൻനമ്പ്യാർ ഉറപ്പിച്ചു പറയുമ്പോൾ ആൺമക്കളുടെ അമ്മമാർ എങ്ങനെ സമാധാനിക്കും?

അതിനിടെ കാര്യസ്ഥൻ നമ്പ്യാർ കാര്യമായ അസുഖമൊന്നുമില്ലാതെ പെട്ടെന്ന് മരിച്ചു. നമ്പ്യാരുടെ മരണം പുതിയ വാർത്തയാവുന്നതുവരെ പുലക്കോട്ടംപേടി കാവുമ്പായിയുടെ ഉറക്കം കെടുത്തി. അത് ഏതാണ്ട് മറന്നു തുടങ്ങുമ്പോളാണ് കോമറൂട്ടി ഏത്ശൻ പനിച്ചുകിടപ്പാണ് എന്നവാർത്ത കാട്ടുതീപോലെ പരന്നത്.

"കുണ്ടന്റെ കേസിൽ ഏത്ശനെന്തോ മനസറിവുണ്ട്. അല്ലാണ്ടി ങ്ങനെ ബെരൂല. കലം കമിഴ്ത്തി കേൾപ്പിച്ചതല്ലേ. മണംപിടിച്ച് ഭഗവതി പോവും" പ്രായമായവർ പറഞ്ഞു. "പൊലക്കോട്ടത്ത് കലം കമിച്ച്റ്റ്ണ്ടെ ങ്കില് ഒറപ്പാ കാഞ്ഞുപോകും. കലം നിവർത്തി പരിഹാരം ചെയ്തേ തീരൂ.." അവർ ഉറപ്പിച്ചു പറഞ്ഞു.

വിശ്വാസവും യുക്തിയും ഏറ്റുമുട്ടുന്നതിനിടയിൽ ഏത്ശൻ യാത്ര യായി. അന്ന് കുംഭം പതിനാറ്. അക്ഷരങ്ങളുടെ ശക്തി കാവുമ്പായിക്ക് പകർന്നു നൽകിയ മഹാന്റെ മരണം നാടിനെ ദുഃഖത്തിലാഴ്ത്തി.

"കല്യാണം മേൽക്കുമേലിൽ
ഗുരുവക ഭജനംകൊണ്ടു വർധിക്കുകയായ്.
കല്യൻമാർ ഒത്തുചേർന്നിട്ടൊരു മഠം
തീർത്തുകൊണ്ടാത്തമോദാൽ
ഉല്ലാസാൽ ആയിരത്തിൽപ്പരമൊരുടനൊരു
നൂറ്റേഴിൽ ലുദ്ധകൃമാണേ
ചൊല്ലും മുപ്പത്തുനാളിൽ
ഗുരുവരപദപീഠം പ്രതിഷ്ഠിച്ചു ഭക്ത്യാൽ!"

സ്വാമിമഠ പ്രതിഷ്ഠയ്ക്കുവേണ്ടി കോമർകുട്ടിഏത്ശൻ രചിച്ച കവിത. അദ്ദേഹം ദീർഘദർശനം ചെയ്തതുപോലെ സ്വാമിമഠം കല്യൻമാർ ഒത്തു ചേരുന്നിടമായി. മാറ്റത്തിന്റെ കാറ്റിനെ ആവാഹിച്ചു വരുത്തുന്ന സ്ഥല മായി.

അദ്ദേഹം പകർന്നു നൽകിയ അറിവിന്റെ കരുത്തിൽ നാട്ടുകാരുടെ തലച്ചോറിൽ തീപ്പിടിച്ച ചിന്തകൾ മുളപൊട്ടി. അതിന്റെ തീപ്പൊരിയിൽ കാലാകാലങ്ങളായി അടിഞ്ഞുകൂടിയ അന്യായങ്ങളുടെയും അതിക്രമ ങ്ങളുടെയും കരിയിലകൾ ആളിക്കത്തി സർവനാശം വിതയ്ക്കാനൊരുങ്ങി.

14

അധികാര ഗർവിനടിയറവില്ലാതെ

ജയിലിൽനിന്ന് വന്നതിനുശേഷം തളിയൻ പൊതുപ്രവർത്തനത്തിൽനിന്നും കുറച്ചു മാറിനിന്നു. കർഷകസംഘത്തിന്റെ യോഗത്തിനു പോകും. കൃഷിക്കാരുടെ പരാതി പരിഹരിക്കാൻ ഇടയ്ക്കു നായനാരെ കാണേണ്ടിവരും.

മുഖത്തോടു മുഖം കാണുമ്പോൾ ചന്തുക്കുട്ടി നായനാർ അത്യാവശ്യകാര്യങ്ങൾ മാത്രം സംസാരിക്കും. ചിലപ്പോൾ എങ്ങും തൊടാതെ സൂത്രത്തിൽ ഒഴിഞ്ഞുമാറും. അല്ലെങ്കിൽ പ്രശ്നം അനിയനെ ഏൽപ്പിക്കും.

കാര്യസ്ഥൻ നമ്പ്യാർ മരിച്ചതിനുശേഷം അദ്ദേഹം കൃഷിചെയ്തിരുന്ന കണ്ടം മറ്റാർക്കെങ്കിലും മറുപാട്ടത്തിനു കൊടുക്കാൻ പോകുന്നു എന്നൊരു വാർത്ത കേട്ടു. തന്ത്രശാലിയായ നമ്പ്യാർ നായനാർക്ക് ഒരിക്കലും പാട്ടം തീർത്തു കൊടുക്കാറില്ല. കാര്യസ്ഥനായതുകൊണ്ട് നായനാർക്ക് കയർത്തു പറയാനും പറ്റില്ല. പറഞ്ഞാലൊട്ട് അയാൾ അനുസരിക്കുകയുമില്ല. സത്യംപറഞ്ഞാൽ നായനാർക്ക് കാര്യസ്ഥൻ നമ്പ്യാരെ പേടിയാണ്. തരംപോലെ എങ്ങോട്ടു മാറാനും അയാൾക്കു മടിയില്ല.

എടത്തിൽനിന്നും തെറ്റിയാൽ ഒറ്റപ്പോക്കങ്ങോട്ടുപോകും, കല്യാട്ടേക്ക്. കുറച്ചുനാൾ കാര്യസ്ഥപ്പണി അവിടെയാകും. അവിടുന്നു തെറ്റിയാൽ വീണ്ടും കരിക്കാട്ടിടത്തിൽ. ഒരിടത്തുതന്നെ സ്ഥിരമായിനിന്ന് അടിമയാവാൻ നമ്പ്യാരെ കിട്ടില്ല. സ്വാതന്ത്ര്യത്തോടെ പെരുമാറാൻ കഴിയുന്നിടത്തേ അദ്ദേഹം നിൽക്കൂ.

ഒരുദിവസം വൈകുന്നേരം നല്ല ഇളംകള്ളിന്റെ ലഹരിയിൽ കാര്യസ്ഥൻ നമ്പ്യാർ എടത്തിൽ ചെന്നു കയറി. നായനാർക്കു കാഴ്ചവയ്ക്കാൻ വലിയൊരു നരയൻകുമ്പളം വണ്ണത്താൻ ചന്തുവിനെക്കൊണ്ട് ചുമപ്പിച്ച്

കൊണ്ടുവന്നിട്ടുണ്ട്. കുമ്പളങ്ങ നായനാരുടെ മുമ്പിൽ വയ്ക്കേണ്ട താമസം അദ്ദേഹമതെടുത്ത് മുറ്റത്തേക്കെറിഞ്ഞു. കള്ളിന്റെ ലഹരിയിൽ നമ്പ്യാരുടെ കോപം പതഞ്ഞുപൊങ്ങി. "ഈ കുമ്പളങ്ങ ഞാൻ നിങ്ങൾക്ക് കാണിക്കയായി കൊണ്ടുവന്നതാണ്. ഇഷ്ടമില്ലെങ്കിൽ നിങ്ങൾ അത് സ്വീകരിക്കണ്ട. എടുത്ത് മുറ്റത്തേക്കെറിയുന്നത് എന്നെ അപമാനിക്കലാണ്. എന്നെ അപമാനിക്കാൻ നിങ്ങൾക്ക് അവകാശമില്ല. അതുകൊണ്ട് കുമ്പളങ്ങ ഇപ്പോ എടുത്ത് ഇറയത്തു വെക്കണം. അല്ലെങ്കിൽ ഞാൻ നിങ്ങളെ അപമാനിക്കും." നമ്പ്യാർ പറഞ്ഞതുപോലെ പ്രവർത്തിക്കുമെന്ന് നായനാർക്കറിയാം.

ഭൃത്യജനങ്ങളുടെ മുന്നിൽ കൂടുതൽ അപമാനിതനാവാതിരിക്കാൻ നായനാർ അന്ന് നമ്പ്യാരെ അനുസരിച്ചു. പിന്നെയൊരിക്കലും നമ്പ്യാരുടെ തലതിരിഞ്ഞ സ്വാതന്ത്ര്യത്തിൽ നായനാർ കൈകടത്തിയിട്ടില്ല.

അങ്ങാടിയിൽ തോറ്റാൽ കുടിയാനോടെങ്കിലും നായനാർക്ക് ജയിക്കണ്ടേ? അങ്ങനെ ജയിക്കാൻ നായനാരുടെ ഒരു നിബന്ധന നമ്പ്യാർ വരുത്തിയ പാട്ടബാക്കി മറുപാട്ടമേൽക്കുന്നവർ തീർത്തുകൊടുക്കണമെന്നതാണ്. പലരും അക്കാരണം കൊണ്ടുതന്നെ പിൻവാങ്ങി.

അപ്പോഴാണ് രണ്ടുമൂന്നു കക്ഷികൾ തളിയനെ സമീപിച്ചത്. അവർക്ക് ആ നിലം പാട്ടത്തിനെടുത്താൽ കൊള്ളാമെന്നുണ്ട്. കുഞ്ഞിരാമൻ നമ്പ്യാർ നായനാരെ കണ്ടു പറയണം. മറ്റൊരാൾ വരുത്തിയ പാട്ടബാക്കി ചോദിക്കുന്നത് ന്യായമല്ല. നായനാർ തളിയനുമായി രമ്യതയിലാവാൻ കാത്തുനിന്നതുപോലെ സംസാരിക്കാൻ സമ്മതിച്ചു. നിലം നാല് ജമ[1]യായി പാട്ടത്തിനു സമ്മതിച്ചു. മൂന്നുപേർ നിലവിലുണ്ട്. നാലാമതാര് എന്നൊരു പ്രശ്നം തലപൊക്കി.

"ഇതുവരെ ഞാൻ നിങ്ങളുടെ കുടിയാൻ ആയിരുന്നില്ല. എന്നിട്ടും നിങ്ങളെന്നെ കണ്ടമാനം ദ്രോഹിച്ചു. കള്ളക്കേസുണ്ടാക്കി ജെയിലിലിടച്ചു. ഇനി കാര്യുല്ല്യാണ്ട് ദ്രോഹിക്കണ്ട. ഞാൻ അത് ഏറ്റെടുത്തോളാം."

നായനാർ വേഗം സമ്മതിച്ചു. കുടിയായ്മ ഉണ്ടെങ്കിൽ തളിയനെ വരുതിയിൽ നിർത്താമെന്ന് കരുതിക്കാണും. അങ്ങനെ പൊള്ളക്കാടി വയലും ഒന്നേകാൽ പൊതി പെരുന്തില വയലും തളിയൻ രാമൻ നമ്പ്യാരുടെ കൈവശമായി. കാര്യസ്ഥന്മാരും ഏഷണിക്കാരും തെല്ലൊരത്ഭുതത്തോടെയാണ് ആ വാർത്ത സ്വീകരിച്ചത്. ഇന്നലെവരെ കൊല്ലാൻ നടന്ന ആൾതന്നെ ഇന്നു മണ്ണുകൊടുത്തു സ്വീകരിക്കുന്നു.

പലർക്കും അസൂയ സഹിക്കാൻ കഴിയാതായി. പക്ഷേ, തളിയനാരാണെന്ന് മറ്റാരേക്കാളും നന്നായി നായനാർക്കറിയാം. കൊടുങ്കാറ്റ് വിതയ്ക്കാൻ കഴിയുന്ന ആളിനെ കൂടെ നിർത്തേണ്ടത് അദ്ദേഹത്തിന്റെ ആവശ്യമാണ്.

സമാധാനക്കരാറിൽ തൽക്കാലം ഇരുകൂട്ടരും ഒപ്പുവെച്ചു എന്നുപറഞ്ഞാൽ മതിയല്ലോ. തളിയൻ കുടുംബകാര്യങ്ങളിലും കൃഷിയിലും

---

1. നികുതി.

മുഴുകി. സാധാരണയായി ജന്മിക്ക് അളന്നുകഴിഞ്ഞാൽ നെല്ല് മിച്ചമെന്നും കാണില്ല. പിന്നെയടുത്ത നാട്ടിപ്പണിയെടുക്കണമെങ്കിൽ നെല്ല് പൊലികടം വാങ്ങണം.

വളരെ പിശുക്കിയും സൂക്ഷിച്ചും ചെലവാക്കുന്ന വീട്ടുകാരുടെ കൈയിൽ നെല്ല് അൽപ്പം ബാക്കിയുണ്ടാകും. അവർക്കത് പൊലികടം കൊടുക്കും. പത്തുസേർ നെല്ല് കൊടുത്താൽ അടുത്ത വിളവിന് പന്ത്രണ്ടോ പതിമൂന്നോ സേർ തിരിച്ചു നൽകണം. പൊലികടം കിട്ടണമെങ്കിൽ പൊന്നോ വെള്ളിയോ ഓട്ടുപാത്രങ്ങളോ വിലപിടിച്ച മറ്റുവസ്തുക്കളോ പണയം വയ്ക്കണം.

അന്നൽപ്പം ശുണ്ഠിയോടെയാണ് തളിയൻ വീട്ടിലെത്തിയത്. "ആ ഏട്ത്ത്യോടും അന്യത്തോടും കുത്തിക്കടിക്കേറ്ന്ന് ഞാനെത്ര്വോട്ടം പറഞ്ഞിറ്റ്ണ്ട്."

"ഞാനാരേം കുത്തീറ്റൂല കടിച്ചിറ്റൂല. മെക്കിട്ടു കേറാൻ വന്നാ വെറുതെ വിടൂല."

"നെല്ല് പൊലൂന് തരണേങ്കില് പണയം വെയ്ക്കണംന്നേ കേട്ടിറ്റുള്ളൂ. നിന്റെ പൊന്നിന്റെ ചങ്ങല പണയായിറ്റ് എടുക്കണ്ങ്കിൽ അവർക്കു മുറിച്ചു നോക്കണംപോലും. ഞാനവരോട് പറഞ്ഞു, അത് ഓളച്ഛൻ ഉണ്ടാക്കിക്കൊടുത്തതാ. ഞാനിങ്ങനെ പണയം വെക്കാൻ കൊണ്ടവരുംന്ന് വിചാരിച്ചിറ്റ് ഉണ്ടാക്ക്യതല്ല. ഓറ് പ്രതാപിയായ മനുഷ്യനായിരുന്നു. ഒടുക്കം വേണ്ടാന്നും പറഞ്ഞ് ഞാനെറങ്ങിപ്പോന്നു."

തലയ്ക്ക് കൈയും കൊടുത്ത് ചിന്തിക്കുന്ന ഭർത്താവിനോട് കുഞ്ഞ്യമ്മ പറഞ്ഞു:

"നിങ്ങള് ബേജാറാവാണ്ടിരി. ഞാനായിറ്റ്ണ്ടാക്ക്യത് തീർക്കും ചെയ്യും."

"എന്നാടോ ചെയ്യ്വാ? നാട്ടിപ്പണിയെടിപ്പിക്കണ്ടേ? ഒരെത്തുപിടീം കിട്ടുന്നില്ല."

"നിങ്ങള് തല പുണ്ണാക്കാണ്ടക്ക്. വഴീണ്ടാക്കാം." കുഞ്ഞ്യമ്മ അരയിൽനിന്ന് താക്കോലിൻകൂട്ടവുമെടുത്ത് അറയിലേക്കു പോയി. അറതുറന്ന് നെല്ലിൽ പുഴ്ത്തിവെച്ച പെട്ടിയെടുത്തു തുറന്നു.

പുടവത്തുമ്പ് ചുമലിൽ തട്ടിയപ്പോൾ തളിയൻ മെല്ലെ കണ്ണു തുറന്നു. പണവും നീട്ടിക്കൊണ്ട് ഭാര്യ നിൽക്കുന്നു. വാങ്ങി എണ്ണി നോക്കി. അമ്പത് ഉറുപ്പിക ഉണ്ട്. നാട്ടിപ്പണി സുഖമായി കഴിക്കാം.

"ഇത് നിന്റെ അച്ഛൻ തന്ന സമ്പാദ്യമല്ലേ? ഓള സമ്പാദ്യമെടുത്ത് നാട്ടിപ്പണി കഴിക്കുന്നത് കഷ്ടല്ലേ?"

"കഷ്ടോം നഷ്ടോമെല്ലാം നമ്മക്ക് പിന്നെ നോക്കാം. ആദ്യം പോയി നെല്ല് വാങ്ങ്."

കുപ്പായമിട്ടു പുറത്തേക്കിറങ്ങുമ്പോൾ ഓർത്തു. കഴിഞ്ഞ വിരിപ്പിനും കടം വാങ്ങാതെ നാട്ടിപ്പണി കഴിച്ചത് കുട്ട്യളമ്മയുടെ സാമർത്ഥ്യം കൊണ്ടു തന്നെയായിരുന്നു.

അടുക്കളയുടെ തട്ടിൻപുറത്ത് കയറ്റി അവിടെയുള്ള കലവും ചട്ടിയും ഭരണിയുമെല്ലാം താഴെയിറക്കി വെപ്പിച്ചു. എല്ലാറ്റിലും കുത്തരി നിറച്ചു വെച്ചിരിക്കുന്നു. ചോറുവെക്കാൻ അരിയളന്നെടുക്കുമ്പോൾ അതിൽനിന്ന് ഓരോപിടി അരിയെടുത്ത് മാറ്റിവെക്കും. അതാണ് ആ അരി. അതുകൊണ്ടാണ് നാട്ടിപ്പണി കഴിച്ചത്.

ഇനി കടം തരില്ലെന്നു പറഞ്ഞവരുടെ അടുത്തേക്ക് അഭിമാനത്തോടെ കയറിച്ചെല്ലാം. വിലയ്ക്കുതരാൻ മടിയുണ്ടാവില്ലല്ലോ.

സന്ധ്യക്കു വീട്ടിലെത്തിയപ്പോൾ വിരുന്നുകാരുണ്ടെന്നു മനസിലായി. "ഏട്ടന് കാല് കഴ്കാൻ ബെള്ളം കൊണ്ടച്ച്നോ നാരാണീ?" കുട്ടികളുടെ അമ്മ ചോദിക്കുന്നതു കേട്ടു.

"കൊണ്ടുവച്ചിനേടത്തി" കോട്ടൂരെ നാരായണിയാണ്. കുഞ്ഞ്യമ്മയുടെ കുഞ്ഞാങ്ങള കുഞ്ഞിക്കണ്ണന്റെ ഭാര്യ.

ഏടത്തി ആങ്ങളയോട് പറയും, "നീ ഓള കൂട്ടിക്കൊണ്ടുവരണം." അമ്മയുടെ സ്ഥാനത്തു നിന്ന് ആങ്ങളയുടെ പുടമുറി കഴിപ്പിച്ചത് ഏടത്തിയാണ്. വേണ്ടവണ്ണം കാര്യങ്ങളെല്ലാം ചെയ്യുന്നതും ഏടത്തിതന്നെ.

ചോറുവിളമ്പുമ്പോൾ നാരായണി വാതിലിനു മറഞ്ഞു നിന്നു. "ആട വിശേഷിച്ചൊന്നൂല്ലല്ലോ?"

"ഒന്നൂലേട്ടാ" നാരായണി മറുപടി പറഞ്ഞു.

"എടോ നാളെ നെല്ല് കടത്താൻ താഴെ ചാളക്ക്ന്ന് രണ്ടുപെണ്ണുങ്ങൾ വരും."

തളിയൻ ഭാര്യയോട് പറഞ്ഞു.

നാരായണി വന്നാൽ കുഞ്ഞ്യമ്മക്ക് ആശ്വാസമായി. എല്ലാ സ്ഥലത്തും നാരായണിയുടെ കൈയും കണ്ണുമെത്തും. പാറുക്കുട്ടിക്ക് ഈയിടെയായി നല്ല സുഖമില്ല. അതുകൊണ്ട് ഏട്ത്ത്യമ്മയെ സഹായിക്കാനാവുന്നില്ല.

രാവിലെ പൊക്കിയും കൊട്ടിച്ചിയും മുറ്റത്തു വന്നു വിളിച്ചു: "പെങ്കറാട് ഞാള് ബന്നിറ്റ്ണ്ട്. ചാളക്ക്ന്ന് ഒന്നും കുടിക്കാണ്ടെറങ്ങ്യതാ. ഒരു ചാക്കുംകൊണ്ട് ബെരുംബ്ലക്ക് കുടിക്കാൻ തരണം."

"ബെരുംബ്ലക്ക് ആക്കണ്ട. ഇപ്പത്തന്നെ കുടിച്ചോ. നാരാണീ ഇവർക്ക് കുളുത്ത് കൊടുക്ക്. കൂട്ടാനെന്തെല്ലോ ഉണ്ട്" കുഞ്ഞ്യമ്മ വിളിച്ചു പറഞ്ഞു.

"പെങ്ക്റാട് ചായൊന്നും ബെച്ചിറ്റില്ലേ. ചായ കുടിക്കണംന്ന് ഓർച്ച്യാവുമ്പം ഐച്ചേരി കണ്ണനെളോലെ പീട്യെ പോവും."

"ചായ തെളച്ചോ നാരാണീ? ഇവർക്കോരോ ഗ്ലാസ് കൊടുത്താട്ടെ."

"ഓട്ത്ത് കൊട്ടിച്ചി. കൊട്ടിച്ചീ ഇന്നാ ചായപിടി."

"നാരായണി പെങ്ക്റാട് കൊട്ടിച്ചി, കൊട്ടിച്ചീന്ന് കളിയാക്കണ്ട. അന്റ്ച്ഛനുമമ്മീം പൊന്നുകെട്ടി ബിളിച്ച പേരാ. നല്ല പേരാ കൊട്ടിച്ചി."

"എന്നിട്ട് പൊന്നോട്ത്തു. കാതിലും കഴുത്തിലും കാണുന്നില്ലല്ലോ.." അമ്മ ചിരിച്ചു.

"അതിപ്പം എല്ലാരും പറീന്ന് ഞാളും പറഞ്ഞതാ." കൊട്ടിച്ചിക്ക് ഉത്തരം മുട്ടിയപ്പോൾ ചിരിപൊട്ടി.

വീട്ടുകാരൻ വയലിലിറങ്ങിയപ്പോൾ അമ്മയ്ക്കും മക്കൾക്കും ആശ്വാസമായി. തണ്ടും‌തടിയുമുള്ള ആണൊരുത്തൻ. പണിക്കിറങ്ങിയാൽ കൈമെയ് മറന്ന് പണിയെടുക്കും. ഒന്നിനെയും ഭയവുമില്ല. തളിയനെ വ്യത്യസ്തനാക്കുന്നതും അതാണ്. നേരെ നിന്ന് സംസാരിക്കാൻ ആരും ഒന്നറയ്ക്കും. ഭാര്യ കളിയാക്കാറുണ്ട്. "അടുക്കളേല് കേറുന്ന കൊരങ്ങനു പോലും നിങ്ങളച്ഛനെ പേട്യാ മക്കളേ." കാര്യം നേരാണ്.

അയൽപക്കം കുറഞ്ഞ തളിയന്മാർ വീടിനുചുറ്റും കാടാണ്. ചക്കയും മാങ്ങയും പറിക്കാൻ ധാരാളം കുരങ്ങൻമാരെത്തും. പെണ്ണുങ്ങളും കുട്ടികളും ഓടിക്കാൻ ശ്രമിച്ചാൽ മരക്കൊമ്പിലിരുന്ന് കൊഞ്ഞനംകുത്തി കളിയാക്കും. പല അഭ്യാസങ്ങളും കാണിച്ച് രസിപ്പിക്കും. അടുക്കളയിൽ കയറി അരിയും സാധനങ്ങളും മോഷ്ടിക്കും. എന്നാൽ കുഞ്ഞിരാമൻ നമ്പ്യാരുടെ തലവെട്ടം കണ്ടാൽ ഓടിയൊളിക്കും. പിന്നെ മഷിയിട്ടു നോക്കിയാലും ഒറ്റയെണ്ണത്തിനെ കാണില്ല.

15

കേസിനൊരു പുടമുറി

ഒന്നാം വിളയിറക്കി സമാധാനത്തോടെയിരിക്കുമ്പോൾ ഒരതിഥി കയറി വന്നു. തളിയൻ അദ്ദേഹത്തെയും കൂട്ടി തെക്കിനിയുടെ മുകളിലേക്കു പോയി. അമ്മ കാപ്പിയും പലഹാരങ്ങളും മകന്റെ കൈയിൽ കൊടുത്തയച്ചു. ഒരുപാടുനേരം അവർ വാതിലടച്ചു സംസാരിച്ചു.

ജയിൽവാസത്തിനുശേഷം കുറച്ചുകാലം പൊതുപ്രവർത്തനത്തിൽ തളിയൻ സജീവമായില്ല. അതിന്റെ ഫലമായിരുന്നു കേരളീയന്റെ വരവ്. പാർട്ടി അയച്ചതാണദ്ദേഹത്തെ.

“നമുക്ക് വലിയൊര് ലക്ഷ്യം നേടാനുണ്ട്. അതിനുവേണ്ടി എന്തു ത്യാഗവും ചെയ്യാൻ തയാറാവണം. ഒരു കമ്യൂണിസ്റ്റുകാരന് ജയിലും തടവുമൊന്നും പുത്തരിയല്ല. ചിലപ്പോൾ മരണംപോലും സംഭവിച്ചേക്കാം. പിന്നോട്ടുപോകരുത്.”

പാർട്ടിയുടെ സന്ദേശം അദ്ദേഹം തളിയനെ അറിയിച്ചു.

മുഴുവൻ സമയവും പാർട്ടിപ്രവർത്തനം ചെയ്തോളാം എന്ന് സമ്മതിപ്പിച്ചിട്ടേ കേരളീയൻ അന്ന് പടിയിറങ്ങിയുള്ളൂ. ഓരോ പ്രദേശത്തും പാർട്ടി കെട്ടിപ്പടുക്കാൻ കഴിവുള്ളവരെ തേടിയപ്പോൾ കാവുമ്പായി തളിയനെയാണ് കണ്ടെത്തിയത്. എന്തുവില കൊടുത്തും അദ്ദേഹത്തെ പാർട്ടിയിൽ സജീവമാക്കണം.

പാറപ്രം സമ്മേളനത്തോടെ ഇടതുപക്ഷ ചിന്താഗതിയുള്ള കോൺഗ്രസ് സോഷ്യലിസ്റ്റ് വിഭാഗം കമ്യൂണിസ്റ്റ് പാർട്ടിയുടെ കൊടിക്കീഴിൽ പ്രവർത്തിക്കാൻ തുടങ്ങി. സാമ്രാജ്യത്വത്തോടൊപ്പം ജന്മിത്തവും അവസാനിക്കേണ്ടത് ആവശ്യമാണെന്ന് തിരിച്ചറിഞ്ഞ നേതാക്കന്മാർ ഗ്രാമങ്ങളിലേക്കിറങ്ങി. അണികളെ സംഘടിപ്പിക്കാൻ കഴിവുള്ളവരെ കണ്ടെത്തി. ഒറ്റയ്ക്കുതന്നെ കരക്കാട്ടിടം ജന്മിയോട് ഏറ്റുമുട്ടാൻ കഴിയു

ന്ന, വിപ്ലവവീര്യം പാരമ്പര്യമായി പകർന്നുകിട്ടിയ തളിയനെ കമ്യൂണിസ്റ്റ് പാർട്ടിയുടെ മൂലധനത്തോട് അവർ കൂട്ടിച്ചേർത്തു.

നാരായണന്റെ പഠനം അവസാനിപ്പിക്കാതെ വഴിയില്ലെന്നായി. അച്ഛന് ഒന്നിനും സമയം കിട്ടാതായതോടെ ഉന്നതപഠനം അകാലത്തിൽ പൊഴിഞ്ഞൊരു സ്വപ്നം മാത്രമായി. മിടുക്കനാണെന്ന അനന്തൻ മാഷിന്റെ വിലയിരുത്തൽ വെറുതെയായി. കൃഷിയും കച്ചവടവും നോക്കി നടത്തണം. അനിയനും പണിക്കിറങ്ങേണ്ട അവസ്ഥയാണ്.

കുഞ്ഞ്യമ്മ ഒന്നിനും എതിര് നിന്നില്ല. എതിർത്തിട്ടും കാര്യമില്ലെന്ന് അവർക്ക് നന്നായറിയാം.

നായനാരുടെ തട്ടകം പുകയുകയാണ്. എങ്ങനെയാണ് കുടിയാന്മാരെ ഒതുക്കേണ്ടതെന്നറിയാതെ വിളറിയെടുത്തു നടക്കുകയാണ് നായനാരും ശിങ്കിടികളും. കള്ളക്കേസിൽ കുടുക്കുകയായിരുന്നു കർഷകരെ ഒതുക്കാനുള്ള പ്രധാന മാർഗം. കള്ളക്കേസുകൾ പലവിധം. മോഷണം, തീവെപ്പ്, ബലാൽസംഗം ഒന്നും ഒഴിവാക്കിയില്ല. സഖാക്കളുടെ സമരവീര്യം കെടുക്കാൻ ഏറ്റവും പറ്റിയത് പെണ്ണുകേസാണല്ലോ. ജനങ്ങളുടെ ഇടയിൽ സഖാക്കളെക്കുറിച്ച് പെണ്ണുപിടിയൻമാരും തെമ്മാടികളുമെന്ന ധാരണ പരത്തിയാൽ കർഷകസംഘവും പാർട്ടിയും തകരും എന്നാണ് ജന്മി കരുതിയത്.

പൊതുവാൾത്തി ചെറിയയെ തന്നെയാണ് ഇവിടെയും നായനാർ ആയുധമാക്കിയത്. ഒരു കടലാസിൽ അവളുടെ ചുണ്ടൊപ്പ് വെപ്പിച്ച് അധികാരി പരാതി എഴുതിച്ചേർത്തു.

തെങ്ങിൽ കുഞ്ഞപ്പ, മഞ്ചേരി ദാറൂട്ടി നമ്പ്യാർ, പള്ളിച്ചാൻ നാരായണൻ, തെക്കൻ കുഞ്ഞിരാമൻ തുടങ്ങിയ നാലു സഖാക്കളുടെ പേരിൽ ചെറിയയെ ബലാൽസംഗം ചെയ്തെന്നു പറഞ്ഞ് കേസുകൊടുത്തു.

മാപ്പിനിയിൽനിന്ന് നായനാർക്ക് പാലും മോരും കൊണ്ടുവരുമ്പോൾ ചെറിയയെ നാലുപേരുംകൂടി ആക്രമിച്ചുവെന്നാണ് കേസ്.

എന്നാൽ സംഭവം ഇങ്ങനെ. ചെറിയ ഇടത്തിലേക്ക് മോരുപാത്രവുമായി വരുന്നതു കണ്ടപ്പോൾ സഖാക്കൾക്ക് സഹിച്ചില്ല. ഇടത്തിലെ ദാസ്യപ്പണി അവസാനിപ്പിക്കണമെന്ന് അവർ പലവട്ടം ആവശ്യപ്പെട്ടിട്ടും അവൾ അനുസരിച്ചില്ല. ഇത് സഖാക്കളെ ചൊടിപ്പിച്ചു. "നീയിനി അങ്ങോട്ട് മോര് കൊണ്ടുപോകേണ്ട." അവരതിൽ ഒരു കല്ലെടുത്തെറിഞ്ഞു. കല്ല് കൃത്യമായി കലത്തിൽ കൊണ്ടു. കലം പൊട്ടി മോരിൽ മുങ്ങി ചെറിയ ഇടത്തിലേക്ക് ഓടിവന്നു. സംഘക്കാരുടെ അതിക്രമം നായനാർക്ക് കാണിച്ചുകൊടുത്തു.

കർഷകസംഘം പ്രവർത്തകർക്കെതിരെ കള്ളക്കേസ് കൊടുക്കാൻ കാരണം തേടിനടക്കുന്ന നായനാന്മാർക്ക് പിടിവള്ളിയായി മാറി, ഈ 'ചെറിയ' സംഭവം. അവരത് വേണ്ട രീതിയിൽ ഉപയോഗിക്കുക തന്നെ ചെയ്തു. തലശ്ശേരി തുക്കിടി കോടതിയിൽ വിചാരണ. ബലാൽസംഗക്കേസാണ്. തുക്കിടി സായ്പ്പ് ശിക്ഷിച്ചേക്കും എന്നുതന്നെയാണ് പാർട്ടി

യുടെ കണക്കുകൂട്ടലും. എല്ലാവരും പ്രാധാന്യത്തോടെ തന്നെ ബലാൽ സംഗക്കേസിനെയും കണ്ടു.

എന്തുകൊണ്ടോ ഈ കേസിൽ നായനാർ തളിയനെ ഉൾപ്പെടുത്തി യില്ല. എങ്കിലും കർഷകസംഘത്തിന്റെ വില്ലേജ് കമ്മിറ്റി പ്രസിഡന്റായ തളിയന് അടങ്ങിയിരിക്കാനാവില്ല. അദ്ദേഹം ചെറിയയെ കണ്ടു. അവൾ വഴിയൊഴിഞ്ഞു പോകാൻ ശ്രമിച്ചു. അദ്ദേഹം വിളിച്ചു: "ചെറിയേ... നീ എന്നെയെന്താണ് കേസിലുൾപ്പെടുത്താഞ്ഞത്?"

ചെറിയ വിളറി നിന്നു. വിക്കിവിക്കി അവൾ പറഞ്ഞു: "എനക്കൊന്നും അറീല. നായനാറ് ചുണ്ടൊപ്പ് വെപ്പിച്ചതാ."

അറിയേണ്ടത് കേട്ടപ്പോൾ തളിയൻ നടന്നു. ചെറിയ വരമ്പത്ത് നോക്കിനിന്നു. അന്ന് സഖാക്കന്മാർ മോർകലം പൊട്ടിച്ചപ്പോൾ നാണക്കേ ടും ദേഷ്യവും തോന്നിയത് ശരിയാണ്. തിരിച്ചറിവില്ലാത്ത പ്രായത്തിൽ അമ്മയുടെ കൂടെ എടത്തിലെത്തി. നായനാറെ വേണ്ടാതീനത്തിലെല്ലാം പെട്ടുപോയി. കളിയാക്കാനും കുറ്റപ്പെടുത്താനും ഒരുപാടാളുണ്ട്. രക്ഷി ക്കാനാരുല്ലാത്തോരുടെ സങ്കടം ആർക്കുമറിയേണ്ടല്ലോ. എന്നാലും കേസും കൂട്ടോമൊന്നും വേണ്ടിയിരുന്നില്ല. ഓർക്കുമ്പോൾ മനഃസ്താപം കൂടിവരുന്നു.

തളിയന്റെ ഐച്ചേരിയിലെ പീടിക പാർട്ടി പ്രവർത്തകർക്ക് ഒത്തു ചേരാനുള്ള സങ്കേതമാണ്. പങ്കുകച്ചവടക്കാരനായ മരുത്യോടൻ ഒതേ നൻ നമ്പ്യാർ അവരുടെ സംഭാഷണങ്ങളിൽ രസം പകരും.

ബലാൽസംഗക്കേസിന്റെ ചർച്ചയുടെ അംശങ്ങൾ അയാളുടെ ചെവി യിലെത്തി.

"എന്ത്ന്നാ നിങ്ങള് പറീന്നത്" അയാൾ ചോദിച്ചു.

"ചെറിയേന്റെ കേസിൽ നമ്മടാൾക്കാരെ ശിക്ഷിച്ചേക്കും" തളിയൻ പറഞ്ഞു.

"ഇല്ല. ശിക്ഷിക്കില്ല" മരുത്യോടൻ ഉറപ്പിച്ചു പറഞ്ഞു.

"നിങ്ങളെന്താ ഒതേനൻ നമ്പ്യാറെ പറീന്നത്? ഈ കേസുമായി ഒരു ബന്ധവുമില്ലാത്ത നിങ്ങക്ക് എങ്ങന്യാ അങ്ങനെ ഒറപ്പിക്കാൻ കഴിയ്വാ?" തളിയൻ ചോദിച്ചു.

"ഞാനിതിനു വഴി കണ്ടിറ്റ്ണ്ട്. എനക്ക് രണ്ടണ പൊടേം നാലാളേം തര്വോ?" മരുത്യോടൻ ചോദിച്ചു.

"എന്നിട്ടോ?"

"ഞാനോളെ പുടമുറി കഴിക്കും."

"എന്നിട്ട്?"

"ഞാനോളെ മാറ്റിയെടുക്കും."

"എങ്ങനെ?"

"സ്നേഹംകൊണ്ട്. സ്നേഹിച്ച് ഞാനോളെ കൊല്ലും. അപ്പൊ ഞാൻ പറയുന്നതേ ഓള് കേൾക്കൂ."

"ഒറപ്പുണ്ടോ?"

"ഉണ്ട്."

"എന്നാ ഒരുങ്ങിക്കോ. നാളത്തന്നെ പുടമുറി." തളിയൻ പറഞ്ഞു.

എല്ലാവർക്കും ഉത്സാഹമായി. ചെറിയക്കു സമ്മതമാണോന്നറിയണം. അതിനാളെ വിട്ടു. സമ്മതമായിരിക്കും എന്നെല്ലാവരും കരുതി. അതിനു കാരണമുണ്ടുതാനും. മരുത്യോടൻ ഒരു മാന്യനാണ്. വെള്ളമുണ്ടും ഷർട്ടുമൊക്കെ ധരിച്ചു കാണാൻ തരക്കേടില്ലാത്തൊരു മധ്യവയസ്കൻ. അതും ഒരു നമ്പ്യാർ. പോരാത്തതിനു വിഭാര്യനായ കച്ചവടക്കാരനും. മഴയത്തും വെയിലത്തും ചേറിലും പൊടിയിലും പണിയെടുക്കേണ്ട. ചെറിയക്ക് ഇതിൽപ്പരം ഭാഗ്യം വേറെന്തുണ്ടാകാൻ! ചെറിയ വേഗം സമ്മതിച്ചു.

അന്നുരാത്രി തന്നെ ഒരുകെട്ടു പുകയിലയും വെറ്റിലയും രണ്ടിണ പുടവയും വാങ്ങി നാല് ഇണങ്ങന്മാരുമൊത്ത് ഒതേനൻ നമ്പ്യാർ മാപ്പിനിയിലെ ചെറിയയുടെ വീട്ടിലെത്തി. പുടമുറി കഴിഞ്ഞ് അയാൾ അവിടെ പൊറുതിയുമായി.

മധ്യപ്രായം കഴിഞ്ഞ് വീണു കിട്ടിയ ഭർത്താവിനെ അവർ നന്നായി ശുശ്രൂഷിച്ചു. പാലും മോരും നെയ്യുമൊക്കെ ധാരാളം കുടിപ്പിച്ചു. രണ്ടു പേരും നന്നായൊന്നു മിനുങ്ങി.

ദിനങ്ങൾ കഴിഞ്ഞപ്പോൾ രസികനായ ഭർത്താവ് പറഞ്ഞു:

"എന്റെ ചെറിയക്കുട്ടീ, നീയെന്തിനാ എന്നെയിങ്ങനെ പോറ്റ്ന്നെ. നമ്മളെ ജീവിതെല്ലാം ഇപ്പൊ തീരവല്ലോ."

"എന്ത്ന്നോളീ നിങ്ങ പറീന്ന്? എങ്ങന്യാപ്പാ നമ്മള ജീവിതം തീരവാ?"

"നീ പാർട്ടിക്കാർക്കെതിരേ കേസ് കൊടുത്തിറ്റ്ല്ലേ? ബലാൽസംഗം ചെയ്തേന്. അവർ നിന്നെ കൊല്ലും. നിന്റെ പുവനായതുകൊണ്ട് എന്നേം കൊല്ലും. അവർക്ക് ശക്തി കൂടിക്കൊണ്ടിരിക്കവല്ലേ."

"അയിനിപ്പോ എന്താ വേണ്ടേ? നിങ്ങള് പറീമ്പോലെ ഞാൻ ചെയ്തോളാം. എന്ന്യവരൊന്നും ചെയ്തിറ്റില്ല. ബലോം ചെയ്തിറ്റില്ല ഒരു സംഗോം ചെയ്തിറ്റില്ല. ഒരു കടലാസ് കൊണ്ടന്നിറ്റ് നായനാര് പറഞ്ഞു അയില് ചുണ്ടൊപ്പ് വെക്കണംന്ന്. കാര്യസ്ഥൻ ഗോപാലൻ നമ്പ്യാറ് കുരുമൊള് വള്ളീന്റെല പറിച്ചുകൊണ്ടന്ന് ബെളിച്ചെണ്ണ പുരട്ടി. ചിമ്മിനിക്കുട് കത്തിച്ച് അയിന്റെ മുകളിൽ കാണിച്ച് കരിപിടിപ്പിച്ചിട്ട് എന്റെ കൈ പിടിച്ച് ചൂണ്ടുവിരലിൽ തേച്ചു. എന്നിട്ട് നായനാറ് കാണിച്ചിടത്ത് കടലാസില് വെപ്പിച്ചു. അത്രേള്ളു. എനക്ക് എയ്ത്തും വായനീം അറീല്ലല്ലോ."

"എന്നാ നീ ഞാൻ പറീമ്പോലെ കേക്ക്വോ? നമ്മളായിട്ടെന്തിനാ നാട്ടുകാരെ വെറുപ്പിക്കുന്നത്?"

"നിങ്ങള് പറീന്ന്യല്ലാണ്ട് പിന്ന്യാര് പറീന്ന്യാ ഞാൻ കേക്കണ്ടെ. നിങ്ങള് പറ അതുപോലെ ചെയ്യാം."

"എന്നാ നീ ആ കേസ് പിൻവലിക്കണം. നിന്ന്യാരും ഒന്നും ചെയ്തിറ്റില്ലാന്ന് മൊഴികൊടുക്കണം..."

"ഞാനേട വേണെങ്കിലും പറയാം."

കേസ് വിചാരണയ്ക്കു വെച്ച ദിവസം തളിയൻ ചെറിയമ്മ അടക്കം എല്ലാവരെയും കൂട്ടി കണ്ണൂരേക്ക് പുറപ്പെട്ടു. ബോട്ടിൽ വളപട്ടണത്തിറങ്ങി നടന്നു. തുക്കിടി സായിപ്പിന്റെ ചോദ്യങ്ങൾക്ക് ചെറിയമ്മ കൂട്ടിൽ കയറി ഉത്തരം പറഞ്ഞു:

"എന്നെയാരും പീഡിപ്പിച്ചിട്ടില്ല. മോശായിറ്റ് ഒരു വാക്കുപോലും പറഞ്ഞിട്ടില്ല. അധികാരി നായനാർ പറഞ്ഞപ്പോൾ ഒപ്പിട്ടതാണ്. വായിച്ചുനോക്കാൻ എനക്ക് എഴ്ത്തും വായനേം അറിയില്ല." അധികാരിയും കോടതിയിൽ ഹാജരായിരുന്നു. അയാൾക്ക് തന്റെ കാതുകളെ വിശ്വസിക്കാൻ കഴിഞ്ഞില്ല.

തുക്കിടി സായിപ്പ് പ്രതികളെ നിരുപാധികം വിട്ടയച്ചു. ചെറിയമ്മയും അധികാരിയും കോടതിയിൽത്തന്നെ നിൽക്കാനുമുത്തരവിട്ടു.

ചെറിയമ്മ എന്തിനാണ് ഒപ്പിട്ടതെന്ന ചോദ്യത്തിന് അടിച്ചു തളിക്കാരിയുടെ നിസ്സഹായത കോടതിയെ ബോധ്യപ്പെടുത്താൻ അവർക്കു കഴിഞ്ഞു. അപ്പോൾ ചെറിയമ്മയെ പൊയ്ക്കൊള്ളാൻ കോടതി അനുവദിച്ചു. കള്ളക്കേസുണ്ടാക്കിയതിനു കോടതി അധികാരിക്ക് അമ്പതുറുപ്പിക പിഴ വിധിച്ചു.

ഇത് നായനാർക്ക് കടുത്തൊരു അപമാനമായി മാറി.

തിരിച്ചുപോകുമ്പോൾ ഇപ്പുറത്ത് പെൺജയിൽ കണ്ട ഉടനെ മരുത്യോടൻ കരയാൻ തുടങ്ങി. "ഞാനെന്തിനാപ്പാ നിങ്ങളെ കൂടെ വര്ന്നത്. എന്റെ ചെറിയ കെട്ക്കണ്ട വീടല്ലേ അത്."

"നിങ്ങള് കാളും ബിളിക്കും വേണ്ട. ചെറിയേനെ നമ്മക്ക് രക്ഷിക്കാം" തളിയൻ മരുത്യോടനെ സമാധാനിപ്പിച്ചു.

പിന്നീട് മരുത്യോടൻ ചെറിയയെ എടത്തിലേക്കയച്ചില്ല. എള്ളരിഞ്ഞി പൂവത്തിന്റടുത്ത പീടികയിൽ കച്ചവടവും താമസവും തുടങ്ങി. ചെറിയമ്മ ചായ കൂട്ടാനും കൊടുക്കാനും പഠിച്ചു. ചെറിയമ്മ ചായ കൊടുക്കുമ്പോൾ ഭർത്താവ് പണം വാങ്ങും. ചെറിയമ്മസംഭവം പാർട്ടിക്ക് ഒരു നേട്ടമായി കലാശിച്ചു. കണ്ടക്കൈയിലെ കുഞ്ഞാക്കമ്മയും പി യശോദയും പങ്കെടുക്കുന്ന യോഗങ്ങളിൽ ചെറിയമ്മയും പങ്കെടുക്കാൻ തുടങ്ങി. അവിടെയൊക്കെ ചെറിയമ്മ അവരുടെ അനുഭവം വിവരിച്ചു. ക്രമേണ ചെറിയമ്മ പാർട്ടിക്ക് ഒഴിച്ചുകൂടാനാവാത്ത ഒരാളായി മാറി.

16

മരണമില്ലാത്ത സ്മരണയിൽ

കോട്ടക്കൃഷ്ണനെ വിഷംതീണ്ടി. അശനിപാതംപോലെ നാട്ടുകാർ ആ വാർത്ത ശ്രവിച്ചു. ഫർക്കാ കമ്മിറ്റി മീറ്റിങ് കഴിഞ്ഞ് കണ്ടക്കൈ നിന്ന് പെരിങ്കോന്നിലേക്ക് വരികയായിരുന്നു സഖാവ്. രാത്രിയിൽ നടന്നു വരുമ്പോൾ എന്തോ കടിച്ചു. സാരമില്ലെന്നു പറഞ്ഞ് അദ്ദേഹം കൂടെയുള്ളവർക്കൊപ്പം നടന്നു. പെരിങ്കോന്നു വയലിലെത്തിയപ്പോൾ തളർന്നു വീണു. കൂടെയുള്ളവർ എടുത്തുകൊണ്ടുപോയി ടി വി കമ്മാരൻ നമ്പ്യാരുടെ പീടികയിൽ കിടത്തി. വിഷഹാരിയെത്തി. പരിശോധിച്ചിട്ടു പറഞ്ഞു:

"ജീവൻ കിട്ടുമോയെന്നറിയില്ല. ഉഗ്രവിഷമുള്ള സർപ്പമാണ് കടിച്ചത്. മൂർഖൻ തന്നെ."

സഖാവ് സുബ്രഹ്മണ്യഷേണായിയുടെ മടിയിൽ തലവെച്ചു കിടന്ന് കൂട്ടുകാരൻ സംസാരിച്ചുകൊണ്ടിരുന്നു. പാർട്ടിയെക്കുറിച്ച്; ഇനി ചെയ്യേണ്ട കാര്യങ്ങളെക്കുറിച്ച്, മയക്കം കണ്ണുകളടയ്ക്കുന്നതുവരെ കൃഷ്ണൻ പറഞ്ഞു പറഞ്ഞുകൊണ്ടിരുന്നു. കണ്ണുകളിൽനിന്നും അടർന്നു വീണ കണ്ണുനീർത്തുള്ളികൾകൊണ്ട് സുബ്രഹ്മണ്യഷേണായി അതിനൊക്കെ മറുപടി പറഞ്ഞു.

പീടികയുടെ മുറ്റം ആളുകളെക്കൊണ്ട് നിറഞ്ഞു കവിഞ്ഞു. സുബ്രഹ്മണ്യഷേണായിയുടെ മടിയിൽനിന്നും സഖാവിനെ എടുത്തു മഞ്ചലിൽ കിടത്തി.

പ്രിയസഖാവിനെ നാട്ടിലേക്കെടുക്കുകയാണ്. കണ്ടുനിന്ന സ്ത്രീകളും പുരുഷൻമാരും കണ്ണുതുടച്ചു.

എള്ളരിഞ്ഞിയിൽ നാട്ടുകാരുണ്ടാക്കിയ വായനശാലയിൽ കൊണ്ടു കിടത്തുമ്പോഴേക്കും പ്രഗൽഭനായ വിഷഹാരി കേളപ്പൻ വൈദ്യർ എത്തി. അദ്ദേഹം വിശദമായി പരിശോധിച്ചു. നാഡി പിടിച്ചുനോക്കി. കൺപോള

വിടർത്തി നോക്കി. നീലിച്ച ശരീരം നോക്കി ഒന്നും മിണ്ടാതെ എഴുന്നേറ്റു നിന്നു. പതുക്കെ മുറ്റത്തേക്കിറങ്ങി. ചുറ്റും കൂടിയവരോട് മെല്ലെ പറഞ്ഞു: "ഇല്ല ഇനിയൊന്നും ചെയ്യാനില്ല."

"ഒന്നുകൂടി നോക്കണം വൈദ്യരേ." തളിയൻ അപേക്ഷിച്ചു.

"എന്നാൽ നിങ്ങളുടെ സംശയം തീർത്തേക്കാം. തോട്ടിലേക്കെടുത്തോളൂ" വൈദ്യർ നിർദേശിച്ചു.

ചെറുപ്പക്കാർ എടുക്കാനൊരുങ്ങി. "ന്റെ കുട്ടീനെ ബേദനിപ്പിക്കല്ലേ മക്കളേ." അമ്മാവൻ എടയത്ത് കൃഷ്ണൻ നായർ വിങ്ങിപ്പൊട്ടി. ചെറിയമ്മാവൻ ഗോവിന്ദൻ നായർ പൊട്ടിക്കരഞ്ഞു.

സഖാവിന്റെ ശരീരം വെള്ളത്തിൽ കിടത്തി നോക്കി. അനക്കമില്ല.

"എടുത്തോളൂ" വൈദ്യർ പറഞ്ഞു. എന്നിട്ട് അദ്ദേഹം തിരിഞ്ഞു നോക്കാതെ നടന്നു മറഞ്ഞു.

സഖാവിനെ അവസാനമായി ഒരുനോക്ക് കാണാൻ നിശ്ശബ്ദരായിട്ട് ജനം ഒഴുകിയെത്തിക്കൊണ്ടിരുന്നു. കരഞ്ഞുതളർന്നു ബോധംകെട്ടു കിടക്കുന്ന അമ്മയും പെങ്ങളും. പലരും പൊട്ടിക്കരയുന്നു. ഒരുനോക്ക് കണ്ടു പുരുഷൻമാർ പിന്തിരിഞ്ഞു. കണ്ണടച്ചു കരിനീലിച്ചു കിടക്കുന്നത് കരുത്തിന്റെ ആൾരൂപമാണ്. മണിക്കൂറുകൾ നീളുന്ന മുഴങ്ങുന്ന ശബ്ദം ഇനി കേൾക്കില്ല. അനീതിക്കെതിരെ മുഖം നോക്കാതെ സമരം ചെയ്യാൻ ഇനി കോട്ടക്കൃഷ്ണൻ ഇല്ല. സഹപ്രവർത്തകർ അദ്ദേഹത്തിന്റെ മൃതശരീരത്തിൽ പൂക്കളും കണ്ണീർപ്പൂക്കളും തൂവി അന്തിമോപചാരമർപ്പിച്ചു.

ശാന്തഗംഭീരനായി ശയിക്കുന്ന തങ്ങളുടെ പ്രിയതോഴനെ കാണാനാവാതെ, എന്തുചെയ്യണമെന്നറിയാതെ ആണുങ്ങൾ വിങ്ങിപ്പൊട്ടി.

വൈകാതെ നേതാക്കന്മാരുടെ നിർദേശമെത്തി. "കോട്ടക്കൃഷ്ണനെ വായനശാലയുടെ മുറ്റത്ത് സ്മാരകം കെട്ടി സംസ്കരിക്കണം. പ്രിയസഖാവിന്റെ സ്മരണ എന്നെന്നും നിലനിൽക്കണം."

തളിയനും കേളോത്തും നാരായണൻ നായരും രാമർകുട്ടിയും മറ്റും കണ്ണീരടക്കി ജനങ്ങളെ നിയന്ത്രിക്കാൻ ശ്രമിച്ചു. ശങ്കരനാശാരി കല്ലറ കെട്ടാനുള്ള സ്ഥാനം നിർണയിച്ചു. അവിടെ ചെറുപ്പക്കാർ വിശ്രമമെന്തെന്നറിയാത്ത പ്രിയനേതാവിന് അന്ത്യവിശ്രമത്തിനുള്ള കല്ലറയൊരുക്കി. വായനശാലയുടെ തിരുമുറ്റത്ത്, നേതാക്കന്മാരുടെ, കൂട്ടുകാരുടെ, വന്ദ്യവയോധികരുടെ, അമ്മമാരുടെ, പെങ്ങന്മാരുടെ, അരുമക്കിടാങ്ങളുടെ, ആബാലവൃദ്ധം ജനങ്ങളുടെ വിലാപത്തിനിടയിൽ അവർ അദ്ദേഹത്തെ കല്ലറയിലേക്കെടുത്തു. പാവപ്പെട്ടവന്റെ കണ്ണീരൊപ്പാൻ കൈയിലുയർത്തിപ്പിടിച്ചിരുന്ന ചെങ്കൊടി പുതച്ച് കോട്ടക്കൃഷ്ണൻ അവിടെ നീണ്ടു നിവർന്നു കിടന്നു. ആ അക്ഷരമുറ്റത്ത് പുതുതലമുറയ്ക്ക് മാർഗദർശിയാവട്ടെ അദ്ദേഹമിനി.

ഒരുമണി നെല്ല് എവിടെയും കിട്ടാനില്ല. വിതയ്ക്കുന്നുണ്ട്, വിളയുന്നുണ്ട്, കൊയ്യുന്നുണ്ട്, മെതിക്കുന്നുണ്ട്, തൂറ്റുന്നുണ്ട്, പാറ്റുന്നുണ്ട്, പത്താ

യത്തിൽ നിറയ്ക്കുന്നുമുണ്ട്. അത് പക്ഷേ, നിറയുന്നത് ജന്മിയുടെ പത്തായമാണ്. പാവപ്പെട്ടവന് അതിൽനിന്ന് ഒരുമണിപോലും കിട്ടില്ല.

വാരമളന്നു കഴിഞ്ഞാൽ കൃഷിക്കാരന് പലപ്പോഴും വന്നല[1] മാത്രമേ ബാക്കിയുണ്ടാവൂ. പിന്നെ താളും തകരയും തിന്നാണ് നാട്ടിൻപുറങ്ങളിൽ പശിയടക്കിയിരുന്നത്. കർക്കിടകമാസത്തിൽ കാട്ടിൽനിന്ന് കട്ടുള്ള കേതക്ക കിളച്ചുകൊണ്ട് വന്ന് കണ്ടത്തിന്റെ വെള്ളമൊഴുകുന്ന കണ്ടിക്ക് കെട്ടിയിട്ട് കട്ട് കളഞ്ഞു വേവിച്ചു വിശപ്പടക്കിയിരുന്നവരുടെ മുന്നിൽക്കൂടിയാണ് ജന്മിമാർ പൂഴ്ത്തിവെച്ച നെല്ല് കരിഞ്ചന്തയിൽ വിൽക്കാൻ കൊണ്ടുപോകുന്നത്.

യുദ്ധം നീരൂറ്റിയെടുത്ത ഗ്രാമങ്ങളെ കരിഞ്ചന്തയും പൂഴ്ത്തിവെപ്പും രോഗങ്ങളും വേട്ടയാടുമ്പോൾ രാഷ്ട്രീയപാർട്ടികൾക്ക് അനങ്ങാതിരിക്കാനാവില്ല. സർക്കാരിന്റെ നെല്ലെടുപ്പ് ഏജൻസികൾ പ്രവർത്തിക്കുന്നുണ്ടെങ്കിലും ജന്മിമാരിൽനിന്നും പൂഴ്ത്തിവെപ്പുകാരിൽനിന്നും ഏജന്റുമാർക്ക് നെല്ലെടുക്കുക എന്നത് ദുഷ്കരമാണ്. ഗവൺമെന്റ് നിശ്ചയിച്ച വിലയ്ക്ക്, പാലക്കാടൻ പറയ്ക്ക് രണ്ടുരൂപ അഞ്ചണ, നെല്ല് കൊടുക്കാൻ അവർക്കു താൽപ്പര്യമില്ല. സർക്കാർ വിലയ്ക്ക് ലെവിയളന്നാൽ കൊള്ളലാഭം കൊയ്യാനാവില്ലല്ലോ. രാത്രിയുടെ മറവിൽ നെല്ല് കടത്തുമ്പോൾ പിടികൂടാൻ പാർട്ടി പ്രവർത്തകർ ഉറക്കമിളച്ചു കാത്തിരുന്നു.

പടന്നക്കല്ലിൽവെച്ച് ചീക്കിൽ രാമനും കോട്ടക്കൃഷ്ണനുമടങ്ങിയ സഖാക്കൾ തോണിയിൽ കൊണ്ടുപോകുന്ന നെല്ല് പിടിച്ചു. നെല്ല് നായനാർക്കുവേണ്ടി കടമ്പേരിയിലേക്കാണ് കൊണ്ടുപോകുന്നത്.

നായനാരുടേതാണ് നെല്ലെന്നറിഞ്ഞപ്പോൾ ഒരു കാരണവശാലും വിട്ടുകൊടുക്കില്ലെന്നായി പ്രവർത്തകർ. നിയമപ്രകാരമാണ് തങ്ങൾ നെല്ല് കൊണ്ടുപോകുന്നതെന്ന് കാര്യസ്ഥൻ വാദിച്ചു. തെളിവുണ്ടെന്നു പറഞ്ഞപ്പോൾ ഒരു തെളിവും ആവശ്യമില്ലെന്ന് കൂട്ടുകാർ പറഞ്ഞെങ്കിലും കോട്ടക്കൃഷ്ണൻ വഴങ്ങിയില്ല. “പെർമിറ്റ് അനുസരിച്ച് കൊണ്ടുപോകുന്ന നെല്ല് തടയാൻ നമുക്ക് അവകാശമില്ല. കച്ചറ ഉണ്ടാക്കരുത്.”

അദ്ദേഹം നെല്ല് വിട്ടുകൊടുക്കുക തന്നെ ചെയ്തു. തങ്ങളുടെ പഴയ കാലിച്ചെക്കന്റെ ഔദാര്യത്തിൽ അന്ന് നായനാർ ആ നെല്ല് കടമ്പേരിയിലേക്കു കൊണ്ടുപോയി. അങ്ങനെ കോട്ടക്കൃഷ്ണനെ ചുറ്റിപ്പറ്റി എത്രയെത്ര സംഭവങ്ങൾ! ഒരിക്കലും മരിക്കാത്ത സ്മരണകൾ ഭാവി തലമുറയ്ക്ക് ആവേശം പകരാൻ ബാക്കിവെച്ചുകൊണ്ട് ആ പോരാളി അകാലത്തിൽ മറഞ്ഞുപോയി.

അകാലത്തിൽ പൊലിഞ്ഞുപോയ മറ്റൊരു രക്തനക്ഷത്രമായിരുന്നു ബ്ലാത്തൂർ പള്ളിപ്പുറത്ത് നാരായണൻ നമ്പ്യാർ.

പൊലിഞ്ഞുപോയതല്ല പൊലിച്ചുകളഞ്ഞതാണ്. അതും കൊടുംചതിയിലൂടെ. ധീരതയുടെ പര്യായമായി പറയാവുന്നൊരു പേരാണ് അദ്ദേഹത്തിന്റേത്.

1. പതിർ.

നാരായണൻ നായർ ഇരിക്കൂർ പി സി സി യുടെ ഡയറക്ടർ ബോർഡംഗം ആയിരുന്നു. പൂഴ്ത്തിവെപ്പിനെതിരെ മുഖം നോക്കാതെ നടപടി വേണമെന്ന് അദ്ദേഹം ഡയറക്ടർ ബോർഡ് യോഗത്തിൽ പ്രഖ്യാപിച്ചു. കല്യാട്ടെശമാനനും കാര്യസ്ഥൻ വട്ടയ്ക്കൽ രയരപ്പനും പൂഴ്ത്തിവെച്ച നെല്ല് സ്റ്റോറിൽ ലെവിയളക്കണമെന്ന് നാരായണൻ നമ്പ്യാർ ആവശ്യപ്പെട്ടു.

പരസ്യമായി പി സി സിയുടെ ബോർഡ് യോഗത്തിൽ ജന്മിയുടെ നെല്ല് പിടിച്ചെടുക്കണമെന്ന് ഒരാൾ ആവശ്യപ്പെടുക. ഇതെങ്ങനെ ജന്മിയും കാര്യസ്ഥനും സഹിക്കും. ഈ തന്റേടത്തെ വെച്ചു വാഴിക്കാനല്ലല്ലോ ജന്മി ഗുണ്ടകളെ പോറ്റി വളർത്തുന്നത്. അവർക്ക് ഇടയ്ക്കിടെ പണി വേണമല്ലോ. ജന്മി ഗുണ്ടകൾ പ്രഖ്യാപിച്ചു.

"നെല്ലല്ല, നാരായണൻ നമ്പ്യാരുടെ തലയാണെടുക്കുക."

പക്ഷേ, ഒരു കുഴപ്പമുണ്ട്. അവർക്ക് അത്രയെളുപ്പത്തിൽ എടുക്കാവുന്ന ഒരു തലയല്ലല്ലോ അത്. നേരിട്ടേറ്റുമുട്ടി നാരായണൻ നമ്പ്യാരെ പരാജയപ്പെടുത്താനാവില്ലെന്ന് ഗുണ്ടകൾക്കറിയാം. അപ്പോൾ ചതിയല്ലാതെ വേറെന്തു വഴി!

അന്നും നാരായണൻ നമ്പ്യാർ നെല്ലെടുപ്പു കഴിഞ്ഞ് രാത്രിയിൽ മടങ്ങിയത് പതിവായി വരുന്ന വഴിയിലൂടെ തന്നെയാണ്. ബ്ലാത്തൂർ പടിഞ്ഞാറേക്കര വെളിച്ചംപാറ എന്ന സ്ഥലത്തെത്തി. വിജനമായ പറമ്പിലൂടെ ഒറ്റയ്ക്കു നടക്കുമ്പോൾ മൂന്നാലുപേർ അടുത്തുകൂടിയത് ചതിക്കാനാണെന്ന് അദ്ദേഹം തിരിച്ചറിഞ്ഞില്ല. അതിലൊരാൾ അദ്ദേഹത്തോടു പറഞ്ഞു: "നമുക്കൊന്നു മുറുക്കിയിട്ടു പോകാം."

ഒരാൾ മുറുക്കാൻ ക്ഷണിച്ചാൽ നിരസിക്കുന്നത് ശരിയല്ല. നടന്നു ക്ഷീണിച്ചതല്ലേ, ഒന്നു മുറുക്കിയേക്കാമെന്നു കരുതി അദ്ദേഹം ക്ഷണം സ്വീകരിച്ചു. അടുത്തൊരു പാറപ്പുറത്ത് വട്ടമിട്ടിരുന്നവർ മുറുക്കി. ഗുണ്ടാനേതാവ് പോക്കർ അടയാളം നൽകിയപ്പോൾ ഞൊടിയിടയിൽ ഇരുഭാഗത്തുനിന്നും നാരായണൻ നമ്പ്യാരുടെ കഴുത്തിൽ കയറെറിഞ്ഞു മുറുക്കി. ഒരു പിടച്ചിലിൽ എല്ലാം തീർന്നു. ആ ദീർഘകായൻ മലപോലെ പിന്നോട്ട് മറിഞ്ഞു.

കൊന്നിട്ടും ഗുണ്ടകളുടെ കലി തീർന്നില്ല. അദ്ദേഹത്തിന്റെ മൃതശരീരത്തെയും അവർ അപമാനിച്ചു. സ്ത്രീകൾ മാത്രമുള്ള ചമ്മിഞ്ചേരി തറവാട്ടിലെ കിണറ്റിൽ ജഡം കൊണ്ടിട്ടു. അവിഹിതബന്ധത്തിനു സ്ത്രീകളെ അന്വേഷിച്ചു വന്നപ്പോൾ അറിയാതെ കിണറ്റിൽ വീണതാണെന്ന കഥയും പരത്തി. അദ്ദേഹത്തെ അറിയുന്നവരൊന്നും ആ കള്ളക്കഥ വിശ്വസിച്ചില്ല. അങ്ങനെ കർഷകസംഘത്തിന്റെ നെല്ലെടുപ്പ് സമരത്തിന്റെ രക്തസാക്ഷിയായി നാരായണൻ നമ്പ്യാർ.

നാരായണൻ നമ്പ്യാരുടെ ധൈര്യവും പരാക്രമവും വെളിവായ മറ്റൊരു സന്ദർഭമായിരുന്നു ഊരത്തൂരിൽ അരങ്ങേറിയ *കമ്മാരവധം* നാടകത്തിന്റേത്.

കർഷസംഘവും കമ്യൂണിസ്റ്റുപാർട്ടിയും ജനങ്ങളെ ഉണർത്താൻ നാടൻകലകളും നാടകങ്ങളും നാടെങ്ങും നടത്തിയിരുന്നു. ഊരത്തൂരി ലരങ്ങേറിയ നാടകം ആർക്കും എളുപ്പം മറക്കാൻ കഴിയുന്നതല്ല.

ഇരിക്കൂർ ഫർക്കാ സെക്രട്ടറി എ കുഞ്ഞിക്കണ്ണന്റെ നേതൃത്വത്തിൽ ഊരത്തൂരിൽ *പ്രഹ്ലാദചരിതം* നാടകം അവതരിപ്പിക്കുന്നു. *കമ്മാരവധ*മെന്നു പേരുമാറ്റിയാണ് നാടകം അവതരിപ്പിക്കുന്നത്.

കല്യാട്ടെശെമാനനും കുടുംബാംഗങ്ങളും നാടകം കാണാൻ മുൻനിരയിലിരിപ്പുറപ്പിച്ചു. ബാലാപാർട്ട് അരങ്ങിലെത്തി. രണ്ടുകുട്ടികൾ പാടിക്കൊണ്ട് രംഗത്തു നടക്കാൻ തുടങ്ങി. 'കെ ടി കമ്മാരന്റക്രമം മമ തെളിവൊടു ചൊല്ലിടാം' എന്നു കേട്ടപ്പൊഴേ ജന്മിക്ക് ഇതു തന്നെ കളിയാക്കാനുള്ള പരിപാടിയാണെന്നു മനസിലായി. ജന്മി ഗുണ്ടകളുമായി ആലോചിച്ചു.

കൊക്കേൻ കുമാരൻ, കപ്പിക്കിട്ടൻ, പടച്ചോൻ നാരായണനടക്കമുള്ള കേഡികൾ രംഗത്തിറങ്ങി. പെട്രോൾ ഒഴിച്ച് തീപ്പെട്ടിയുരച്ച് കാണിക്കുന്നതിനുമുമ്പ് കൈക്കു തന്നെ അടി വീണു. നാരായണൻ നമ്പ്യാരും എ സി ശാദുലിയും മറ്റുള്ളവരും ഗുണ്ടകളെ വളഞ്ഞു. പൊരിഞ്ഞ അടിക്കൊടുവിൽ ഗുണ്ടകൾ ജീവനുംകൊണ്ടോടി. പ്രവർത്തകർ വിട്ടില്ല. പിന്നാലെയോടി ഗുണ്ടകളെ അവർ പിടികൂടി.

ജനം നാലുപാടും ചിതറി നാടകം അലങ്കോലപ്പെട്ടെങ്കിലും ജന്മിയെയും ഗുണ്ടകളെയും നാരായണൻ നമ്പ്യാരും മറ്റു സഖാക്കളും ഒരു പാഠം പഠിപ്പിച്ചു. ഗുണ്ടകളെ പിടിച്ചുകെട്ടി അടുത്ത ദിവസം പൊലീസിലേൽപ്പിച്ചു.

ബ്ലാത്തൂർ കർഷകസംഘത്തിന്റെ നട്ടെല്ലൊടിക്കാൻ ഗുണ്ടകളുടെ വിളയാട്ടങ്ങൾക്ക് കഴിഞ്ഞില്ല. പതിനായിരത്തോളം കർഷകർ പങ്കെടുക്കുന്ന പൊതുയോഗങ്ങൾ ബ്ലാത്തൂരിൽ സാധാരണമായിരുന്നു. വിഷ്ണു ഭാരതീയനെപ്പോലെയുള്ള നേതാക്കന്മാരെ മർദിച്ചൊതുക്കുവാനുള്ള ശ്രമവും പരാജയപ്പെട്ടു. വമ്പിച്ച പൊതുയോഗത്തിൽ പ്രഖ്യാപിച്ചു: 'ഇനിമേലിൽ ജന്മി ഞങ്ങളുടെ യജമാനനല്ല. ഞങ്ങൾ അവരെ കൃഷ്ണൻ നമ്പ്യാർ, അനന്തൻ നമ്പ്യാർ എന്നിങ്ങനെയാണ് സംബോധന ചെയ്യുക.' ജന്മികളെ ഞെട്ടിച്ച പ്രഖ്യാപനമായിരുന്നു അത്. അതോടെ ജന്മി വഴിപോകുമ്പോൾപ്പോലും എഴുന്നേറ്റ് ഓച്ഛാനിച്ചിരുന്ന കുടിയാന്മാർ ജന്മിയുടെ മുന്നിൽ തലയുയർത്തിപ്പിടിച്ച് നടക്കാൻ തുടങ്ങി.

അഖിലേന്ത്യാ കർഷകസംഘം നേതാവ് എൻ ജി രംഗ പങ്കെടുത്ത മഹാസമ്മേളനങ്ങൾക്കും ബ്ലാത്തൂർ വേദിയായി. വളണ്ടിയർ മാർച്ചോടെ നടത്തിയ സമ്മേളനത്തിൽ കെ ദാമോദരന്റെ വിഖ്യാതമായ *പാട്ടബാക്കി* നാടകവും അരങ്ങേറി.

17

ഓമനപ്പുടമുറി

"**നി**ങ്ങള് ഞാൻ പറഞ്ഞ കാര്യം ആലോചിച്ചോ?" കുഞ്ഞ്യമ്മ ഭർത്താവിനോട് ഗൗരവത്തിൽ ചോദിച്ചു.

"ഏതു കാര്യം?"

മറുപടി തിരിച്ചൊരു ചോദ്യമായതിനാൽ കുറച്ചു ദേഷ്യത്തോടെ

"നിങ്ങളെ മോന്റെ കാര്യം തന്നെ."

"നീ വളച്ചുകെട്ടാണ്ട് കാര്യം പറ" ഭർത്താവിനും കുറെശ്ശെ ദേഷ്യം വന്നു തുടങ്ങി.

"ചെക്കനൊര് പെണ്ണിനെ കൂട്ടിക്കൊണ്ട്വരണംന്ന് എത്രനാളായി ഞാൻ പറയാൻ തുടങ്ങിയിട്ട്."

"അതിപ്പം അങ്ങനെ എടുപിടീന്ന് നടത്താൻ പറ്റുന്ന കാര്യാണോ?" തളിയൻ ഒന്ന് തണുത്തു. "ഓന് അത്രയ്ക്ക് പ്രായും ആയിറ്റില്ല. പതിനെട്ട് കഴിഞ്ഞതല്ലേ ഉള്ളൂ."

"പതിനെട്ടു കഴിഞ്ഞാൽ പത്തൊമ്പത്ന്നാ പറയ്വാ. ഒരു പെങ്കുട്ടി വീട്ടിലില്ലാത്തേന്റെ വെഷമം നിങ്ങക്കറീല്ല. അച്ഛനും മക്കളും കൂട്ടും കുറീം കഴിഞ്ഞിട്ട് തോന്നുമ്പം കേറിവരും. ബാക്കിയുള്ളോര് കുണ്ടപ്പണിയെടുത്ത് നടുവൊടിഞ്ഞു. പാറുക്കുട്ടി പോയേപ്പിന്നെ മിണ്ടാനും പറയാനുംകൂടി ആരൂല്ല. ഇളിച്ചു കാണിക്കുന്ന കൊറെ കൊരങ്ങ്വള്ണ്ട് കൂട്ടിന്. എപ്പാ മാന്തിപ്പൊളിക്ക്വാന്നു പേടിച്ചിരിക്ക്വാ."

"അപ്പൊ പെണ്ണുകാണണ്ടേ?"

"എന്റാങ്ങളാറോട് വരാൻ പറഞ്ഞിറ്റ്ണ്ട്. അവര് വന്നിട്ടാലോചിക്കാം." ഭാര്യയും ഭർത്താവും തർക്കിച്ചുകൊണ്ടിരിക്കുമ്പോൾ ആങ്ങളമാർ കുഞ്ഞപ്പയും കുഞ്ഞിക്കണ്ണനും വന്നു കയറി. അവരും പുടമുറിക്കാര്യത്തിൽ സജീവമായി.

“ചെങ്ങളായി ഒരു പെൺകുട്ടിയുണ്ട്. നല്ല തറവാട്ടുകാരാണ്. നമ്മുടെ പുൽക്കാനത്ത് ഗോപാലൻ നമ്പ്യാരില്ലേ. അയാൾക്ക് കോയാടൻ കോറോത്ത് വീട്ടിൽ സംബന്ധമുണ്ടായിരുന്നു. അതിലുണ്ടായ കുട്ടിയാണ്. നമ്മക്കൊന്നാലോചിച്ചാലോ?” കുഞ്ഞിക്കണ്ണൻ പറഞ്ഞു.

“നീ പെണ്ണിനെ കണ്ടോ?” കുഞ്ഞ്യേമ്മ ചോദിച്ചു.

“ഞാൻ കണ്ടിരുന്നു. തരക്കേടില്ല.”

“എത്ര വയസുണ്ടാകും?” അച്ഛൻ ചോദിച്ചു.

“പത്തുപതിനാല് വയസുണ്ടാകും. നല്ല പുഷ്ടിയുള്ള കുട്ടിയാണ്. ഏട്ത്തിക്ക് കൈസഹായത്തിനെല്ലാം ഒപ്പിക്കാം.”

“എന്നാപ്പിന്നെ അമ്മാവമ്മാര് പോയി പെണ്ണ് കാണട്ട്. എന്നിട്ട് അയക്കോന്ന് ചോദിക്ക്. അവർക്കുംകൂടി സമ്മതമാണോന്നറിയണ്ടേ.” കുഞ്ഞിരാമൻ നമ്പ്യാർ തീരുമാനിച്ചു.

“അയക്കോന്ന് ഏട്ത്തി പറഞ്ഞിട്ട് ഞാൻ ചോദിച്ചിരുന്നു. അവര്ക്ക് സമ്മതാ.”

“എന്നാപ്പിന്നൊന്ന്യം നോക്കണ്ട. നാളെത്തന്നെ പോയി ജാതകം നോക്കണം” കുഞ്ഞപ്പ നമ്പ്യാർ പറഞ്ഞു.

ജാതകപ്പൊരുത്തം കണ്ടു. ജ്യോത്സ്യനെ കണ്ട് നാള് കുറിപ്പിച്ചു. അച്ഛനമ്മാവന്മാരും കരയിലെ പ്രമാണിമാരായ തറവാട്ടുകാരണോമ്മാരും കൂടി പെണ്ണിന്റെ വീട്ടിൽ വെച്ച് പുടമുറി നിശ്ചയിച്ചു. മകരമാസം പുടമുറി. മൂത്തമോന്റെ പുടമുറിയാണ്. നാടടച്ച് വെറ്റിലടക്കവെച്ച് ക്ഷണിക്കണം. പെണ്ണുങ്ങൾ പോയി ക്ഷണിച്ചില്ലെങ്കിൽ തറവാട്ടുകാരായ പെണ്ണുങ്ങൾ പുടമുറിക്ക് വരില്ല. ഒരു മാസം ക്ഷണിക്കാൻ തന്നെ വേണം.

“എല്ലാറ്റിനും ഞാനൊരുത്തി മാത്രം. കുഞ്ഞേടത്തിയോട് ക്ഷണിക്കാൻ പോകാനാവുമോ എന്നു ചോദിക്കണം. ബെല്യേടത്തീനെ പൊടോറിക്ക് രണ്ടീസം മുമ്പേ നോക്കേണ്ടൂ” അമ്മയ്ക്കിപ്പോഴേ ആധിയായി.

നൂറുകൂട്ടം കാര്യങ്ങൾ ചെയ്യാനുണ്ട്. നെല്ല് പുഴുങ്ങിക്കുത്തി അരിയാക്കണം. മുളകും മല്ലിയും മഞ്ഞളും പൊടിക്കണം. ഉരലിനു വിശ്രമമുണ്ടാവില്ല, പെണ്ണുങ്ങൾക്കും. ഇതിനൊക്കെ പെണ്ണുങ്ങളെ സംഘടിപ്പിക്കണം. നെല്ല് മൂരാനായി. എല്ലാവരും അങ്ങോട്ട് പോയാൽപ്പിന്നെ ഇതിനൊന്നും ആളെക്കിട്ടിയെന്നു വരില്ല. പുടമുറി നിശ്ചയിച്ചതോടെ വീട്ടിലെല്ലാവർക്കും തിരക്കായി. അച്ഛൻ ആകെ വിഷമത്തിലായി. വീട്ടുകാര്യങ്ങളിൽ നിന്നൊക്കെ ഒഴിഞ്ഞ് മുഴുവൻ സമയവും പാർട്ടിക്കു വേണ്ടി പ്രവർത്തിക്കുകയായിരുന്നു. മകന്റെ പുടമുറി നിശ്ചയിച്ചതോടെ അത് പറ്റില്ലെന്നായി. പുറത്ത് കാര്യങ്ങൾ വല്ലാത്തൊര് അവസ്ഥയിലെത്തി നിൽക്കുന്നു. അപ്പോൾ മാറി നിൽക്കാനുമാവില്ല.

അതിനിടയിലൊരു ദിവസം വീട്ടിലൊരു അതിഥി കയറിവന്നു. പഴയ ഗുരുനാഥനെ കണ്ടപ്പോൾ ആദരപൂർവം തളിയൻ കൈപിടിച്ചുകൊണ്ടുവന്നു. ഉപചാരങ്ങൾക്കുശേഷം കോരൻ മാസ്റ്റർ കാര്യത്തിലേക്കു കടന്നു. “ചന്തുക്കുട്ടി നായനാരും നീയും എനിക്കൊരുപോലെയാണ്. ഇങ്ങനെ

കീരിയും പാമ്പുംപോലെ നിൽക്കേണ്ടവരല്ല നിങ്ങൾ. ഒരുമിച്ച് നിൽക്കേണ്ടവരാണ്.”

“നായനാർ മാറാതിടത്തോളം എനക്ക് അതുപോലെ മാത്രമേ കാണാൻ കഴിയൂ.”

“നായനാർ മാറിയാൽ നിനക്ക് ശത്രുത ഇല്ലാതാവുമോ? രമ്യതയിൽ പോകാൻ കഴിയുമോ?”

“എനക്ക് ആരോടും ശത്രുതയില്ല. അനീതിയെ എതിർക്കുന്നു എന്നു മാത്രം.”

“നായനാർ എള്ളരിഞ്ഞി പ്രവൃത്തി കാര്യക്കാർ പദവിയാണ് നിനക്ക് തരാനുദ്ദേശിക്കുന്നത്. ഈ സമരത്തിൽനിന്നും നീ പിൻമാറണം.”

“ഇനി എനക്കതിനു കഴിയുമെന്ന് തോന്നുന്നില്ല. എനക്ക് ഒരച്ഛനേ ഉള്ളൂ. തോന്ന്യാസം പറഞ്ഞതിന് കല്യാട്ടെശമാനന്റെ കാര്യസ്ഥനെ അടിച്ചിട്ട കോയാടൻ രാമൻ നമ്പ്യാർ. ആ കോയാടന്റെ മോന് വാക്കൊന്നേയുള്ളൂ. കൃഷിക്കാരെ മുഴുവൻ സമരത്തിനണി നിരത്തിയിട്ട് നായനാരുടെ ആളായി മാറി രക്ഷപ്പെടുന്നത് ആലോചിക്കാൻ പോലുമാവില്ല. അതിനേക്കാൾ ഭേദം മരണമാണ്.”

“നിന്റെ വിധി അതാണെങ്കിൽ എനിക്ക് മാറ്റാനാവില്ലല്ലോ” കോരൻ മാസ്റ്റർ വിഷാദത്തോടെ പറഞ്ഞു. നിറകണ്ണുകളോടെ ഗുരുനാഥൻ പടിയിറങ്ങിയപ്പോൾ തളിയന്റെ കണ്ണുകളും നിറഞ്ഞു.

അതിനേക്കാൾ കഷ്ടമാണ് പുടമുറിക്കാരന്റെ കഥ. കൂട്ടുകാർ കളിയാക്കിയിട്ട് പുറത്തിറങ്ങാൻ പറ്റുന്നില്ല. കളിച്ചു നടക്കേണ്ട പ്രായത്തിൽ പുടമുറിയോ, പെണ്ണിന്റെ പേരെന്താ എന്നൊക്കെ ചോദിച്ച് ചന്തൂട്ടിയും കുഞ്ഞപ്പയും കൃഷ്ണനും ശങ്കരനുമൊക്കെ നാണംകെടുത്തും. അനിയന്മാർക്കൊക്കെ വലിയ ഉൽസാഹമാണ്. രാഘവൻ ഓടിനടന്ന് കാര്യങ്ങളന്വേഷിക്കുന്നു. കുഞ്ഞപ്പമോനോട് അമ്മയ്ക്ക് വരാൻ പോകുന്ന ഏട്ത്തിയമ്മയെക്കുറിച്ച് പറയാനേ നേരമുള്ളൂ. അതു കേൾക്കുമ്പോഴേ തെക്കിനിയുടെ മുകളിലേക്ക് തടിതപ്പും. അതുകാണുമ്പോൾ അമ്മയുടെ ഒരു കള്ളച്ചിരിയുണ്ട്. കാണുമ്പോൾ ദേഷ്യം വരും.

പുടമുറിയടുത്തപ്പോഴേക്കും ബന്ധുക്കൾ ഒന്നൊന്നായെത്തിത്തുടങ്ങി. മലപ്പട്ടത്തുനിന്ന് ദേവകി വലിയമ്മയും മക്കളുമെത്തി. കുഞ്ഞമ്മേടത്തി വലിയമ്മയുടെ മോളാണ്. പെങ്ങളായി കുഞ്ഞമ്മേടത്തിയേ ഉള്ളൂ. അവർ നേരത്തേ മരിച്ചുപോയി. കുഞ്ഞമ്മേടത്തിയുടെ മക്കൾ സമപ്രായക്കാരും മൂത്തവരുമൊക്കെയാണ്. ഏടത്തിയുടെ മക്കളായ കല്യാണിക്കുട്ടിയും ലക്ഷ്മിക്കുട്ടിയും കൃഷ്ണനും നാരായണനും ബാക്കിയെല്ലാവരും നേരത്തേ വന്നു.

നിശ്ചയത്തിനുശേഷം കുഞ്ഞപ്പമ്മാവനും കണ്ണമ്മാവനും വലിയമ്മമാരുടെ മക്കളായ കുട്ട്യപ്പേട്ടനും കുഞ്ഞപ്പേട്ടനും ദാമോദരേട്ടനും ഗോവിന്ദേട്ടനും തളിയൻമാർ വീട്ടിൽത്തന്നെ താമസിച്ചു. അവർക്കു പിടിപ്പതു ജോലിയുണ്ട്. മുറ്റം കിളച്ചിട്ട് നിലംതല്ലിക്കൊണ്ട് തല്ലിയുറപ്പിച്ചു. കവുങ്ങ്

മുറിച്ചുകൊണ്ടുവന്നു പന്തലിന്റെ തൂണ് നാട്ടി. കവുങ്ങ് കീറി വാരിയുണ്ടാക്കി. മെടഞ്ഞ ഓലകെട്ടി പന്തലിന്റെ പണി തീർത്തു. കുരുത്തോലയും ഈന്തപ്പനയോലയുംകൊണ്ട് പന്തൽ അലങ്കരിച്ചു. മരത്തനും എട്ടനും കാഞ്ഞനുമൊക്കെ രാപ്പകലില്ലാതെ പണിയെടുത്തു. അച്ഛന്റെ ഏട്ടൻമാരും ഭാര്യമാരും മക്കളും നേരത്തേ വന്ന് എല്ലാറ്റിനും മേൽനോട്ടം വഹിച്ചു.

പുതുക്കുടി രാമൻ നായർ, എടേത്ത് കൃഷ്ണൻ നായർ, എടേത്ത് ഗോവിന്ദൻനായർ, കോയാടൻ ചാത്തുക്കുട്ടി നമ്പ്യാർ, തെങ്ങിൽ അപ്പ നമ്പ്യാർ, തെക്കൻ നാരായണൻനായർ, തെക്കൻ ചന്തൂട്ടി നായർ കോയിപ്പറമ്പൻ രാമൻനായർ, ദാരപ്പൻ നായനാർ തുടങ്ങി അച്ഛന്റെ ചങ്ങാതിമാരൊക്കെ ഇടയ്ക്കിടെ വന്നന്വേഷിച്ചു. സഹായിച്ചു. കോരേട്ടനും അമ്പുവേട്ടനും അച്ഛന്റെ മരുമക്കൾ. അവരും വീട്ടിൽത്തന്നെ മുഴുവൻ സമയവും.

നേതാക്കൾക്ക് അയക്കാനുള്ള കത്ത് എരുവേശിയിലെ പത്മനാഭൻ മാഷാണ് തയാറാക്കിയത്. അതറിഞ്ഞപ്പോൾ എടത്തിലെ കാര്യസ്ഥന്മാർ പരിഹസിച്ചു: "കല്യാണക്കത്തല്ല, ചാവടിയന്തിരക്കത്താണ് തളിയനും മക്കളും അയക്കുന്നത്."

പുടമുറിദിവസം വൈകുന്നേരംതന്നെ സദ്യയൊരുക്കാൻ തുടങ്ങി. ആണിന്റെ വീട്ടിൽ പുടമുറി കഴിഞ്ഞ് അടുത്തദിവസം പെണ്ണിനെ കൊണ്ടുവരുമ്പോഴേക്കും സദ്യയൊരുക്കണം. ചന്തൂട്ടിയും കുഞ്ഞപ്പയും കുഞ്ഞിരാമനും കൃഷ്ണനും ശങ്കരനും ഗോവിന്ദനുമൊക്കെ പെട്രോമാക്സിന്റെ വെളിച്ചത്തിൽ കറിക്കരിയാനും അടതറിക്കാനും തേങ്ങ ചിരകാനും കൂടി. പുലരുമ്പോഴേക്കും അടപ്രഥമനടക്കമുള്ള സദ്യ ഒരുങ്ങേണ്ടതാണ്. പെണ്ണുങ്ങൾ അയൽവക്കത്തൊക്കെയുള്ള അമ്മി സംഘടിപ്പിച്ച് കറിക്കരയ്ക്കാൻ നിരന്നിരുന്നു.

വരനും സംഘവും വൈകുന്നേരംതന്നെ പുറപ്പെടണം. രാത്രിയാണ് പുടമുറി, പെണ്ണിന്റെ വീട്ടിൽവെച്ച്. നാരായണൻ പെരുമ്മൂറെ കുളത്തിൽപ്പോയി കുളിച്ചു വന്നു. കാവുമ്പായി അമ്പലത്തിൽ പോയി പ്രാർഥിക്കണമെന്ന് അമ്മ നിർബന്ധം പിടിച്ചതുകൊണ്ട് ഗോവിന്ദേട്ടനോടൊപ്പം പോയി കണ്ണടച്ചു തൊഴുതു, എന്താണ് പ്രാർഥിക്കേണ്ടതെന്നറിയാതെ. അനന്തൻ മാഷും രാഘവൻമാഷുമൊക്കെ രാവിലെ തന്നെ വന്ന് അനുഗ്രഹിച്ചു. നേരം പതിറ്റടിയായപ്പോൾ കാരണവൻമാർ തിരക്കുകൂട്ടി.

"പുടമുറിക്കാര് ഒരുങ്ങാനായി. കുളീം ജപൂം കഴീമ്പ്ളക്കും അന്ത്യാവും. അതുകൊണ്ട് ഇപ്പൊ തൊടങ്ങിക്കോ" കുഞ്ഞപ്പമ്മാവൻ വിളിച്ചു പറഞ്ഞു.

"ഇദെന്താ പെണ്ണുങ്ങളാ ഒരുങ്ങാൻ. ഒന്നു മുങ്ങി വരണം. അത്രന്നെ." പുതുക്കുടി രാമൻ നായർ പറഞ്ഞു.

"അങ്ങനെ മുങ്ങി നിവരാനൊന്നും ഞങ്ങളെക്കിട്ടില്ലെന്റെ രാമേട്ടാ." ദാറുട്ട്യേട്ടൻ പറഞ്ഞു. "കാര്യായിട്ടന്നെ ഒരുങ്ങണം."

"അങ്ങനെ പറയ് മോനേ, എല്ലേറ്റ്നും പെണ്ണുങ്ങളെ കുറ്റം പറയാലോ. ഞാക്കും ഒരുങ്ങാനൊന്നും ഇല്ല. ഒരു പൊടെയെടുത്തുടുക്കണം. ബേറ്യൊന്ന് പൊതക്കെണം. കുഞ്ഞപ്പേന്റെ പൊടോറിക്ക് ഈടന്ന് തലേല് എണ്ണേം പൊത്തീറ്റാ ഞാള് പോയത്. കയരളത്തെത്തീറ്റാ പൊഴേല് ഒന്നു മുങ്ങ്യത്" തമ്പായി വലിയമ്മ പറഞ്ഞു.

"എന്റേട്ത്തി, എന്നിറ്റ് ബേണ്ടത് കിട്ടീറ്റില്ലേ? ഒര് ബാല്യക്കാരൻ നിങ്ങളേത് നാട്ടുകാറാപ്പാന്ന് കളിയാക്കീറ്റില്ലേ?" അമ്മ ചിരിച്ചു കൊണ്ടു പറഞ്ഞു.

"ഓന്റോര് കളിയാക്കല്. ഇപ്പത്തെ ബിച്ചീം മാന്യൊന്നും ഞാക്കറീല്ലപ്പാ" വലിയമ്മയ്ക്ക് ഉത്തരം മുട്ടി.

ആണുങ്ങളെല്ലാം കുളിച്ചൊരുങ്ങി വന്നപ്പോൾ സന്ധ്യയായി. കത്തിച്ചുവെച്ച നിലവിളക്കിനു മുമ്പിൽ വെള്ളയും കരിമ്പടവും വിരിച്ചതിൽ കിഴക്കോട്ടു തിരിഞ്ഞിരുന്നു. അച്ഛനും അമ്മയും മറ്റുപ്രായമുള്ളവരും തലയിലരിയിട്ടനുഗ്രഹിച്ചു.

പുത്യപെണ്ണിന്റെ തുണിയും മുറിക്കാനുള്ള പുടവയും അമ്മ പെട്ടിയിലെടുത്തു വെച്ചിരുന്നു. നാദ്യൻ രാമൻ പെട്ടിയും പുകയിലക്കെട്ടും എടുത്തു. പെട്രോമാക്സുമെടുത്ത് കുഞ്ഞപ്പ മുന്നിലിറങ്ങി. കാരണവന്മാരുടെ പിന്നാലെ ദാറുട്ട്യേട്ടൻ കൈപിടിച്ചിറക്കി. അറുപതോളം പുരുഷൻമാർ പടിയിറങ്ങി, പറമ്പ് കടന്നു കോണിയിറങ്ങി നടന്നു. ചെങ്ങളായിയിലേക്ക്, പെണ്ണിന്റെ വീട്ടിലേക്ക്.

പെട്രോമാക്സിന്റെ പ്രകാശം കണ്ടപ്പോൾ മനസിലായി. പെണ്ണിന്റെ വീടെത്തി. ചൂട്ടുവീശി ആണുങ്ങളും പെണ്ണുങ്ങളും വീട്ടിലേക്കു കയറിപ്പോകുന്നുണ്ട്. പടിക്കലെത്തിയപ്പോൾ പെണ്ണിന്റമ്മാവന്മാർ വന്നെതിരേറ്റു കൊണ്ടുപോയി. ഇറയത്തിന്റെ നടയിൽ നിന്നു. പെണ്ണിന്റാങ്ങള കിണ്ടിയിൽനിന്ന് വെള്ളമൊഴിച്ച് കാൽ കഴുകിച്ചു. പ്രത്യേകം വിരിച്ച പുൽപ്പായയിൽ എല്ലാവരും ഇരുന്നു.

'പുടമുറിക്കുള്ള മുഹൂർത്തമായി.' അൽപ്പസമയം കഴിഞ്ഞപ്പോൾ പെണ്ണിന്റെ അമ്മാവൻ വന്നറിയിച്ചു. എല്ലാവരും എഴുന്നേറ്റു. ഇനി പടിഞ്ഞാറ്റകത്തേക്ക്. മലപ്പട്ടത്തെ ചന്തുട്ടിയേട്ടൻ ഒരിണപ്പുടവയെടുത്തു മുറിച്ചു. അതിൽ ഒരു കഷണം കൈയിൽ പിടിപ്പിച്ചു.

ചായിപ്പിൽക്കൂടി രണ്ടുമൂന്നു പെണ്ണുങ്ങൾ ഒരു പെണ്ണിനെ ഉന്തിത്തള്ളിക്കൊണ്ടുവന്നു. നിലവിളക്കിന്റെ മങ്ങിയ വെളിച്ചത്തിൽ പെണ്ണാണെന്നുമാത്രം മനസിലായി. കൊണ്ടുവന്നത് അമ്മായിമാരായിരിക്കും. അവരിൽ ഒരാൾ പെണ്ണിനോട് പറഞ്ഞു: "കൈനീട്ട്."

കുനിഞ്ഞ മുഖത്തോടെ അവൾ കൈ നീട്ടി. നാരായണൻ മൂസോർ പറഞ്ഞു:

"പെണ്ണിന്റെ കൈയിൽ പുടവ കൊടുക്കൂ."

നീട്ടിയ കൈകളിലേക്ക് പുടവ ഇട്ടുകൊടുത്തു. ബാക്കിയുള്ള പുടവപ്പൊതി ചാത്തുവേട്ടൻ പടിഞ്ഞാറ്റിയിലെ തളികയിൽ വെച്ചു. അതിനു

മീതെ പണവും വെച്ചു. പുറത്തിറങ്ങിയപ്പോൾ ആരോ പറഞ്ഞു: "ഇല യിട്ടിട്ടുണ്ട് ഉണ്ണാനിരിക്കാം."

പന്തലിൽ ഒരിലയുടെ അടുത്തിരുത്തി, ചാത്തുവേട്ടൻ കൂടെയിരുന്നു. എല്ലാം തൊട്ടുനോക്കി. ഉണ്ണാൻ കഴിഞ്ഞില്ല. ഉണ്ടെന്നുവരുത്തി എഴുന്നേറ്റു. പുടമുറിക്കാർ ഉണ്ടെഴുന്നേറ്റാലേ മറ്റുള്ളവർക്ക് സദ്യ വിളമ്പൂ.

എല്ലാവരുംകൂടി പടിഞ്ഞാറ്റകത്ത് കൊണ്ടാക്കി. "അവിടെ കിടന്നോളൂ," ചന്തൂട്ടിയേട്ടൻ പറഞ്ഞു. അകത്ത് നിലവിളക്ക് കത്തുന്നുണ്ട്. കട്ടിലിൽ കിടക്ക വിരിച്ചിട്ടുണ്ട്. അതിൽ കയറിക്കിടന്നു. വാതിലിനു പുറത്ത് പെണ്ണുങ്ങളുടെ സംസാരം കേട്ടു.

"ഉള്ളിലേക്കു കയറിക്കോ. നിന്നെപ്പിടിച്ച് തിന്നൂല."

ആരോ ഓടിപ്പോവുന്ന ശബ്ദം. കൂടെ ഒരു കരച്ചിലും.

പുലരുന്നതിനു മുമ്പ് ആരോ വിളിച്ചുണർത്തി. എവിടെയാണ് കിടന്നതെന്നറിയാൻ കുറച്ചുസമയമെടുത്തു. പിന്നെ എഴുന്നേറ്റു. മറ്റുള്ളവരെല്ലാം പുറപ്പെടാൻ തയാറായി നിൽക്കുന്നു. അവരുടെ കൂടെ പുറപ്പെട്ടു, വീട്ടിലേക്ക്. അമ്മയെക്കാണണമെന്നൊരു തോന്നൽ.

വഴിയിൽ പെണ്ണിനെ കൂട്ടാൻ പോകുന്ന വെറ്റിലക്കെട്ടുകാരെ കണ്ടു. ചെറിയമ്മായിയും വലിയമ്മായിയും വലിയമ്മമാരും നാട്ടിലെ മുതിർന്ന പെണ്ണുങ്ങളുമെല്ലാമുണ്ട്. പെണ്ണിനെ കൂട്ടാൻ പോകുന്നവരെ വെറ്റിലക്കെട്ടുകാരെന്നു പറയും. തിരിച്ചുവരുമ്പോൾ അവരുടെ കൂടെ കല്യാണപ്പെണ്ണുണ്ടാകും. കോണി കയറി പൊള്ളോലെടം വളപ്പിലെത്തിയപ്പോൾത്തന്നെ വീട്ടിൽനിന്ന് ഒച്ചയും ബഹളവും കേട്ടു. അച്ഛൻ ഉറക്കെ സംസാരിക്കുന്നുണ്ട്. ആരൊക്കെയോ ചിരിക്കുന്നുമുണ്ട്. മുറ്റത്തെ പന്തലിനുള്ളിൽ ചായയും അവലുപ്പുമാവും വിളമ്പുന്നു. അവിടെ പോയിരുന്നപ്പോൾ ശങ്കരൻ കളിയാക്കി.

"നാരാണന് ഓളെവീട്ടീന്ന് ഒന്നും കിട്ടീറ്റില്ല എന്നു തോന്നുന്നല്ലോ" ഒന്നും മിണ്ടാൻ പോയില്ല.

കോരേട്ടൻ ചായയും ഉപ്പുമാവും മുന്നിൽ കൊണ്ടുവെച്ചു. ഉച്ചയോടെ സദ്യയുണ്ണാൻ ആളുകളെത്തിത്തുടങ്ങി. സ്കൂളിലെ അധ്യാപകരെല്ലാം വന്നു. അവരെ കണ്ടപ്പോൾ കുറെശ്ശെ നാണം തോന്നി. പന്തിയിൽ വിളമ്പു കഴിഞ്ഞപ്പോൾ പന്തിക്കു പുറത്തേക്കും വിളമ്പു തുടങ്ങി. വിളമ്പാൻ സഹായിക്കുമ്പോൾ ഏട്ടൻ പറഞ്ഞു: "ഇനി മോനെ, കുഞ്ഞീന്നൊന്നും ബിളിച്ചൂടല്ലോ. മംഗലം കയിഞ്ഞാ ബെല്യോലേന്ന് ബിളിക്കണ്ടേ."

"നിനക്ക് ഞാനല്ലാണ്ട് വെളമ്പാൻ വെരോ. ഞാൻ പൊവ്വാന്ന്." പിന്തിരിഞ്ഞ് നടക്കാൻ ഒരുങ്ങുമ്പോൾ "ബെളമ്പീറ്റ് പോട് കുഞ്ഞീ" കാഞ്ഞൻ പറഞ്ഞു.

"ഓറങ്ങനെല്ലാം പറീം."

ഉച്ചയാകാറാകുമ്പോൾ പെണ്ണിനെ കൂട്ടാൻ പോയ പെണ്ണുങ്ങൾ എത്തിച്ചേർന്നു. നാരാണി അമ്മായി പെണ്ണിന്റെ കൈയിൽനിന്ന് തുണി

ക്കുട വാങ്ങി മടക്കി. കുഞ്ഞമ്മേടത്തിയുടെ മകൾ ലക്ഷ്മിക്കുട്ടി കിണ്ടിയിലെ വെള്ളമൊഴിച്ച് പെണ്ണിന്റെ കാൽ കഴുകി. അമ്മ കൂട്ടിക്കൊണ്ടുപോയി പടിഞ്ഞാറ്റകത്തു വെള്ളയും കമ്പിളിയും വിരിച്ചതിലിരുത്തി. കത്തിച്ചുവെച്ച നിലവിളക്കിനു മുന്നിൽ അച്ഛനും അമ്മയും പ്രായമുള്ള ബന്ധുക്കളും തലയിലരിയിട്ടനുഗ്രഹിച്ചു. ശാരദയെ അച്ഛനുമമ്മയും മകളായി സ്വീകരിച്ചു. അമ്മ വിളിക്കുന്നതു കേട്ട് പേരറിഞ്ഞു.

വെറ്റിലക്കെട്ട് കൂട്ടി വന്നവരും പെണ്ണിനെക്കൊണ്ടാക്കാൻ വന്നവരും സദ്യ ഉണ്ടു. പെണ്ണിന്റെ അമ്മായിമാരും വലിയമ്മമാരും ഇളയമ്മമാരും വേഗം തിരിച്ചുപോയി. അവർക്ക് സന്ധ്യക്കുമുമ്പ് ചെങ്ങളായി എത്തണം. അവർ പോകുമ്പോൾ പെണ്ണ് കരയാൻ തുടങ്ങി.

അച്ഛൻ പുടമുറിയോടനുബന്ധിച്ച് തുള്ളൽക്കളി ഏർപ്പാടാക്കിയിരുന്നു. ബന്ധുക്കൾക്കു പുറമേ അടുപ്പമുള്ളവരും കളി കാണാനെത്തി. കൂട്ടത്തിൽ പുതിയ പെണ്ണിനെയും കാണാമല്ലോ. അമ്മ പറയുമ്പോലെ അങ്കവും കാണാം താളിയുമൊടിക്കാം. തുള്ളൽ കഴിയുമ്പോൾ രാത്രി ഏറെ വൈകി. അടുത്ത വീടുകളിൽ പോകേണ്ടവർ ചൂട്ടുകത്തിച്ചു പോയി. മറ്റുള്ളവർ ഓരോ ദിക്കിൽ പായ വിരിച്ചു കിടന്നു. പതിവുപോലെ തെക്കിനിയുടെ മുകളിൽ ഉറങ്ങാൻ പോയി. കോസടി വിരിച്ചു കിടക്കുമ്പോൾ വെറുതെ പുതിയ പെണ്ണിനെക്കുറിച്ചോർത്തു. എവിടെയായിരിക്കും അവൾ ഉറങ്ങുക?

അമ്മയുടെ കൂടെയായിരിക്കും.

18

കള്ളക്കുരുക്കുകൾ മുറുക്കി

ജാപ്പ് ഫാസിസം ഇന്ത്യയിലേക്ക് കടന്നുകയറിയാലുള്ള അപകടത്തെക്കുറിച്ച് കമ്യൂണിസ്റ്റ് പാർട്ടിക്ക് വ്യക്തമായ ധാരണയുണ്ടായി. അതിനെതിരെ പ്രചരണവുമായി പാർട്ടി മുന്നോട്ടുപോയി. ഇരിക്കൂർ ഫർക്കയിലെ വില്ലേജുകളിൽ ജാപ്പ്‌വിരുദ്ധ കമ്മിറ്റികൾ രൂപീകരിച്ചു. എങ്ങും പ്രകടനങ്ങളും പൊതുയോഗങ്ങളും അരങ്ങേറി.

തളിയന്റെ നേതൃത്വത്തിൽ ഐച്ചേരിയിൽ ജാപ്പ് വിരുദ്ധ സമ്മേളനം നടക്കുകയാണ്. ജപ്പാന്റെ ഫാസിസ്റ്റ് സ്വഭാവത്തെക്കുറിച്ചും നമ്മുടെ മണ്ണിൽ അത് വേരോടിയാലുള്ള അപകടത്തെക്കുറിച്ചും നേതാക്കന്മാർ പ്രസംഗിച്ചുകൊണ്ടിരിക്കുമ്പോൾ പൊലീസ് യോഗത്തിലേക്ക് ഇരച്ചുകയറി. സമ്മേളനം അലങ്കോലപ്പെടുത്താൻ ലാത്തിച്ചാർജ് തുടങ്ങി. പുതിയമഠത്തിൽ കുഞ്ഞിരാമൻ, താണ്ടൻ ഉസ്സൻ, നിടിഞ്ചാര പോക്കർ എന്നിവർക്ക് മർദനത്തിൽ പരിക്കേറ്റു. കോളോത്ത് കൃഷ്ണൻ, എം സി റാമർകുട്ടി, വി കെ കുഞ്ഞിരാമൻ എന്നീ സഖാക്കളെ പിടിച്ചുകൊണ്ടുപോയി നായനാരുടെ പത്തായപ്പുരയിൽ പൂട്ടിയിട്ടു.

തളിയൻ നരസിംഹമായി മാറി. അദ്ദേഹം ഗർജിച്ചു. “നായനാരുടെ ലോക്കപ്പ് പൊളിച്ചുകൊണ്ടുവരും. കഴിഞ്ഞില്ലെങ്കിൽ നമ്മളവിടെ ഏറ്റുമുട്ടി മരിക്കും.”

ആ ഗർജനത്തിന്റെ അലയൊലിയിൽ മയങ്ങി ഐച്ചേരി നിന്നും ജാഥ പത്തായപ്പുരയിലേക്ക് നീങ്ങുകയാണ്. വാരിക്കുന്തങ്ങളും വടികളും കൈയിലേന്തി ആയിരങ്ങൾ മാർച്ച് ചെയ്തപ്പോൾ തളിയൻ കുഞ്ഞിരാമൻ നമ്പ്യാർ അവരെ മുന്നിൽനിന്ന് നയിച്ചു.

പത്തായപ്പുരയുടെ സമീപം വെച്ച് പൊലീസ് തടഞ്ഞു.

പൊലീസ് പ്രതിരോധം സൃഷ്ടിച്ചപ്പോൾ തളിയൻ നെഞ്ചുവിരിച്ചു

പറഞ്ഞു: "ഈ നിൽക്കുന്ന ആയിരങ്ങളെ വെടിവെച്ചു കൊല്ലേണ്ടിവരും.. അല്ലാതെ ഞങ്ങൾ പിരിഞ്ഞു പോകില്ല." ആ നെഞ്ചുറപ്പിനു മുന്നിൽ അധികാരത്തിന്റെ ഹുങ്ക് തൽക്കാലം പത്തിതാഴ്ത്തി. തടവിലാക്കിയവരെ വിട്ടയക്കാതിരിക്കാൻ പൊലീസിനു കഴിഞ്ഞില്ല.

കേസുകൾ, കേസുകൾ.... എങ്ങോട്ടു തിരിഞ്ഞാലും കേസുകൾ. പാർട്ടി അനുഭാവികളെ കള്ളക്കേസിൽ കുടുക്കുക എന്ന തന്ത്രമാണിപ്പോൾ സംഘത്തെ തകർക്കാൻ ജന്മിമാരും എം എസ് പിയും പ്രയോഗിക്കുന്നത്. സ്ത്രീകളുടെ കൈയിൽനിന്ന് അബദ്ധത്തിൽ മണ്ണെണ്ണ വിളക്കിൽനിന്ന് തീ പടർന്ന് പുര കത്തിയതിനും നായനാർ പാർട്ടിക്കാർക്കെതിരെ കേസു കൊടുത്തു.

കർഷകസംഘത്തിന്റെയും കമ്യൂണിസ്റ്റ് പാർട്ടിയുടെയും സജീവ പ്രവർത്തകൻ, പാപ്പിനിശ്ശേരി കുഞ്ഞപ്പയും കേളോത്ത് കൃഷ്ണനും തീവെപ്പു കേസിലെ പ്രതികളാക്കപ്പെട്ടു. എം സി രയരപ്പൻ നമ്പ്യാർ എള്ളരിഞ്ഞി എൽ പി സ്കൂളിലെ അധ്യാപകനാണ്. അദ്ദേഹത്തിനെതിരെയും കേസ് ചമച്ചു. ഇപ്രാവശ്യം അയൽവാസിയാണ് വാദി. മാഷ് അയാളുടെ വീട്ടിലേക്കൊളിഞ്ഞുനോക്കിപോലും. അദ്ദേഹത്തെ അറസ്റ്റു ചെയ്യാൻ എം എസ് പിക്കാർ സ്കൂളിലേക്കെത്തി. ഒരു പാവം അധ്യാപകനെ അറസ്റ്റു ചെയ്യാൻ സർവസന്നാഹങ്ങളുമായി നാൽപ്പതോളം പൊലീസുകാർ.

പൊലീസിനെ കണ്ട് കുട്ടികൾ പേടിച്ചു. അവർ കരയാൻ തുടങ്ങി. കുട്ടികളുടെ മുന്നിൽ വെച്ച് എം സി ആറിനെ പൊലീസ് അറസ്റ്റ് ചെയ്തു. സ്കൂളിനടുത്തുള്ള വായനശാലയിലേക്ക് വിലങ്ങു വെച്ച് നടത്തിച്ചു.

"നിങ്ങളുടെ സന്നാഹക്കാരെല്ലാം വന്നോട്ടെ. അതുവരെ ഇവിടെ നിൽക്കൂ. വേണ്ടപ്പെട്ടവരെയൊക്കെ അറിയിച്ചിട്ടേ ഞങ്ങൾ കൊണ്ടുപോകുന്നുള്ളൂ." പൊലീസഹന്ത തിളച്ചുതൂവി.

എം സി ആർ നാട്ടുകാരുടെ സ്കൂളിലെ മാഷാണ്. നാട്ടുകാരുടെ പ്രിയപ്പെട്ട മാഷും സഖാവുമാണ്. ഈ അന്യായം കണ്ണടച്ച് സഹിക്കാൻ ജനം തയാറായില്ല. അവർ കൂട്ടം ചേർന്നു. ചെറുപ്പക്കാർ മെഗാഫോണെടുത്തു. "അന്യായമായി എം സി ആറിനെ അറസ്റ്റു ചെയ്തുകൊണ്ടുപോകുന്നു. ഉടനെ സംഘടിക്കുക. പൊലീസിനെ തടയുക" അവർ ഗർജിച്ചു.

ജനങ്ങൾ സംഘടിച്ചു. ആയിരക്കണക്കിനാളുകൾ. കിട്ടിയതെല്ലാം കൈയിലെടുത്ത് സമീപപ്രദേശങ്ങളിൽ നിന്നെല്ലാം ജനങ്ങൾ പാഞ്ഞെത്തി. കവിണയും കല്ലും വാരിക്കുന്തവും അവർ ആയുധമാക്കി. സ്ത്രീകളുടെ കൈയിൽ മൂർച്ചക്കത്തി ഉണ്ടായിരുന്നു. നെല്ല് മൂരാൻ മാത്രമല്ല അവ കൊള്ളുന്നതെന്നവർക്കറിയാം. അവരുടെ നേതാവ് ഇടത്തിലെ പഴയ അടിച്ചുതളിക്കാരി ചെറിയ തന്നെ. "ഞങ്ങളുടെ മാഷെ ഞങ്ങൾക്കുവേണം." അരിവാളുയർത്തിപ്പിടിച്ച് അവർ ആവശ്യപ്പെട്ടു.

പൊലീസ് ഞെട്ടിവിറച്ചു. ഇനിയിവിടെ നിന്നാൽ ജീവൻ അപകട

ത്തിലാവുമെന്ന് പൊലീസിനു മനസിലായി. പ്രതിയെയുംകൊണ്ട് മുന്നോട്ടു നീങ്ങാൻ ശ്രമിച്ചപ്പോൾ ആളുകൾ അനുഗമിച്ചു. പടൃക്കല്ലിന്റടുത്തുവച്ച് പൊലീസ് വീണ്ടും തടയപ്പെട്ടു. പിരിഞ്ഞു വന്ന പട്ടാളക്കാരന്റെ വീര്യത്തോടെ മുണ്ടേരി രാമൻ കൈയിലെ വാരിക്കുന്തമുയർത്തി പൊലീസിനെ 'ഹാൾട്ട്' പറഞ്ഞു നിർത്തിച്ചു. ഇനിയൊരടി മുന്നോട്ട് വെക്കണമെങ്കിൽ ജനം അനുവദിക്കണം. ആയിരക്കണക്കിന് കണ്ഠങ്ങൾ ആർത്തുവിളിച്ചു.

"എം സി ആറിനെ വിട്ടയക്കുക, പൊലീസ് നീതി കാണിക്കുക."

എം സി ആർ അപകടം മണത്തു, അദ്ദേഹം ജനത്തോട് പിരിഞ്ഞു പോകണമെന്നപേക്ഷിച്ചു. അവർ അങ്ങനെ പിരിഞ്ഞുപോകാൻ വന്നവരല്ല. അദ്ദേഹത്തെ മോചിപ്പിക്കാൻ വന്നവരാണ്. അവർ അദ്ദേഹത്തെ അനുഗമിച്ചു. കൂടുതൽപേർ വഴിയിൽ വന്നുചേർന്നുകൊണ്ടിരുന്നു. വീണ്ടുംവീണ്ടും അദ്ദേഹം ജനങ്ങളോട് പിരിഞ്ഞുപോകാനാവശ്യപ്പെട്ടു.

"പൊലീസ് അറസ്റ്റുവാറണ്ടുമായെത്തിയതാണ്. അവർക്ക് എന്നെ അറസ്റ്റ് ചെയ്യാനുള്ള അധികാരമുണ്ട്. അവരെ ഡ്യൂട്ടി ചെയ്യാൻ അനുവദിക്കണം" കോട്ടൂർപ്പുഴയുടെ കരയിലെത്തിയപ്പോൾ അദ്ദേഹം പറഞ്ഞു.

"ഞങ്ങളെ പോകാൻ അനുവദിക്കണം. ഒരു ചാച്ചാപ്പീച്ചി എം സി ആറിനുവേണ്ടി നശിപ്പിക്കാനുള്ളതല്ല നിങ്ങളുടെ സമരവീര്യം. എന്നോട് അൽപ്പമെങ്കിലും സ്നേഹമുണ്ടെങ്കിൽ ഇപ്പോൾ നിങ്ങൾ പിരിഞ്ഞു പോകണം."

ആ സ്നേഹത്തിനും നിശ്ചയദാർഢ്യത്തിനും മുന്നിൽ അവർ കീഴടങ്ങി. അച്ചടക്കത്തോടെ അവർ നോക്കിനിന്നു. സഖാവിനെ തോണിയിൽ കയറ്റി മറുകരയിലെ ഇടിവണ്ടിയിൽ കയറ്റുന്നത്, പിന്നെ വണ്ടി അകന്നു പോകുന്നത്. പരസ്പരം നോക്കാത കുനിഞ്ഞ ശിരസ്സുമായി ജനം തിരിച്ചുപോന്നു.

ഇൻസ്പെക്ടർ വല്ലാതെ വിരണ്ടുപോയിരുന്നു. അയാൾ എം സി ആറിന്റെ കുറ്റപത്രത്തിൽ സമുന്നതനായ രാഷ്ട്രീയ നേതാവ് എന്നാണ് രേഖപ്പെടുത്തിയത്. അതിന്റെ ഗുണം അദ്ദേഹത്തിന് ലഭിക്കുകയും ചെയ്തു. എം സി ആർ ജയിലിൽ ആറുമാസം ഡെറ്റിന്യൂ തടവുകാരനായി. ജനങ്ങളുടെ സ്നേഹത്തിന്റെ സമ്മാനമായിരുന്നു ആ ഡെറ്റിന്യൂ പദവി.

തിരിച്ച് എള്ളരിഞ്ഞി എത്താറായപ്പോൾ ജനമൊന്നു സടകുടഞ്ഞുണർന്നു. എള്ളരിഞ്ഞി പത്തായപ്പുരയുടെ മുന്നിൽ അവർ നിന്നു. പ്രതിഷേധിക്കുകയാണവർ, ജന്മിയുടെ മുന്നിൽ.

ഇളകിമറിയുന്ന ജനക്കൂട്ടത്തെ കണ്ട് ജന്മി മുറിയിലൊളിച്ചു. താഴ്ത്തിപ്പിടിച്ച മെഗാഫോണുയർന്നു. അതിൽനിന്നും രോഷം നിറഞ്ഞ മുദ്രാവാക്യങ്ങളുയർന്ന് അന്തരീക്ഷത്തെ പ്രകമ്പനം കൊള്ളിച്ചു.

'ഉണ്ണമ്മന്റെ തലകൊണ്ട് ഞങ്ങൾ ഫുട്ബോളടിക്കും.
ജന്മിത്തം തുലയട്ടെ..'

പത്തായപ്പുരയ്ക്കു സമീപം ആ ജാഥ നിലയുറപ്പിച്ചു. അതൊരു

പ്രതിഷേധ യോഗമായി മാറി. മുദ്രാവാക്യങ്ങൾ മുഴക്കി അവർ ജന്മിയെയും ജന്മിത്തത്തെയും വെല്ലുവിളിച്ചു.

എം സി ആറിനെ അടുത്ത ദിവസം തന്നെ ജാമ്യത്തിലിറക്കി.

ആളുകൾക്ക് ഇനിയെപ്പോഴും അടങ്ങിയിരിക്കാനാവുമായിരുന്നില്ല. അടിച്ചാൽ തിരിച്ചടിക്കാൻ അവർ പഠിച്ചു കഴിഞ്ഞു. അല്ല, പാർട്ടി അവരെ പഠിപ്പിച്ചു. അങ്ങോട്ടു വിരട്ടിയാൽ അധികാരികൾ ഭയപ്പെടുന്നത് അവർ അനുഭവിച്ചറിഞ്ഞു. മെഗാഫോൺ പ്രചാരണം കാവുമ്പായിയിലും പരിസരത്തും പതിവാക്കി. 'ജന്മിത്തം അവസാനിപ്പിക്കുക, ഉണ്ണമ്മന്റെ തല ഞങ്ങൾ ഫുട്ബോളടിക്കും' എന്നിങ്ങനെ ചെറുപ്പക്കാർ വിളിച്ചുപറയാൻ തുടങ്ങി. ആയിരങ്ങളെ പങ്കെടുപ്പിച്ച ജാഥകളും മീറ്റിങ്ങുകളും നായനാർമാരെ വല്ലാതെ ഭയപ്പെടുത്തി.

അക്ഷരങ്ങൾക്ക് തീവെച്ച് ആളിപ്പടരുന്ന അഗ്നിയിൽ എതിർപ്പിനെ ചാമ്പലാക്കാനും ചില വിവരദോഷികൾ തയാറായി. മഞ്ചേരി ദാറൂട്ടി നമ്പ്യാരുടെ ഐച്ചേരിയിലെ പീടികയിൽ കർഷകസംഘം ഓഫീസും വായനശാലയും പ്രവർത്തിച്ചിരുന്നു. അതൊരു ദിവസം അഗ്നിക്കിരയായി. വായനശാലയുംകൂടി ഉൾപ്പെടുന്ന പീടികമുറിക്ക് തീവെച്ചത് കമ്യൂണിസ്റ്റുകാരെ തീവെപ്പുകേസിൽ കുടുക്കാൻ വേണ്ടിത്തന്നെയാണ്.

അങ്ങനെ ചെയ്തത് നായനാർക്ക് സ്തുതിപാടി നടന്നിരുന്ന കുണ്ടൻ നമ്പ്യാരും. കുറെനാൾ കേസുംകൂട്ടവുമായി തളിയൻ കോടതിയിൽ കയറിയിറങ്ങി. നഷ്ടപ്പെട്ട ഓഫീസിനുപകരം പുതിയത് തന്റെ പീടികയിൽ തുറന്നു പ്രവർത്തിക്കാൻ അദ്ദേഹം തയാറായി എന്നതല്ലാതെ കമ്യൂണിസ്റ്റുകാരുടെ ആത്മവീര്യം തകർക്കാൻ അഗ്നിക്കും കഴിഞ്ഞില്ല.

'ആയുധധാരികളായ കമ്യൂണിസ്റ്റുകാർ ഇരിക്കൂർ പൊലീസ് സ്റ്റേഷൻ ആക്രമിച്ചു. പൊലീസ് അവരെ ബലം പ്രയോഗിച്ചു പിരിച്ചുവിട്ടു.' ഇരിക്കൂർ ഫർക്കാ സെക്രട്ടറി എ കുഞ്ഞിക്കണ്ണനടക്കം ഇരുപത്തിരണ്ട് സഖാക്കളുടെ പേരിൽ കേസെടുത്ത് ശിക്ഷിക്കാനിടയാക്കിയ ഇരിക്കൂർ സ്റ്റേഷനാക്രമണത്തിന്റെ പൊലീസ് ഭാഷ്യമിതാണ്.

യാഥാർഥ്യം മറ്റൊന്നായിരുന്നു. പൊലീസിന്റെ മർദനമുറകളെ നേരിടാൻ ഇരിക്കൂർ ഫർക്കയിൽ പല ഒളിത്താവളങ്ങളിലും സഖാക്കൾക്ക് വളണ്ടിയർ പരിശീലനം നൽകിയിരുന്നു. സാമ്രാജ്യത്വത്തോടും ജന്മിത്തത്തോടും ഏറ്റുമുട്ടാൻ ഗറില്ലാ സമരതന്ത്രങ്ങൾ പഠിപ്പിക്കേണ്ടതാവശ്യമാണെന്ന് നേതാക്കന്മാർ തിരിച്ചറിഞ്ഞു. വാരിക്കുന്തങ്ങളും തോക്കും ഉപയോഗിക്കാൻകൂടി ഇത്തിരം ക്യാമ്പിൽ പരിശീലനം നൽകി. ഇത്തരത്തിലൊരു ക്യാമ്പാണ് ഇരിക്കൂറിനടുത്തുള്ള കുയിലൂരിലെ കുണ്ടുകുണ്ടം ക്യാമ്പ്. ക്യാമ്പിലേക്ക് പൊലീസ് ഇരച്ചെത്തി.

പരക്കെ ലാത്തിച്ചാർജ് തുടങ്ങി. അവിടെ നിന്ന് ഏഴുപേരെ അറസ്റ്റുചെയ്ത് ആറുകിലോമീറ്ററോളം വലിച്ചിഴച്ച് ഇരിക്കൂർ പൊലീസ് സ്റ്റേഷനിലേക്ക് കൊണ്ടുപോയി. പിന്നെ അവിടെ വെച്ചായി മർദനം.

അറസ്റ്റു നടന്ന 1946 ഡിസംബർ 11 ന്റെ രാത്രി പുലരുന്നതിനു മുമ്പു

തന്നെ സമീപപ്രദേശങ്ങളിലെല്ലാം വാർത്ത പരന്നു. 'പൊലീസ് സഖാക്കളെ അറസ്റ്റു ചെയ്തു..' നാനാ ഭാഗങ്ങളിൽനിന്നും കർഷകർ ഇരിക്കൂറിലേക്ക് ജാഥയായെത്തി. കർഷകസ്ത്രീകളടക്കമുള്ള ജാഥയെ നയിച്ചുകൊണ്ട് ഇരിക്കൂർ ഫർക്ക സെക്രട്ടറി എ കുഞ്ഞിക്കണ്ണൻ മുന്നിൽ. ഒഴുകിയെത്തുന്ന ജനക്കൂട്ടത്തിനു നേർക്ക് പൊലീസ് കല്ലെറിഞ്ഞു. ആകാശത്തേക്കു നിറയൊഴിച്ചു. കല്ലെറിയുന്ന പൊലീസിനെ തിരിച്ചറിയാൻ അധ്വാനിക്കുന്നവരുടെ കൈകൾ മടിച്ചില്ല. ഫലമോ പൈശാചികമായ മർദനം പൊലീസ് അഴിച്ചുവിട്ടുവെന്നതും. ഈ മർദനം കൂസാതെ എ കുഞ്ഞിക്കണ്ണൻ പൊലീസ് സ്റ്റേഷനുമുന്നിൽ പ്രസംഗിച്ചുകൊണ്ടുനിന്നു.

ബയണറ്റ് കൊണ്ടുള്ള കുത്തേറ്റും ചോര ഛർദിച്ചും അവശരായ നാലുപേരെ അറസ്റ്റുചെയ്ത് അന്നും പൊലീസ് സംതൃപ്തരായി.

പൊലീസ് സ്റ്റേഷൻ ആക്രമണത്തിന്റെ പേരിൽ എ കുഞ്ഞിക്കണ്ണെ നടക്കം ഇരുപത്തിരണ്ടുപേർ പ്രതികളാക്കപ്പെട്ടു.

1946 ഡിസംബർ 13 മുതൽ ജന്മിയുടെ അഭിലാഷമനുസരിച്ച് ഇരിക്കൂർ ഫർക്കയിലെ പത്ത് അംശങ്ങളിലും ജോയിന്റ് മജിസ്ട്രേറ്റ് നൂറ്റിനാൽപ്പത്തിനാല് പ്രഖ്യാപിച്ചു. ഫർക്കയിലെങ്ങും ഇതിനെതിരെ പ്രതിഷേധമിരമ്പി. നായനാരുടെ പത്തായപ്പുരയുടെ മുന്നിലൂടെ വാരിക്കുന്തങ്ങളുമായി പ്രകടനം ഐച്ചേരിയിലെത്തി. ഒരു നൂറ്റിനാൽപ്പത്തിനാലിനെയും ഞങ്ങൾ വകവെക്കില്ലെന്ന പ്രഖ്യാപനവുമായി പിന്നെയും പിന്നെയും ജാഥകൾ, പൊതുയോഗങ്ങൾ..

കുഞ്ഞ്യമ്മയുടെ ഏടത്തിയുടെ മകൻ എടവൻ കോറോത്ത് കുഞ്ഞപ്പനമ്പ്യാർ ചെങ്ങളായി പ്രൈമറി സഹകരണസംഘത്തിന്റെ സ്റ്റോർ വഴി നെല്ലെടുക്കുന്ന ഏജന്റായിരുന്നു. ഐച്ചേരിയിൽ നെല്ലെടുപ്പ് രേഖകൾ സൂക്ഷിക്കാൻ പീടികമുറിയുണ്ട്. അതൊരു ദിവസം എം എസ് പിക്കാർ കുത്തിത്തുറന്നു നശിപ്പിച്ചു. പട്ടാളക്കാരനായിരുന്നതുകൊണ്ട് എം എസ് പിയുടെ അന്യായം അങ്ങനെ വെറുതെ കണ്ടുനിൽക്കാൻ കുഞ്ഞപ്പയ്ക്ക് തോന്നിയില്ല. പീടികയിൽ നെല്ലെടുക്കാൻ വെച്ചിരുന്ന പണം മോഷ്ടിച്ചു എന്നു പറഞ്ഞ് അദ്ദേഹം പതിനഞ്ച് എം എസ് പിക്കാർക്കെതിരെ കേസ് കൊടുത്തു. അതിനദ്ദേഹം പിന്നീട് വലിയ വിലകൊടുക്കേണ്ടി വന്നു എന്നത് മറ്റൊരു കാര്യം.

19

പൊട്ടിത്തെറിക്കാനൊരുങ്ങി

കൃഷിക്കാരന്റെ പ്രശ്നങ്ങൾക്ക് വിരാമമിടാൻ എന്തും ചെയ്യാൻ കർഷകസംഘം തയാറെടുത്തു. നൂറ്റാണ്ടുകളായി ജന്മിയുടെ അക്രമപ്പിരിവുകൾ ചോദ്യം ചെയ്യാതെ നൽകിയിരുന്ന കർഷകരുടെ സംശയങ്ങൾ ആദ്യം ദൂരീകരിക്കണം. അതിന് ജാഥകളും യോഗങ്ങളും സംഘടിപ്പിച്ചു.

ഇരിക്കൂർ ഫർക്കയിലെ കിഴക്കൻ മലയോര മേഖലയിലൂടെ എം സി ആറും മട്ടങ്ങോടൻ കൃഷ്ണൻ നമ്പ്യാരുമടക്കം പന്ത്രണ്ടുപേരടങ്ങിയ കമ്യൂണിസ്റ്റ് കാൽനടപ്രചാരണജാഥ. പ്രധാന സ്ഥലങ്ങളിലെല്ലാം സ്വീകരണയോഗം. സമാപനം ബ്ലാത്തൂരിൽ. ആ സമ്മേളന യോഗത്തിൽ സർദാർ ചന്ദ്രോത്ത് കുഞ്ഞിരാമൻ നായർ പ്രഖ്യാപിച്ചു:

"ഇനി കർഷകന് ജീവിക്കണമെങ്കിൽ സമരം ചെയ്തേ തീരൂ. സമരത്തിനിറങ്ങിയാൽ പൊലീസെത്തും. പൊലീസിന്റെ കൈയിൽ തോക്കുണ്ടാവും. പക്ഷേ, വെടിപൊട്ടില്ല." കൃഷിക്കാരന്റെ ഹൃദയത്തിൽ പ്രതീക്ഷയുടെ കുളിർമഴ ചൊരിയിച്ച വാക്കുകൾ.

ഇരുപത്തിരണ്ടുപേരടങ്ങിയ സംഘം കലക്ടർക്ക് നിവേദനം നൽകാൻ കോഴിക്കോടെത്തി. സർദാർ ചന്ദ്രോത്ത് കുഞ്ഞിരാമൻ നായർ ജാഥ ഡയറക്ടറും നിടിയിൽ നാരായണൻ നായർ ക്യാപ്റ്റനുമായിരുന്നു. ജാഥയുടെ മെഡിക്കൽ ഓഫീസർ ഇ കെ കേളുനമ്പ്യാരും. തലേദിവസം ജാഥാംഗങ്ങൾ കക്കോടിയിൽ ക്യാമ്പ് ചെയ്തു. കുറുന്തോട്ടിക്ക് വാതം പിടിച്ചപോലെ അന്നു രാത്രി കേളുനമ്പ്യാർക്ക് ശ്വാസംമുട്ടൽ അനുഭവപ്പെട്ടു. രാത്രിതന്നെ അദ്ദേഹത്തെ ആശുപത്രിയിൽ പ്രവേശിപ്പിക്കേണ്ടിവന്നു.

കോഴിക്കോടെത്തിയപ്പോൾ ജാഥാംഗങ്ങളെ സ്വീകരിക്കാൻ എ കെ ജിയെത്തിയിട്ടുണ്ട്. അദ്ദേഹം ജാഥാംഗങ്ങൾക്ക് വേണ്ടുന്ന എല്ലാ സൗക

ര്യങ്ങളും ചെയ്തുകൊടുത്തു. നല്ല ഹോട്ടലിൽ കൊണ്ടുപോയി ഭക്ഷണം വാങ്ങിക്കൊടുത്തു. മണ്ണിനോട് പടവെട്ടി മണ്ണിൽ വീണടിയുന്ന നിരക്ഷര നായ ഗ്രാമീണ കർഷകൻ ആദ്യമായി കോഴിക്കോടെത്തിയപ്പോൾ അന്തം വിട്ടുപോയി. തോർത്തുമുണ്ടുടുത്ത് ഉടുമുണ്ട് തലയിൽ കെട്ടി നടക്കുന്ന പാവങ്ങൾ വൻനഗരത്തിലെത്തിയപ്പോൾ പന്തംകണ്ട പെരുച്ചാഴിയെ പ്പോലെ മിഴിച്ചു നിന്നുപോയി. ഹോട്ടലിലെ മിനുത്ത മേശയും കസേര യുമൊക്കെ ഒഴിവാക്കി കക്ഷികൾ മുണ്ട് വിരിച്ച് നിലത്തിരുന്നു. മേശയും കസേരയുമൊക്കെ വലിയ രാജാക്കന്മാർക്കിരിക്കാനുള്ളതാണെന്ന് ധരി ച്ചുവശായിപ്പോയി പാവങ്ങൾ. അവസാനം നേതാക്കന്മാർ അവരെ നിർബ ന്ധിച്ച് തറയിൽ നിന്നെഴുന്നേൽപ്പിച്ചു കസേരയിലിരുത്തി.

കലക്ടറുടെ അസാന്നിധ്യത്തിൽ നിവേദനം അദ്ദേഹത്തിനു നേരിട്ടു കൊടുക്കാൻ കഴിഞ്ഞില്ല. ഇത്രയേറെ ത്യാഗം സഹിച്ച് കോഴിക്കോട്ടെ ത്തിയിട്ടും അദ്ദേഹത്തിന്റെ പി എയുടെ കൈയിൽ ഏൽപ്പിച്ചു മടങ്ങാ നുള്ള തീരുമാനമെടുക്കേണ്ടിവന്നു. തിരിച്ചു വന്നത് ബസിന് കണ്ണൂർ വഴി. മയിൽ എത്തിയപ്പോൾ സ്വീകരണവും പൊതുയോഗവും. നാടകത്തോടെ സമാപനം. ജാഥാംഗമായ ബ്ലാത്തൂർക്കാരൻ മലയൻ രാമൻ നാടകത്തിൽ വേഷമിട്ടു.

ഇങ്ങനെ നിവേദനം കൊടുത്തിട്ടൊന്നും യാതൊരു പ്രയോജനവും ഉണ്ടായില്ല. ജന്മിയും ഗുണ്ടകളും പൊലീസും അക്രമം അഴിച്ചുവിട്ടുകൊ ണ്ടിരുന്നു. കർഷകപീഡനങ്ങളവസാനിപ്പിക്കാൻ തിരിച്ചടിക്കാതെ കഴി യില്ലെന്നായി.

"നല്ലവണ്ണം തയാറെടുത്ത് ഒന്നേറ്റുമുട്ടാതെ പീഡനങ്ങളവസാനിപ്പി ക്കാൻ കഴിയില്ല. ജന്മിത്തത്തെ ഞെട്ടിക്കുന്ന ആക്ഷൻ ബോധപൂർവം ചെയ്യണം." കാവുമ്പായിയിലെ കർഷകപ്രതിനിധികളിൽനിന്നും ജന്മി ഗുണ്ടകളും പൊലീസും അഴിച്ചുവിടുന്ന അക്രമപരമ്പര കേട്ടപ്പോൾ സഖാവ് പി കൃഷ്ണപിള്ളയുടെ നാവിൽനിന്നും വാക്കുകൾ തെറിച്ചു വീണു. ജന്മിയുടെ അക്രമത്തിനെതിരെ ആഞ്ഞടിക്കാൻ തയാറായി നിൽക്കുന്ന പി കുമാരനെപ്പോലുള്ള പ്രാദേശിക നേതാക്കന്മാർക്ക് അത്രയും മതിയായിരുന്നു.

1946 ഡിസംബർ 29 ന് ഫർക്കയിലെ കർഷകപ്രതിനിധി സമ്മേ ളനം നടത്താൻ തീരുമാനിച്ചു. കർഷകന്റെ നീറുന്ന പ്രശ്നങ്ങൾക്ക് കർഷകസംഘം ഉത്തരമാകുമ്പോൾ ജന്മിയും ഗുണ്ടകളും അവരുടെ നിയമപാലകരും അടങ്ങിയിരിക്കില്ല. കർഷകസംഘത്തെയും കമ്യൂണിസ്റ്റ് പാർട്ടിയെയും തകർക്കുക എന്നതിൽക്കവിഞ്ഞ് അവർക്ക് മറ്റൊരു ലക്ഷ്യ വുമില്ല. സമ്പത്തും അധികാരവുമെടുത്ത് അവർ താണ്ഡവമാടുമ്പോൾ പാവപ്പെട്ട കുടിയാന് സംഘബലം മാത്രമേ ഉള്ളൂ. സംഘബലത്തിന്റെ സാധ്യതകൾ ഇതിനകം കർഷകന് ബോധ്യമായിട്ടുണ്ട്.

അടിച്ചാൽ തിരിച്ചടിക്കണമെന്ന നിശ്ചയത്തോടെയാണ് കർഷകർ അന്നു സമ്മേളിച്ചത്

സമ്മേളനത്തിനു തെരഞ്ഞെടുത്ത സ്ഥലം കാവുമ്പായി കുന്നാണ്. അവിടെയാകുമ്പോൾ നായനാരുടെയും കാര്യസ്ഥന്മാരുടെയും സിൽബന്തികളുടെയും ഭീഷണി നടപ്പിലാക്കാൻ കുറച്ചു പ്രയാസം ആണ്. സംഘത്തിനും പാർട്ടിക്കും വളരെയേറെ സ്വാധീനമുള്ള സ്ഥലമാണ് കാവുമ്പായി. തളിയനെപ്പോലുള്ള കരുത്തിന്റെ ആൾരൂപങ്ങളും രാമർകുട്ടി, കൃഷ്ണൻ, കുഞ്ഞപ്പ, ചന്തുട്ടി, നാരായണൻ തുടങ്ങി വീറും വാശിയുമുള്ള ചെറുപ്പക്കാരും വസിക്കുന്ന നാടാണ് കാവുമ്പായി. വയലുകളാൽ ചുറ്റപ്പെട്ട കുന്നുകളും ഇടതൂർന്ന് നിൽക്കുന്ന കാടും ശത്രുവിന് കയറിയാക്രമിക്കാൻ അൽപ്പം തടസമുണ്ടാക്കും.

യുദ്ധാനന്തരം ക്ഷാമവും രോഗവും നാട്ടിൻപുറങ്ങളെ കാർന്നു തിന്നുകയാണ്. പട്ടിണിമരണങ്ങളിൽ മനംനൊന്ത് ജവഹർലാൽ നെഹ്റു പറഞ്ഞ വാക്കുകൾ പ്രാവർത്തികമാക്കാൻ കമ്യൂണിസ്റ്റ് പാർട്ടിയും സംഘവും തീരുമാനിച്ചു. “എന്റെ കൈയിൽ അധികാരമുണ്ടായിരുന്നെങ്കിൽ ഞാൻ ഈ കരിഞ്ചന്തക്കാരെ തൂക്കിലേറ്റിയേനെ. കൃഷിക്കാർ പൂച്ചെട്ടിയിൽപ്പോലും കൃഷിചെയ്ത് ദാരിദ്ര്യമകറ്റുക.”

മലബാർ കർഷകസംഘം കരിഞ്ചന്ത തടയാനും തരിശുഭൂമി കൃഷി ചെയ്യാനും തീരുമാനിച്ചത് ഫലത്തിൽ നെഹ്റുവിന്റെ വാക്കുകൾ അക്ഷരംപ്രതി അനുസരിക്കലായി. ഇത്തിരി ഭേദഗതികളോടെ 1941 ലും അത്തരമൊരു ശ്രമം കർഷകരുടെ ഭാഗത്ത് നിന്നുണ്ടായിരുന്നു. പുനംകൃഷി ചെയ്യാൻ ശീലക്കാശ് കൊടുക്കേണ്ട എന്നതായിരുന്നു കർഷകസംഘത്തിന്റെ നിർദേശം.

“ജന്മിയെ പൂജിച്ചു നമ്മളിനി
ജന്മമൊടുക്കില്ല തീർച്ചതന്നെ
ശീലായ്മ തീർക്കുവാൻ ശീലക്കാശ്
മേലാൽ കൊടുത്തൂട തീർച്ച തന്നെ.”

കേരളീയന്റെ വരികൾ പ്രാവർത്തികമാക്കാൻ കർഷകർക്ക് സ്വൽപ്പം വളഞ്ഞവഴി സ്വീകരിക്കേണ്ടി വന്നു. കാര്യസ്ഥന്റെ കൈയിൽനിന്ന് പന്ത്രണ്ട് കുടിയാന്മാരുടെ പേരിൽ കച്ചീട്ട് എഴുതിവാങ്ങിച്ചു.

ശീലക്കാശിന്റെ പണം കിട്ടാതെ വന്നപ്പോൾ ചന്തുട്ടി നായനാർ അനിയനെ വിവരമറിയിച്ചു. ഉണ്ണമ്മൻ നായനാർ ജില്ലാ കളക്ടറെ സമീപിച്ചു. ഉണ്ണമ്മന്റെ ഭാര്യാപിതാവ് സബ്ജഡ്ജിയാണല്ലോ. അപ്പോൾ കലക്ടറുമായി അടുത്ത ബന്ധം. ഭരിക്കുന്നവരുടെ സഹായവും കൂടിയായപ്പോൾ ഉണ്ണമ്മന്റെ അഹങ്കാരം മലപോലെ പൊങ്ങി. പൊലീസും അധികാരവും കൈയിലുണ്ടെങ്കിൽ എന്താണ് ചെയ്യാൻ പറ്റാത്തത്.

കുടിയാൻമാർ പുനം കൈയേറി കൊത്തുന്നു എന്നൊരു കേസു കൊടുത്തു നായനാർ. നായനാർ കേസുകൊടുത്താൽ പൊലീസ് അന്വേഷിക്കുമല്ലോ. ഏതാനും പൊലീസുകാർ പുനത്തിലെത്തി. ചുവന്ന തൊപ്പിക്കാർ കുന്നുകയറി വരുന്നത് മുകളിൽനിന്ന് പണിക്കാർ കണ്ടു. പണിയായുധമെല്ലാം കൈയിലെടുത്ത് നേരിടാൻ അവർ തയാറായി നിന്നു.

ഒരു കുന്നുനിറയെ ആയുധമേന്തിയ പണിക്കാരെ കണ്ട് പൊലീസുകാർ വിരണ്ടു. വളരെ സൗഹൃദത്തോടെ അവരിലൊരാൾ ചോദിച്ചു: "ഞങ്ങൾക്ക് ഒരു പരാതി കിട്ടിയിട്ടുണ്ട്. നിങ്ങൾ നായനാരുടെ അനുമതിയില്ലാതെ ഈ സ്ഥലം കൈയേറുകയാണെന്ന്."

"ഞങ്ങൾ കച്ചീട്ടു പ്രകാരം പുനംകൃഷിചെയ്യുന്നവരാണ് സാർ. സംശയമുണ്ടെങ്കിൽ കച്ചീട്ടു നോക്കാമല്ലോ" തളിയൻ പറഞ്ഞു. നാരായണൻ നായർ മടിത്തുമ്പിൽ ഭദ്രമായി വെച്ചിരുന്ന കച്ചീട്ടെടുത്ത് കാണിച്ചു.

"ഇനി ഞങ്ങൾക്കൊന്നും പറയാനില്ല. വെയിലത്തു കുന്നു കയറിയതുകൊണ്ട് വല്ലാത്ത ദാഹം. വെള്ളമുണ്ടോ നിങ്ങളുടെ കൈയിൽ. പൊലീസ് അതിനിടയിൽ കൃഷിക്കാരുമായി സൗഹൃദം സ്ഥാപിച്ചു കഴിഞ്ഞിരുന്നു. പൊലീസിനു വെള്ളം കൊടുക്കാൻ സ്ത്രീകളോടി. അവർ മരക്കൊമ്പിൽ തൂക്കിയിട്ടിരുന്ന ചുരയ്ക്കാത്തൊണ്ട് വായ്പ്പൊതിയഴിച്ച് പൊലീസുകാർക്കുനേരെ നീട്ടി. പൊലീസുകാരത് മടമടാ വായിലൊഴിച്ചു. പിന്നെ ആശ്വാസത്തോടെ മലയിറങ്ങി.

പ്രശ്നം അവിടെ തീർന്നില്ല. നായനാർ കേസുമായി മുന്നോട്ടുപോയി. വീണ്ടും അന്വേഷണം. തളിയനും മറ്റു പന്ത്രണ്ടുപേർക്കുമെതിരെ ഭൂമി കൈയേറ്റ കേസ് കോടതിയിലെത്തി. പ്രതികളും വക്കീലിനെ വച്ച് വാദിച്ചു. കേസ് പഠിക്കാൻ വേണ്ടി പ്രതിഭാഗം വക്കീൽ കച്ചീട്ടു ചോദിച്ചു വാങ്ങി. പക്ഷേ, അതെത്തിയത് നായനാരുടെ കൈയിലാണെന്നുമാത്രം. പ്രതിഭാഗം വക്കീൽ കൈക്കൂലി വാങ്ങി സഹായിച്ചതുകൊണ്ട് പ്രതികൾ ശിക്ഷിക്കപ്പെട്ടു. ഒരു വർഷം തടവിനും നല്ലനടപ്പിനും തളിയനെയും പന്ത്രണ്ടുപേരെയും കോടതി അന്നു ശിക്ഷിച്ചു. ആ കൂട്ടത്തിൽ കൊട്ടയാൻ രാഘവൻ എന്ന അധ്യാപകൻ പോലുമുണ്ടായിരുന്നു. അദ്ദേഹത്തിനും എട്ടുമാസം ശിക്ഷ അനുഭവിക്കേണ്ടി വന്നു.

കഥ മാറി. കൃഷിക്കാരന് പഴയ നിസ്സഹായാവസ്ഥ ഇന്നില്ല. കമ്യൂണിസ്റ്റ് പാർട്ടിയും കർഷകസംഘവും കൃഷിക്കാരന്റെ കൂടെയുണ്ട്. 1946 നവംബറിൽ കോഴിക്കോട് ടൗൺഹാളിൽ എ കെ ജി, ഇ എം എസ്, പി കൃഷ്ണപിള്ള തുടങ്ങിയ നേതാക്കൾ പങ്കെടുത്ത കമ്യൂണിസ്റ്റ് പാർട്ടിയുടെയും കർഷകസംഘത്തിന്റെയും ട്രേഡ് യൂണിയന്റെയും സംയുക്ത യോഗത്തിൽ ഭക്ഷ്യക്ഷാമം പരിഹരിക്കാൻ ചില പരിപാടികൾ നടപ്പിലാക്കണമെന്ന് തീരുമാനിച്ചു. കരിഞ്ചന്തയും പൂഴ്ത്തിവെപ്പും തടയുക, ന്യായവിലയ്ക്ക് നെല്ല് പി സി സി സ്റ്റോറിലളപ്പിക്കുക, എട്ട് ഔൺസ് റേഷനെങ്കിലും മുടങ്ങാതെ ലഭിക്കുക, തരിശുനിലങ്ങൾ വെറുതെയിടാതെ കൃഷിചെയ്ത് ഭക്ഷ്യസാധനങ്ങൾ ഉൽപ്പാദിപ്പിക്കുക എന്നിവയായിരുന്നു അന്നെടുത്ത തീരുമാനങ്ങൾ. അതിൽ ജന്മി തരിശുനിലങ്ങൾ കൃഷിചെയ്യാനൊരുങ്ങുകയാണ് കാവുമ്പായിയും സമീപപ്രദേശങ്ങളും.

കാവുമ്പായി രാമമാരുടെ വീട്ടിൽ ഇരിക്കൂർ ഫർക്ക കമ്മിറ്റിയംഗങ്ങളുടെയും പ്രാദേശിക സംഘാംഗങ്ങളുടെയും ഒരടിയന്തരയോഗം ചേർന്നു.

"പട്ടിണി മാറ്റാൻ പുനംകൃഷി ചെയ്യുക." എന്ന നിർദേശമനുസരിച്ച്

ജന്മിയുടെ സമ്മതമില്ലെങ്കിലും പുനംകൊത്തി കൃഷിചെയ്യണമെന്ന കർഷകസംഘത്തിന്റെ തീരുമാനം ഫർക്കാ സെക്രട്ടറി എ കുഞ്ഞിക്കണ്ണൻ യോഗത്തിൽ അവതരിപ്പിച്ചു. യോഗം വരുംവരായ്കകൾ ചർച്ച ചെയ്തു..

കൃഷിക്കാരുടെ കഴുത്തറുക്കുന്ന ശീലക്കാശ് ഇനിമേൽ കൊടുക്കേണ്ടതില്ല. എങ്കിലും മുതിർന്ന നേതാക്കൾ ജന്മിയെ വിവരമറിയിക്കണം. എന്നു തീരുമാനിച്ചു. ചെറുപ്പക്കാർ ഇതിനോട് യോജിച്ചില്ലെങ്കിലും മുതിർന്നവരുടെ തീരുമാനത്തിന് അവരും വഴങ്ങി. പുനം കൊത്തുന്ന വിവരം നായനാരെ അറിയിക്കാൻ ഒ പി അനന്തൻ മാസ്റ്ററെയും തളിയൻ രാമൻ നമ്പ്യാരെയും എം സി ആറിനയും ചുമതലപ്പെടുത്തി. അവർ കരക്കാട്ടിടത്തിലെത്തി. സ്വീകരണം ഒട്ടും ഹൃദ്യമായിരുന്നില്ല. ചന്തൂട്ടി നായനാർ മുഖം വീർപ്പിച്ചിരുന്നു. ആവശ്യം കേട്ടതോടെ അദ്ദേഹം പൊട്ടിത്തെറിച്ചു.

"എന്റെ മണ്ണിൽ ആരുമിനി ഇറങ്ങേണ്ട. ഇറങ്ങിയാൽ ഒരു പാഠം പഠിപ്പിക്കും."

"നിങ്ങൾ പഠിപ്പിച്ച പാഠം ഞങ്ങൾ പഠിച്ചു തീർന്നു നായനാരെ, ഇനി അങ്ങോട്ടും ചില പാഠങ്ങളൊക്കെ പഠിപ്പിക്കും. ഡിസംബർ 15 വരെ ഞങ്ങൾ കാത്തിരിക്കും. അതിനുശേഷം നിങ്ങളുടെ സമ്മതം ആവശ്യമില്ല" തളിയൻ അന്ത്യശാസനം നൽകി.

"ഒരു തർക്കത്തിന് നിൽക്കണ്ട. നമുക്കിറങ്ങാം" അനന്തൻ മാസ്റ്റർ എഴുന്നേറ്റു. പിറകെ മറ്റുള്ളവരും.

"ഡിസംബർ പതിനഞ്ചൊരന്ത്യശാസനമോർമയിരിക്കട്ടെ
കിസാൻ പ്രമേയം പ്രമാണമല്ലോ കൃഷീവലന്മാർക്ക്"

1946 ജൂൺ 29 ന് കിസാൻ സംഘത്തിന്റെ പ്രവർത്തന സമിതിയംഗങ്ങളും താലൂക്ക് കമ്മിറ്റി സെക്രട്ടറിമാരും പ്രസിഡന്റുമാരും കോഴിക്കോട് യോഗംചേർന്ന് തരിശുഭൂമി കൃഷിക്കാർക്ക് പതിച്ചു നൽകേണ്ടതാണന്ന് ഗവൺമെന്റിനോടാവശ്യപ്പെട്ടു. ഇല്ലെങ്കിൽ ഡിസംബർ 15 ന് കൈയേറി കൃഷി ചെയ്യണമെന്ന് തീരുമാനിച്ച ഘട്ടത്തിൽ കെ എ കേരളീയൻ എഴുതിയ വരികൾ.

കിസാൻ സംഘത്തിന്റെ തീരുമാനമനുസരിച്ച് തളിയനും സംഘവും നായനാർക്ക് അന്ത്യശാസനം നൽകി.

ഈ കാണായ മലകളൊക്കെ പന്ത്രണ്ട് കൊല്ലത്തിലേറെ മൂത്ത് മൂത്തങ്ങനെ കിടക്കുകയാണ്. വിത്തെറിഞ്ഞാൽ നൂറു മേനി വിളയിക്കാൻ കാത്തുകാത്ത്. മണ്ണിന്റെ മക്കളെയൂട്ടാൻ മണ്ണ് കനിഞ്ഞിട്ടും മനസു കനിയാത്ത മനുഷ്യർ വിത്തെറിയാൻ സമ്മതിക്കാതെ കന്നിമണ്ണിന് കാവൽ നിന്നു, പട്ടിണിയിട്ട് സഹജരെ കൊന്നൊടുക്കുവാൻ.

പുനംകൃഷിക്കാരുടെ പ്രശ്നങ്ങൾക്ക് പരിഹാരം കാണണമെന്ന നിവേദനവുമായി കർഷകസംഘം പ്രതിനിധികളെ മദിരാശിയിലേക്ക് അയച്ചിരുന്നു. അവർ പ്രധാനമന്ത്രി പ്രകാശത്തെ കണ്ട് നിവേദനം നൽകി സംസാരിച്ചു.

ഗവൺമെന്റ് ഉചിതമായ തീരുമാനമെടുക്കുമെന്ന ശുഭാപ്തിവിശ്വാസത്തോടെയായിരുന്നു കേരളീയനും എ കുഞ്ഞിക്കണ്ണനും സർദാർ ചന്ദ്രോത്തും നാരായണൻ നായരും നാട്ടിൽ തിരിച്ചെത്തിയത്. എല്ലാ ശുഭപ്രതീക്ഷകളും തകിടംമറിക്കുന്ന വാർത്തകളാണ് അവരെ സ്വാഗതം ചെയ്തത്. എള്ളരിഞ്ഞിയിൽ എം എസ് പി ക്യാമ്പ്. പൊലീസ് വേട്ടയ്ക്കിറങ്ങിക്കഴിഞ്ഞു.

20

സമരവാതിൽ തുറന്നിരിക്കുന്നു

ക്രിസ്മസ് പരീക്ഷയൊക്കെ കഴിഞ്ഞ് ഇത്തിരി സമാധാനത്തിലാണ് പത്മനാഭനും കൂട്ടുകാരും കണ്ണൂർ നഗരത്തിന്റെ ഹൃദയഭാഗത്തുള്ള ഹോട്ടലിൽ ഒത്തുചേർന്നത്. ഒരു ചായ കുടിക്കണം. മറ്റ് ഉദ്ദേശ്യങ്ങളൊന്നും ആ ചെറുപ്പക്കാർക്കുണ്ടായിരുന്നില്ല.

എന്നിട്ട് പീപ്പിൾസ് ബുക്ക് സ്റ്റാളിൽ കയറി. പുസ്തകങ്ങൾ മറിച്ചുനോക്കുമ്പോൾ അവിടെ സർദാർ ചന്ദ്രോത്ത് കുഞ്ഞിരാമൻ നായർ വന്നുകയറി. അദ്ദേഹം പറഞ്ഞു: "ടാ പത്മനാഭാ, കരിവെള്ളൂർ നിങ്ങളെ തോൽപ്പിച്ചുകളഞ്ഞല്ലോ. കരിവെള്ളൂരിൽ വെടിപൊട്ടി."

തലേന്ന്, 1946 ഡിസംബർ 20 ന് കരിവെള്ളൂരിൽ വെടിവെപ്പു നടന്നത് അതുവരെ അയാൾ അറിഞ്ഞിരുന്നില്ല. ചിറയ്ക്കൽ കോവിലകത്തിന്റെ ജന്മമാണ് കരിവെള്ളൂരിലേറെയും.

കൊടുംപട്ടിണി കത്തിക്കാളുമ്പോൾ കരിവെള്ളൂരിൽനിന്നും ശേഖരിച്ച പാട്ടംവക നെല്ല് ചിറക്കൽ കോവിലകത്തേക്കു കടത്തുന്നതിനെ കർഷകസംഘം പ്രവർത്തകർ തടഞ്ഞു. അത് പി സി സി സ്റ്റോറിൽ സർക്കാർ നിശ്ചയിച്ചവിലയ്ക്ക് അളന്ന് നാട്ടിൽതന്നെ വിതരണം ചെയ്യണമെന്ന് അവർ ശഠിച്ചു. നെല്ല് ന്യായവിലയ്ക്കു നൽകാൻ കോവിലകത്തെ കാര്യസ്ഥൻമാർ സമ്മതിച്ചില്ല. ഇരുപതാം തീയതി കാര്യസ്ഥൻമാർ ഗുണ്ടകളുടെയും എം എസ് പിയുടെയും സഹായത്തോടെ കളത്തിൽനിന്നും നെല്ല് കടത്താനൊരുങ്ങുന്നു എന്ന വാർത്ത പരന്നു. നെല്ല് കൂട്ടിയിട്ടിരിക്കുന്ന കളത്തിലേക്ക് വടക്കുനിന്നും തെക്കുനിന്നുമുള്ള രണ്ടുവഴിയിൽക്കൂടിയും കല്ലും കവിണയും കിട്ടിയതെന്തും കൈയിലെടുത്ത് ജനം നീങ്ങി. ഒരു സംഘത്തെ എ വി കുഞ്ഞമ്പുവും കൃഷ്ണൻമാസ്റ്ററും നയിച്ചപ്പോൾ മറ്റൊരു സംഘത്തെ പി കുഞ്ഞിരാമൻ നയിച്ചു.

നാൽപ്പത്തഞ്ചോളം എം എസ് പിക്കാർ വെടിവെക്കാൻ തയാറായി ഗുണ്ടകൾ നെല്ല് കടത്തുന്നിടത്ത് കാവൽ നിൽക്കുന്നു. ആയിരക്കണക്കിനു ജനങ്ങൾ ആർത്തു വിളിച്ചു: "നെല്ല് കടത്തരുത്."

അതൊരു വനരോദനമായെന്നു മാത്രമല്ല, പൊലീസ് നേതാക്കന്മാരെ അറസ്റ്റു ചെയ്യുകയാണുണ്ടായത്. അവരെ വിട്ടുകിട്ടണമെന്ന ജനത്തിന്റെ ആവശ്യത്തിനു ലാത്തിച്ചാർജായിരുന്നു മറുപടി. അപ്പോൾ ആളുകൾ നെല്ല് കടത്തുന്നവരെയും കാവൽ നിൽക്കുന്നവരെയും കല്ലെറിയാൻ തുടങ്ങി. കല്ലേറിൽ ഒരു എം എസ് പി ജമേദാർ നിലംപതിച്ചു. പൊലീസിന്റെ യന്ത്രത്തോക്കുകൾ ജോലി ഏറ്റെടുത്തതോടെ ആയിരങ്ങളുടെ ആളപായം ഒഴിവാക്കാൻ വി കൃഷ്ണൻ നായർ ജനങ്ങളോട് നിലത്തു കിടക്കാൻ ആവശ്യപ്പെട്ടു. പൊലീസിന്റെ യന്ത്രത്തോക്കുകൾ തീ തുപ്പിക്കൊണ്ടിരുന്നു. തിടിൽ കണ്ണനും കീലേരി കുഞ്ഞമ്പുവും അവിടെ മരിച്ചുവീണു. എ വി കുഞ്ഞമ്പുവടക്കം ഒരുപാടുപേർക്ക് വെടിയേറ്റു. പട്ടിണിയകറ്റാൻ കരിഞ്ചന്തയ്ക്കും പൂഴ്ത്തിവെപ്പിനുമെതിരെ ജനങ്ങളുണർന്നു കഴിഞ്ഞു, അതോടെ പൊലീസിന്റെ കിരാത വാഴ്ചയും.

സംഭവമറിഞ്ഞപ്പോൾ പത്മനാഭന്റെ നെഞ്ചിലൊര് വെടിപൊട്ടി. എങ്ങും കുഴപ്പമാണല്ലോ. നാട്ടിൽ പോകണം. ഏരുവേശിയിൽ എന്തു സംഭവിച്ചെന്നറിഞ്ഞുകൂടാ. അറാക്കിൽ കുഞ്ഞിരാമൻ ചെറുപ്പക്കാർക്ക് വളണ്ടിയർ പരിശീലനം നൽകുന്നുണ്ട്. വാരിക്കുന്തവും തോക്കും ഉപയോഗിക്കാൻ പരിശീലിപ്പിക്കുന്നത് തുറന്നൊരേറ്റുമുട്ടലിന് തന്നെയാണ്. കണ്ണൂരിൽ അധ്യാപക പരിശീലനം നേടുന്ന എം സി പത്മനാഭൻ എന്ന ഏരുവേശിക്കാരൻ. നാടിന്റെ വിളികേട്ടപ്പോൾ അയാൾ മറ്റൊന്നുമാലോചിച്ചില്ല. വളപട്ടണത്തെത്തി ബോട്ടുകയറി.

ചെങ്ങളായി ബോട്ടിറങ്ങുമ്പോൾ സന്ധ്യയാകാറായി. വേഗം വേഗം നടന്ന് കൂട്ടുംമുഖത്തെത്തി. നേരം നന്നായി ഇരുട്ടിക്കഴിഞ്ഞു. ഒരാൾക്ക് കഷ്ടിച്ചു നടന്നുപോകാവുന്ന വഴി. ഇരുവശത്തും വളർന്നു നിൽക്കുന്ന കാട്. തപ്പിയും തടഞ്ഞുംനടക്കുമ്പോൾ കുത്തിച്ചൂടാന്റെ[1] മൂളൽ. വവ്വാലുകൾ തലയ്ക്കു മുകളിലൂടെ പറക്കുന്നു. കാട്ടിൽ അനക്കം. നരിയായിരിക്കുമോ? കാവുമ്പായി കടന്ന് പുള്ള്യാംകുന്ന് കയറിമറിഞ്ഞ് ഏരുവേശിയെത്തണം. പക്ഷേ, പേടിച്ചിട്ട് ഒരടി മുന്നോട്ട് വെക്കാൻ കഴിയുമെന്ന് തോന്നുന്നില്ല. ഉള്ള ധൈര്യം മുഴുവൻ സംഭരിച്ച് സ്വാമിമഠംവരെയെത്തി. ഇനി മുമ്പോട്ടുള്ള യാത്ര ദുഷ്കരമാണ്.

കാവുമ്പായി തങ്ങുകയേ ഗതിയുള്ളൂവെന്ന് മനസിലായി. കോമർകുട്ടിയെഴുത്തച്ഛൻ പെങ്ങളുടെ ഭർത്താവായിരുന്നു. അദ്ദേഹം മരിച്ചുപോയെങ്കിലും ബന്ധുത്വത്തിന് കോട്ടമൊന്നും പറ്റിയിട്ടില്ല. മാവില വീട്ടിലെത്തിയപ്പോൾ രാമർകുട്ടിയേട്ടൻ കുളികഴിഞ്ഞ് ഉണ്ണാനിരിക്കാനൊരുങ്ങുകയായിരുന്നു. കണ്ട ഉടനെ വേഗം കുളിച്ചുവരാൻ പറഞ്ഞു. കിണറ്റുകര

1. കാലൻകോഴി

യിൽ പോയി രണ്ടുതൊട്ടി വെള്ളം വലിച്ച് തലവഴിയൊഴിച്ചു. വേഗം തോർത്തിവന്നു. ഇറയത്തിട്ട പലകയിലിരുന്നു. വർത്തമാനം പറഞ്ഞു കൊണ്ട് ചോറുണ്ടു. കിണ്ടിയെടുത്ത് കൈകഴുകുമ്പോൾ ദാറൂട്ടിയേട്ടൻ പറഞ്ഞു: "നീ വന്നത് നന്നായി. നമ്മൾക്കൊരു സ്ഥലംവരെ പോകണം."

"ഈ രാത്രിയിലോ?"

"എന്താ നിനക്ക് പേടിയുണ്ടോ?"

"എന്തിന്?"

"ഞാൻ വെറുതെ ചോദിച്ചതാണ്."

ടോർച്ചു തെളിച്ച് പടിയിറങ്ങുമ്പോൾ ദാറൂട്ടിയേട്ടൻ അകത്തേക്കു നോക്കി വിളിച്ചു പറഞ്ഞു: "ഇളയമ്മേ വാതിലടച്ചോളൂ. ഞങ്ങൾ വരാൻ കുറച്ചു വൈകും."

കുന്നുകയറിയിറങ്ങി വയലിലെത്തി. വരമ്പത്തുകൂടി നടക്കുമ്പോൾ നെല്ലോലകൾ കാലിലുരുമ്മി. കാൽക്കൽ ടോർച്ചടിച്ചുകൊണ്ട് രാമർകുട്ടി പറഞ്ഞു: "സൂക്ഷിച്ചു നടക്കണം. ഇഴജന്തുക്കളുണ്ടാകും."

നടന്നുനടന്ന് മാപ്പിനിക്കപ്പുറം ചെരിക്കോട്ടാണെത്തിയത്, പട്ടുവം രാമൻ നമ്പ്യാരുടെ വീട്ടിൽ. അവിടെ പത്തുപന്ത്രണ്ടുപേർ കൂടിയിരുന്നാലോചിക്കുന്നുണ്ട്. അതിലൊരാൾ നേതാവാണ്. ദാറൂട്ടിയേട്ടൻ പറഞ്ഞു: "അതാണ് നിലമ്പൂർ തമ്പാൻ എന്ന രാവുണ്ണി. പാർട്ടി അയച്ചതാണയാളെ. വളണ്ടിയർ പരിശീലനവും പാർട്ടി പ്രവർത്തനവും ഉണ്ട്. വലിയ കോവിലകത്തെ അംഗമാണ്."

തളിയനും മറ്റുള്ളവരും നേരത്തെ എത്തിയിട്ടുണ്ട്. സ്കൂളിന്റെ കാര്യത്തിൽ തളിയനുമായി ചെറുതായൊരു വാക്കുതർക്കമുണ്ടായത് ഓർമ വന്നു. നാട്ടുകാരുടെ സ്കൂളിൽ അധ്യാപകനായ സമയം. കോട്ടക്കൃഷ്ണന്റെ മരണശേഷം സ്കൂൾ കമ്മിറ്റിയുടെ പ്രസിഡന്റു പദവി തളിയൻ തന്നെ ഏറ്റെടുത്തു. മൂന്നുമാസം കൂടുമ്പോൾ സ്കൂളിന് ഗ്രാന്റ് കിട്ടും. അതാണ് അധ്യാപകർക്ക് ശമ്പളമായി നൽകുക. കമ്യൂണിസ്റ്റുകാരായ അധ്യാപകർ ശമ്പളത്തിന്റെ ഒരുഭാഗം പാർട്ടിക്ക് സംഭാവന ചെയ്യണം. അൺട്രെയിൻഡ് അധ്യാപകനായ പത്മനാഭന് ശമ്പളം കൊടുക്കുമ്പോൾ തളിയൻ പറഞ്ഞു:

"പത്മനാഭന് പണത്തിന് അത്യാവശ്യമൊന്നുമില്ല. മറ്റുള്ളവർക്കൊക്കെ കുടുംബത്തിൽ ചെലവുണ്ട്. ഒറ്റത്തടിയല്ലേ. നീ പാർട്ടി ഫണ്ടിലേക്ക് കൂടുതൽ തുക കൊടുക്കണം."

തർക്കിച്ചെങ്കിലും തളിയന്റെ മുമ്പിൽ അതൊന്നും വിലപ്പോയില്ല. അദ്ദേഹം പാർട്ടി ഫണ്ടിലേക്ക് കൂടുതൽ തുക കൊടുപ്പിക്കുക തന്നെ ചെയ്തു.

യോഗം നീണ്ടുപോയി. ജന്മിയുടെ അക്രമം സഹിക്കാൻ ഇനി സാധ്യമല്ലെന്ന കാര്യത്തിൽ എല്ലാവരും യോജിച്ചു.

"നമുക്കിനി ഒരു വഴിയേയുള്ളൂ. സമരത്തിന്റെ വഴി. കാലാകാലങ്ങളായി കൃഷിചെയ്തിരുന്ന മണ്ണിൽ ഇനി ഇറങ്ങേണ്ട എന്നാണ് ജന്മിയുടെ

ഉത്തരവ്. അത് അനുസരിക്കേണ്ട ബാധ്യത നമുക്കില്ല. അതുകൊണ്ട് പുനം കൈയേറി കൊത്തുക എന്നതാണ് പാർട്ടിയുടെ തീരുമാനം." തമ്പാൻ പ്രവർത്തകരുടെ സംശയം ദൂരീകരിച്ചു. കർഷകരുടെ ആത്മവിശ്വാസം വളർത്താൻ, ജന്മിയോടുള്ള പേടിയും വിധേയത്വവും ഇല്ലാതാക്കാൻ സഖാവ് തമ്പാൻ പരമാവധി ശ്രമിച്ചു. തലയെടുപ്പോടെ നിൽക്കുന്ന തളിയൻ സംഘാംഗങ്ങളുടെ ബാക്കിയുള്ള സംശയംകൂടി തുടച്ചുനീക്കി. ഏതെല്ലാം ദേശങ്ങളിലുള്ളവർ ഏതെല്ലാം കുന്നുകളിൽ പുനം കൊത്തണം എന്നൊക്കെ യോഗത്തിൽ തീരുമാനമായി. ഓരോ പ്രദേശത്തുള്ളവരെ കണ്ടെത്തി പുനം കൊത്തിന്റെ നേതൃത്വം ഏൽപ്പിച്ചു.

വള്ളിയംമട കുന്നുണർന്നുകഴിഞ്ഞു. തളിയന്റെ നേതൃത്വത്തിൽ ചെങ്കൊടി കൈയിലേന്തി ഇരുനൂറിലേറെ സ്തീകളും പുരുഷൻമാരും വരിവരിയായി കുന്നുകയറി. കുന്നിൽമുകളിൽ ചെങ്കൊടി നാട്ടി. ഇളംകാറ്റിൽ പ്രഭാത സൂര്യനെ നോക്കി ചെങ്കൊടി തലയാട്ടി.

മൂർച്ചയേറിയ കത്ത്യാൾകൊണ്ട് കൊമ്പുകൾ വെട്ടി വീഴ്ത്തി, അടിക്കാടുകൾ തെളിച്ച് കന്നിമണ്ണിനെ അവർ വരുതിയിലാക്കാൻ തുടങ്ങി. ആണാളുടെയും പെണ്ണാളുടെയും കൈകളിലെ കത്തിയും കത്ത്യാളും വെയിലിൽ വെട്ടിത്തിളങ്ങി.

അഞ്ചുദിവസം കൊണ്ട് ഉദ്ദേശിച്ച മല വെട്ടിത്തെളിച്ചു. ഇനി ഒരു മാസത്തോളം വെട്ടിയിട്ട കാടുണങ്ങണം. അതിനുശേഷം എല്ലാവരും ചേർന്ന് തീയിടും. പിന്നെ മേടം രണ്ടിന് വിത്തുംകൊണ്ട് മല കയറും.

ഏരുവേശിക്കാർക്ക് നിശ്ചയിച്ച സ്ഥലം കോട്ടക്കുന്നായിരുന്നു. രണ്ടു ദിവസം ഏരുവേശിക്കാർ പുനം കൊത്തി. അടുത്ത ദിവസം മുമ്മുടി എന്ന വിശ്രമദിവസം.

അന്നാരും കാട് വയക്കാൻ കാട്ടിൽ കയറില്ല. കോട്ടക്കുന്നിലെ മൂത്ത കാട് എടത്തിലെ കീഴ്ക്കാര്യസ്ഥൻ ഒതേനൻ നമ്പ്യാർ കൊത്തുന്നതായിരുന്നു. അയാൾക്ക് അതിൽ കുറ്റിപ്പുനാവകാശം ഉള്ളതാണ്. ആ കാടാണ് പാർട്ടിയുടെ നിർദേശമനുസരിച്ച് കൃഷിക്കാർ കൈയേറിയത്. അയാൾ പരാതിയുമായി നായനാരുടെ മുന്നിലെത്തി.

"എന്റെ വരുതിയിലല്ലല്ലോ നമ്പ്യാരെ ഇപ്പോൾ കാര്യങ്ങൾ. ആര് എവിടെ പുനം കൊത്തണംന്നൊക്കെ പാർട്ടിക്കാരല്ലേ തീരുമാനിക്കുന്നത്. അവരായി ഉണ്ടാക്കിയതൊക്കെ അവരന്നെ തീർക്കട്ട്."

കൃഷിക്കാരുടെ കൈയേറ്റം നായനാർക്ക് സഹിക്കാവുന്നതിനപ്പുറമായി. ഏതുവിധത്തിലായാലും കുടിയാന്മാരെ ഒതുക്കിയേ മതിയാവൂ. അത് ജന്മിമാരുടെ അഭിമാനത്തിന്റെ കാര്യമാണ്. കരക്കാട്ടിടം നായനാരെന്ന കാട്ടുരാജാവെങ്ങനെയാണ് കാട് കൈവിട്ടുപോയാൽ സഹിക്കുക. കല്യാട്ട് സിംഹം പിന്നെ ഏത് കാട്ടിലാണ് കയറുക? കരക്കാട്ടിടം നായനാരും കല്യാട്ടെശമാനനും മറ്റുജന്മിമാരുമെല്ലാം സ്വന്തം അധികാരം അരക്കിട്ടുറപ്പിക്കാൻ ഭരണസംവിധാനത്തെ സമർഥമായി ഉപയോഗിച്ചു.

എള്ളരിഞ്ഞിയിൽ സ്ഥിരം എം എസ് പി ക്യാമ്പ് വേണമെന്ന് നായ

നാർ ആവശ്യപ്പെട്ടു. അധികാരികൾ അത് അനുവദിച്ചു. എടത്തിലെ പത്തായപ്പുര എം എസ് പി ക്യാമ്പായി മാറി. കൃഷിക്കാർ ജീവനെടുക്കും. അതുകൊണ്ട് എള്ളരിഞ്ഞിയിൽ ജീവിക്കാൻ കഴിയില്ല എന്നു പ്രചരിപ്പിച്ചുകൊണ്ട് നായനാർമാർ കടമ്പേരിയിലേക്ക് താമസം മാറ്റി.

കുടുംബത്തെ സുരക്ഷിതമായ സ്ഥാനത്തെത്തിച്ച് അവസാനത്തെ കളിക്കൊരുങ്ങുകയായിരുന്നു അവർ.

ഡിസംബർ ഇരുപത്തൊമ്പതിന് മൂന്ന് കമ്പനി മലബാർ സ്പെഷൽ പൊലീസ് കൂടി എള്ളരിഞ്ഞിയിലെ പത്തായപ്പുരയിലേക്ക് മാർച്ചുചെയ്തെത്തി. വഴിനീളെ ഭീതി വിതച്ചുകൊണ്ടാണ് അവരെത്തിയത്. പൊലീസിന്റെ ആദ്യലക്ഷ്യം ചേനൻ കുഞ്ഞപ്പയുടെ പീടികയിൽ പ്രവർത്തിക്കുന്ന കമ്യൂണിസ്റ്റ് പാർട്ടി ഓഫീസായിരുന്നു. എം എസ് പിയുടെ വരവ് കണ്ട കോരൻ ജീവൻ പണയംവെച്ച് കുറുക്കുവഴിയിലൂടെ ഓടി പാർട്ടി ആപ്പീസിലെത്തി. അണച്ചുകൊണ്ട് അയാൾ പറഞ്ഞു:

"പൊലീസും പടയും വരുന്നുണ്ട്. ഇന്ന് നാട് കുട്ടിച്ചോറാക്കും."

ചെവിക്കുചെവി വാർത്ത പരന്നു. ആണുങ്ങളെല്ലാം നിമിഷങ്ങൾക്കുള്ളിൽ കാടുകേറി. പാർട്ടിയാപ്പീസിലെത്തിയ പൊലീസിനു കൈത്തരിപ്പു തീർക്കാൻ ചുമരുകൾ മാത്രം. പീടിക അടിച്ചു തകർത്തപ്പോഴാണവർക്ക് ഒരുവിധം സമാധാനമായത്. പീടികയിൽ നിന്നാരും തടയാഞ്ഞപ്പോൾ കുഞ്ഞപ്പയുടെ വീട്ടിലേക്ക് പാഞ്ഞുകയറി. അയാളുടെ ഭാര്യയെ വിരട്ടി.

"നിന്റെ ആണുങ്ങളെവിടെടീ?"

മര്യാദകെട്ട ചോദ്യംകേട്ട് അവർ ഒന്നു തിരിഞ്ഞു നിന്നു: "നിങ്ങളുടെ പെണ്ണുങ്ങളോട് പറഞ്ഞിട്ടാണോ ഇങ്ങോട്ടു വന്നത്?"

"കൂത്തിച്ചീ മോളെ അഹങ്കാരം മാറ്റിത്തരാം" ഇൻസ്പെക്ടർ മാധവിയുടെ ദേഹത്ത് ലാത്തിവീശി തലങ്ങും വിലങ്ങും കൊടുത്തു. ആ പാവം സ്ത്രീ ഇറയത്തു വീണു.

അടുത്ത ലക്ഷ്യം വെല്യാല് രാമൻ നായരുടെ പീടികയാണ്. അതും അടിച്ചു പൊളിച്ചു. പിന്നെ ഐച്ചേരി കണ്ണൻ നമ്പ്യാരുടെ പീടിക. അവിടെയാണല്ലോ പാർട്ടിക്കാർ ഒത്തുചേരുന്നത്. അതു പൊളിക്കാതെങ്ങനെ പൊലീസ് പിൻവാങ്ങും. അവരതും ഭംഗിയായി നിർവഹിച്ചു. വാതിൽ ചവിട്ടിപ്പൊളിച്ച് സാധനങ്ങളൊന്നൊന്നായി പുറത്തേക്കു വലിച്ചെറിഞ്ഞു. അക്കൂട്ടത്തിൽ നെയ്ഭരണിയും ഉണ്ടായിരുന്നു. ചീനഭരണി പൊട്ടിച്ചിതറി. പൊന്നിന്റെ നിറത്തിൽ കട്ടപിടിച്ച നെയ്യ് പൊട്ടിയ ഭരണിയുടെ കഷണങ്ങളിൽ. അത് മുറ്റത്ത് പോയി പൊലീസുകാർ വാരിത്തിന്നുന്നത് കുട്ടികൾ കൗതുകത്തോടെ നോക്കിനിന്നു.

നാരായണൻ ഓടിക്കിതച്ചു വന്നു, "അമ്മേ നമ്മളെ പീട്യേ എം എസ് പി തച്ചുപൊളിച്ചു."

"അപ്പൊ എന്റാങ്ങളയോ?" കുഞ്ഞ്യമ്മ ചോദിച്ചു.

"ഓനെ പൊലീസ് പിടിച്ചോ?"

"അമ്മോനൊന്നും പറ്റിയില്ല. പൊലീസിനെ എറക്കീറ്റ്ണ്ട്ന്ന് അറി

ഞ്ഞപ്പൊ തന്നെ എല്ലാരും കാട്ടിലൊളിച്ചു കളഞ്ഞു. ആരീം പൊടിപോലും കിട്ടീറ്റില്ല. അതിന്റെ ദേഷ്യാ പീട്യ പൊളിച്ച് തീർത്തത്."

"നന്നായി. മോനും കാരണോനും എനി കച്ചോടംന്ന് പറഞ്ഞ് നടക്കണ്ടല്ലോ. അച്ഛനെപ്പോലെ ഉള്ള നേരെല്ലാം കൂട്ടത്തിനും കുറിക്കും പൊയ്ക്കോ."

"ഈ അമ്മേന്റെ പറച്ചില് കേട്ടാല് ഞങ്ങള് കരുതിക്കൂട്ടി പോക്വന്നതാന്ന് തോന്ന്വല്ലോ."

"വേണംന്ന്വച്ചാൽ നിന്റെച്ഛന് എല്ലാം വേണ്ടാന്ന് വെക്കാം. സുഖായിറ്റ് ജീവിക്കേം ചെയ്യാം. നായനാർ എള്ളരിഞ്ഞി പ്രവൃത്തികാര്യക്കാർ സ്ഥാനാ വെച്ചുനീട്ടിയത്. അതാ പുല്ലുപോലെ വേണ്ടാന്നു വെച്ചത്. എന്നാൽ ഓറത് ചെയ്യണംന്ന് ഞാൻ പറയില്ല. എന്റെ മടിത്തുമ്പില് കെട്ടിവെയ്ക്കേമില്ല. ഓറെ അതിനൊട്ട് കിട്ടൂം ചെയ്യൂല. നിന്റച്ഛൻ ഒത്ത ആണാ. ഒന്നിനേം കൂസൂല. എന്നാ നിന്റെ കഥ അങ്ങന്യല്ല. നീ എട്ടും പൊട്ടും തിരിയാത്തോനാ. ഒരു പെണ്ണിനേം കൊണ്ടന്നിറ്റ്ണ്ട്. എന്തെങ്കിലും പറ്റ്യാൽ അത് നിന്ന് കാളും. എന്റെ കരളൊറപ്പൊന്നും അതിനില്ല."

"ഞാൻ നിങ്ങളോട് അന്നേരെ പറഞ്ഞിന് എനക്കിപ്പം പൊടോറി വേണ്ടാന്ന്."

"നിങ്ങക്കാർക്കും വേണ്ടെങ്കിലും എനക്ക് വേണം. വീടായാൽ അന്തിത്തിരി കത്തിക്കാൻ ഒരു പെൺകുട്ടി വേണം. ഈ കൊഴപ്പത്തിന്റേടേല് അതിനെ ഞാനേട്യാ ഒളിപ്പിക്കേണ്ടത്. ഇതുവരെ അച്ഛനെ പേടിച്ചിട്ട് ഒരുത്തനും ഇങ്ങോട്ട് തിരിഞ്ഞു നോക്കലില്ല." അമ്മ പറഞ്ഞത് നേരാണ്. അച്ഛനെ എല്ലാവർക്കും പേടിയാണ്, നായനാർക്കും. ഏതു സമരത്തിന്റെ മുന്നിലും അച്ഛനുണ്ടെങ്കിൽ നായനാർ വിറയ്ക്കും. അതുകൊണ്ടുതന്നെ എന്തിനുമൊരുങ്ങിയാണ് എം എസ് പിയെ ഇറക്കിയിരിക്കുന്നത്. ഏതു സമയത്തും പൊലീസ് വീട്ടിലെത്തും. ശാരദയെപ്പറ്റി അമ്മ വേവലാതിപ്പെടുന്നത് വെറുതെയല്ല.

എല്ലാം വരുമ്പോലെ വരട്ടെ. ഇപ്പോൾ അതൊന്നും ഓർക്കാനുള്ള സമയമല്ല. ഇരിക്കൂർ ഫർക്ക പുകഞ്ഞുകൊണ്ടിരിക്കുന്നു. ഏതു നിമിഷവും ആളിക്കത്താം. കൈയിലിരിക്കുന്നത് നഷ്ടപ്പെട്ടതിന്റെ പരിഭ്രാന്തിയിൽ ജന്മിമാർ കൂടുതൽ അക്രമം അഴിച്ചുവിട്ടുകൊണ്ടിരിക്കുന്നു, ഭരണകൂടത്തിന്റെ എല്ലാ സൗകര്യങ്ങളും ഉപയോഗിച്ചുകൊണ്ട്. ഇതിനെ പ്രതിരോധിക്കാൻ കമ്യൂണിസ്റ്റ് പാർട്ടിയും കർഷകസംഘവും കൃഷിക്കാരന് നേതൃത്വം നൽകുന്നു.

സ്റ്റഡി ക്ലാസുകളിൽ പ്രതിരോധത്തിന്റെ തന്ത്രങ്ങളല്ല ഇപ്പോൾ പഠിപ്പിക്കുന്നത്. തിരിച്ചടിക്കാനുള്ള സമയമായത്രെ.

"നല്ലവണ്ണം തയാറെടുത്ത് ഒന്നേറ്റുമുട്ടാതെ പീഡനങ്ങളവസാനിപ്പിക്കാൻ കഴിയില്ല. ജന്മിത്തത്തെ ഞെട്ടിക്കുന്ന ആക്ഷൻ ബോധപൂർവം ചെയ്യണം."

കർഷകസംഘം പ്രവർത്തകരോട് സഖാവ് കൃഷ്ണപിള്ള പറഞ്ഞ

വാക്കുകൾ ഓരോരുത്തരുടെയും ഉള്ളിൽക്കിടന്നു തിളയ്ക്കുകയാണ്.

"ആത്യന്തിക സമരത്തിലേക്ക് മുന്നേറൂ." 1946 ആഗസ്റ്റ് 5 ന്റെ പാർട്ടി പ്രമേയം അതാണ്. അതനുസരിച്ച് തിരിച്ചടിക്കാനുള്ള ഒരുക്കം നടത്തുകയാണ് എല്ലാവരും. എന്തും സംഭവിക്കാം.

എന്തായാലും അധികം കാത്തിരിക്കേണ്ടി വരില്ല.

നൂറ്റിനാൽപ്പത്തിനാലിന്റെ മറവിൽ ഇരിക്കൂർ ഫർക്കയിലെ കർഷകപ്രതിനിധി സമ്മേളനം കാവുമ്പായിയിൽ. ജന്മിയോ പൊലീസോ അറിയാതെ പ്രവർത്തകർ ഒരുക്കങ്ങൾ തുടങ്ങി. സമീപപ്രദേശങ്ങളിൽ നിന്നെല്ലാം അരിയും സാധനങ്ങളും കാവുമ്പായിയിലേക്ക് പ്രവഹിച്ചു തുടങ്ങി. ആയിരത്തോളം കർഷകപ്രതിനിധികളെ ഊട്ടണം.

ഏരുവേശിയിലും മാപ്പിനിയിലും ചെരിക്കോട്ടും എള്ളരിഞ്ഞിയിലുമെല്ലാം ചെറുപ്പക്കാർ സ്വയം സന്നദ്ധരായി രംഗത്തിറങ്ങി. വളണ്ടിയർ പരിശീലനം ലഭിച്ച ഒരു സംഘം കാവുമ്പായിയിൽ എത്തുമ്പോൾ മറ്റൊരുസംഘം സ്വന്തം നാടിനെ സംരക്ഷിക്കാനിറങ്ങി. എങ്ങും ജാഗ്രത. ഏതു നിമിഷവും ആക്രമണത്തെ പ്രതീക്ഷിച്ച് നേരിടാൻ ജനങ്ങൾ സജ്ജരായിക്കഴിഞ്ഞു.

21

കുരുതിക്കളം തീർത്ത ഡിസംബർ

ആയിരത്തി തൊള്ളായിരത്തി നാൽപ്പത്തി ആറ് ഡിസംബർ 29 ന്റെ പകൽ ചുവന്ന് എരിഞ്ഞടങ്ങി. അധികാരികൾ നൂറ്റിനാൽപ്പത്തിനാല് പ്രഖ്യാപിച്ചതൊന്നും കാവുമ്പായിക്കുന്ന് അറിഞ്ഞിട്ടില്ലെന്ന് തോന്നുന്നു. ഒട്ടും പേടിയില്ലാതെ കാവുമ്പായിക്കുന്ന് കോട്ടപോലെ ഉയർന്നു നിൽക്കുന്നു. അടുത്തുതന്നെ കാർക്കോട്ടക്കരി കുന്നും. കുന്നുകളുടെയും വയലുകളുടെയും നാട്ടിൽ മണ്ണിന്റെ മക്കളൊഴുകിയെത്തിയപ്പോൾ കടവരെ തള്ളക്കോഴിയെപ്പോലെ ചിറകിനുള്ളിൽ ഒളിപ്പിച്ചു വെച്ചു. ശത്രുവിനു കണ്ടുപിടിക്കാൻ കഴിയാത്തവിധം മാറിലണച്ചു പിടിച്ചു.

കാവുമ്പായിക്കാർ മാത്രമല്ല.

ഏരുവേശിക്കാരും കാഞ്ഞിലേരിക്കാരും കല്യാട്ടുകാരും പടിയൂരുകാരും കൈതപ്പുറക്കാരും ബ്ലാത്തൂർക്കാരും പയ്യാവൂർക്കാരും ഊരത്തൂർക്കാരും നുച്യാട്ടുകാരും കാവുമ്പായിക്കുന്നിലെത്തി.

നെടുങ്ങോം, മാപ്പിനി, ചെരിക്കോട്, ചേപ്പറമ്പ്, നെടിയേങ്ങ, മലപ്പട്ടം ദേശക്കാരുമുണ്ട്.

നായനാരുടെ തട്ടകമായ എള്ളരിഞ്ഞിയിൽനിന്നും ആളുകളിരച്ചെത്തി.

പി കുമാരനും കോയാടൻ നാരായണൻ നമ്പ്യാരും കോയാടൻ രാഘവൻ മാസ്റ്ററും കെ പി ഗോവിന്ദൻ നമ്പ്യാരും കണ്ണൻ നമ്പ്യാരും അതാതു ദേശത്തുനിന്നും കർഷകരെ നയിച്ചുകൊണ്ടെത്തി. അടിമകളുടെ രോഷം കണ്ണുകളിൽ നിറച്ചുകൊണ്ട് കാലൊച്ച കേൾപ്പിക്കാതെ, അച്ചടക്കത്തോടെ എട്ടുദിക്കിൽനിന്നും മണ്ണിന്റെ മക്കളെത്തി.

കാവുമ്പായിക്കുന്നിന്റെ നെറുകയിൽ ആളുകളൊഴിഞ്ഞൊരു വീട്

കർഷകപ്രതിനിധികളെ ഏറ്റുവാങ്ങി. വീട്ടിനുള്ളിൽ, വരാന്തയിൽ, മുറ്റത്ത്, പറമ്പിൽ, കാടിന്റെ മറവിൽ എല്ലാം അവർ സമ്മേളിച്ചു.

ആയിരത്തോളം സഖാക്കളെയൂട്ടാൻ കാവുമ്പായി കാത്തുനിന്നു. ആന്തൂറ് വീട്ടിൽ സദ്യ. ആതിഥേയർ കനിഞ്ഞു വിളമ്പിയ ആഹാരവും കഴിച്ച് വീണ്ടും കുന്നിൻ മുകളിലേക്ക്.

ഇനിയെന്ത് എന്നതിനുള്ള ഉത്തരം തേടിയെത്തിയതാണവർ.

അന്നം മുട്ടാതിരിക്കാനുള്ള ആലോചനകൾ അവസാനിച്ചില്ല. പിന്നെയും പിന്നെയും ചർച്ചചെയ്തു. തീരുമാനങ്ങളെടുത്തു. നിർദേശങ്ങൾക്ക് കാതോർത്തു. സഖാവ് തമ്പാൻ എന്തു പറയുന്നു?

പാർട്ടി നിർദേശമനുസരിച്ച് പുനം കൈയേറി കൊത്താൻ തുടങ്ങിയതോടെ ജന്മിക്കും കുടിയാനുമിടയിൽ ഇനി നിലനിൽപ്പിനുള്ള സമരം മാത്രമാണ് സാധ്യമാവുന്നത്.

നിലനിൽപ്പിനുവേണ്ടി പരസ്പരം പൊരുതുന്ന രണ്ടുവർഗങ്ങൾക്കിടയിലെങ്ങനെ സമവായമുണ്ടാകും? തിരിച്ചടിക്കൽ മാത്രം ഏകമാർഗം. അപ്പോൾ തിരിച്ചടിക്കാതിരുന്നാൽ സ്വയംഹത്യക്കു സമമായിരിക്കും.

പാർട്ടിയുടെ തീരുമാനം നടപ്പിലാക്കാനുള്ള സമയമായി. സഖാവ് തമ്പാന്റെ നിർദേശം കർഷകർക്ക് ലഭിച്ചുകൊണ്ടിരുന്നു. ഇങ്ങോട്ട് ആക്രമിക്കാൻ കാത്തുനിൽക്കാതെ അങ്ങോട്ടു കയറി ആക്രമിക്കണം. സന്ധ്യക്കുശേഷം എം എസ് പി നാട്ടിലിറങ്ങും. ഓരോ വീട്ടിലും കയറി വേട്ട നടത്താൻ കുന്നിനടുത്തുകൂടി കടന്നുപോകുമ്പോൾ ആക്രമിക്കണം. തോക്കുകാരെ സജ്ജരാക്കി ജാഗ്രതയോടെ നിൽക്കുക.

കൈയിൽ കിട്ടിയതെല്ലാം ആയുധമാക്കുക.

എള്ളരിഞ്ഞിയിൽ തമ്പടിച്ചിരുന്ന അധികാരത്തിന്റെ കാവൽപ്പട്ടികളെ തുരത്തിയോടിക്കാൻ കർഷകർ അരയും തലയും മുറുക്കി കാത്തിരുന്നു. നൂറ്റാണ്ടുകളുടെ കാത്തിരിപ്പിനൊടുവിൽ ഒരു രാത്രിയുടെ കാത്തിരിപ്പ് അവർക്ക് അസഹ്യമായി അനുഭവപ്പെട്ടു.

വീടുകളിൽ സ്വൈരമായി ഉറങ്ങാൻ അനുവദിക്കാത്ത, അമ്മപെങ്ങമാരുടെ മാനം കവർന്നെടുക്കുന്ന ജന്മിത്തത്തിന്റെയും സാമ്രാജ്യത്വത്തിന്റെയും കാവൽഭടന്മാരെ, എം എസ് പിക്കാരെ, തിരിച്ചടിക്കണം. ഒരിക്കലും മറക്കാത്ത പാഠം പഠിപ്പിച്ചോടിക്കണം.

തങ്ങളുടെ മണ്ണിലിനി അവർ വേണ്ട.

അറുപതു നാടൻതോക്കുകളുടെ ബലത്തിൽ, വാരിക്കുന്തവും മഴുവും കത്തിയും വാളും കല്ലും കവിണയും ശേഖരിച്ച്, ആത്മധൈര്യം സംഭരിച്ച് അക്രമികളെ നേരിടാൻ കർഷകർ തയാറായി.

"മൂന്നു വഴികളിലും കർഷകവളണ്ടിയർമാരുടെ കാവൽ വേണം." സഖാവ് തമ്പാൻ നിർദേശിച്ചു. "പൊലീസിന് ഈ വഴികളിൽക്കൂടി മാത്രമേ കുന്നിലെത്താൻ കഴിയൂ" അദ്ദേഹം ഉറപ്പിച്ചു പറഞ്ഞു.

കർഷകരെ ആയുധം പ്രയോഗിക്കാൻ പരിശീലിപ്പിച്ചത് സഖാവ് തമ്പാനായിരുന്നു. രാവുണ്ണി എന്ന തമ്പാൻ അത് അദ്ദേഹം സ്വയം ഏറ്റെടുത്ത നിയോഗമായിരുന്നു. ഒരു കമ്യൂണിസ്റ്റുകാരന്റെ ആത്മാർഥതയോടെ തമ്പാൻ തോക്കും വാരിക്കുന്തവും പ്രയോഗിക്കാൻ കർഷകരെ പഠിപ്പിച്ചു. യന്ത്രത്തോക്കുമായി വരുന്നവന്റെ നേർക്ക് നീളമുള്ള വാരിക്കുന്തം നീട്ടിക്കുത്തണം. കവിണയിൽ കല്ല് തൊടുത്തുവിട്ട് ശത്രുവിന്റെ തലമണ്ട തകർക്കണം. ഗറില്ലായുദ്ധമുറകളൊന്നൊന്നായി അദ്ദേഹം വളണ്ടിയർമാരെ പഠിപ്പിച്ചു.

ഐച്ചേരിയിൽക്കൂടി വരുന്നവർ ആരായാലും കാവൽ നിൽക്കുന്ന കർഷകവളണ്ടിയർമാരുടെ കണ്ണിൽപ്പെടും. കുന്നിനു താഴെയും എള്ളരിഞ്ഞിയിൽനിന്നു വരുന്ന വഴിയിലും സഖാക്കൾ കണ്ണിലെണ്ണയൊഴിച്ച് കാവൽ നിന്നു.

കുന്നിനുമുകളിൽ കാട്ടുമരങ്ങളുടെയും കുറ്റിക്കാടുകളുടെയും മറവിൽ ആയിരത്തോളം വരുന്ന വളണ്ടിയർമാർ ചെറുസംഘങ്ങളായി ഒളിച്ചിരുന്നു.

മകരമാസത്തിലെ മരംകോച്ചുന്ന തണുപ്പിലും കർഷകരുടെ രക്തം തിളച്ചു മറിഞ്ഞു. ചെവിക്കിടയിൽ തിരുകി വെച്ച ബീഡിക്കുറ്റിയെടുത്ത് ചുണ്ടിൽവെക്കാൻ, ഒന്നു വട്ടമിട്ടിരുന്ന് മുറുക്കാൻ അവർ ധൈര്യപ്പെട്ടില്ല. ഒന്നുമുരിയാടാതെതന്നെ അവർ പരസ്പരം ആശയവിനിമയം ചെയ്തു. ശത്രുവിന്റെ വരവുംകാത്ത് അതിരുകളിൽ കുറ്റിക്കാടിന്റെ മറവിൽ തോക്കുധാരികളായ വളണ്ടിയർമാർ കുനിഞ്ഞിരുന്നു.

ഓരോ പ്രദേശത്തുനിന്ന് വന്ന ഗ്രൂപ്പുകൾക്ക് ലീഡർമാർ നിർദേശങ്ങൾ നൽകിക്കൊണ്ടിരുന്നു. കാട്ടുമുയലുകളും മറ്റുജീവികളും ഉണങ്ങിയ ഇലകളിൽ അനക്കമുണ്ടാക്കുമ്പോൾ ശത്രുവിന്റെ സാന്നിധ്യം സംശയിച്ച് അവർ ജാഗരൂകരായി.

കാവൽഭടന്മാർ കരിയിലയനക്കാതെ ചുറ്റിനടന്നു.

യാമങ്ങൾ കടന്നുപോയി. ഒന്നും സംഭവിച്ചില്ല. ആരും വന്നില്ല.

ആലസ്യത്തിലാണ്ട നിമിഷങ്ങൾ കടന്നുപോയി. സമരയോദ്ധാക്കളിൽ ഉത്സാഹം കെട്ടുതുടങ്ങിയോ? എം എസ് പിയും സംഘവും ഇന്നിനി വേട്ടയ്ക്കിറങ്ങില്ലെന്നു തോന്നി.

എം സി രയരപ്പൻ നമ്പ്യാർക്ക് കടുത്ത പനി. കാട്ടിലെ കുളിരിൽ നിന്നാൽ അത് കൂടും. പോയി വിശ്രമിക്കണം. നിർബന്ധം മുറുകിയപ്പോൾ സഖാവിന് സമ്മതിക്കേണ്ടി വന്നു. തൽക്കാലം അടുത്തൊരു വീട്ടിൽ പോയി കിടക്കണം.

തളിയന്റെ ചുമ വല്ലാത്ത അലോസരമുണ്ടാക്കുന്നുണ്ട്. ഊണില്ല, ഉറക്കമില്ല, രാത്രിയും പകലും അലച്ചിൽ. കുന്നും മലയും കയറി, നാഴികകൾ താണ്ടിയുള്ള നടത്തം. കുറച്ചുകാലമായി നിർത്താതെയുള്ള ചുമ

തുടങ്ങിയിട്ട്. 'വല്ല ക്ഷയവും പിടിച്ചോ' എന്നൊരു സംശയം ബലപ്പെട്ടു വരുന്നുണ്ട്. മക്കളുടെ അമ്മ ആധിപൂണ്ട് 'ചുമരുണ്ടെങ്കിലേ ചിത്രമുള്ളൂ' എന്നിടയ്ക്കിടെ പറയും. അതു കേട്ടതായി നടിക്കാറില്ല.

ഇവിടെ തന്റെ കുര അപകടമാണ്. ശത്രുവിന് ചൂണ്ടുപലകയായി മാറിയേക്കാം. കുമാരൻ പറഞ്ഞു: "തളിയൻ തൽക്കാലം മാറിനിൽക്കണം. പുലരാൻ തുടങ്ങി. ഇനി അവർക്കു കണ്ടെത്താൻ എളുപ്പമാണ്. പിടികൊടുക്കരുത്."

എ കുഞ്ഞിക്കണ്ണനും അനന്തൻ മാഷും അതു തന്നെയാണ് പറയാറുള്ളത്.

'പിടികൊടുക്കരുത്. നേതാക്കന്മാർ പിടികൊടുക്കരുത്. ആരും പിടികൊടുക്കരുത്.'

കിഴക്ക് വെള്ള കീറുന്നു. ഇനി വൈകിയാൽ അപകടമാണ്. കുന്നിറങ്ങി. വയൽ വരമ്പിലെത്തിയപ്പോൾ രാഘവൻ പതുക്കെ ചോദിച്ചു:

"അച്ഛാ വീട്ടില് പോണ്ടേ?"

"വേണ്ട. പെരുന്തില വയലിലേക്ക് പോകാം. പുതിയ മഠത്തിലെ കളത്തിൽ കയറി ഒന്നു മയങ്ങണം. നീ വീട്ടിൽ പോയി അമ്മയോട് പറയൂ. എനിക്ക് കുഴപ്പമൊന്നുമില്ലെന്ന്."

അച്ഛൻ കളത്തിലേക്കു കയറി. വാരിക്കുന്തം പുൽക്കൂനയ്ക്കിടയിലേക്ക് പൂഴ്ത്തി വയ്ക്കാനൊരുങ്ങുമ്പോൾ വിസിലൊച്ച കേട്ടു. അടുത്തു വരുന്ന ബൂട്സിന്റെ ശബ്ദം. വാരിക്കുന്തം കൈയിലെടുത്ത് അച്ഛൻ പറഞ്ഞു: "ഓടിക്കോ." അടുത്ത നിമിഷം അച്ഛൻ കുരച്ചു.

"ഏതു നായിന്റെ മോനാടാ" സബ് ഇൻസ്പെക്ടർ രാമൻമേനോന്റെ അലർച്ച. അച്ഛൻ മുകളിലേക്കോടി. അച്ഛന്റെ ഒപ്പമെത്താൻ കഴിഞ്ഞില്ല. പൊലീസ് ഇപ്പോൾ വളയും. കുമ്പളപ്പന്തലിന്റെ വേലി കടന്നു. കുത്തിക്കെട്ടിയ കാരമുള്ളിന്റെ വേലിയിൽ കൊളുത്തി ഉടുത്ത കോറമുണ്ട് കീറി ഉള്ളിലേക്കു വീണു. അതിനിടെ പൊലീസ് രാഘവനെ കണ്ടു കഴിഞ്ഞു. വെടിവയ്ക്കാൻ ഇൻസ്പെക്ടർ ഉത്തരവിട്ടു. പൊലീസ് തോക്കുയർത്തി.

അതേനിമിഷം കുന്നിൽനിന്നും 'ഇങ്ക്വിലാബ് സിന്ദാബാദ്' വിളികളും വെടിയൊച്ചയും കേട്ടു.

"വരൂ" ഇൻസ്പെക്ടർ രാഘവനെ ഉപേക്ഷിച്ച് ഓടി. പിന്നാലെ മറ്റുള്ളവരും. ജമേദാർ രാമകൃഷ്ണൻ നയിക്കുന്ന പൊലീസ് സംഘം കുന്നിനടുത്തുള്ള തോട്ടിലെ കൈതക്കൂട്ടത്തിന്റെ മറവിൽ നിന്നു. തോക്കും വാരിക്കുന്തവും മറ്റുപല ആയുധങ്ങളുമായി നേരിടാൻ തയാറായി നിൽക്കുന്ന യോദ്ധാക്കളുടെ സമീപത്തെത്തുന്നതിനു മുമ്പേ പൊലീസ് വരവറിയിച്ചു കഴിഞ്ഞു. പോതാൻ കൃഷ്ണൻ മാസ്റ്ററെ വീട്ടിൽനിന്ന് പിടിച്ചിറക്കി മരത്തിൽ കെട്ടിയിട്ടടിച്ചു. മാവില ഗോവിന്ദൻ നമ്പ്യാരെയും അതേ രീതിയിൽത്തന്നെ കെട്ടിയിട്ടടിച്ചു. വീടുകളിൽനിന്ന് കൂട്ടക്കരച്ചിൽ കേട്ടു.

എന്തു പ്രകോപനമുണ്ടായാലും കുന്നിൽനിന്നും താഴെയിറങ്ങിവരാൻ പാടില്ലെന്ന് സഖാവ് തമ്പാൻ പറഞ്ഞതുകൊണ്ട് ആരും കുന്നിൽനിന്നിറങ്ങിയില്ല.

മറ്റൊരു സംഘം പൊലീസ് സമീപത്തുള്ള വീട്ടിലോടിക്കയറി. ആ വീടിന്റെ വരാന്തയിൽ ഉറങ്ങിക്കിടക്കുന്ന കണ്ണനെയും കുഞ്ഞപ്പയെയും തോക്കിന്റെ ചട്ടകൊണ്ട് തട്ടിയുണർത്തി. ഉരുണ്ടു പിരണ്ടെഴുന്നേറ്റ കണ്ണനോട് "എന്തെടാ വീട്ടിൽ പോകാതെ കണ്ടവരുടെ ഉമ്മറത്തിണ്ണയിലുറങ്ങുന്നത്?" പൊലീസിന്റെ ചോദ്യത്തിന് ഒറ്റുകാരൻ രാമനാണ് മറുപടി പറഞ്ഞത് "ഇവർ സമരത്തിന്റെ കുരുക്കളാണേമാനെ. കള്ളന് കഞ്ഞി വെക്കുന്നവര്."

കാവുമ്പായിക്കുന്നിലാണ് കൃഷിക്കാർ തമ്പടിച്ചിരിക്കുന്നതെന്ന് നാട്ടുകാരായ ഒറ്റുകാർ തന്നെയാണ് എം എസ് പിയെ അറിയിച്ചത്. വഴിയറിയാത്ത പൊലീസിനെയുംകൂട്ടി വന്നതും അവർ തന്നെ.

"പിടിയെടാ അവരെ" എന്നു പറഞ്ഞപ്പോൾ കുഞ്ഞപ്പ ഇറങ്ങിയോടി. പിറകെ ഓടിയെങ്കിലും കിട്ടിയില്ല. നിരാശയോടെ കണ്ണനെയും തൂക്കിയെടുത്തു നടന്നു.

വീടുകളിലേക്ക് മടങ്ങിക്കൊണ്ടിരുന്ന വളണ്ടിയർമാർ തിരിച്ച് കുന്നിലേക്കു തന്നെ മടങ്ങി. അവർക്കു മടങ്ങാനുള്ള ആഹ്വാനമായി കുന്നിന്റെ മുകളിൽനിന്നും മുദ്രാവാക്യങ്ങൾ മുഴങ്ങി: "ഇങ്കിലാബ് സിന്ദാബാദ്, സാമ്രാജ്യത്വം തുലയട്ടെ, ജന്മിത്തം തുലയട്ടെ."

മുദ്രാവാക്യം ചക്രവാളത്തെ കീറിമുറിച്ചുയർന്നപ്പോൾ കുന്നിനു താഴെ വയലിൽ തോട്ടിനിപ്പുറത്തെ കൈതക്കാട്ടിൽ പൊലീസ് തോക്കു ചൂണ്ടി നിലയുറപ്പിച്ചു. എന്തും സംഭവിക്കാവുന്ന നിമിഷങ്ങൾ.

കുന്നിൻ മുകളിൽനിന്ന് നാടൻ തോക്കുകൾ ശബ്ദിച്ചു. രണ്ടു തവണ. ജമേദാർ രാമകൃഷ്ണന്റെ വലതു ചുമലിൽ വെടിയേറ്റു. അദ്ദേഹം വയലിൽ കുഴഞ്ഞു വീണു. മറ്റുള്ളവർ താങ്ങിയെടുത്ത് പിൻവാങ്ങാൻ തുടങ്ങി. പൊലീസ് പിന്നോട്ടടിക്കുന്നത് സഖാക്കൾ കണ്ടു. "ഇങ്കിലാബ് സിന്ദാബാദ്" ആവേശത്തോടെ അവർ വീണ്ടും വീണ്ടും മുദ്രാവാക്യം മുഴക്കി.

"വെക്കെടാ വെടി." സമരനേതാവ് കുമാരന്റെ ഗർജനം അണികൾക്കാവേശം പകർന്നു. ഓടാൻ തുടങ്ങിയ സൈന്യത്തിന്റെ മുന്നിലേക്ക് സബ് ഇൻസ്പെക്ടർ രാമൻമേനോനും സുബേദാരും നയിക്കുന്ന സംഘമെത്തി.

"ഹാൾട്ട്" രാമൻ മേനോൻ ഗർജിച്ചു. ചിതറിയ പൊലീസ് തിരിച്ചു വന്നു.

"മരിച്ചു വീണാലും പിൻതിരിയരുത്" രാമൻ മേനോൻ പൊലീസ് സൈന്യത്തിന് നിർദേശം നൽകി.

കുമാരൻ വീണ്ടുമലറി: “നമ്മുടെ മണ്ണിൽ എം എസ് പി വേണ്ട. അവരെയിനി തിരിച്ചയക്കരുത്.”

അതു കുമാരന്റെ ശബ്ദമാണെന്ന് ഇരിക്കൂർ എസ് ഐ രാമൻ മേനോന് തിരിച്ചറിയാൻ പ്രയാസമുണ്ടായില്ല. ഇരിക്കൂർ പൊലീസ് സ്റ്റേഷൻ ആക്രമിച്ച കേസിലെ പ്രതിയായിരുന്നു കുമാരൻ. അതുകൊണ്ട് നേരത്തേ പരിചയമുണ്ട്.

അദ്ദേഹം ഉറക്കെ വിളിച്ചു പറഞ്ഞു: “കുമാരാ, താഴെ ഇറങ്ങി വരണം. എല്ലാ പ്രശ്നങ്ങളും സംസാരിച്ച് പരിഹരിക്കാം.”

ഉടനെ വന്നു മറുപടി: “ജന്മിയുടെ ഓശാരവും വാങ്ങിയിട്ട് ഇവിടെ വന്ന് നൊടിയുന്ന നിന്നെ ഞങ്ങൾക്കറിയാം. നിന്നോടൊന്നും ഞങ്ങൾക്ക് പറയാനില്ല. ചെയ്യാനേയുള്ളൂ.”

“ഈ നായിന്റെ മക്കളോട് പറഞ്ഞിട്ട് കാര്യമില്ല...” രാമൻ മേനോൻ ഉത്തരവിട്ടു: “ഫയർ”

മൂന്നു ഭാഗത്തുനിന്നും വന്ന പൊലീസ് സംഘം കുന്നു വളഞ്ഞു. പിന്നെ യന്ത്രത്തോക്കുകൾ അവയുടെ ജോലി തുടങ്ങി. കടാങ്കോട്ട് രയരപ്പന്റെ മുദ്രാവാക്യം വിളികൾ മെഷീൻ ഗണ്ണിന്റെ ഇടിമുഴക്കത്തിൽ മുങ്ങിപ്പോയി.

പുത്തലത്ത് കൃഷ്ണന്റെ ഒറ്റവെടിത്തോക്കിൽനിന്ന് പറന്ന വെടിയുണ്ട മെഷീൻ ഗണ്ണു പ്രയോഗിക്കുന്ന എം എസ് പിക്കാരനെ തെറിപ്പിച്ചു. ഞൊടിയിടകൊണ്ട് മറ്റൊരു പൊലീസുകാരൻ ആ സ്ഥാനമേറ്റെടുത്തു.

പുളുക്കൂൽ കുഞ്ഞിരാമൻ കുനിഞ്ഞിരുന്ന് തന്റെ തോക്കിൽ ഉന്നം പിടിച്ചു. അടുത്ത നിമിഷം അയാൾ മറിഞ്ഞുവീണു പിടഞ്ഞു. സഖാവിന്റെ കഴുത്തിനു താഴെ ശത്രുവിന്റെ വെടിയുണ്ട തുളച്ചു കയറി. ധീരനായ സഖാവിന്റെ മരണം അണികളെ പരിഭ്രാന്തരാക്കി.

പരക്കം പാച്ചിലിനിടയിൽ ചിലരെങ്കിലും ഒഴിഞ്ഞു മാറി. അപ്പോഴും യന്ത്രത്തോക്കുകൾ ശബ്ദിച്ചുകൊണ്ടേയിരുന്നു.

സമരഭടന്മാർ പിൻവാങ്ങുമ്പോൾ കുമാരൻ കൊടുങ്കാറ്റുപോലെ ചീറ്റിയടുത്തു..

“ഞങ്ങൾ ഊരത്തൂർ കുന്ന് തിരിച്ചു കയറാൻ വേണ്ടി വന്നവരല്ലേടാ” അയാൾ തൊണ്ട പൊട്ടുമാറലറിക്കൊണ്ട് കൈയിൽ കഠാരയുമായി കുന്നിന്റെ മുകൾത്തട്ടിലേക്കോടിക്കയറി. “വെക്കെടാ വെടി.” അയാളുടെ ഒച്ച കുന്നിൽനിന്ന് കുന്നിലേക്ക് മാറ്റൊലികൊണ്ടു. അവശേഷിച്ച സമരവീര്യത്തെ ഊതിക്കത്തിക്കാനുള്ള അന്ത്യശ്രമത്തിനിടയിൽ വെടിയുണ്ടയാണ് കുമാരന് മറുപടി നൽകിയത്. വെടിയേറ്റു പിടഞ്ഞു മരിക്കുമ്പോഴും സഖാവിന്റെ കൈയിൽ കഠാരയുണ്ടായിരുന്നു. ശരീരത്തിൽ ആറോളം വെടിയുണ്ടകളും.

കുമാരന്റെ മരണം മറ്റുള്ളവരുടെ അവശേഷിച്ച സമരവീര്യംകൂടി ചോർത്തിക്കളഞ്ഞു. കുന്നിൻ മുകളിൽ വെടിയുടെ ശബ്ദം നിലച്ചു. പ്രഭാതത്തിൽ ജീവചൈതന്യം നിലച്ച കുന്ന് വിറങ്ങലിച്ചു നിന്നു. മെഷീൻ ഗണ്ണുകളും നിശ്ശബ്ദമായി.

നിശ്ശബ്ദമായ കുന്നിലേക്ക് കാക്കിപ്പട കയറാൻ തുടങ്ങി. പ്രതിരോധത്തിന്റെ പാഠം മറക്കാനാവാത്ത സഖാക്കൾ വീണ്ടും തിരിച്ചടിച്ചു. കുന്നിൽനിന്നും ഒറ്റപ്പെട്ട വെടിയൊച്ചകൾ വീണ്ടും മുഴങ്ങി.

മുൾപ്പടർപ്പുകൾക്കിടയിൽ പതുങ്ങിയിരുന്നു പ്രതിരോധിക്കാൻ ശ്രമിക്കുന്ന കർഷകർക്കിടയിലേക്ക് പൊലീസ് ഇരച്ചു കയറി തലങ്ങും വിലങ്ങും വെടിയുണ്ടകളുതിർത്തു. അതിൽ ഇരയായത് മഞ്ഞേരി ഗോവിന്ദൻ. അദ്ദേഹത്തിന്റെ നടുവിന് വെടിയേറ്റ് കുമാരന്റെ ജഡത്തിനരികിലേക്ക് തെറിച്ചു വീണു. അധികം വൈകാതെ കൂട്ടുകാരന്റെ മാർഗത്തിലേക്ക് അയാളുടെ പ്രാണൻ പറന്നുപോയി.

മൂന്നുപേർ പിടഞ്ഞു മരിച്ച മണ്ണിൽ പിടിച്ചു നിൽക്കാൻ ഇനിയാവില്ലെന്ന് മറ്റുള്ളവർ തിരിച്ചറിഞ്ഞു. പതുങ്ങിയിരിക്കുന്നവർ പ്രാണനും കൊണ്ട് പുറത്തു ചാടി. വടക്കു ഭാഗത്തെ തോട്ടിലിറങ്ങി വയലിൽ കയറിയാൽ കാട്ടിലൊളിക്കാം എന്ന കണക്കുകൂട്ടലിൽ പലരും ആ മാർഗം തെരഞ്ഞെടുത്തു.

കൊയക്കാടൻ കുഞ്ഞമ്പുവിന്റെ കണങ്കാലിൽ വെടിയേറ്റു. "എനക്കൊന്നു കിട്ടി" അയാൾ കൂട്ടുകാരുടെ അടുത്തേക്കു പാഞ്ഞു ചെന്നു പറഞ്ഞു.

"ഉടനെ രക്ഷപ്പെടണം. അല്ലെങ്കിൽ ചോര വാർന്ന് നീ ചത്തു പോകും" കൂട്ടുകാർ പറഞ്ഞു.

നാരായണനും കുഞ്ഞപ്പയും ചന്തൂട്ടിയും ദാരപ്പനും കൊയക്കാടൻ കുഞ്ഞമ്പുവിനെയും താങ്ങി വടക്കു പടിഞ്ഞാറേ ഭാഗത്തുകൂടി താഴോട്ടിറങ്ങി മുണ്ടക്കച്ചു പറമ്പിൽ കയറി. കുഞ്ഞമ്പുവിനോട് രക്ഷപ്പെടാൻ പറഞ്ഞിട്ട് അവർ മുകളിലേക്കു തന്നെ മടങ്ങി. സുപ്പിയുടെ പീടികയുടെ അടുത്തെത്തിയപ്പോൾ കുഞ്ഞമ്പു പൊലീസിന്റെ കണ്ണിൽപ്പെട്ടു. കാൽമുട്ടിന് വെടിയേറ്റെങ്കിലും സഖാവ് നിന്നില്ല.

മുന്നോട്ടു നീങ്ങിയ സഖാവ് തളർന്നു വീണു. എന്നിട്ടും ശരീരത്തിൽ നിന്നും പ്രാണൻ വേർപെടാൻ മടിച്ചു നിന്നു.

വയലിലിറങ്ങി ഓടുന്ന കർഷകരുടെ നേർക്ക് പൊലീസ് നിറയൊഴിച്ചുകൊണ്ടേയിരുന്നു. പൂവുതിരുംപോലെ വെടിയുണ്ടകൾ വയലിൽ ഉതിർന്നു വീണു. തലയ്ക്കരികിലൂടെ ചീറിപ്പായുന്ന വെടിയുണ്ടകളെ മറികടന്ന് അവർ ജീവൻ രക്ഷിക്കാനോടി. ഓടുന്നതിനിടയിൽ കുന്നിന്റെ താഴ്വാരത്ത് കാട്ടുവള്ളിയിൽ കുടുങ്ങി ആലോറമ്പൻ കൃഷ്ണൻ വീണുപോയി. അയാളെ പൊലീസ് വലിച്ചിഴച്ചു.

“വിടെടാ എന്നെ. എനക്ക് നടക്കാനറിയാം” നിസ്സഹായാവസ്ഥ കോപത്തിനു വഴിമാറി.

“നിന്നെ വിടുകയാണ്. ഈ ലോകത്തു നിന്ന്.” പൊലീസ് അയാളെ കാട്ടുവള്ളികൾകൊണ്ട് കവുങ്ങിൽ വരിഞ്ഞുകെട്ടി. വെടിയുണ്ടകൾ നെഞ്ചിലേറ്റുവാങ്ങിയ ശരീരം ഒന്നു പിടഞ്ഞു. പിന്നെ നിശ്ചലമായി. എന്തുംവരട്ടെയെന്നമട്ടിൽ തെങ്ങിൽ അപ്പനമ്പ്യാർ സൂപ്പിയുടെ പീടികയിൽ കയറിയിരുന്നു. പൊലീസ് അയാളെ വലിച്ചിഴച്ച് ആലോറമ്പന്റെ ജഡത്തിനിരികിൽ കൊണ്ടുനിർത്തി. “ഇതുപോലെ നിന്നെയും ശവമാക്കിക്കിടത്തും.” ജമേദാർ ഉസ്സൻ കുരച്ചുചാടി.

“കൈയിൽ തോക്കുണ്ടെങ്കിൽ വെടിവെക്കുക.” അപ്പനമ്പ്യാർ കൂസാതെ പറഞ്ഞു. ജമേദാർ ഉസ്സന്റെ കൈവിരൽ പിസ്റ്റളിന്റെ കാഞ്ചിയിൽ അമർന്നു.

അപ്പനമ്പ്യാരുടെ തിരുനെറ്റിയിൽ വീരതിലകക്കുറി ചാർത്തിക്കൊണ്ട് വെടിയുണ്ട തുളച്ചു കയറി.

ബാലുശ്ശേരി നാരായണനെയും ചവിണിയൻ അപ്പയെയും ഒന്നിച്ച് ഒരു മരത്തിൽ കെട്ടിയിട്ടു. അപ്പ പതുക്കെ കൈ ഊരിയെടുത്ത് രക്ഷപ്പെട്ടുകളഞ്ഞു.

പീടികയിൽ ബാക്കിയുണ്ടായിരുന്നവരെയും പൊലീസ് മുറ്റത്ത് നിരത്തി നിർത്തി. കുന്നിൽനിന്നും കുറച്ചുപേരെക്കൂടി പിടികിട്ടി.

അവരെയും ചേർത്തപ്പോൾ ആകെ ഒമ്പതുപേർ. തെക്കൻ നാരായണൻ നായർ, എം സി കുഞ്ഞിക്കണ്ണൻ, പുതിയ പുരയിൽ രാമൻ, കെ വി രാമൻ, ഉപ്പേരി രാമൻ, സി കൊട്ടൻ, ഒതയോത്ത് കേളൻ, എടവലത്ത് പാപ്പിനിശ്ശേരി കുഞ്ഞമ്പു നമ്പ്യാർ, തെങ്ങിൽ കൃഷ്ണൻ നമ്പ്യാർ. എല്ലാവരെയും മരത്തിൽ കെട്ടിയിട്ടു.

വെടിവെച്ചുകൊല്ലാൻ മേലധികാരിയുടെ ഉത്തരവ്. പൊലീസ് തോക്കുയർത്തി ഉന്നംപിടിച്ചു... നിമിഷങ്ങൾ....

ഒന്ന്, രണ്ട്, മൂന്ന്...ഇപ്പോൾ വെടിപൊട്ടും. ‘നോ’ എന്ന ശബ്ദത്തിനുനേരെ എല്ലാ കണ്ണുകളും നീണ്ടു. പൊലീസ് തോക്കു താഴ്ത്തി സല്യൂട്ട് ചെയ്തു. വെടിവെപ്പുത്തരവ് പിൻവലിക്കപ്പെട്ടു. വെള്ളക്കാരനായ പൊലീസ് സൂപ്രണ്ടാണ് തോക്കിൻകുഴൽ നിശ്ശബ്ദമാക്കിയത്.

ഏരുവേശിയിൽനിന്നും കൈയിൽ മുഴക്കോലും വീതുളിയുമായി ശങ്കരനാശാരി എത്തിയത് എം എസ് പിയുടെ നടുവിലേക്ക്, “നീ സമരക്കാരനല്ലേ?”

രാമമേനോന്റെ ചോദ്യത്തിനു മുന്നിൽ ആശാരി ഒന്നു പതറി.

“അല്ലേമാനേ, വയസായ അച്ഛനും അമ്മയ്ക്കും കഞ്ഞിക്കരി വാങ്ങാൻ പൈസ കൊടുക്കാൻ പോന്നതാന്നേ.” ആശാരി കൈയിൽ ചുരുട്ടിപ്പിടിച്ച പണം കാണിച്ചു കൊടുത്തു. മുഴക്കോലും വീതുളിയും

കാണിച്ചു. "നീയപ്പോൾ ആശാരിയാണ്. നിനക്ക് പണിതരാം" എസ് ഐ പറഞ്ഞു.

ഒരു ജീവച്ഛവത്തേയും അഞ്ച് ജഡങ്ങളെയും നായനാർക്ക് കാണിക്കവെക്കാൻ കൊണ്ടുപോകണം. മങ്കട്ട ചേരിയിൽനിന്ന് അടിയാളരായ മാവിലരെ വരുത്തി. അവരെക്കൊണ്ട് കവുങ്ങ് മുറിപ്പിച്ചു. ശവങ്ങൾ ഏറ്റുമുട്ടലിൽ കൊല്ലപ്പെട്ടത്. അതിനു തെളിവു വേണം. മുറിച്ചുകൊണ്ടുവന്ന കവുങ്ങ് കീറി ആശാരി വാരിക്കുന്തം ഉണ്ടാക്കി. വാരിക്കുന്തങ്ങളും ജഡങ്ങളും പത്തായപ്പുരയിലേക്ക്. പിന്നാലെ വിലങ്ങ് വെച്ച് പ്രതികളെയും വലിച്ചിഴച്ചു.

ആ ഘോഷയാത്ര കണ്ടുനിന്നവരുടെ കരളുരുകി. അങ്ങനെ കരളുരുകിയവരെയും വിലങ്ങുവെച്ച് കൊണ്ടുപോയി. വീരൻ കുഞ്ഞമ്പു അങ്ങനെ വിലങ്ങുവച്ച് പത്താമനായി ചേർക്കപ്പെട്ടു. ജീവച്ഛവമായ കൊയക്കാടൻ കുഞ്ഞമ്പുവിനെ കാവുമ്പായി സമരത്തിലെ ഒന്നാം പ്രതിയാക്കാനും ബ്രിട്ടീഷുകാരുടെയും ജന്മിയുടെയും പൊലീസ് മറന്നില്ല.

അഞ്ചു ജഡങ്ങളുടെ കൂടെ പതിനൊന്ന് ജീവനുള്ള ദേഹങ്ങളെയും പത്തായപ്പുരയിലെ അടക്ക നീറ്റിലിടുന്ന മുറിയിൽ കൊണ്ടുപോയി തള്ളി. അവസാനം തള്ളിയത് ബ്ലാത്തൂർക്കാരനായ എ സി ശാദുലി എന്ന ചൊട്ടി സാദിരിയെ. കാവുമ്പായി കുന്നിൽനിന്നും രക്ഷപ്പെട്ട് സാദിരി കറുത്ത കമാലിന്റെ വീട്ടിൽപ്പോയി അദ്ദേഹത്തിന്റെ മകനെയും കൂട്ടി ശ്രീകണ്ഠാപുരത്തെത്തി. അവിടെവച്ച് ചങ്ങാതി ഉസ്മാന്റെ ലോറിയിൽ വളക്കൈ വരെയെത്തി. ഇനി ലോറി പോവില്ല. വഴി മുടക്കി വലിയൊര് തോട്. തോട്ടിലിറങ്ങിക്കയറി. മുയ്യത്തുകൂടി നടന്ന് വരടൂൽപ്പാലം കടന്ന് തളിപ്പറമ്പിലെത്തിയിട്ടും സാദിരി രക്ഷപ്പെട്ടില്ല. പിന്നാലെ പൊലീസ് ഉണ്ടായിരുന്നു. അറസ്റ്റുചെയ്ത് എള്ളരിഞ്ഞിയിലേക്കുതന്നെ കൊണ്ടുവന്നു.

പത്തായപ്പുരയിലെ ലോക്കപ്പിലെത്തിയപ്പോൾ കണ്ട കാഴ്ച ഹൃദയം പിളർക്കുന്നതായിരുന്നു. നിരത്തിക്കിടത്തിയിരിക്കുന്ന ജഡങ്ങൾ. അതാരൊക്കെയാണെന്നു തിട്ടപ്പെടുത്താൻ പൊലീസിനായില്ല. "ചത്തതാരൊക്കെയെന്നു നോക്കെടാ" എന്ന ഉത്തരവ്. പ്രിയ സുഹൃത്തുക്കളുടെ ജഡങ്ങൾ തിരിച്ചിട്ടു പരിശോധിച്ചപ്പോൾ ഉള്ളം തേങ്ങി. നേരത്തേ അറസ്റ്റുചെയ്തുകൊണ്ടിട്ട പത്തുപേരുടെ അവസ്ഥ പരിതാപകരമായിരുന്നു. മർദനമേറ്റ് അവശരായി നേരത്തോടു നേരമായി തുള്ളിവെള്ളം പോലും കിട്ടാതെ അർധബോധാവസ്ഥയിൽ കിടക്കുന്നവർ. സാദിരി എങ്ങനെയൊക്കെയോ കുറച്ചു വെള്ളം സംഘടിപ്പിച്ചു. പത്തുപേരുടെയും വായിലൊഴിച്ചു കൊടുത്തു.

ജലപാനം ചെയ്ത് അർധജീവൻ ലഭിച്ചപ്പോൾ എം സി കണ്ണൻ ചുണ്ടനക്കി, "മോനേ, നീ ഞങ്ങളുടെ ജീവൻ രക്ഷിച്ചു."

ഏറ്റവും അമൂല്യമായ വസ്തു അവർക്കപ്പോൾ ജലമായിരുന്നു. ജീവ

കണികകൾ ചുണ്ടുനനച്ച് ചുട്ടുപൊള്ളുന്ന തൊണ്ടയിലൂടെയിറങ്ങി വയറ്റിലെത്തിയപ്പോളെന്തൊരാശ്വാസം!

പായയിൽ പൊതിഞ്ഞ ശവങ്ങൾക്കൊപ്പം അടക്ക നീറ്റിലിട്ട ഭരണികൾ നിറച്ചമുറിയിൽ, നായനാരുടെ താൽക്കാലിക ലോക്കപ്പിൽ, പതിനൊന്നുപേരെയും തള്ളിയിട്ടു. അതിലേറ്റവും ജീവനുള്ളത് സാദിരിക്കായിരുന്നു. അയാൾക്ക് താരതമ്യേന മർദനം കുറവായതാണു കാരണം.

ക്രൂരമർദനങ്ങൾക്കൊടുവിൽ അർധബോധാവസ്ഥയിൽ തടവുകാർ നാറുന്ന മുറിയിൽ കിടന്നു. ബോധാബോധങ്ങളിൽ മുങ്ങിപ്പൊങ്ങുമ്പോൾ പ്രകൃതിയുടെ വിളി അവഗണിക്കാനവർക്കു കഴിഞ്ഞില്ല. പൂട്ടിയിട്ട മുറിയിൽ അവരതെങ്ങനെ സാധിക്കും? എങ്ങനെ സാധിക്കാതിരിക്കും? സഹനത്തിന്റെ പരിധി കഴിഞ്ഞപ്പോൾ അടക്ക നീറ്റിലിട്ട ഭരണിയിലെ നാറുന്ന വെള്ളം തറയിലൊഴിച്ച് അവർ ആ ഭരണികളിൽ മലമൂത്രവിസർജനം ചെയ്തു.

കഠിനവേദനയിൽ മറ്റൊന്നും ഓർക്കാതിരിക്കാൻ അന്നവർക്ക് കഴിഞ്ഞു.

അല്ലെങ്കിൽ എങ്ങനെ അവരാ രാത്രി വെളുപ്പിക്കും? ഇതുവരെ ഒന്നിച്ചുണ്ടായിരുന്ന അഞ്ചുപേർ പത്തായപ്പുരയ്ക്കുള്ളിൽ നിർജീവ വസ്തുക്കളായി തൊട്ടടുത്ത്. ആ അറിവിൽ അവർക്ക് ഭ്രാന്ത് പിടിച്ചു പോയേനെ. എന്നിട്ടും ഇടയ്ക്കിടെ ശാദുലിയുടെ ഉള്ളം തേങ്ങി. കൂട്ടുകാർ കുമാരനും കൃഷ്ണനും കൂടെയുണ്ട്. ഒരിക്കലുമുണരാത്ത ഉറക്കത്തിൽ എങ്ങനെ രക്ഷപ്പെടണമെന്ന് അവരിനി പറഞ്ഞു തരില്ല.

അഞ്ചുപേരെ അരുംകൊല ചെയ്ത്, അനേകരെ കൊല്ലാക്കൊല ചെയ്തുകഴിഞ്ഞതിനുശേഷം ഒരു സംഘം പൊലീസ് അടുത്തുള്ള വീടുകളിൽ കയറി അരിച്ചു പെറുക്കി. അവർ ആന്തൂർ വീട്ടിലുമെത്തി. തലേന്ന് കർഷകപ്രതിനിധികൾ ഉണ്ടെറിഞ്ഞ വാഴയിലകൾ പറമ്പിന്റെ കിളയിൽ കണ്ടെത്തി. അതെണ്ണിനോക്കി കലിയിളകിയവർ വീടിന്റെ ഓടിളക്കി വലിച്ചെറിഞ്ഞു. വീടുതകർത്തു മടങ്ങുമ്പോൾ വേവലാതിയോടെയുള്ള സ്ത്രീകളുടെ നോട്ടത്തെ പിൻതുടർന്നെത്തിയത് കിളയുടെ മൂലയ്ക്ക്. അവിടെ നെയ്യമൃത് മഠത്തിൽനിന്ന് സദ്യയൊരുക്കാൻ കൊണ്ടുവന്ന വട്ടളത്തിനരികിൽ ഒളിച്ചിരിക്കുകയാണ് ഒരാൾ. നെയ്യമൃത് മഠത്തിലെ കാരണവർ സ്ഥാനം വഹിക്കുന്ന തെക്കൻ നാരായണൻ നായർ. അദ്ദേഹത്തിന് അവിടെ ഒളിച്ചിരിക്കാൻ കഴിഞ്ഞില്ല. അദ്ദേഹത്തെ പൊലീസ് കണ്ടെത്തി.

“എന്താ കാർന്നോരെ, സമരക്കാർക്ക് സദ്യയൊരുക്കിക്കൊടുത്തിട്ട് വട്ടളത്തിനു കാവൽ നിൽക്കുകയാണല്ലേ?”

എം എസ് പി അദ്ദേഹത്തെ വലിച്ചിഴച്ച് മുറ്റത്തെത്തിച്ചു. നേരെ നിവർന്നു നിന്നപ്പോഴാണ് കണ്ടത്. മുമ്പിൽ പൊലീസ് വേഷത്തിൽ

അയ്യത്ത് മമ്മദ്. കഴിഞ്ഞ കർക്കിടകത്തിൽ നെല്ല് പൊലികടം വാങ്ങാൻ വീട്ടിൽ വന്നവൻ. അന്ന് കൊടുക്കാത്തതിന്റെ ദേഷ്യം ഇന്ന് അയാൾ തീർക്കുന്നു.

"ഇവനും കമ്യൂണിസ്റ്റാണോ?" പൊലീസിന്റെ ചോദ്യം മമ്മദിനോട്.

"പിന്നല്ലാണ്ട് ഇയാള് കൊയപ്പത്തിന്റെ കുരുവാണേമാനേ. ഈറ്റിങ്ങളെ മുഴുവൻ തീറ്റിപ്പോറ്റുന്നത് ഇയാളല്ലേ." അയാൾ പൊലീസിന് പിരികേറ്റി.

പിന്നെ ചെവിയടച്ച് അടിയാണ് വീണത്. പാവം കറങ്ങിത്തിരിഞ്ഞ് വീണുപോയി. കല്ലിൽത്തട്ടി തല പൊട്ടി ചോരയൊഴുകി. നാരായണൻ നായരെയും കാവുമ്പായി സമരത്തിൽ പ്രതിയാക്കി അറസ്റ്റു ചെയ്തു കൊണ്ടുപോയി. തോക്കൂറ കറുത്ത രാമൻ നമ്പ്യാരെയും പൊലീസ് പിടിച്ചുകൊണ്ടു വന്നിരുന്നു. അയാളെ കണ്ടപ്പോൾ മമ്മദ് വേവലാതിയോടെ പറഞ്ഞു: "അയ്യയ്യോ. ഇത് പെരിയ ജന്മി. നമ്മളെ യെശമാനൻ. ഇയാൾ ഇതിന്റെയൊന്നും ആളല്ല."

അയ്യത്ത് മമ്മദിന്റെ വാക്കുകൾ രാമൻ നമ്പ്യാർക്ക് തുണയായപ്പോൾ നാരായണൻനായർക്ക് വിനയായി.

കാവുമ്പായി കുന്നിൽനിന്നും പെനാട്ടേരി കണ്ടംവരെ കൊടുംകാട്. ഒറ്റ ഒടിക്കണ്ടം മാത്രം തുറന്ന സ്ഥലം. അത് മുറിച്ചു കടന്നാൽ ഐച്ചേരി കുന്നിലെത്താം. നാരായണനും പാപ്പിനിശ്ശേരി കുഞ്ഞപ്പയും മാടായി ചന്തൂട്ടിയും മാടായി കുഞ്ഞപ്പയും ദാരപ്പനും മറ്റനേകം പേരുമടങ്ങിയ സംഘം അതുവഴി കടന്നുപോയി. അതിൽ കാഞ്ഞിലേരിക്കാരും ഏരുവേശിക്കാരും പയ്യാവൂർക്കാരും ബ്ലാത്തൂർക്കാരുമെല്ലാമുണ്ട്. എല്ലാവരും തുറന്ന സ്ഥലത്തെത്തുമ്പോൾ ഓടി കുന്നിൽ കയറി രക്ഷപ്പെട്ടു.

22

പ്രാണനും കൈയിലെടുത്തൊളിക്കാൻ

രാത്രിയിൽ വെടിയൊച്ചയിൽ ഞെട്ടിവിറച്ച് മൂന്ന് മനുഷ്യാത്മാക്കൾ വലിയൊര് വീടിനുള്ളിൽ പരസ്പരം കെട്ടിപ്പിടിച്ച് കഴിഞ്ഞു. പേടിക്കാൻ മാത്രമറിയുന്നൊരു പതിനാലുകാരി. ഓരോ വെടിയൊച്ചയിലും അവൾ കണ്ണുംപൂട്ടി അമ്മയെ കെട്ടിപ്പിടിച്ചു. പൊലീസ് വരുമോന്ന് ചോദിച്ച് പേടിച്ചു വിറച്ചിരിക്കുന്ന കുഞ്ഞുമോൻ. അവരെ ആശ്വസിപ്പിക്കാനാവാതെ, സ്വയ മാശ്വസിക്കാനാവാതെ അമ്മയിരുന്നു. ഭർത്താവും രണ്ടു മക്കളും വെടി യുണ്ടകളുടെ നടുവിലാണ്. ആ ഓർമ തലച്ചോറിൽ അഗ്നി പടർത്തി. വെളുക്കുന്നതുവരെ അവരങ്ങനെയിരുന്നു, ഉറങ്ങാതെ. നേരം പരപരാ വെളുക്കുന്നതിനു മുമ്പ് അമ്മയും മക്കളുമിറങ്ങി മാരാൻ വീട്ടിലെത്തി. അമ്മ പതുക്കെ വിളിച്ചു: "ലക്ഷ്മീ.. ലക്ഷ്മീ."

അടുക്കളയുടെ വാതിൽ തുറന്ന് ദേവകി മാരസ്യാർ മുറ്റത്തേക്കിറ ങ്ങി. "എന്താ കുഞ്ഞേറ്റി" അവർ ചോദിച്ചു.

"കേട്ടിറ്റില്ലേ രാത്രീലേ പൂരം? ഈ പിള്ളറീംകൊണ്ട് ഞാനെങ്ങോ ട്ടാണ് പോണ്ടത് മാരത്യാരെ?" അമ്മ കരഞ്ഞു.

"പൊലീസ് ഇപ്പെത്തും. ഈപ്പെങ്കുട്ടീനെംകൊണ്ട് നിങ്ങള് തളി യമ്മാർ വീട്ടിലേക്ക് പോകല്ലേ കുഞ്ഞേറ്റീ. ഇത് ആരാന്റെ മൊതലാണ്. കേടാക്കാണ്ട് അയിന അയിന്റെ വീട്ടിക്കൊണ്ടാക്ക്" മാരസ്യാർ നിർദേ ശിച്ചു.

"ആര്യാ കൂട്ട്യയക്വാ? വാല്യക്കാരെല്ലാം വെടീന്റേം പടേന്റേം നടു ക്കല്ലേ. ബാക്കിണ്ടോന്ന് ആർക്കറിയാം" അമ്മ വീണ്ടും കരഞ്ഞു.

"നിങ്ങള് കാളല്ല കുഞ്ഞേറ്റീ. നമ്മക്ക് വഴീണ്ടാക്കാം. പൊറത്ത് നിക്ക ണ്ട. അകത്തു കേറി ഇരിക്ക്."

മാരസ്യാർ നാദ്യൻ വീട്ടിലേക്ക് ആളയച്ചു, ചൊറുവിനെ വരുത്തി.

ശാരദയുടെ മുഷിഞ്ഞ പുടവ മാറ്റി ലക്ഷ്മിയുടെ പുതിയ ദേവിരിപ്പുടവ ചുറ്റിച്ചു. ചൊറുവിന്റെ കൂടെ ചെങ്ങളായിയിലേക്ക് അയച്ചു, അവളുടെ വീട്ടിലേക്ക്. പോകുമ്പോൾ അമ്മ പറഞ്ഞു:

"എന്റെ മോളെ നോക്കണേ ചൊറു."

"കുഞ്ഞീമ[1] പേടിക്കണ്ട. മോളെ പൊട്ടാണ്ട്, പൊളിയാണ്ട്, ഞാള് ബീട്ടിലെത്തിക്കും" ചൊറു ഉറപ്പു നൽകി. അമ്മയും മകനും വീട്ടിലേക്ക് തിരിച്ചു.

കാവുമ്പായിയിൽ വിളറിയ സൂര്യൻ ഉദിച്ചുയർന്നു. നൂഞ്ഞലിലെ നെൽച്ചെടി മുഴുവൻ ചവിട്ടി മെതിക്കപ്പെട്ടിരുന്നു. പാലുറച്ചതും വിളയാറായതുമായ നെൽക്കതിരുകൾ കഴുത്തറ്റു ചെളിയിൽ പൂണ്ടുകിടന്നു. പാലത്തിനപ്പുറം മുണ്ടക്കച്ച് വയലിലും അങ്ങനെ തന്നെ; ചെളിയും ചോരയും നെൽക്കതിരും കൂടിക്കുഴഞ്ഞ്. ജീവൻ രക്ഷിക്കാനുള്ള തത്രപ്പാടിൽ ഓടി പടുക്കണ്ടത്തിൽ വീണുപോയവർ ഉരുണ്ടു പിരണ്ട് എഴുന്നേറ്റ്, ഇഴഞ്ഞുനീങ്ങി. ചേറിൽ മുങ്ങി, പരുപരുത്ത നെല്ലോലകളും നെന്മണികളും തട്ടി ദേഹം മുഴുവൻ വരഞ്ഞ്, മുറിഞ്ഞ് നോവറിയാതെ ഓടിയോടിയവർ കാട്ടിലെത്തി. കുമ്പളപ്പന്തലിനുള്ളിൽനിന്ന് രാഘവൻ ഓടിയത് അച്ഛന്റെ കുരയെ പിൻതുടർന്ന്. മഞ്ചക്കരിവരെ പിന്തുടരാൻ കഴിഞ്ഞു. പിന്നെ എവിടെയോ ആ ശബ്ദം മറഞ്ഞുപോയി.

അപ്പോഴാണോർമ വന്നത് അമ്മ ഒറ്റയ്ക്കാണ്. പിന്നെ മറ്റൊന്നു മോർമിച്ചില്ല. പൊലീസും പടയുമൊന്നുമോർക്കാതെ കാട് വകഞ്ഞു മാറ്റി കാലുകൾ വീടിനുനേരെ കുതിച്ചു.

കിഴക്കുഭാഗത്തെ കാടിനരികിൽനിന്ന് വിളിച്ചു "അമ്മേ." ഒറ്റ വിളിയിൽ അമ്മ ഓടിവന്നു. അങ്ങോട്ടൊന്നും ചോദിക്കേണ്ടി വന്നില്ല.

"മോൻ ഇങ്ങോട്ട് വരണ്ട. എങ്ങോട്ടെങ്കിലും പോയി രക്ഷപ്പെട്ടോളൂ. അമ്മേനെ നോക്കണ്ട. ഏട്ടനോടും പറഞ്ഞെ. അച്ഛൻ?"

"അച്ഛൻ മഞ്ചക്കരി കേറി പോയി. മറ്റൊന്നും പറ്റീട്ടില്ല."

"എനി ഈട നിക്കണ്ട. പൊയ്ക്കോ" അമ്മ തിരിഞ്ഞ് താഴോട്ടിറങ്ങി.

പിന്നെയും കാട് കേറി. വഴിയിൽവെച്ച് ചേനൻ കുഞ്ഞപ്പയും ഒന്നിച്ചു ചേർന്നു. ചുണ്ടക്കുന്നിനടുത്ത് അവലാടക്കം പറമ്പിൽക്കയറി ഒടേംപ്ലാവിലേക്ക് നടന്നു. ഒടേംപ്ലാവിൽ പുനം കൃഷിയുണ്ട്. വണ്ണമുള്ള മുള മുറിച്ചു കൊണ്ടുവന്ന് ചതച്ച് പാളികൾ നിവർത്തി ചുമരും വാതിലുമാക്കി നെയ്പ്പുല്ലുകൊണ്ട് മേൽക്കൂര മേഞ്ഞ് നാലഞ്ച് ഊമ്പുരകൾ കുത്തിയുണ്ടാക്കിയിട്ടുണ്ട് അവിടെ. പുനം കാവലിനും കളപറിക്കുക തുടങ്ങിയ പണികൾക്കും താമസിക്കാനാണ് ഊമ്പുരകൾ കെട്ടുന്നത്.

അതിലൊന്നിൽ അച്ഛനെ കണ്ടു. ഊമ്പുരയ്ക്കുള്ളിൽ കടന്നു വാതിലടച്ചു. അച്ഛൻ അടുത്തു വിളിച്ചു. "പൊലീസിന്റെ കൈയിൽ പെടരുത്. കുറച്ചുനാൾ ഏരുവേശി കുഞ്ഞപ്പയുടെ അടുത്തുപോയി നിൽക്കണം. എല്ലാമൊന്നടങ്ങിയിട്ട് നാട്ടിലെറങ്ങിയാൽ മതി."

---

1. നാദ്യൻ(ബാർബർ) നമ്പ്യാർസ്ത്രീകളെ വിളിക്കുന്ന ആചാരപ്പേര്.

ചേനൻ കുഞ്ഞപ്പയുടെ അമ്മ എല്ലാവർക്കും കഞ്ഞിയും തുവരക്കറിയും വിളമ്പി. സന്ധ്യയോടെ ഏരുവേശിയിലെത്തി. ദേവകി വലിയമ്മയുടെ മകൻ കുഞ്ഞപ്പേട്ടന്റെ വീട്ടിൽ. ഇളയമ്മയുടെ മകനെ കണ്ടപ്പോൾ ഏട്ടനും ഭാര്യയും ഉള്ള സൗകര്യം പങ്കുവെച്ചു.

രാത്രിയിൽ ഏട്ടൻ അനിയനെയും കൂട്ടി ഏരുവേശിയിലെ ഏച്ചിലേരി വീട്ടിലെത്തി. അവിടുത്തെ കാരണവരായ ചന്തൂട്ടി വലിയച്ഛൻ സമരത്തിന്റെ കഥകൾ ചോദിച്ചറിഞ്ഞു. അവിടെ വെച്ചാണ് പിന്നെയും വെടിയൊച്ചകൾ കേട്ടത്. ആരൊക്കെയോ അടക്കം പറയുന്നു: "എ കുഞ്ഞിക്കണ്ണൻ മലപ്പട്ടത്തുനിന്ന് ആളുകളെയും കൊണ്ടെത്തിയിട്ടുണ്ട്, കാവുമ്പായിയിലെ എം എസ് പിയെ തുരത്താൻ. ആൺകുട്ടിയാണവൻ."

പിന്നെയറിഞ്ഞു. അത് വെറുമൊരാഗ്രഹമായിരുന്നു. പരാജിതന്റെ ആഗ്രഹം. ഇരിക്കൂർ പൊലീസ് സ്റ്റേഷൻ ഉപരോധിച്ച് അധികാരികളെ കിടുകിടെ വിറപ്പിച്ച ധീരനേതാവ് ഇവിടെയും രക്ഷകനായി അവതരിക്കുമെന്ന പ്രതീക്ഷയിൽ ഉയിർക്കൊണ്ട വാർത്ത.

അവതരിച്ചേനെ, നിർഭാഗ്യം കടുത്ത ന്യൂമോണിയയുടെ രൂപത്തിൽ എ കുഞ്ഞിക്കണ്ണനെ കീഴടക്കിയില്ലായിരുന്നെങ്കിൽ. സമരരാത്രിയിൽ കൊളന്തയിലൊരു വീട്ടിൽ പനിപിടിച്ച് ബോധംകെട്ട് കിടക്കുകയായിരുന്നു കുഞ്ഞിക്കണ്ണൻ.

മയക്കത്തിൽ നിന്നുണർന്നപ്പോൾ ആദ്യംകേട്ട വാർത്ത പനിയേക്കാളെത്രയോ മടങ്ങ് ചുട്ടുപൊള്ളിക്കുന്നതായിരുന്നു. "കാവുമ്പായിയിലെ സമരം പൊളിഞ്ഞു. അഞ്ചുപേർ മരിച്ചു. വെടിയേറ്റവരും അറസ്റ്റു ചെയ്യപ്പെട്ടവരും ഏറെയുണ്ട്. ബാക്കിയുള്ളവരെല്ലാം ഒളിവിലാണ്."

സഖാവ് കിടക്കപ്പായ വിട്ടെണീറ്റു. എവിടെയാണ് പാളിച്ച പറ്റിയത്? കുറ്റമറ്റ രീതിയിൽ പ്ലാൻ ചെയ്തതാണല്ലോ. പൊലീസ് താണ്ഡവം തുടങ്ങിയിട്ടുണ്ടാവും. വീടുകളിൽ അമ്മ പെങ്ങന്മാരുടെ മാനമെടുത്തമ്മാനമാടാൻ അവരെ സമ്മതിച്ചുകൂടാ. ഇവിടെ നിഷ്ക്രിയനായിരുന്നാൽ അതാണ് സംഭവിക്കുക. പെട്ടെന്ന് എന്തെങ്കിലും ചെയ്തേ മതിയാവൂ.

എ കുഞ്ഞിക്കണ്ണൻ മുറിവിട്ടിറങ്ങി. മുറ്റത്തുകൂടി നടന്നുപോകുന്ന സഖാവിനെ കണ്ട് സ്ത്രീകൾ അന്തം വിട്ടു. അവർ ആണുങ്ങളെ വിവരമറിയിച്ചു. പുരുഷന്മാർ ഓടിയെത്തി. അവർ സഖാവിനെ പിടിച്ചു വെക്കാൻ ശ്രമിച്ചു. കുതറിമാറി മുന്നോട്ടു കുതിച്ച സഖാവ് മുറ്റത്തു തളർന്നു വീണു. അവർ ദുർബലമായ ആ ശരീരം കോരിയെടുത്ത് പായിൽ കൊണ്ടു കിടത്തി. അദ്ദേഹം അവിടെ മയങ്ങിക്കിടന്നു, ഒന്നും ചെയ്യാനാവാതെ.

അഞ്ചുപേരുടെ ജീവനെടുത്തുവെങ്കിലും പത്തുപേരെ തുറങ്കിലടച്ചെങ്കിലും പൊലീസും ജന്മിയും പേടിച്ചുപോയിരുന്നു. ജനം തിരിച്ചാക്രമിക്കുന്ന അവസ്ഥയിൽ അവരൊട്ടും സുരക്ഷിതരല്ലെന്ന് പൊലീസിനു ബോധ്യമായി ജനങ്ങളിൽ ഭീതി വളർത്താൻ അവർ വെറുതെ വെടി പൊട്ടിച്ചുകൊണ്ടിരുന്നു. പ്രധാന വഴിയിലൂടെയെല്ലാം മാർച്ചു നടത്തി. ഈ വെടിയൊച്ചയാണ് ഒളിവിൽ കഴിയുന്നവർ പ്രതീക്ഷയോടെ കേട്ടത്.

മൂന്നാമത്തെ ദിവസം രാഘവന് ഏരുവേശിയിലെ താമസം അവസാനിപ്പിക്കേണ്ടി വന്നു. മലപ്പട്ടത്തുനിന്ന് വലിയമ്മ മകന്റെ വീട്ടിൽ വിരുന്നു വന്നു. ഒളിച്ചു കഴിയുന്ന അനിയത്തിയുടെ മകനെ കണ്ടു. അവർ പറഞ്ഞു: "എന്റെ മോൻ ഇനി ഈടെ നിക്കല്ല. പൊലീസിന്റെ മൂക്കിന്റെ തായല്. അവർ എപ്പോ വേണെങ്കിലും കേറി വരും. ഏട്ടനീം അനിയനീം പിടിക്കും. നമ്മക്ക് മലപ്പട്ടത്തേക്ക് പോകാം. ആട പൊലീസിന്റെ പിട്ടൊന്നും ബേവുല. ബാല്യക്കാറൊപ്പരം കളിച്ചു നടന്നാ മതി."

ഏട്ടനുമനിയനും ആലോചിച്ചു. ഏട്ടൻ പറഞ്ഞു: "നീ കാവുമ്പായി പോയി അമ്മയോട് ചോദിക്ക്. അമ്മേരെ വിവരൊന്നും അറീലല്ലോ."

സന്ധ്യായാവാൻ കാത്തുനിന്നു. ഇരുട്ടുപരന്നപ്പോൾ രാഘവൻ പുറപ്പെട്ടു.. കാട്ടുവഴിയിലൂടെ നടന്നു. കാട്ടിൽ എന്തെങ്കിലും അനക്കം കേൾക്കുമ്പോൾ ഓടി. ഇടയ്ക്കിടെ കല്ലിൽ തട്ടി കാലുമുറിഞ്ഞു.

പുള്ള്യാംകുന്ന് കയറിയിറങ്ങി. ചെറുപ്പറമ്പിലെ കാട്ടിൽ കേറി. കിഴക്കു ഭാഗത്തെ കുന്നിൻപുറത്തുകൂടി കള്ളനെപ്പോലെ ഒച്ചയെടുക്കാതെ പതുങ്ങിയിറങ്ങി. തെക്കിനിയുടെ ഇറയത്ത് കയറിനിന്ന് വിളിച്ചു: "അമ്മേ."

അമ്മ വേഗം വാതിൽ തുറന്നു. "മോനെന്തിനാ വന്നത്? ഏട്യ്യെങ്കിലും ജീവനോടെ ഉണ്ടായൽ മതി. വേഗം പൊയ്ക്കോ."

"എനി ഏടീം പോവാൻ കഴിയില്ല. കാല് കല്ലിൽ തട്ടി മുറിഞ്ഞു. മേലെല്ലാം മുള്ളുകൊണ്ടു മുറിഞ്ഞു. പയിച്ചിറ്റ് നിവൃത്തീല്ല. രണ്ടുമണി വറ്റ് ഉച്ചക്ക് തിന്നത്ണ്ട്. ഈട്ന്ന് പിടിക്കുന്നെങ്കിൽ പിടിക്കട്ട്."

"മോനിരിക്ക്. അമ്മ ചോറ് തരാം." അമ്മ ചോറ് വിളമ്പുമ്പോൾ മുണ്ടിന്റെ കോന്തലകൊണ്ട് കണ്ണ് തുടച്ചു. ചോറ് വാരിത്തിന്നുമ്പോൾ സങ്കടം മുട്ടി വന്നു. കണ്ണിൽനിന്ന് കുടുകുടെ വെള്ളമൊലിച്ചു. ചോറ് തൊണ്ടയിൽ തടഞ്ഞു. അമ്മയും അടുക്കളയിൽ കയറി മാറിനിന്നു കരഞ്ഞു.

പുലർച്ചയ്ക്ക് അമ്മ വിളിച്ചുണർത്തി: "മോൻ ഇന്നുമുതൽ ഈട കെടക്കണ്ട. അമ്മ വായോറ അമ്മായീന്റടുത്തു കൊണ്ടാക്കാം. രാത്രി ആട കെടന്നാ മതി. ഓറ് നോയ്ക്കോളും. ഒന്നൂല്ലെങ്കില് ഓറ് എടക്ലോന്റെ ഓളല്ലേ?"

അമ്മയുടെ കൂടെ വായോറ അച്ഛമ്മയുടെ വീട്ടിലേക്കു പുറപ്പെട്ടു.

"ഇരിക്ക് കുഞ്ഞീ" അമ്മയെ കണ്ട ഉടനെ അച്ഛമ്മ പലക നീക്കിയിട്ടു.

"ഇരിക്കാൻ നേരൂല്ല അമ്മായ്മ്മേ. എന്റെ മോന ഈട്യ്യാക്കണം. എം എസ് പീന്റെ കണ്ണിപ്പെടാണ്ട് ഒളിപ്പിക്കണം. പത്ത് പതിനഞ്ച് വയസ്സേ ഉള്ളെങ്കിലും നാട്ടക്കൊള്ളിപോലെ നീളുണ്ടല്ലോ."

"അയിനെന്നാ കുഞ്ഞീ. ഓനീട നിന്നോട്ട്."

"ഞാൻ മറക്കൂല. ബേണ്ടുന്ന്യല്ലാം ചെയ്യും."

“ഒന്നും ബേണ്ട മോളെ ഞാൻ ഉള്ളേലോരി ബെരുന്നോർക്കെല്ലാം കൊടുക്കും. നീ സമാധാനമായി പോയാട്ടെ.”

അവിടെ കുറച്ചാശ്വാസം തോന്നി. കൂട്ടിന് ചക്കര അമ്പുവുണ്ട്. അവന്റെ അമ്മ മരിച്ചതിൽപ്പിന്നെ എത്തുന്നിടത്തു കിടപ്പാണ്. കുറച്ചുനാളായി അച്ഛമ്മയുടെ കൂടെയാണ്. അച്ഛമ്മ കാച്ച്യേലോഹരി കൊടുക്കും. അതും കുടിച്ച് കുന്നുംപുറത്ത് കാട്ടിൽ പോയി കിടക്കും. രാഘവനും അമ്പുവിന്റെ കൂടെ കാട്ടിൽ ഒളിച്ചു. കുന്നുംപുറത്ത് ഒളിച്ചിരുന്ന് മടുക്കുമ്പോൾ കണ്ടത്തിലിറങ്ങും.

നെല്ല് വിളയാറായി. താഴെയുള്ളവർ വെള്ളം പൊളിച്ചുകൊണ്ടു പോകും. പിട്ടലിൽ കാഞ്ഞുപോയാൽ കതിര് പതിരാകും. അച്ഛനെ പേടിച്ചാരും ഇത്രനാൾ ചിറ പൊളിച്ചിരുന്നില്ല. ഇപ്പോൾ തോട്ടിലെ ചിറയും കണ്ടത്തിന്റെ കണ്ടിയും പൊളിച്ചു വെള്ളം കൊണ്ടുപോകുന്നു. ഒരു തുള്ളി വെള്ളം കണ്ടത്തിലില്ല. കുന്നിൽനിന്നു നോക്കി ആരുമില്ലെന്നുറപ്പു വരുത്തിയിട്ട് കണ്ടത്തിലേക്കിറങ്ങും. ചിറ കെട്ടും. കണ്ടത്തിന്റെ കണ്ടി കെട്ടും.

ഒരുദിവസം വിശപ്പും ദാഹവും സഹിക്കാൻ കഴിയാതെ തോർത്തുമുണ്ടുകൊണ്ട് തളകെട്ടി പുതിയ മഠത്തിലെ തെങ്ങിൽ ഇളനീർ പറിക്കാൻ കയറി. കൈയെത്തിച്ചു പറിക്കുന്നതിനു മുമ്പ് താഴെനിന്ന് അലർച്ച കേട്ടു. ഞെട്ടിപ്പോയി.

“എറങ്ങടാ” ചീക്കിൽ കൃഷ്ണനാണ് അട്ടഹസിക്കുന്നത്. ഊർന്നിറങ്ങി. നെഞ്ചത്തും തുടയിലും തൊലിപൊട്ടി. “വേഗം സ്ഥലം വിട്ടോ. അല്ലെങ്കിൽ അച്ഛനു പകരം മോനെ പിടിച്ചു കൊടുക്കും ഞാൻ.” ഒന്നും മിണ്ടാതെ നടന്നു.

ഒരുദിവസം ചക്കര അമ്പു പറഞ്ഞു: “നാളെ മുതൽ ഞങ്ങൾ മക്കി മാപ്ലക്ക് മൊളക് പറിക്കാൻ പോകുന്ന്ണ്ട്.”

“ഏട്യാ മൊളക് പറിക്കണ്ടത്?”

“ഏർത്തെ ചാളമൂലക്ക്.. അങ്ങ് മങ്കട്ട.”

“ഞാനും വന്നോട്ടെ?”

“ഒരേണി കിട്ട്വോ? എന്നാ കൈക്കോറുംകൂടി പോന്നോ.”

അച്ഛമ്മ ഒരു കഷണം ഏണി സംഘടിപ്പിച്ചു കൊടുത്തു. രാഘവൻ അതുമെടുത്ത് കുരുമുളക് പറിക്കാൻ അമ്പുവിന്റെ കൂടെ പോയി. ഒരു മൂലയ്ക്കു നിന്നു പറിക്കാൻ തുടങ്ങി. മക്കി മാപ്പിള കയറിവന്നു. പണിക്കാരെയെല്ലാം നടന്നുനോക്കി. അടുത്തു വന്നു സൂക്ഷിച്ചുനോക്കി.

“ഓ, തളിയന്റെ മോനുംണ്ടോ? എന്നിറ്റ് ബേണം ഈട എം എസ് പി കേറി നെരങ്ങാൻ. നിന്റെ നട്ടീല് കേറീറ്റ് എം എസ് പി കായ്ച്ചതെല്ലാം പറിക്കുന്നതു കണ്ടിട്ടാ ഞമ്മളിപ്പോ ബെർന്നത്. അതോണ്ട് ന്റെ മോനിപ്പൊ കേറിപ്പോണം.”

“ഞാനാ മൂലക്ക് നിന്ന് പറിച്ചോളാം. എന്ന്യാരും കാണൂല.”

“ബേണ്ട മോനെ. ബേം കേറിക്കോ” അയാൾ ഉറപ്പിച്ചു പറഞ്ഞു.

കണ്ണീരോടെ അവിടെ നിന്നിറങ്ങി. നേരെ വീട്ടിലേക്ക് നടന്നു. അമ്മ

യുടെ മുന്നിലെത്തി പൊട്ടിക്കരഞ്ഞു. വലിയമ്മ വന്നിട്ടുണ്ടായിരുന്നു, ഏരു വേശിയിൽനിന്ന് നേരെ അനിയത്തിയുടെ വിശേഷമറിയാൻ. അമ്മ ചോദിച്ചു: "ഏട്ത്തി ഇവന്യെന്താ ചെയ്യ്വ?"

"ഞാൻ കൂട്ടിക്കോളും. മലപ്പട്ടത്തേക്ക്."

"എം എസ് പിന്റെടേക്കൂടി എങ്ങന്യാ നീ ഓനെ കൊണ്ടുപോകുക?" അമ്മ ചോദിച്ചു.

"അയിനെല്ലാം ബയീണ്ട്. നീ രണ്ടു പൊടീങ്ങെടുക്ക്."

അമ്മ കൊണ്ടുവന്ന പുടവ വാങ്ങി കൈയിൽവെച്ചുതന്നിട്ട് വലിയമ്മ പറഞ്ഞു:

"ആ മുണ്ടിന്റെ മേലെ ഒന്നുടക്ക്. മറ്റേത് തലേക്കൂടി ഇട്ട് പൊതക്ക്."

പുടവ ഉടുത്തു കഴിഞ്ഞപ്പോൾ വലിയമ്മ കാലുള്ളൊരു ഓലക്കുട കൈയിൽ പിടിപ്പിച്ചു. എന്നിട്ടു പറഞ്ഞു: "നടക്ക്."

വലിയമ്മ മുന്നിൽ നടന്നു. പിന്നിൽ തുണ കൂട്ടി വന്ന തീയത്തി മാതയും. നടുക്ക് പുടവയുടുത്ത്, ഓലക്കുട ചൂടി തലകുനിച്ചു നടന്നു. നേരെ വഴിയിൽക്കൂടിയല്ല, കക്കോപ്പുറത്തുകൂടി ചന്തുട്ടിപ്പാറ കയറി ചേടിക്കുണ്ട് മാതാവിന്റെ അടുത്തെത്തിയപ്പോൾ വലിയമ്മ പ്രാർഥിച്ചു:

"മാതാവേ കാത്തോളണേ."

അതുവഴി കാടിന്റെ മറപിടിച്ച് നടന്നു. കാനപ്രം കടന്ന് ശങ്കരാകുളം വഴി ഓടത്തു പാലത്തിനപ്പുറം പുതിയങ്ങാടിയിലെ മാളിക വീടുകളുടെ പുറകിൽക്കൂടി മൂന്നു പെണ്ണുങ്ങൾ നടന്നുപോകുന്നു. ചെങ്ങളായിയുടെ വെള്ളച്ചാലിൽക്കൂടി നടന്ന് അടൂർക്കടവിലെത്തി. കടവ് കടന്നതിനുശേഷം വലിയമ്മ പറഞ്ഞു: "ഇനി പുടവ മാറ്റിക്കോ." ഉടുത്ത പുടവയും പുതച്ച പുടവയും മാറ്റി. കോറമുണ്ടും ബനിയനുമായി ആണിന്റെ വേഷം തിരികെ കിട്ടിയപ്പോൾ രാഘവന് ആശ്വാസമായി.

23

കാടും നാടും തെണ്ടി

സമരക്കുന്നിൽനിന്നും ആളുകൾ കാട്ടിൽക്കൂടെ കിഴക്കോട്ട് രക്ഷപ്പെട്ടുകൊണ്ടിരുന്നു. പയ്യാവൂർക്കാരും ഏരുവേശിക്കാരും കാഞ്ഞിലേരിക്കാരും ബ്ലാത്തൂർക്കാരും സംഘം സംഘമായി പെനാട്ടേരി വയലിലെത്തി നാലുഭാഗത്തേക്കും പിരിഞ്ഞു. നാരായണനും പാപ്പിനിശ്ശേരി കുഞ്ഞപ്പയും ഐച്ചേരി കുന്നിൽ കയറി വടക്കോട്ട് നടന്നു. വായോറ അച്ഛമ്മയുടെ വീടിനടുത്തെത്തിയപ്പോൾ നാരായണൻ പറഞ്ഞു:

"എന്റെ വയറ് കത്തുന്നുണ്ട്. എന്തെങ്കിലും കഴിക്കാണ്ട് ഒരടി നടക്കാൻ കഴിയില്ല."

കുഞ്ഞപ്പ പറഞ്ഞു: "നമ്മക്ക് അച്ഛമ്മയോട് എന്തെങ്കിലും തരോന്ന് ചോദിക്കാം." അവർ മുറ്റത്തെത്തി. അച്ഛമ്മ കയറി ഇരിക്കാൻ പറഞ്ഞു.

"ഇരിക്കാനൊന്നും നേരമില്ല. വയറ്റിലിടാൻ എന്തെങ്കിലും തരണം. വേഗം പോയ്ക്കോളാം."

അച്ഛമ്മ രണ്ടുപേരെയും അടുക്കളയിൽ ഒളിപ്പിച്ചിരുത്തി കിണ്ണം നിറയെ കുളുത്തും തോരക്കൂട്ടാനും വിളമ്പിക്കൊടുത്തു. വിശപ്പ് അടങ്ങിയപ്പോൾ കുന്നിറങ്ങി ഓടി വയൽ കടന്ന് പുള്ള്യാംകുന്നിലേക്ക് ഊളിയിട്ടു. പുള്ള്യാംകുന്നിലെ പുനത്തിൽ നിറയെ തുവര വിളഞ്ഞു നിൽക്കുന്നുണ്ട്. ആരും കാണാതെ അതിൽ മറഞ്ഞ് നിൽക്കാം. കുന്നിൻ മുകളിൽനിന്ന് നോക്കിയാൽ സമരക്കുന്നിന് താഴെ മുണ്ടക്കച്ചിലെ പീടിക വരെ കാണാം. പീടികയുടെ മുറ്റത്ത് കുറച്ച് എം എസ് പിക്കാരെ കണ്ടു. അവർ ഒന്നും ചെയ്യാനില്ലാതെ വെറുതെ നിൽക്കുകയാണ്.

പേടിക്കാനില്ലെന്നു തോന്നിയപ്പോൾ കുന്നിറങ്ങി നടന്നു. മുണ്ടക്കച്ചിനിക്കരെയുള്ള കാട്ടിലെത്തി പരിസരം നോക്കിക്കണ്ടു. അവിടം സുര

ക്ഷിതമല്ലെന്ന് മനസിലായപ്പോൾ നേരെ പടിഞ്ഞാറോട്ട് നടന്നു. പിന്നെ വടക്കോട്ട് തിരിഞ്ഞ് ചുണ്ടച്ചാലിലെത്തി.

ചുണ്ടച്ചാൽ വന്മരങ്ങൾ തിങ്ങി വളരുന്ന കാടാണ്. കാരമുള്ളും കൊട്ട മുള്ളും നിറഞ്ഞ കാട്ടിൽ പൊലീസിന് അത്ര പെട്ടെന്ന് പിന്തുടർന്നെത്താൻ കഴിയില്ല. അതുകൊണ്ടു പലരും കാടിനെ ശരണം പ്രാപിച്ചു. അവരുടെ കൂട്ടത്തിൽ ഗോവിന്ദേട്ടനെ കണ്ടു. ഗോവിന്ദൻ നാരായണന്റെ ഒപ്പം കൂടി.

ചുണ്ടച്ചാൽ കടന്ന് ആപ്പൂരി വയലിലെത്തിയപ്പോൾ വയൽക്കരയിലെ തെങ്ങിൽ കയറി മുമ്പേ പോയവർ ഇളനീർ പറിക്കുന്നതു കണ്ടു. തെങ്ങിൽ കയറുന്നതും ഇളനീർ പറിക്കുന്നതും ദൂരെ നിന്ന് ആർക്കും കാണാൻ കഴിയില്ല. എന്നാൽ ഇളനീർ വീഴുക കൃത്യമായി വയലിലേക്കാണ്. കാവുമ്പായിയുടെ ഭൂപ്രകൃതി കുന്നിനു ചുറ്റും വയലാണ്.

മുണ്ടക്കച്ചിലെ പീടികയിലിരിക്കുന്ന പൊലീസിന് ആപ്പൂരി വയലിൽ നിന്നും ഇളനീർ പറിക്കുന്നവരെ കാണുന്നില്ലെങ്കിലും പെറുക്കുന്നവരെ കാണാൻ കഴിയും. ആളെ തിരിച്ചറിയാതിരിക്കാൻ ഇളനീർ വീഴുന്നതിനനുസരിച്ച് ആളുകൾ കണ്ടത്തിലിറങ്ങി എടുത്ത് ഓടിക്കയറും. ഓരോന്നുവീതം നാരായണനും ഗോവിന്ദനും കിട്ടി. അതുമെടുത്ത് അവർ കക്കോപ്പുറം കുന്നുകയറി. അവിടെ കുറേപ്പേർ ഇളനീർ കൊത്തിക്കുടിക്കുന്നുണ്ടായിരുന്നു. കൂട്ടത്തിൽക്കൂടി അവരും ഇളനീർ കൊത്തിക്കുടിച്ചു.

"മോനെ നമ്മൾക്ക് ഏരുവേശി കുഞ്ഞപ്പാട്ടന്റടുത്ത് പോകാം."

"എന്തു വിഡ്ഢിത്തമാണ് പറയുന്നത്. ഓനും കേസിൽ പ്രതിയായിരിക്കും. പൊലീസ് അവിടെയുമെത്തും. അല്ലെങ്കിൽ ഏട്ടന്റെ ഭാര്യ വീട്ടിൽ പോയാലോ? അവർ എടക്ലോന്മാർ വലിയ ജന്മിമാരല്ലേ? അവിടെ എന്തായാലും പൊലീസ് അന്വേഷിച്ചു വരില്ല." വൈകുന്നേരം വരെ രണ്ടു പേരും കാട്ടിൽത്തന്നെ കഴിച്ചുകൂട്ടി. സന്ധ്യയാകുമ്പോൾ ഏരുവേശിയിലെ എടക്ലവൻ കോറോത്ത് തറവാട്ടിലെത്തി. കണ്ട ഉടനെ ഏട്ടത്തിയമ്മയുടെ അച്ഛൻ ആക്ഷേപിച്ചു: "ഓ.. കാവുമ്പായിക്കാർ വിരുന്നു വരുന്നുണ്ടല്ലോ, പൊലീസിന്റെ നെഞ്ചത്ത് തന്നെ വെടിയും വെച്ചിട്ട്."

മറുപടി പറയാൻ തുടങ്ങുമ്പോൾ ഗോവിന്ദൻ നാരായണന്റെ കൈയിൽ തൊട്ടു. പുറത്തു ചാടാൻ തുടങ്ങിയ മറുപടി വിഴുങ്ങിയിട്ട് കിണ്ടിയിലെ വെള്ളമെടുത്ത് കാൽകഴുകി ഇറയത്തു കയറിയിരുന്നു. പിന്നെയും കാരണവർ സമരത്തെക്കുറിച്ച് ഓരോന്ന് ചോദിക്കാൻ തുടങ്ങി. ഇടയ്ക്കിടെ കമ്യൂണിസ്റ്റുകാരെ ചീത്ത പറയാനും അയാൾ മറന്നില്ല.

കമ്യൂണിസ്റ്റുകാർ നാട് കുട്ടിച്ചോറാക്കും എന്നാണ് അയാളുടെ അഭിപ്രായം. എള്ളരിഞ്ഞിയിൽനിന്ന് വെടിയൊച്ച കേൾക്കുമ്പോൾ വയസന്റെ നാവും തെറി ചീറ്റും. രണ്ടുപേരും ആ രാത്രി ഒരു പോള കണ്ണടച്ചില്ല. എങ്ങനെയൊക്കെയോ നേരം വെളുപ്പിച്ചു. കിഴക്ക് വെള്ള കീറുന്നതിനു മുമ്പ് തന്നെ രണ്ടുപേരും എഴുന്നേറ്റ് നടന്നു. എത്തിയത് ചുണ്ടക്കുന്നിനടുത്തുള്ള പുനത്തിൽ. കാവലിനു കെട്ടിയ പുരയിൽ കിടന്നുറങ്ങി.

ആരോ വിളിക്കുന്നതു കേട്ട് കണ്ണു തുറന്നു. വെയിൽ പരന്നിട്ടുണ്ട്. ആരാണ് വിളിക്കുന്നത്?

"അല്ല ഇതാരപ്പാ...നമ്മളെ തളിയൻ രാമൻ കൈക്കോറെ മോനല്ലേ? എന്താപ്പാ ഈടക്കെടക്കുന്നത്?"

കാനപ്രത്തെ പഴയ വീട്ടിൽ രാമന്റെ പുനത്തിലാണ് കിടക്കുന്നതെന്ന് അപ്പോഴാണറിയുന്നത്. അവർ ആണുങ്ങളും പെണ്ണുങ്ങളുമായി അഞ്ചെട്ടുപേരുണ്ട്. വിളഞ്ഞ തുവര ഈർന്നു പറിക്കാൻ ചുരയ്ക്കാത്തൊണ്ടിൽ കുളുത്തും[1] നിറച്ച് അതിരാവിലെ വീട്ടിൽനിന്നും പുറപ്പെട്ടതാണ്.

രാമൻ പല ആവശ്യങ്ങൾക്കും വീട്ടിൽ വരാറുണ്ട്. അച്ഛനുമായി നല്ല അടുപ്പത്തിൽ കഴിയുന്ന ആളാണ്. ഉച്ചയ്ക്ക് അവരുടെ കൂടെയിരുന്ന് കുളുത്ത് പങ്കിട്ട് കഴിച്ചു. രാമന്റെ ഭാര്യ തോര പറിച്ച് പുഴുക്ക് കറിയുണ്ടാക്കിയത് ചൂടോടെ വിളമ്പി. അന്ന് അവരുടെകൂടെ കാനപ്രത്തെത്തി. അവിടെ എല്ലാവരും പരിചയക്കാർ തന്നെ. രാത്രി ചോറുണ്ടതിനുശേഷം രാമന്റെ കൂടെ കാട്ടിൽപ്പോയി ഉറങ്ങും. രാമനും വീട്ടിലുറങ്ങാൻ പേടിയാണ്. എപ്പോഴാണ് എം എസ് പി കയറി വരുന്നതെന്ന് പറയാനാവില്ല. കാരണമില്ലാതെ ആരെയും അവർ പിടിച്ചുകൊണ്ടുപോകും. ഇരിക്കൂർ ഫർക്കയിലെങ്ങും ഭീതി വിതച്ച് അവർ മേയുകയാണ്.

രണ്ടാമത്തെ ദിവസം അപകടം മണത്തു. അവിടെ അടുത്തൊരു വലിയ തെങ്ങിൻതോപ്പുണ്ട്. എം എസ് പി അവിടെ ഇളനീർ പറിക്കാൻ വന്നു. സംശയം തോന്നിയാൽ ഏതു സമയത്തും പൊലീസ് ചുറ്റുപാടും അരിച്ചു പെറുക്കും.

രാമൻതന്നെ അവർക്ക് ഒളിച്ചു താമസിക്കാൻ മറ്റൊരു സ്ഥലമൊരുക്കി. അവരെ ചേപ്പറമ്പിൽ കുട്ടിക്കണ്ണന്റെ വീട്ടിലേക്കയച്ചു. അയാളെയും പരിചയമുണ്ട്. ഏഴുദിവസം അവിടെ സുഖമായി കഴിഞ്ഞു. കുട്ടിക്കണ്ണന്റെ സഹോദരി നല്ല ആഹാരമുണ്ടാക്കിക്കൊടുക്കും. രാത്രിയിൽ കുട്ടിക്കണ്ണൻ കാട്ടിലെ ആലോറക്കോട്ടയിൽ ഉറങ്ങാൻ കൊണ്ടുപോകും. ഒരുദിവസം അച്ഛൻ വിവരമറിയിച്ചു: "തന്നെ വന്നു കാണണം."

കണ്ടപ്പോൾ അച്ഛൻ പറഞ്ഞു: "നീ ഇനി ഒളിച്ചു കഴിയുന്നതാണ് ആപത്തുണ്ടാക്കുക. നാട്ടിൽപ്പോയി കാര്യങ്ങൾ നോക്കണം. കുട്ടിയായതുകൊണ്ട് കേസിൽ പ്രതിയാക്കില്ല." അന്നുതന്നെ കാവുമ്പായിയിലേക്ക് പുറപ്പെട്ടു. നാട്ടിലിറങ്ങിയപ്പോൾ ആദ്യം കണ്ടത് പുത്തളവൻ നാരായണനെ. ഏറ്റവുമടുത്ത സുഹൃത്താണ് നാരായണൻ. ചീക്കിൽ കൃഷ്ണന്റെ മകനാണെങ്കിലും സ്നേഹമുള്ളവനാണ്. അവൻ ഓടി അടുത്തെത്തി.

"നാരായണാ നീ എന്തിനാ ഇപ്പോ ഇങ്ങോട്ട് വന്നത്?"

"എന്താടോ അങ്ങനെ പറയുന്നത്. ഇതെന്റെ നാടല്ലേ?"

"ഇവിടുത്തെ കാര്യങ്ങളൊന്നും അറിയാത്തതുകൊണ്ടാണ് നീ അങ്ങനെ പറയുന്നത്. നിന്റെ അച്ഛനാണ് കൊഴപ്പത്തിനെല്ലാം കാരണമെന്നാ എന്റെ അച്ഛൻ പറയുന്നത്. അതുകൊണ്ട് എങ്ങനെയും നിന്റച്ഛനെ പിടിക്കണംപോലും. നിനക്ക് അച്ഛനെവിടെയാണെന്നറിയാം. നിന്നെ

1. പഴഞ്ചോറ്

പിടിച്ചു മർദിച്ചാൽ നിന്റെ അച്ഛനെ കിട്ടുമെന്ന് എം എസ് പി കരുതുന്നുണ്ട്. നീ അച്ഛന്റെ ബോഡി ഗാർഡാണെന്നാ അവരുടെ ധാരണ. എന്റെ അച്ഛൻ ഇതെല്ലാം അമ്മയോട് പറയുന്നത് ഞാൻ കേട്ടതാണ്. നീ ഉടനെ രക്ഷപ്പെടണം."

നാരായണന്റെ വെളിപ്പെടുത്തൽ കേട്ട് ഒന്നു ഞെട്ടിയെങ്കിലും അത് പുറമെ കാണിക്കാതെ പറഞ്ഞു: "അങ്ങനെ പേടിച്ചോടിയാൽ കാട്ടിൽ സ്ഥലമുണ്ടാവുമോ നാരായണാ?"

അവനോട് ധൃതിയിൽ യാത്ര പറഞ്ഞ് വീട്ടിലെത്തി. അമ്മ മുഷിഞ്ഞ വേഷത്തിൽ അടുക്കളയിൽ നിന്നിറങ്ങി വന്നു. കുഞ്ഞപ്പമോൻ ഇറയത്തിരുന്നു ഒറ്റയ്ക്ക് കളിക്കുന്നു. രാഘവനെ കണ്ടില്ല. എവിടെയെങ്കിലും പോയൊളിച്ചിട്ടുണ്ടാകും. കണ്ട ഉടനെ അമ്മ പറഞ്ഞു: "വേഗം പൊയ്ക്കോ. ഇവിടെ എം എസ് പിയുടെ തേരോട്ടമാണ്. കഞ്ഞി ഉണ്ട്. കുടിച്ചിട്ട് പൊയ്ക്കോ."

കഞ്ഞികുടിച്ച് മുറ്റത്തിറങ്ങി. ഒരുനിമിഷം ആലോചിച്ചു നിന്നു. ഏതു വഴിപോകണം. നേർവഴി പോയാൽ ആരെങ്കിലും കാണും. അത് അപകടമാണ്. ഇപ്പോൾത്തന്നെ നാരായണൻ അവന്റെ അമ്മയോടെങ്കിലും തന്നെ കണ്ടത് പറഞ്ഞിട്ടുണ്ടാവുമോ എന്ന് സംശയമുണ്ട്. കുന്നുംപുറത്തുകൂടി കാട്ടിലേക്കിറങ്ങി. ആപ്പൂരി വഴി നടന്ന് ചേപ്പറമ്പിലെത്തി.

രണ്ടുദിവസം കഴിഞ്ഞപ്പോൾ ഗോവിന്ദനും ദാമോദരനും അനിയന്റെ താമസസ്ഥലത്തെത്തി. മൂന്നുപേർക്ക് ഒളിച്ചു താമസിക്കാനുള്ള സൗകര്യം അവിടെ ഇല്ല. മാത്രവുമല്ല, ഒരേ സ്ഥലത്തുതന്നെ കുറെനാൾ തങ്ങുന്നത് ആപത്താണ്.

വീണ്ടും ഇനിയെങ്ങോട്ട് എന്ന പ്രശ്നം തലപൊക്കി. പെട്ടെന്ന് നാരായണന് പുതുക്കുടി രാമേട്ടനെ ഓർമ വന്നു. പുതുക്കുടി രാമേട്ടന്റെ ബന്ധുക്കൾ ചുഴലിയിലുണ്ടല്ലോ. അവരെയൊക്കെ പരിചയമുണ്ട്. കാവുമ്പായിയിൽ വിരുന്നു വരുമ്പോൾ കാണാറുണ്ട്, മിണ്ടാറുണ്ട്. അവരിലാരെങ്കിലും സഹായിക്കാതിരിക്കില്ല.

ചേപ്പറമ്പിൽനിന്ന് മൂന്നുപേരും ചുഴലിയിലേക്ക് പോയി. ചുഴലിയിലെത്തിയപ്പോൾ ദാമോദരൻ വഴിപിരിഞ്ഞുപോയി. നാരായണന്റെ നിഴലുപോലെ ഗോവിന്ദൻ മാത്രം കൂടെ നടന്നു.

ആഹാരം കഴിച്ചിട്ട് നേരത്തോടു നേരമായി. രണ്ടുപേർക്കും വിശപ്പുകൊണ്ട് കണ്ണുകാണുന്നില്ല എന്ന അവസ്ഥയിലെത്തി.

ഗോവിന്ദനെ വഴിയിൽ നിർത്തി നാരായണൻ അടുത്തുകണ്ടൊരു വീട്ടിൽ കയറിച്ചെന്നു. അവിടെ ഒരു കറുത്ത അച്ഛമ്മ മാത്രമേ ഉണ്ടായിരുന്നുള്ളു. "എന്താ മോനേ?" അച്ഛമ്മ ചോദിച്ചു.

"വല്ലാതെ വിശപ്പുണ്ട്. വല്ലതും കഴിക്കാൻ തരണം."

"കഞ്ഞി വെച്ചിട്ടില്ലല്ലോ മോനെ. ഞാള് തിന്നുന്നത് നിന്നെപ്പോലത്തെ വാല്യക്കാർക്ക് പറ്റ്വാ?"

"പാരം വെശപ്പിന് എന്തും പറ്റും അച്ഛമ്മേ."

"ലേശം മുത്താറി കാച്ചീറ്റ്ണ്ട് മോനെ. അതെടുക്കട്ടെ ഒറു കിണ്ണം?"

"ധൈര്യായിട്ട് എടുത്തോ. ഞാനിരുന്നു കഴിഞ്ഞു."

അച്ഛമ്മ അകത്തേക്കു പോയി. ഒരു വലിയ കിണ്ണവും താങ്ങിപ്പിടിച്ചു വേഗം വന്നു.

"ഒരു ഒഴിഞ്ഞ കിണ്ണംകൂടി തന്നാൽ ഞാനൊഴിച്ചു കുടിച്ചോളാം. ഇത് മുഴുവൻ വേണ്ടിവരില്ല.

അച്ഛമ്മ കിണ്ണവും കയിലും കൊണ്ടുവന്നു. കുറെ കോരി കിണ്ണത്തിലിട്ടു. ഒരു പ്ലാവില കോരി വായിൽ വെച്ചു. നല്ല രുചിയുണ്ടല്ലോ. മുത്താറിയരച്ചതിൽ തോരയിട്ട് വേവിച്ച് വെല്ലവും തേങ്ങയും ചേർത്തുണ്ടാക്കിയ നല്ല പായസം തന്നെ. ഇതാണോ തരാൻ മടിച്ചത്. വയറുനിറയെ കഴിച്ചിട്ടും മൂന്നിലൊരു ഭാഗം പോലും തീർന്നില്ല. വയർ നിറഞ്ഞപ്പോൾ ഗോവിന്ദേട്ടനെ ഓർമ വന്നു.

"വഴിയിൽ ഒരാൾ കൂടിയുണ്ട്. ഓനും എന്നെപ്പോലൊരു പട്ടിണിക്കാരനാണ്. ഇതിൽ കൊറച്ച് ഓന് കൊടുത്തോട്ടെ."

"അയിനെന്തിനാ ചോയ്ക്കുന്നത്? ഇത് നിനക്ക് തന്നതല്ലേ?"

ഗോവിന്ദൻ കഴിച്ചിട്ടും മുത്താറിപ്പായസം തീർന്നില്ല. ആ നല്ല അച്ഛമ്മയോട് യാത്ര പറഞ്ഞ് ഇറങ്ങി. ലക്ഷ്യമില്ലാതെ നടക്കുമ്പോൾ എടവൻ കുണ്ടൻ നമ്പ്യാരെ കണ്ടു. പരിചയവും ബന്ധവുമുള്ള ആളാണ്.

അദ്ദേഹം നിർബന്ധിച്ചു കൂടെ കൊണ്ടുപോയി. ഭക്ഷണം നൽകി. രാത്രി ഉറങ്ങാനുള്ള സൗകര്യം നൽകി. എങ്കിലും അദ്ദേഹത്തിനും കുടുംബത്തിനും പേടിയുണ്ട്. ഏതു നിമിഷവും പൊലീസ് അവിടെയെത്താം. അവർക്കൊരു ശല്യമാകാതിരിക്കാൻ രാവിലെ അവിടുന്നിറങ്ങി. പോകുമ്പോൾ കുണ്ടൻ നമ്പ്യാരോട് പറഞ്ഞു:

"ഞങ്ങൾക്ക് സ്വൈര്യമായി കഴിയാൻ എവിടെയെങ്കിലും സൗകര്യമുണ്ടോയെന്നന്വേഷിക്കണം."

വീണ്ടും നടന്ന് എത്തിയത് ചാത്തുക്കുട്ടി നായനാരുടെ വീട്ടിൽ. തൽക്കാലം അവിടെ അഭയം ലഭിച്ചു.

നായനാർ എന്ന് പേരേയുള്ളൂ. കടുത്ത ദാരിദ്ര്യത്തിൽ കഴിയുന്നൊരു പാവപ്പെട്ട കുടുംബം. രണ്ടു വൃദ്ധസ്ത്രീകളും പ്രായമുള്ള മൂന്ന് പുരുഷന്മാരും മാത്രം. ദാരിദ്ര്യം യഥാർഥത്തിൽ എന്താണെന്ന് കണ്ടത് ആ വീട്ടിൽ വെച്ചാണ്. അവിടെയാണ് നാരായണന് അഭയം ലഭിച്ചത്.

പറ്റുന്നതെന്തെങ്കിലും അവർക്കുവേണ്ടി ചെയ്യണം. നാരായണൻ തീരുമാനിച്ചു. പുനംകൊത്തുന്ന സമയമായതുകൊണ്ട് പണികിട്ടി. ഉച്ചവരെ പുനംകൊത്താൻ പോയി. കൂലി നെല്ലാണ്. ചാത്തുക്കുട്ടി നമ്പ്യാർ കൂലി വാങ്ങിക്കൊള്ളും. ആ നെല്ല് കുത്തി അരി കഞ്ഞിവെക്കും. എന്നിട്ട് ഏടത്തി തമ്പായി അമ്മ പറമ്പിലിറങ്ങും, ഏതോ കാലത്ത് നട്ട വാഴയുടെ കണ്ട കിളച്ചെടുക്കാൻ. അതിന്റെ മുക്കാൽ ഭാഗവും മുമ്പേ കിളച്ചെടുത്തു കഴിഞ്ഞിരുന്നു. അതിലെന്തെങ്കിലും ബാക്കിയുണ്ടോന്ന് കിളച്ചുനോക്കും. അത് തറിച്ചുകൂട്ടി കുറച്ചുപ്പും മുളകും വാരിയിട്ട് വേവിച്ചാൽ കൂട്ടാനുമായി.

കഞ്ഞിയും കുടിച്ച് വൈകുന്നേരം കാട്ടിൽപ്പോകും, കൂടെ ചാത്തുക്കുട്ടി നായനാരും ഉണ്ടാകും കാട്ടിലെ ആലോറമ്പൻകോട്ടയിൽ രാത്രി കഴിച്ചുകൂട്ടാൻ. ആർക്കും വീട്ടിൽ കിടക്കാൻ ധൈര്യമില്ല. എപ്പോഴാണ് പൊലീസ് അന്വേഷിച്ചെത്തുന്നത് എന്നറിയില്ലല്ലോ. കാട്ടിലും നാരായണന് കൂട്ട് കിട്ടി. ആശാരി മാധവനടക്കം മൂന്നുനാല് ചെറുപ്പക്കാർ നീളമുള്ള ടോർച്ചുമെടുത്ത് വരും. കാട്ടിലെ ഉണക്കിലകളുടെമേൽ കിടന്നുറങ്ങും. അല്ലെങ്കിൽ ചോരയും നീരുമുള്ള ചെറുപ്പക്കാരെ വീടുകളിൽ കാണുമ്പോൾ പൊലീസിനു കൈ തരിച്ചാലോ. പൊലീസിന്റെ വീടുകളിലെ സെർച്ച് രാത്രികാലങ്ങളിലാണ് അരങ്ങേറാറുള്ളത്. രാത്രിയുടെ നിശ്ശബ്ദതയിൽ അവർ ചെറിയ ശബ്ദത്തെപ്പോലും ശ്രദ്ധിച്ചു കിടന്നു. പൊലീസെങ്ങാൻ കാട്ടിൽ എത്തിയിട്ടുണ്ടെങ്കിൽ ശബ്ദം കേൾക്കുമെന്ന് ഭയന്ന് ഉണക്കിലകൾ നീക്കാതെ അതിനുമുകളിൽ കിടന്നുറങ്ങും

ഒരു രാത്രിയിൽ നാരായണൻ ഞെട്ടിയുണർന്നു. ശരീരത്തിന്റെ ഒരു ഭാഗത്ത് തണുപ്പ് അനുഭവപ്പെട്ടു. അതാണ് ഉണരാൻ കാരണം. മാധവന്റെ തലയ്ക്കൽ വെച്ച ടോർച്ച് കൈനീട്ടി എടുത്തു. ടോർച്ച് തെളിച്ചപ്പോഴാണ് ഞെട്ടിപ്പോയത്. വലിയൊരു പാമ്പ് ദേഹത്തോട് ചേർന്നു കിടക്കുന്നു. നിലവിളി തൊണ്ടയിൽ കുടുങ്ങി. എങ്ങനെയോ എഴുന്നേറ്റിരുന്നു. കൈകൊണ്ട് കൂട്ടുകാരെ തട്ടിയുണർത്തി. അടുത്ത നിമിഷം ഭൂമി വിഴുങ്ങിയതുപോലെ നാലുപേരും അപ്രത്യക്ഷരായി. എങ്ങോട്ടെന്നില്ലാതെ നടന്നു. എല്ലാവരും നടക്കുകയായിരുന്നു. ഒരു വ്യത്യാസം മാത്രം. നാരായണൻ നടന്നത് പാമ്പിനെ പേടിച്ചിട്ടാണെങ്കിൽ മറ്റുള്ളവർ നടന്നത് പൊലീസിനെ പേടിച്ചിട്ടായിരുന്നു. അവർ ധരിച്ചത് പൊലീസെത്തി എന്നാണ്. നാരായണനൊന്നും പറയാനും പറ്റിയില്ലല്ലോ, അവർക്കൊന്നും ചോദിക്കാനുമായില്ല. പേടിയിൽ എല്ലാം മുങ്ങിപ്പോയി. പുലർന്നിട്ടു തമ്മിൽ കണ്ടപ്പോഴാണ് കാര്യങ്ങളുടെ കിടപ്പ് എല്ലാവർക്കും മനസിലായത്. അതോടെ കാനനവാസം മതിയാക്കി എല്ലാവരും നാലുവഴിക്കു പിരിഞ്ഞു.

രാത്രി സുരക്ഷിതമായി എവിടെ കഴിയും എന്ന വിഷയം പിന്നെയും ബാക്കിയായി. അപ്പോൾ പുതിയൊരു മാർഗം കണ്ടുപിടിച്ചു. രാത്രി പത്തുമണിവരെ ചാത്തുക്കുട്ടി നമ്പ്യാർക്കൊപ്പം അവിടെയും ഇവിടെയും കറങ്ങി സമയം കളയും. അതിനുശേഷം അമ്പലത്തിലെ ആൾപ്പെരുമാറ്റം അവസാനിച്ചെന്നു തോന്നിയാൽ അങ്ങോട്ടു പോകും. അമ്പലത്തിന്റെ കിണറ്റുപുരയ്ക്ക് വാതിലില്ല. അതുവഴി അഗ്രശാലയിലെത്താം. പുലർച്ചെ നാലുമണിവരെ അവിടം സുരക്ഷിതം. അഞ്ചാറുദിവസം ഇങ്ങനെ പോയി.

അപ്പോഴേക്കും കുണ്ടൻ നമ്പ്യാർ അവർക്ക് ഒളിച്ചു താമസിക്കാൻ മറ്റൊരു താവളമൊരുക്കിയിരുന്നു. മമ്മത് മാപ്പിളയ്ക്ക് തിമിരിയിൽ കുരുമുളക് പാട്ടമുണ്ട്. ഒരുമാസം പറിച്ചാലും തീരാത്ത കുരുമുളക് അയാൾ അവിടെ പാട്ടമായെടുത്തിട്ടുണ്ട്. ഒരുമാസം മൂവരെയും പോറ്റിക്കോളാം എന്ന് മമ്മത് കുണ്ടൻ നമ്പ്യാർക്ക് വാക്കുകൊടുത്തു. അന്നുതന്നെ ദാമോദരനും ഗോവിന്ദനും നാരായണനും തിമിരിയിലേക്കു പോകുന്ന മുളകുപറിക്കാർക്കൊപ്പം കൂടുമാറി.

24

അതിക്രമവും കൊലയും ദഹനവും

കാവുമ്പായിയിലും പരിസരങ്ങളിലും കുറച്ചുദിവസം വലിയ കുഴപ്പമില്ലാതെ കഴിഞ്ഞു. പൊലീസിനെ ആക്രമിക്കാൻ ധൈര്യം കാണിച്ച നാട്ടുകാരെ അവർ പേടിച്ചു. അവർ ഒതുങ്ങി, നാട്ടിലിറങ്ങാതെ. പ്രത്യേകിച്ചും കാവുമ്പായിയിൽ.

പൊലീസ് പിൻവാങ്ങിയാലും ജന്മി പിൻവാങ്ങിയാലും പിൻവാങ്ങാത്തൊരു കൂട്ടരുണ്ട്. കലക്കവെള്ളത്തിൽ മീൻപിടിക്കുന്ന കാര്യസ്ഥന്മാരും ഗുണ്ടകളും. അവർ നാട്ടുകാരെ അങ്ങനെ വെറുതെ വിടാൻ തീരുമാനിച്ചിട്ടില്ലായിരുന്നു. കാവുമ്പായിയിൽ ഇറങ്ങാൻ ഭയപ്പെട്ട് നിഷ്ക്രിയരായി കഴിഞ്ഞ പൊലീസിനെ അവരുണർത്തി. അവരെയുംകൊണ്ട് ഊര് ചുറ്റാനിറങ്ങി. കുഴപ്പക്കാർ ആരൊക്കെയെന്ന് ജന്മിയുടെ ഗുണ്ടകൾ തീരുമാനിക്കും. എന്നിട്ട് പൊലീസിനോട് പിടിക്കാൻ പറയും. ചിലപ്പോൾ അവർതന്നെ പിടിച്ചുകൊണ്ടു വന്ന് പൊലീസിന്റെ കൈയിലേൽപ്പിക്കും. കുണ്ടൻ നമ്പ്യാർക്കും ചീക്കില് കൃഷ്ണനും അതൊരു ഹരം തന്നെയായിരുന്നു.

തീയനപ്പ പൊലീസിനെ പേടിച്ച് ചെങ്ങളായിലുള്ള ബന്ധുവീട്ടിൽ ഒളിച്ചു താമസിക്കുന്നത് എങ്ങനെയോ കുണ്ടൻ നമ്പ്യാരും ചീക്കിൽ കൃഷ്ണനും അറിഞ്ഞു. അവർ പരതിപ്പിടിച്ച് ചെങ്ങളായി എത്തി. അപ്പയെ പിടിച്ചുകെട്ടി നടത്തിച്ചു കൊണ്ടുവന്ന് പൊലീസിനെയേൽപ്പിച്ചു. അങ്ങനെ അവർ ചൂണ്ടിക്കാണിക്കുന്നവരെല്ലാം പ്രതികളായി. കാവുമ്പായിയിൽ ആർക്കും മനസ്സമാധാനത്തോടെ ജീവിക്കാൻ പറ്റാത്ത അവസ്ഥയിലെത്തിച്ചു അവർ കാര്യങ്ങൾ. നാട്ടുകാർ അവരെക്കൊണ്ട് പൊറുതി മുട്ടി. ഒളിവിൽ പോയവരുടെ വീടുകളിൽ പൊലീസ് നിത്യസന്ദർശകരായി. വീട്ടിലെ പെണ്ണുങ്ങളെയും കുട്ടികളെയും വിരട്ടുകയും മർദിക്കുകയും

പതിവാക്കി. മിന്നൽപോലെ തളിയൻ വന്നുപോയൊരു ദിവസം മണം പിടിച്ചു പൊലീസെത്തി.

ബൂട്ട്സിന്റെ ഒച്ച കേട്ടപ്പോൾ കുഞ്ഞപ്പ മോൻ വിളിച്ചു: "അമ്മേ."

അച്ഛൻ കാട്ടിലേക്കോടി മറഞ്ഞു. വലിയ കിണ്ണത്തിൽ നിറച്ചുവെച്ച കുളുത്തിന്റെ വെള്ളം ഇറയത്തുവെച്ചിട്ടുണ്ട്. അമ്മയും മകനും അതിൽ കൈയിട്ടിരുന്നു. ഒരുപാടുനേരമായി അങ്ങനെ കുളുത്തുംവെള്ളം കുടിക്കുന്നു എന്നമട്ടിൽ.

ചവിട്ടിക്കയറി വന്ന ഉടനെ രാമമേനോൻ ചോദിച്ചു: "എവിടെ രാമൻ നമ്പ്യാർ?"

"ഈടൊര് രാമനും വന്നിറ്റില്ല. കോമനും വന്നിറ്റില്ല. ആ മഹാ പാപി നിമിത്തമല്ലേ ഞങ്ങക്കീ ഗതി വന്നത്."

"ഞങ്ങൾ അകത്തു കയറി നോക്കണോ?" ഇൻസ്പെക്ടർ ചോദിച്ചു.

അന്നവർ വലിയ കുഴപ്പമുണ്ടാക്കാതെ മടങ്ങി.

ഒന്നടങ്ങി നിന്നതിനുശേഷമുള്ള തിരിച്ചുവരവിൽ എം എസ് പി കണക്കുകളൊന്നായി വീട്ടാൻ തുടങ്ങി. ഇടവൻ കുഞ്ഞപ്പയെ എം എസ് പി അറസ്റ്റു ചെയ്തു. നെല്ലെടുപ്പ് ജോലിക്ക് ഏരുവേശി നിന്ന് ചെങ്ങളായിലേക്ക് പോകുമ്പോൾ ഐച്ചേരിക്കപ്പുറം പുവത്തിന്റെ സമീപം വെച്ച് പൊലീസ് തടഞ്ഞു. അതൊരു പകവീട്ടലായിരുന്നു. എസ് ഐ രാമൻ മേനോനടക്കം പതിനഞ്ച് പൊലീസുകാർക്കെതിരെ കുഞ്ഞപ്പ നമ്പ്യാർ കൊടുത്ത കേസ്. നെല്ലെടുപ്പ് ഓഫീസായി ഉപയോഗിച്ചിരുന്ന കണ്ണമ്മോന്റെ പീടികയിൽ താൻ സൂക്ഷിച്ചിരുന്ന പണം പീടിക മുറിച്ച് പൊലീസ് കൊള്ളയടിച്ചു. ഇത് എം എസ് പിയെ വല്ലാതെ ക്ഷോഭിപ്പിച്ചു. പൊലീസിനെതിരെ കേസ് കൊടുക്കുകയോ! അവർ പകരം വീട്ടാൻ അവസരം കാത്തിരുന്നു.

കുഞ്ഞപ്പ നമ്പ്യാരെ പത്തായപ്പുരയിലേക്ക് കൊണ്ടുപോയി. കടുത്ത മർദനത്തിനൊടുവിൽ പൊലീസ് അവരുടെ ആവശ്യമുന്നയിച്ചു "മാപ്പുസാക്ഷിയാക്കി വിട്ടയക്കാം. തളിയനെയും മറ്റു ചിലരെയും ഡിസംബർ മുപ്പതിന്റെ സമരത്തിൽ പ്രതികളാക്കണം. അവർ കാവുമ്പായി കുന്നിൽ പൊലീസിനെ ആക്രമിക്കുന്നത് കണ്ടുവെന്ന് എഴുതിക്കൊടുക്കണം."

"ഇല്ല. അതിനു കുഞ്ഞപ്പയെ കിട്ടില്ല. തളിയൻ എന്റെ ഇളയച്ഛനാണ്, മറ്റുള്ളവർ എന്റെ സഹോദരങ്ങളും. എടവൻ കോറോത്ത് തറവാട്ടിൽ ജനിച്ച കുഞ്ഞപ്പയ്ക്ക് ഒരു വഞ്ചകനായി രക്ഷപ്പെടേണ്ട."

"എന്നാൽപ്പിന്നെ ഇവനെക്കൂടി ചാർജ്ജ് ഷീറ്റിൽ പെടുത്തിയേക്കാം.. കൊണ്ടുപോകൂ. കെടക്കട്ടെ ജയിലിൽ" രാമൻമേനോൻ കൽപ്പിച്ചു.

ഏടത്തിയുടെ മോനെ പിടിച്ചത് കുഞ്ഞ്യമ്മയുടെ സങ്കടം വർധിപ്പിച്ചു. എം എസ് പിയുടെ തേർവാഴ്ചയിൽ സ്വൈര്യം എന്നൊന്നില്ലാതായി. ഓർക്കാപ്പുറത്ത് പൊലീസിന്റെ വീര്യം വർധിച്ചുവന്നു. തളിയനെ കിട്ടാത്തതിന്റെ ശൗര്യം മുഴുവൻ അവർ അദ്ദേഹത്തിന്റെ ഭാര്യയോട് തീർത്തു.

ഒരുദിവസം വന്ന ഉടനെ രാമൻമേനോൻ മുറ്റത്ത് കളിച്ചുകൊണ്ടിരുന്ന കുഞ്ഞപ്പനെ പിടിച്ചു. കുട്ടി പേടിച്ച് അമ്മയെ വിളിച്ച് കരയാൻ തുടങ്ങി. കുട്ടിയുടെ കരച്ചിൽ കേട്ട് അമ്മ ഓടിവന്നു. കുട്ടിയെ വിടണമെന്നപേക്ഷിച്ചു.

ഇൻസ്പെക്ടർ പേടിച്ചു നിലവിളിക്കുന്ന കുട്ടിയെ കാലിനിടയിൽ നിർത്തി കഴുത്തിൽ കത്തിവെച്ചുകൊണ്ട് പറഞ്ഞു: "ഇവനെ ഞാനിപ്പോൾ അറുക്കും. വേണ്ടെങ്കിൽ അച്ഛനും മകനും എവട്യാ ഉള്ളതെന്ന് വേഗം പറഞ്ഞോ."

അമ്മ കരഞ്ഞുകൊണ്ട് പറഞ്ഞു: "അറുത്താലും കൊന്നാലും അറിയാത്ത കാര്യം എങ്ങന്യാ പറയ്വാ? നിങ്ങൾ ഇവിടെ വന്ന് എന്നോടിങ്ങനെയൊക്കെ ചെയ്യുന്നുണ്ടെന്ന് നിങ്ങളുടെ ഭാര്യക്കറിയ്യോ?"

കുഞ്ഞ്യമ്മയുടെ ചോദ്യം കേട്ടപ്പോൾ രാമൻമേനോന്റെ കൈകൾ അയഞ്ഞു. "ഇവളാള് കേമ്യാണല്ലോ" എന്നുംപറഞ്ഞ് അയാൾ ഇറങ്ങിപ്പോയി.

ഇതുകൊണ്ടൊന്നും പൊലീസ് തൃപ്തിപ്പെട്ടില്ല. പൊലീസിനെ നിർബന്ധിച്ചയക്കുന്ന ജന്മി തൃപ്തനാവണം. അതുവരെ പൊലീസിന് മതിയാക്കാനാവില്ല.

എം എസ് പി ക്ക് ആരെയും കൊല്ലാം, എന്തുംചെയ്യാം. ജീവനെടുക്കാൻ കിട്ടിയ അധികാരം അവർ ആഘോഷിച്ചു.

നെടുങ്ങോത്തെ പറമ്പൻ കുഞ്ഞിരാമനെ എള്ളരിഞ്ഞിയിലെ ക്യാമ്പിലേക്ക് പൊലീസ് പിടിച്ചുകൊണ്ടുപോയി. ഒളിവിൽ കഴിയുന്നവരെക്കുറിച്ച് വിവരം ശേഖരിക്കലായിരുന്നു ലക്ഷ്യം. എത്ര മർദിച്ചിട്ടും കുഞ്ഞിരാമൻ ഒരു വിവരവും നൽകിയില്ല. മർദിച്ചുമർദിച്ച് അവർ അയാളെ കൊന്നു. പിറ്റേ ദിവസം ജഡം നെടുങ്ങോത്തുള്ള വീട്ടിൽ കൊണ്ടിടാൻ ഗുണ്ടകൾ ആദിവാസികളെ ശട്ടംകെട്ടി.

പ്രതികളെ പിടികിട്ടിയില്ലെങ്കിൽ പ്രതികളുടെ വീട് ജപ്തി ചെയ്യുക എന്നത് പൊലീസിന്റെ രീതിയായിരുന്നു.

ജപ്തി ചെയ്യാനുള്ള ഉത്തരവുമായാണ് പൊലീസ് തളിയൻമാർ വീട്ടിലെത്തിയത്. അത് വെറുതെ നോക്കിനിൽക്കാൻ കുഞ്ഞ്യമ്മക്കായില്ല. വാവിട്ടു കരഞ്ഞുകൊണ്ട് അവർ തടയാൻ ശ്രമിച്ചു. "കൂത്തിച്ചി മോളെ അടിച്ചോടിക്കെടാ" രാമൻമേനോൻ ഉത്തരവിട്ടു.

ലാത്തികൊണ്ടുള്ള അടിയേറ്റ് കുഞ്ഞ്യമ്മയുടെ കൈത്തണ്ട വീങ്ങി. ഉള്ളംകൈ മുറിഞ്ഞു. ലാത്തിയടിയേറ്റിട്ടും കഴുത്തിനു പിടിച്ച് ഉന്തിയിട്ടും പോകാതെ അകലെ നിന്നുകൊണ്ട് അവർ നോക്കിക്കണ്ടു. ഉരുളിയും ചെമ്പും കിണ്ണവും കിണ്ടിയും നിലവിളക്കും തൂക്കുവിളക്കും തളികയും മറ്റുപല ഊട്ടൂറൂട്ട്[1] സാധനങ്ങളും കടത്തുന്നത്, പത്തായം കുത്തിത്തുറന്ന് നെല്ല് ചാക്കുകളിൽ നിറച്ചു കടത്തുന്നത്, അടുത്ത് വിളയിറക്കേണ്ട

1. കിണ്ണം, കിണ്ടി, ഉരുളി തുടങ്ങിയവ.

വിത്തുപൊതികൾ താങ്ങിപ്പിടിച്ചു മാവിലരുടെ തലയിൽ വെച്ചുകൊടുക്കുന്നത് കുഞ്ഞ്യമ്മ നിറകണ്ണുകളോടെ കണ്ടു. തുവരപ്പൊതിയും ഉഴുന്നുപൊതിയും ചാമയും മുത്താറിയും അവർ കൊണ്ടുപോയി. അടുക്കളയുടെ തട്ടിൻമേൽ കലങ്ങളിൽ കുത്തിച്ചേറി നിറച്ചുവെച്ച കഴമ അരിയും ചാക്കുകളിൽ നിറച്ചു കൊണ്ടുപോയി. അമ്മിയും കുട്ടിയും ഉലക്കയും ഉരലും മാവിലൻ കോരനെക്കൊണ്ട് കിണറ്റിൽ ഇടുവിച്ചു. അവസാനം ഒരു ചാക്ക് ഉണങ്ങിയ പറങ്കിയും കിണറ്റിൽ കൊണ്ടുപോയി തട്ടി. ഒന്നും ബാക്കി വെക്കാതെ എല്ലാം എം എസ് പി വെടിപ്പാക്കി.

അമ്മയുടെ പുടവത്തുമ്പ് പിടിച്ച് മുഖം മറച്ച് ഏങ്ങലടിച്ചു കരഞ്ഞുകൊണ്ട് കുഞ്ഞുമോൻ പറഞ്ഞു: "അമ്മേ, നമ്മക്ക് പോവാം." അതുകേട്ട ഒരു പൊലീസുകാരനും പറഞ്ഞു: "ഏടത്തി ഇനി ഈട നിക്കണ്ട."

പൊലീസിന്റെയും ഗുണ്ടകളുടെയും അതിക്രമം കൂടിവന്നപ്പോൾ നാട്ടിൽ ജീവിതം അസഹ്യമായി. ഏതുവിധേനയെങ്കിലും അവരെ ഒന്ന് വിരട്ടിയേ തീരൂ. ചെറുപ്പക്കാർ ആലോചിച്ചു. നാട്ടിലെ ഗുണ്ടകളെ ഒതുക്കണം.

കള്ളും കുടിച്ചു വരുന്ന കുണ്ടൻ നമ്പ്യാരും ചീക്കിൽ കൃഷ്ണനും ആക്രമിക്കപ്പെട്ടു. മുണ്ടക്കച്ചിൽനിന്ന് കോയാടൻ വളപ്പിലേക്ക് കയറാൻ കോണിയിൽ ചീക്കിൽ കൃഷ്ണൻ കാലെടുത്തു വെച്ചതേയുള്ളൂ. കമ്പിപ്പാരകൊണ്ടുള്ള അടി തലയ്ക്കു വീണു. അയാൾ തല പിളർന്ന് കോണിയിൽത്തന്നെ വീണു. അടുത്ത അടി കുണ്ടൻനമ്പ്യാരുടെമേൽ വീണു. അദ്ദേഹത്തെപ്പോലൊരു അതികായനെ അത്ര എളുപ്പം ആർക്കും വീഴ്ത്താൻ കഴിയില്ല. കൈയിലെ ഇരുമ്പുവടികൊണ്ട് അക്രമിയെ നമ്പ്യാർ തിരിച്ചടിച്ചു. അയാൾ കൈയൊടിഞ്ഞ് ഒഴിഞ്ഞുമാറിയപ്പോൾ മറ്റുള്ളവരും പിൻവാങ്ങി.

അപ്പോൾ കൂട്ടത്തിലാരോ വിളിച്ചു പറഞ്ഞു: "മൂർഖനെ നോവിച്ചു വിടരുത്."

അലറി വിളിക്കുന്ന നമ്പ്യാരുടെ അടുത്തേക്ക് സംഘം മടങ്ങി വരുമ്പോൾ സംഘാംഗങ്ങളിലൊരാൾ തടഞ്ഞു: "ഏട്ടനെ ഇനി അടിക്കരുത്."

രക്തബന്ധം അത്രയെളുപ്പം മറക്കാൻ പറ്റില്ലല്ലോ. ഏട്ടനെ അടിക്കുമ്പോൾ അനിയന് നൊന്തു. വിപ്ലവവീര്യം കുറച്ചു സമയത്തേക്ക് തണുത്തുറഞ്ഞു.

കൂടെയുള്ളവന്റെ അപേക്ഷ നിരസിക്കാൻ മറ്റുള്ളവർക്കായില്ല. അവർ പിരിഞ്ഞു പോയി. കുണ്ടൻ നമ്പ്യാരുടെ നിലവിളികേട്ട് പത്തായപ്പുരയിൽനിന്ന് എം എസ് പി ഓടിയെത്തി. കുണ്ടൻ നമ്പ്യാർ ചെളിയിലിരുന്നു നിലവിളിക്കുന്നു. കോണിയിൽ തലപിളർന്ന് ഒടിഞ്ഞുതൂങ്ങി ചീക്കിൽ കൃഷ്ണൻ ചത്തു കിടക്കുന്നു. പൊലീസ് നമ്പ്യാരെ ആശ്വസിപ്പിച്ച് വീട്ടിൽ കൊണ്ടാക്കി. ജഡവുമെടുത്ത് പൊലീസ് പോയി.

അടുത്ത ദിവസം മുതൽ പൊലീസും കുണ്ടൻ നമ്പ്യാരും ചേർന്ന് കാവുമ്പായിയിൽ നരനായാട്ട് തുടങ്ങി.

പാർട്ടിയുമായി ബന്ധമുള്ള ഒറ്റ കുഞ്ഞുപോലും വീട്ടിൽ നിന്നില്ല. കൊലനടത്തിയവരെ വ്യക്തമായി അറിഞ്ഞിട്ടും കുണ്ടൻ നമ്പ്യാർ ഒരു കളി കളിക്കാൻ തീരുമാനിച്ചു. അയാൾക്ക് മുൻ വൈരാഗ്യമുള്ളവർ തന്നെ കൊലക്കേസ് പ്രതികൾ എന്നയാൾ ഉറപ്പിച്ചു പറഞ്ഞു. അതിന്റെ നേതാവ് പതിവുപോലെ തളിയൻ തന്നെ. മകൻ നാരായണനനും പ്രതിതന്നെ. നാട്ടിലെ ചുണയുള്ള ചെറുപ്പക്കാർ, മാടായി കുഞ്ഞപ്പയും മാടായി ചന്തുട്ടിയും കൊലക്കേസിൽ പ്രതികളായി. കോയാടൻ വളപ്പ് എവിടെയാണെന്നുപോലും അറിയാത്തവർ, അങ്ങ് കയരളത്തെ അറാക്കിൽ കുഞ്ഞിരാമനും മലപ്പട്ടത്തെ എ കുഞ്ഞിക്കണ്ണനും കൊലക്കേസിൽ പ്രതികളാക്കപ്പെട്ടു. ഇരിക്കൂർ ഫർക്കയിൽ കമ്യൂണിസം വളർത്തുന്ന ഫർക്കാ സെക്രട്ടറി എ കുഞ്ഞിക്കണ്ണനെ കൊലക്കേസ് പ്രതിയാക്കി ജയിലടയ്ക്കേണ്ടത് അധികാരികളുടെ ആവശ്യമായിരുന്നു. ആദ്യം സർദാർ ചന്ദ്രോത്ത് കുഞ്ഞിരാമൻ നായരായിരുന്നു ആനക്കാരൻ കൊലക്കേസിലെ ഒന്നാംപ്രതി. ഭീകരമായ പൊലീസ് മർദനത്തിനൊടുവിൽ സർദാർ ചന്ദ്രോത്ത് എന്ന കമ്യൂണിസ്റ്റ് നേതാവ് കോൺഗ്രസ് നേതാവായി പരിണമിച്ചു. അതുകൊണ്ട് കേസിൽ ഒന്നാംപ്രതിയാവാനുള്ള ഭാഗ്യവും എ കുഞ്ഞിക്കണ്ണനു ലഭിച്ചു. മൊറാഴക്കേസിൽ ശിക്ഷിക്കപ്പെട്ട് പുറത്തിറങ്ങിയ ഉടനെ അറാക്കിൽ കുഞ്ഞിരാമനെ പ്രതിയാക്കി വീണ്ടും ജയിലിലയയ്ക്കാൻ കിട്ടിയ സുവർണാവസരമായിരുന്നു കാവുമ്പായിയിലെ 'ആനക്കാരൻ കൊലക്കേസ്' അപ്പോൾ അറാക്കിൽ കുഞ്ഞിരാമനെന്ന സിംഹത്തെ പൊലീസ് വീണ്ടും കൊലക്കേസിൽ പ്രതിയാക്കി. നിരപരാധികൾക്ക് ഒരു തൂക്കുകയറെങ്കിലും സമ്മാനിക്കാൻ പൊലീസ് വിചാരിച്ചാൽ മതിയാകുമല്ലോ.

ആനക്കാരൻ വധിക്കപ്പെട്ടതോടെ വെള്ളക്കാരനായ പൊലീസ് സൂപ്രണ്ട് എള്ളരിഞ്ഞിയിലെത്തി. കൊലക്കേസ് പ്രതികളെ കിട്ടിയില്ലെങ്കിൽ വീട്ടിലുള്ളവരെ പിടിക്കാനും വീടു കത്തിച്ചു കളയാനും തീരുമാനിച്ചു. അത് നടപ്പാക്കാൻ സൂപ്രണ്ടിന്റെ നേതൃത്വത്തിൽ പൊലീസ് തളിയന്മാർ വീട്ടിലെത്തി.

പൊലീസ് ആദ്യം വളഞ്ഞത് മാടായി കുഞ്ഞപ്പയുടെ വീടായിരുന്നു. പൊലീസിനെ കണ്ടപ്പോൾ കറുത്തിരുണ്ട് ആറടി പൊക്കത്തിൽ കരുത്തനായ ചെറുപ്പക്കാരൻ ബീഡി വലിച്ചുകൊണ്ട് മുറ്റത്തെ അമരപ്പന്തലിന്റെ തൂണു പിടിച്ചു ഒറ്റ നിൽപ്പ്. അടുക്കാൻ ആർക്കും ധൈര്യം വന്നില്ല. ഒരുമണിക്കൂറോളം അയാൾ ആ നിൽപ്പ് തുടർന്നു.

അത്രയും സമയംകൊണ്ട് അയാൾ ഒരുകെട്ട് ബീഡി വലിച്ചു തീർത്തു. അവസാനം രണ്ടും കൽപ്പിച്ച് പൊലീസ് അടുത്തു വന്ന് വിലങ്ങു വെച്ചു. അയാളെയുംകൊണ്ട് വയലും കടന്ന് തളിയന്മാർ വീട്ടിലെത്തി. വെള്ളക്കാരൻ സൂപ്രണ്ടിന് വഴി കാണിച്ചുകൊണ്ട് കുണ്ടൻ നമ്പ്യാരും രാമൻമേനോനും പൊലീസുകാരും. തെക്കുഭാഗത്തുള്ള വരിക്ക പ്ലാവിൽ

മാടായി കുഞ്ഞപ്പയെ കെട്ടിയിട്ടതിനുശേഷം പൊലീസ് അവരുടെ പ്രധാന ജോലി തുടങ്ങി.

ആർത്തലച്ചുവരുന്ന അക്രമിസംഘത്തെ കണ്ട് അമ്മയും മകനും കരഞ്ഞുകൊണ്ട് മുറ്റത്തിറങ്ങി.

വീട് തെക്കിനിയും പടിഞ്ഞാറ്റിപ്പുരയുമാണ്. പടിഞ്ഞാറ്റിപ്പുര പുല്ലായതുകൊണ്ട് തീ ഉരച്ചിട്ടപ്പോൾത്തന്നെ ആളിക്കത്താൻ തുടങ്ങി. തെക്കിനി ഓടും മരവുമാണ്. അത്ര എളുപ്പം കത്തിക്കാൻ കഴിയില്ല. ഓടഴിച്ചുവെച്ചിട്ടു പെട്രോളോ മണ്ണെണ്ണയോ ഒഴിച്ചു കത്തിക്കണം. അത്രയും മണ്ണെണ്ണ പൊലീസ് കരുതിയിട്ടില്ല. പോരാത്തതിന് പടിഞ്ഞാറ്റിപ്പുര ഓടുമേയാൻ വേണ്ടി നല്ല കാതലുള്ള പ്ലാവും ജാതിയും ഈർന്ന് തെക്കിനിയുടെ ഞാലിയിൽ അടുക്കി വെച്ചിരുന്നു. അതുമുഴുവൻ കത്തിക്കണം. അതിനൊരുപാട് എണ്ണ വേണം. പൊലീസ് സമീപത്തെ വീടുകളിൽപ്പോയി മണ്ണെണ്ണ ശേഖരിച്ചു.

നാട്ടുകാരിൽ ചിലർ ഓടഴിക്കാനും മണ്ണെണ്ണയൊഴിച്ച് കത്തിക്കാനും നിയോഗിക്കപ്പെട്ടു. ഉറപ്പുള്ള വാതിൽ തല്ലിപ്പൊളിച്ച് അവർ ഉള്ളിൽ കയറി. അക്രമികളിൽ പ്രിയജനങ്ങളെയും കണ്ടതിൽ മനംനൊന്ത് കുഞ്ഞ്യമ്മ അന്തംവിട്ടു നിന്നു. പടിഞ്ഞാറ്റി കത്തിയമർന്നു. തെക്കിനിയുടെ മേൽക്കൂരയിൽ പറ്റുന്നത്ര മണ്ണെണ്ണ ഒഴിച്ചതുകൊണ്ട് മുക്കാലും കത്തിത്തീർന്നു. വീടുപണിക്ക് കരുതിയ മരം മുഴുവൻ വെണ്ണീറും കരിയുമായി. കുഞ്ഞപ്പയെ പിടിച്ചുകെട്ടിയ വരിക്കപ്ലാവിന്റെ ഒരുവശം കരിഞ്ഞു. കുഞ്ഞപ്പ ബോധംകെട്ട് കെട്ടിയ കയറിൽ ഒടിഞ്ഞു വീണു. ദഹനം പൂർത്തിയാക്കി പൊലീസ് ആർത്തുവിളിച്ചു യാത്രയായി, അടുത്ത കുരുതിക്കളം തീർക്കാൻ.

നാട്ടുകാർക്ക് അത് അവിശ്വസനീയമായ കാഴ്ചയായിരുന്നു. കാണാത്തവർ വിശ്വസിക്കാൻ കൂട്ടാക്കിയില്ല, സ്വന്തം കണ്ണുകൊണ്ട് കാണുന്നതുവരെ. കത്തുന്ന വീടിന്റെ അഗ്നിയിൽ ഒരു പാവം അമ്മക്കിളി കൂടില്ലാത്തവളായി. പറക്കാൻ, കുഞ്ഞിനെ ഒളിപ്പിക്കാൻ ആവാതെ. ചിറകൊടിഞ്ഞ അമ്മക്കിളിയുടെ നെഞ്ചിൽ കനലെരിഞ്ഞുകൊണ്ടേയിരുന്നു.

25

പച്ചമാംസം കടിച്ചുകീറും ചെന്നായ്ക്കൾ

തളിയന്മാർ വീട് കത്തിച്ചു. കേട്ടവർക്ക് വിശ്വസിക്കാനായില്ല. ഈച്ച യെറുമ്പ് തളിയന്റെ സമ്മതമില്ലാതെ അതുവഴി പോകാറില്ല. എന്നിട്ടാ ണിപ്പോൾ. എങ്ങനെ വിശ്വസിക്കും. കേട്ടവർ അത് സത്യമാണെന്നുറപ്പു വരുത്തി. രണ്ടുപേർ തമ്മിൽ കാണുമ്പോൾ സംഭാഷണ വിഷയം അതു തന്നെയാണ്. കാവുമ്പായി കടുവയുടെ വീട് കത്തിക്കുകയോ!

പൊലീസിന് എന്തും ചെയ്യാനുള്ള അധികാരം ഉന്നതാധികാരികൾ നൽകിക്കഴിഞ്ഞു. അവർ അത് കാവുമ്പായിയിൽ നടപ്പാക്കുകയാണ്. സമരക്കാരുടെ വീടുകളിൽ കയറി എന്ത് തോന്ന്യാസവും കാണിക്കാമെ ന്നായി. വേട്ട തുടങ്ങിക്കഴിഞ്ഞു.

ഇത് കുഞ്ഞ്യമ്മ. കാവുമ്പായി രാജാവ്, കടുവ എന്നൊക്കെ വിശേ ഷണങ്ങളുള്ള സഖാവ് തളിയന്റെ ഭാര്യ. ആരെയും കൂസാത്ത തന്റേടി യായ സ്ത്രീ. ഭർത്താവിനെയും ആൺമക്കളെയും ഓടിച്ച് അനാഥയാ ക്കി. വീട് ജപ്തി ചെയ്ത് ഒന്നുമില്ലാത്തവളാക്കി. വീട് കത്തിച്ച് അന്തി യുറങ്ങാൻ കിടപ്പാടമില്ലാത്തവളാക്കി. മർദിച്ചു രോഗിയാക്കി. ഇനി ഇവ രോട് ചെയ്യാൻ ഒന്നേ ബാക്കിയുള്ളൂ. ഒരു സ്ത്രീയോടും ഒരിക്കലും ചെയ്യാൻ പാടില്ലാത്തത്.

കത്തുന്ന വീടിന്റെ അഗ്നി കണ്ണിൽ നിറച്ച് അവർ അഭയം തേടിയെ ത്തിയത് ഏടത്തി തമ്പായിയുടെ വീട്ടിലായിരുന്നു.

"ഏടത്തി, നമ്മള് ഒറ്റക്കിനി ഈട നിന്നൂട. മലപ്പട്ടത്തേക്കോ മറ്റോ പോകാം. പൊലീസ് എപ്പോഴും നമ്മളെ കൂടത്തന്നെ ഉണ്ടാവും" കണ്ണു നിറച്ചുകൊണ്ട് അനിയത്തി പറഞ്ഞു.

"ഞാൻ മരിക്കാണെങ്കിലും ഈടക്കെടെന്നായ്ക്കോട്ട്. ഈടന്ന് പോയാൽ നിന്റെ വീട് കത്തിച്ച പോലെ എന്റെ വീടും കത്തിക്കും." ഏടത്തി വീട്ടിന്നെറങ്ങാൻ തയാറായില്ല.

ഭ്രാന്തുപിടിച്ച പൊലീസ് അന്നുതന്നെ അവർക്കു പിന്നാലെ പാഞ്ഞു ചെന്നു.

അന്നു രാത്രി പൊലീസ് തമ്പായിയുടെ വീട് വളഞ്ഞു. അടച്ചിട്ടിരുന്ന വാതിൽ ചവിട്ടിത്തുറന്നു. മൂന്നു ജീവികൾ അതിനുള്ളിൽ പേടിച്ചു വിറ ച്ചിരിക്കുന്നു. മിന്നൽപോലെ ഒരു വിറയൽ കുഞ്ഞ്യമ്മയെ ആവേശിച്ചു. അവർ ചാടിയെണീറ്റു. കുട്ടിയുടെ കൈപിടിച്ചു വലിച്ചുകൊണ്ട് പുറത്തേ ക്കോടി. പേടിച്ചു വിറയ്ക്കുന്ന തമ്പായിയമ്മയെ ഒരു പൂച്ചക്കുഞ്ഞിനെ പിടിക്കുന്ന ലാഘവത്തോടെ പൊലീസുകാർ കൈപ്പിടിയിലൊതുക്കി. ഒന്നു കുതറാൻ പോലുമാവാതെ അവർ മയങ്ങി വീണു. ആർത്തി പെരുത്ത് ചെന്നായ്ക്കൾ മനുഷ്യമാംസം കടിച്ചുകീറി. അടിച്ചു വീഴ്ത്തിയ ലാത്തി കൈയിലെ മാംസവും കടന്നു വെളുത്ത അസ്ഥിയിലെത്തി. മാംസം ചതഞ്ഞു തെറിച്ച് വെളുത്ത അസ്ഥി പുറത്തു കാണാവുന്ന അവ സ്ഥയിലെത്തി.

പുറത്തേക്കോടിയ അനിയത്തിയുടെ കൈയിൽനിന്ന് പൊലീസ് ബല മായി കുട്ടിയെ അടർത്തി മാറ്റി. ഉറക്കെ കരയുന്ന കുഞ്ഞിനോട് "അസ ത്തെ, വായ് പൂട്ടിക്കോ. ഇല്ലെങ്കിൽ കൊന്നുകളയും."

പൊലീസ് ലാത്തി കുട്ടിയുടെ വായിൽ തിരുകിക്കയറ്റി. ആ സമയം മുഴുവൻ അമ്മ എം എസ് പിയുമായി മൽപ്പിടിത്തം നടത്തുകയായിരു ന്നു. കിരാതന്മാരോട് ആ പാവം സ്ത്രീക്ക് എത്രനേരം പിടിച്ചുനിൽക്കാൻ കഴിയും.

എപ്പോഴോ ബോധം തിരിച്ചു കിട്ടി. രക്തത്തിൽ കുളിച്ച, മരണവേദ നയോടെ കാട്ടുപറമ്പിൽ കിടക്കുകയാണ്. പതുക്കെ ഓർത്തെടുക്കാൻ ശ്രമിച്ചു. പെട്ടെന്ന് കുഞ്ഞുമോനെ ഓർമ വന്നു, "മോൻ. എന്റെ മോനെ വിടെ?" മെല്ലെ ഞെരങ്ങി.

"മോനേ...."

എഴുന്നേൽക്കാൻ നോക്കി. ആവുന്നില്ലല്ലോ. കൈകൾ നിലത്തൂന്നി മുട്ടുകുത്തി ഇഴഞ്ഞു. നാലുപാടും പരതി. കണ്ടു, ഉറക്കെ കരയാൻ പേടിച്ച് ഏങ്ങലടിക്കുന്ന പൊന്നുമോനെ. കുഞ്ഞിന്റെ തല നെഞ്ചിൽ ചേർത്തു. അമ്മയെ പുണ്ടടക്കം പിടിച്ച് അവൻ ഉറക്കെക്കരഞ്ഞു. അമ്മ കരഞ്ഞി ല്ല. നാവ് വരളുന്നു. വെള്ളം വേണം. കുട്ടിയെ പിടിച്ച് എഴുന്നേറ്റു. വേച്ച് വേച്ച് നടന്നു. ക്ഷീണിച്ചപ്പോൾ ഇരുന്നു. നടന്നും ഇരുന്നും നിലത്ത് കൈകുത്തി ഇഴഞ്ഞും ചാളക്കിലെത്തി. മൊട്ടന്റെ ചാളയുടെ മുറ്റത്ത് ത ളർന്നുവീണു. മൊട്ടനും മറ്റു പുലയരും ഓടിവന്നു. അമ്മ മന്ത്രിച്ചു, "വെള്ളം."

പുലയർ പരസ്പരം നോക്കി. എങ്ങനെ കൊടുക്കും? അയിത്തമാ വില്ലേ?

മൊട്ടൻ കണ്ണീരൊലിപ്പിക്കുന്ന പെണ്ണുങ്ങളോട് പറഞ്ഞു: "പെംക്രാ ടിന് വെള്ളം കുടിക്കാൻ കൊട്ക്ക്."

പെണ്ണാൾ മൺചട്ടിയിൽ വെള്ളം കൊണ്ടുവന്നു. കുഞ്ഞ്യമ്മ ആർത്തിയോടെ അത് വലിച്ചുകുടിച്ചു. ആണുങ്ങൾ മുറ്റത്ത് വിറകുകൂട്ടി തീയിട്ടു. കുറേനേരം അമ്മയും മകനും തീകാഞ്ഞ് തണുപ്പും വേദനയു മകറ്റി. മൊട്ടൻ പറഞ്ഞു: "പെങ്ക്റാട് എനിയീട നിക്കുന്നതാപത്താ. ഏട്യാ പോണ്ട്ച്ചാൽ ഞാള് കൊണ്ടാക്കാം. പറഞ്ഞാ മതി." പോണം. ഇന്നുത ന്നെ. അല്ലെങ്കിൽ ചെന്നായ്ക്കളിനിയും വരും.

അമ്മയുടെയും മകന്റെയും ഇടവും വലവും മൊട്ടനും കാഞ്ഞനും നടന്നു. മുന്നിലും പിന്നിലും അകമ്പടിയോടെ അവർ കുഞ്ഞ്യമ്മയുടെ മകന്റെ ഭാര്യ വീട്ടിലെത്തിച്ചു. പുലരുന്നതിനു മുമ്പ് ശാരദയുടെ ബന്ധു ക്കൾ അവശയായ അമ്മയെയും മകനെയും മലപ്പട്ടമെത്തിച്ചു.

26

ചതിയുടെ കുരുക്കിൽ

അടുത്തദിവസംതന്നെ വാർത്ത കണ്ടക്കൈ എത്തി. "എം എസ് പി തളിയന്റെ വീട് കത്തിച്ചു."

കേട്ടപ്പോൾ ആദ്യം നെഞ്ചിൽ എരിച്ചിലാണനുഭവപ്പെട്ടത്.

ആരോടും മിണ്ടാതെ അതിരാവിലെ എഴുന്നേറ്റു നടന്നു. കാടിന്റെ മറപറ്റി കാവുമ്പായിയിൽ കടന്നപ്പോൾ ഉള്ളം തുടിച്ചു, "എന്റെ നാട്..."

കുന്നിൻ മുകളിൽനിന്നേ കണ്ടു. കരിഞ്ഞും ഒടിഞ്ഞു തൂങ്ങിയും കഴുക്കോലുകൾ. കണ്ണിൽ ഇരുട്ടു കയറി. എങ്ങനെയോ താഴോട്ടിറങ്ങി. പടിഞ്ഞാറ്റി കത്തിയമർന്നിരിക്കുന്നു. തെക്കിനിയുടെ മേൽക്കൂര മുക്കാലും കത്തിത്തീർന്നിരുന്നു. വാതിൽ കരിഞ്ഞും പൊളിഞ്ഞും വീണു കിടക്കുന്നു. പടിഞ്ഞാറ്റി ഓടിടാൻ ഈർന്നുവെച്ച മരത്തിന്റെ ഉരുപ്പടികൾ ഇപ്പോഴും പുകഞ്ഞുകൊണ്ടിരിക്കുന്നു. മുറ്റവും പറമ്പും നിറയെ പൊട്ടിയതും പൊട്ടാത്തതുമായ ഓടും കരിഞ്ഞ പട്ടികക്കഷണങ്ങളും ചിതറിക്കിടക്കുന്നു. കാറ്റിൽ പൊങ്ങിപ്പറക്കുന്ന വെണ്ണീർ കാഴ്ചയെ മറച്ചു. ഇവിടെ തളിയന്റെ പ്രതാപം കരിഞ്ഞുപോയിരിക്കുന്നു, സ്വപ്നങ്ങളും.

തോലുകരിഞ്ഞ വരിക്കപ്ലാവിന്റെ ചുവട്ടിൽ തളർന്നിരുന്നു. പിന്നെ തീയിൽ വാടിയ പ്ലാവിലകൾ വീണ മണ്ണിൽ കിടന്നു. എത്രനേരമെന്നോർമയില്ല. ദേഹം ചുട്ടുപൊള്ളുന്നു. നാവുവരളുന്നു.

വിറച്ച് വിറച്ച് എഴുന്നേറ്റു. ആടിയാടി നടന്നു. എങ്ങോട്ടാണ് പോകുന്നത്?

അമ്പതിലേറെ കൊല്ലങ്ങൾ നടന്ന വഴികൾ. ചവിട്ടിത്തേഞ്ഞ വഴികൾ പറഞ്ഞു,

"ഇതാണ് നിന്റെ വഴി."

ആരൊക്കെയോ എതിരേ വരുന്നുണ്ട്. ഇല്ല. ആരും നേർക്കുനേർ വന്നില്ല. നേരിടാനാവാതെ അവർ വഴിയൊഴിഞ്ഞുപോയി. കണ്ടം കടന്ന് കരയ്ക്ക് കയറി. പറമ്പത്ത് ചാലിലെത്തിയപ്പോഴേക്കും ഒരടി വെക്കാൻ കഴിയാതായി. വെള്ളം കിട്ടിയില്ലെങ്കിൽ തൊണ്ട പൊട്ടി മരിച്ചുവീഴും. നട കയറി എത്തിയത് മുണ്ട്യാടൻ വീട്ടിൽ. മുറ്റത്തുനിന്ന് വിളിച്ചു: "ഗോപാലനില്ലേ ഈട. നാരായണീ ലേശം വെള്ളം കുടിക്കാൻ വേണം."

ഗോപാലൻ ഇറങ്ങി വന്നു: "അമ്മോനിരിക്ക്. നല്ല ചായ വെച്ചു തരാം. ഞാനോടിപ്പോയി ചായപ്പൊടീം, പഞ്ചാരീം മേണിച്ചിറ്റ് വരട്ട്." തളിയൻ കുപ്പായത്തിന്റെ കീശയിൽ കൈയിട്ട് നാലണ എടുത്ത് ഗോപാലന്റെ നേരെ നീട്ടി. അതും വാങ്ങി ഗോപാലൻ വീട്ടിനുള്ളിലേക്ക് നൂണുകയറി. ശബ്ദം താഴ്ത്തി പെങ്ങളോട് പറഞ്ഞു: "തുള്ളിവെള്ളം കൊടുത്തു പോകറ്. ഞാനിപ്പൊ വരാം."

ഗോപാലൻ ഓടി. പീടികയിലേക്കല്ല. എള്ളരിഞ്ഞിയിലെ എം എസ് പി ക്യാമ്പിലേക്ക്. അഞ്ഞൂറുറുപ്പിക വിലയുള്ള തലയാണ് വീട്ടിന്റെ ഇറയത്തിരിക്കുന്നത്.

തളിയനെ പിടിച്ചു കൊടുക്കുന്നവർക്ക് അഞ്ഞൂറു റുപ്പിക ഇനാം പ്രഖ്യാപിച്ചിട്ടുണ്ട്. അഞ്ഞൂറ് റുപ്പിക കൊടുത്താൽ അഞ്ചേക്കർ സ്ഥലം വാങ്ങാം. കുടുംബത്തിന്റെ ജാതകം മാറ്റിയെഴുതാം. അതെങ്ങനെ വേണ്ടെന്ന് വെക്കും.

തളിയൻ കാത്തിരുന്നു. തൊണ്ട പൊട്ടുന്ന ആർത്തിയോടെ. വെള്ളത്തിനു വേണ്ടി. വെള്ളം ഇപ്പോൾ കിട്ടും. മറ്റൊന്നും ഓർത്തില്ല.

പക്ഷേ, ഗോപാലൻ വന്നില്ല. പെട്ടെന്ന് തലയിലൊരു മിന്നൽപ്പിണർ പാഞ്ഞു. ഗോപാലൻ ചതിക്കുമോ? പീടികയിൽ പോയി വരാൻ ഇത്ര നേരം വേണ്ടല്ലോ. ഇനിയിവിടെ നിന്നുകൂടാ. മുറ്റത്തിറങ്ങി. പൊലീസിന്റെ ബൂട്ട്സിന്റെ പടപട ശബ്ദം കേൾക്കുന്നു. ഓടി കുന്നുകയറാൻ തുടങ്ങി.

മുണ്ട്യാടൻ വീട് പൊലീസ് വളഞ്ഞു. "സെർച്ച്." രാമമേനോൻ അലറി. മുക്കിലും മൂലയിലും അരിച്ചു പെറുക്കി. കണ്ടുകിട്ടിയില്ല. "എവിടെ?" രാമൻമേനോൻ ഗോപാലനു നേരെ തിരിഞ്ഞു.

"ഇവിടുണ്ടായിരുന്നേമാനെ" അയാൾ പേടിയോടെ പറഞ്ഞു.

പൊലീസ് രണ്ടുഭാഗത്തുകൂടി മുകളിലേക്ക് കയറി. കുന്നിനു മുകളിൽ കാണും എന്ന വിശ്വാസത്തിൽ പൊലീസ് കുന്നിലേക്കിരച്ചുകയറി. വലിയൊരു പൊത്തുള്ള മരത്തിന്റെ മറവിൽ ഒളിച്ചിരുന്ന തളിയനെ അമർത്തിവെക്കാനാവാത്ത കുര കുടുക്കി. പൊലീസ് കണ്ടെത്തിക്കഴിഞ്ഞു. മരപ്പൊത്തിൽനിന്നും ഇറങ്ങിയോടി. കുന്നുകയറിയിറങ്ങണം. രക്ഷപ്പെടണം.

താഴെ നിന്ന് രാമൻമേനോൻ വിളിച്ചു പറഞ്ഞു. "ഷൂട്ട് ഹിം. ശവമായാലും മതി."

ഓടി രക്ഷപ്പെടാൻ കഴിയില്ല. പൊലീസ് വെടിവെക്കും എന്ന് തോന്നിയപ്പോൾ വെള്ളച്ചാലിൽ കമിഴ്ന്നു കിടന്നു.

"ഞങ്ങൾ വളഞ്ഞു കഴിഞ്ഞു സർ. പിന്നെന്തിനു വെടി വയ്ക്കണം. നമ്മവറ്റാത്തൊരു സ്വരം മറുപടി പറഞ്ഞു. പൊലീസ് വളഞ്ഞുകഴിഞ്ഞു. ഇനി രക്ഷയില്ല. കീഴടങ്ങുകയല്ലാതെ വേറെ മാർഗമില്ല. കൊല്ലുകയോ തിന്നുകയോ ചെയ്യട്ടെ. മനസും ശരീരവും തളർന്നു. തളിയനെ ആ കിടപ്പിൽതന്നെ കുന്നിൽനിന്ന് താഴേക്ക് വലിച്ചിഴച്ചു. ഉച്ചഭക്ഷണം പൂർത്തിയാക്കാതെ വന്നതിന്റെ ദേഷ്യം കൂടി പൊലീസ് ആ ശരീരത്തോട് തീർത്തു. തലയിൽനിന്നു കിണ്ണത്തൊപ്പിയൂരി തലയ്ക്കടിച്ചു. മലം വിസർജിച്ച് ശരീരം പ്രതികരിക്കുന്നതുവരെ മർദനം തുടർന്നു.

കടുവയെ പൂട്ടിയ ആഹ്ലാദത്തോടെ ആർപ്പുവിളിച്ചുകൊണ്ട് തളിയന്റെ കൈയിൽ വിലങ്ങു വെച്ചു. 'കാവുമ്പായി കടുവയെ കിട്ടിയേ' എന്ന് ആർപ്പു വിളിച്ചുകൊണ്ട് തളിയനെ അവർ കരക്കാട്ടിടത്തിലെ പൊലീസ് ക്യാമ്പിലേക്ക് നടത്തിച്ചുകൊണ്ടുപോയി. പൊലീസിന്റെ ആർപ്പും വിളിയും വഴിയിൽ കാഴ്ചക്കാരെ കൂട്ടി. ഒരു ജീവച്ഛവത്തെപ്പോലെ നിർവികാരമായി അദ്ദേഹം അനുസരിച്ചു. ചൂളം വിളിക്കുന്ന ചെവിയിൽ ഒന്നും കേൾക്കുന്നുണ്ടായിരുന്നില്ല.

പോകുന്ന വഴിയിലെ തോട്ടിൽ മണ്ണാത്തി മാതി തീണ്ടാരിത്തുണി അലക്കുന്നുണ്ട്. തോട്ടിലിറങ്ങി കടക്കുമ്പോൾ രാമൻ മേനോൻ ചോദിച്ചു: "തള്ളേ ഇയാളെ ഇനി ഇങ്ങോട്ട് അയക്കണോ?" മാതി ഒന്നു വിരണ്ടു. പിന്നെ പറഞ്ഞു: "വേണ്ടേമാനെ." തോട്ടിലെ വെള്ളം കണ്ടപ്പോൾ തളിയൻ ആർത്തിയോടെ കുനിഞ്ഞു. നായയെപ്പോലെ വെള്ളം നക്കിക്കുടിച്ചു. "ഉം. മതി. നടക്ക്." പൊലീസിന്റെ ലാത്തി പുറത്ത് വീണു.

പത്തായപ്പുരയിൽ വെച്ച് ആഘോഷമായി പൊലീസ് തളിയന് ഉഴിച്ചിലും പിഴിച്ചിലും നടത്തി. കാലിലെ നഖത്തിൽ ബയണറ്റുകൊണ്ടു കുത്തി. വിരലുകളിൽനിന്ന് നഖങ്ങൾ പറിഞ്ഞു തൂങ്ങി. വേദനകൊണ്ട് പുളയുമ്പോഴും "വേഗം കൊന്നു തരൂ" എന്നല്ലാതെ തളിയൻ മറ്റൊന്നും പറഞ്ഞില്ല. കൈത്തരിപ്പ് തീർത്തപ്പോഴേക്കും പൊലീസ് ക്ഷീണിച്ചു.

"ഇനി മർദിച്ചാൽ ഇയാൾ ചത്തുപോകും" ആരോ പറഞ്ഞു കൊണ്ടുപോകണം വേഗം തളിപ്പറമ്പിലേക്ക്. മജിസ്ട്രേറ്റിന്റെ മുന്നിൽ ഹാജരാക്കുന്നതിനു മുമ്പ് ചത്തുപോയാൽ പണിയാകും..

പൊലീസിന്റെ മധ്യത്തിൽ കൈവിലങ്ങണിഞ്ഞ്; ഒറ്റ മുണ്ടുടുത്ത്; അർധനഗ്നനായി ആടിയാടി നടക്കുന്ന ആൾ തളിയൻ തന്നെയാണോ? ചെങ്ങളായി കരിക്കന്റെ പീടികയിലിരുന്ന് കണ്ടവർ മൂക്കത്ത് വിരൽ വെച്ചു. അവശനായ പ്രതിയെ എങ്ങനെയൊക്കയോ തളിപ്പറമ്പ് മജിസ്ട്രേറ്റിന് മുമ്പാകെ ഹാജരാക്കി. മജിസ്ട്രേറ്റ് തളിയനെ സ്പെഷൽ ക്ലാസ് തടവു

കാരനായി കണ്ണൂർ സെൻട്രൽ ജയിലേക്ക് റിമാന്റു ചെയ്തു. അവശനായ തളിയനെ ജയിൽ ഡോക്ടർ വന്ന് പരിശോധിച്ചു. കാൽവിരലുകളിലെ തൂങ്ങിയാടുന്ന നഖങ്ങൾ പറിച്ചു കളയേണ്ടിവന്നു.

മനുഷ്യത്വരഹിതമായ പൊലീസ് പീഡനത്തിന്റെ ആ നാളുകളിൽ തന്നെയാണ് പയ്യാവൂർ എസ് ഐ മമ്മൂട്ടി പയ്യാവൂരിലെ സഖാക്കളെ അറസ്റ്റു ചെയ്തത്. അദ്ദേഹം അവരോട് പറഞ്ഞു: “നിങ്ങൾ എസ് ഐ യുടെ മുന്നിൽ കീഴടങ്ങിയാൽ ഒരു മർദനവും ഏൽക്കേണ്ടി വരില്ല.” അദ്ദേഹം വാക്കു പാലിച്ചു. ഒന്നിനു പിറകെ ഒന്നൊന്നായി പയ്യവൂർക്കാർ അദ്ദേഹത്തിനു മുന്നിൽ കീഴടങ്ങി. അവരെ ഒരു പോറൽ പോലുമേൽപ്പിക്കാതെ എസ് ഐ മമ്മൂട്ടി മജിസ്ട്രേറ്റിനു മുന്നിൽ ഹാജരാക്കി.

27

ആലംബഹീനയായയപമാനിതയായ്

അമ്മയുടെ രൂപം കണ്ടപ്പോൾ മകൻ കരഞ്ഞു. അമ്മയും. ഏട്ടനും അമ്മയും കരയുന്നതു കണ്ട് കുഞ്ഞപ്പനും സങ്കടം വന്നു. ഏട്ടത്തി അനിയത്തിയെ താങ്ങിപ്പിടിച്ച് കൊണ്ടുപോയി കിടത്തി. ഇളയമ്മയുടെ അവസ്ഥ കണ്ട് വൈദ്യരുടെ അടുത്തേക്ക് കുട്ട്യപ്പ പാഞ്ഞു. രാമൻ വൈദ്യർ വന്നു നോക്കി. ലാത്തിയടി തടഞ്ഞപ്പോൾ ഉള്ളം കൈയും വിരലുകളും മുറിഞ്ഞു ചതഞ്ഞിരുന്നു. ദേഹം മുഴുവൻ അടികൊണ്ട് ചതഞ്ഞ് നീരു വെച്ചിരുന്നു. നിലയ്ക്കാത്ത രക്തസ്രാവവും. വൈദ്യർ കഷായവും ലേഹ്യവും മറ്റുമായി ചികിൽസ തുടങ്ങി. രണ്ടാഴ്ചകൊണ്ട് കുഞ്ഞ്യമ്മയ്ക്ക് എഴുന്നേറ്റിരിക്കാമെന്നായി.

ഒന്നും ചെയ്യാനില്ലാതിരിക്കുമ്പോൾ കാവുമ്പായിയുടെ വിളി അവഗണിക്കാൻ രാഘവനാവില്ലായിരുന്നു. പത്തുപതിനൊന്ന് മണിയാകുമ്പോൾ വലിയമ്മ കൊടുക്കുന്ന കഞ്ഞിയും കുടിച്ച് എന്നും അടിച്ചു നനച്ചു വെളുപ്പിച്ച കോറമുണ്ടും സാൻഡോ ബനിയനും ധരിച്ച് രാഘവൻ വലിയമ്മയുടെ വീട്ടിൽനിന്ന് പുറപ്പെടും.

ഒറ്റയ്ക്ക് അടൂർക്കടവുവരെ നടക്കും. അക്കരയ്ക്കു പോകാൻ തോണിയുണ്ട്. പക്ഷേ, രണ്ടുമുക്കാൽ കടത്തുകൂലി കൊടുക്കണം. ഗതിയില്ലാത്തവൻ എങ്ങനെയുണ്ടാക്കും രണ്ടുമുക്കാൽ. പറമ്പിൽ വീണു കിടക്കുന്ന അടക്കകൾ പെറുക്കിയെടുത്ത് പീടികയിൽ കൊടുത്താൽ ചില്ലറ കിട്ടുമെന്ന കണ്ടെത്തൽ മുക്കാലിന്റെ പ്രശ്നം പരിഹരിച്ചു.

കടവ് കടന്ന് ചെങ്ങളായി കരിക്കേൻ കുഞ്ഞുമൊയ്തീന്റെ പീടികയിൽ പോയി ഇരിക്കും. പീടികയുടെ മുന്നിൽ ഒരാലുണ്ട്. ആൽമരത്തിന്റെ ചുവട്ടിൽ ഒന്ന് വിശ്രമിച്ചിട്ടേ യാത്രക്കാർ മുന്നോട്ട് പോകൂ. മലപ്പട്ടം, പെരിങ്കോന്ന്, തളിപ്പറമ്പ്, കൂട്ടുംമുഖം എന്നിവിടങ്ങളിലേക്ക് പോകുന്ന

കാൽനടക്കാർ ആൽച്ചുവട്ടിലിരുന്ന് വിശേഷങ്ങൾ പങ്കുവെക്കും. കുഞ്ഞു മൊയ്തീനും അതിൽ പങ്കാളിയാകും. മൊയ്തീന് പ്രത്യേകിച്ച് ഒരു പക്ഷ വുമില്ലെങ്കിലും കനിവുണ്ടായിരുന്നു.

അവിടെ വരുന്നവരിൽനിന്ന് കാവുമ്പായിയിലെ വിവരങ്ങൾ അറി യാനെത്തുന്ന രാഘവന് എത്രനേരം വേണമെങ്കിലും പീടികയിൽ ഇരി ക്കാം. പലപ്പോഴും മൊയ്തീൻ തന്നെ വിവരങ്ങൾ നൽകി സഹായിക്കും. അച്ഛനെ എം എസ് പി കീഴടക്കിക്കൊണ്ടുപോയ വിവരം മലപ്പട്ടത്തെ സഖാക്കൾ അറിയിച്ചപ്പോഴും ഓടിയെത്തിയത് കരിക്കന്റെ പീടികയിലേ ക്കാണ്. അച്ഛനെ എങ്ങനെയാണ് അവർ കൊണ്ടുപോയത്?

കുഞ്ഞുമൊയ്തീൻ വിവരിച്ചപ്പോൾ കണ്ണുനിറഞ്ഞു. അടികൊണ്ടു ദേഹമാസകലം മുറിഞ്ഞ് അവശനായി ആടിയാടി നടക്കുന്ന അച്ഛന്റെ രൂപം കൺമുന്നിൽ തെളിഞ്ഞു. മകന്റെ യാത്രകളെക്കുറിച്ച് അമ്മ ചോദി ച്ചറിയും. അച്ഛനെക്കുറിച്ച് പറഞ്ഞപ്പോൾ അമ്മയും മകനും ഒന്നിച്ചു കര ഞ്ഞു.

പീഡനമെത്ര അനുഭവിച്ചാലും തങ്ങളുടെ മണ്ണ് കാവുമ്പായിയാണ്. മണ്ണ് കനകം വിളയിച്ചു കാത്തിരിക്കുകയാണവിടെ. അത് കോരിയെടു ക്കണം. അമ്മയ്ക്ക് ഇരിക്കപ്പൊറുതിയില്ലാതായി. മക്കൾക്കുവേണ്ടി അമ്മ യാതനകളും സങ്കടങ്ങളും മറന്നേ തീരൂ. ഏട്ടത്തിയോട് അനിയത്തി തീരു മാനമറിയിച്ചു. കാവുമ്പായിയിലേക്ക് പോകണം. അല്ലെങ്കിൽ എല്ലാം അന്യാധീനപ്പെട്ടുപോകും.

കണ്ടത്തിൽ നെല്ല് വിളഞ്ഞിട്ടുണ്ടാകും. അത് മൂർന്നെടുക്കണം. വീടും കുടിയുമില്ലെങ്കിലും വയറ്റിലിട്ടെങ്കിലേ ജീവൻ നിലനിർത്താൻ കഴിയൂ. മകൻ അമ്മയ്ക്കൊപ്പം പോകാനൊരുങ്ങി. അമ്മ സമ്മതിച്ചില്ല.

"കുഴപ്പം തീരാതെ മോൻ വരണ്ട. അച്ഛനെ പിടിച്ചപോലെ നിന്നെയും പിടിക്കും. ഞാനും കുഞ്ഞുമോനും എവിടെയെങ്കിലും അന്തിയുറങ്ങിക്കോ ളും." അമ്മയുടെ തീരുമാനം അന്തിമമായിരുന്നു. കുഞ്ഞുമോനെയും കൂട്ടി അമ്മ കാവുമ്പായിയിലെത്തി.

എട്ടനെ വിളിക്കാൻ കുഞ്ഞ്യമ്മ തന്നെ പോയി. എട്ടൻ മുഖം കാണി ച്ചില്ല. കെട്ട്യോള് പൊക്കി കരഞ്ഞു പറഞ്ഞു. "പെങ്കറാട് ഞാള കൊലക്ക് കൊടുക്കറ്."ചാളഭാഗത്ത് നിന്നാരും മൂരാൻ വന്നില്ല. കട്ടോത്ത് രാമൻനാ യർ നായനാർക്കുവേണ്ടി പുലയരെ മുഴുവൻ വിളിച്ചുകൊണ്ടുപോയി. അതുവരെ മാവിലരെക്കൊണ്ടു ചെയ്യിച്ചിരുന്ന പണികൾ കാവുമ്പായി യിലെ പുലയർ ചെയ്യണമെന്ന് നായനാർ നിശ്ചയിച്ചു. സമരക്കാരുടെ കണ്ടത്തിൽ ഇനി ആരും പണിയെടുക്കേണ്ട.

എന്നിട്ടും കുഞ്ഞ്യമ്മ വിട്ടുകൊടുത്തില്ല. അവരും രണ്ടുമൂന്ന് ചങ്ങാ തിമാരും ചേർന്ന് വിളഞ്ഞ നെല്ല് മൂർന്നു. കറ്റ തളിയന്മാർ വീട്ടിനടുത്തുള്ള പൊള്ളോലെടം വളപ്പിലെ കളത്തിലെത്തിക്കാൻ അവർ ധൈര്യപ്പെട്ടില്ല.

എടക്ലവൻ രാമൻ നമ്പ്യാർ തളിയന്റെ തറവാട്ടുകാരനാണ്. അതു കൊണ്ട് അനിയനെന്ന് പറയാം. ഏട്ടന്റെ ഭാര്യയുടെ അധികാരത്തോടെ കുഞ്ഞ്യമ്മ ചോദിച്ചു.

"കുഞ്ഞിരാമാ, എന്റെ കറ്റ നിന്റെ കളത്തിലിട്ടോട്ടെ."

"അയിനെന്താ ഏട്ത്തിമ്മേ, ഇട്ടോ." എന്നയാൾ വേഗം സമ്മതിച്ചു. മൂരാനും മെതിക്കാനുമൊക്കെ അയാളുടെ പണിക്കാരെയും വിളിച്ചു. നെല്ല് ഉണക്കാനും തൂറ്റാനും പാറ്റാനുമൊക്കെ സഹായിച്ചു.

പക്ഷേ, അതൊന്നും സ്നേഹവും ബന്ധവും കൊണ്ടായിരുന്നില്ല. അയാൾ കുഞ്ഞ്യമ്മയെ ചതിക്കുകയായിരുന്നു. നെല്ല് മണിയായപ്പോൾ അയാൾ എള്ളരിഞ്ഞിയിലെ എം എസ് പി ക്യാമ്പിലെത്തി വിവരമറിയിച്ചു. 'തളിയന്റെ നെല്ല് മൂർന്ന് കളത്തിലെത്തി.'

രാമൻമേനോനും സംഘവും പറന്നെത്തി. തളിയന്റെ കണ്ടത്തിലെ നെല്ല് ജപ്തിചെയ്യാൻ. കച്ചീട്ടെഴുതിക്കൊടുത്ത് രാമൻ നമ്പ്യാർ തന്നെ നെല്ല് ഏറ്റെടുത്തു. ആറുമാസത്തെ അധ്വാനം അങ്ങനെ ബന്ധുവിന്റെ പത്തായത്തിലെത്തി.

നെല്ല് കളത്തിൽനിന്നും പത്തായത്തിലെത്തുന്നതുവരെ കത്തുന്ന മനസും വയറുമായി കുഞ്ഞുമോന്റെ കൈയും പിടിച്ച് എന്നും കുഞ്ഞ്യമ്മ തോക്കൂറ വീട്ടിലെത്തും. ഒരുദിവസം അടുക്കളയുടെ ഇറയത്തുകൂടി കടന്നുപോകുമ്പോൾ അനിയന്റെ വീട്ടുകാരി കിണ്ണം നിരത്തി വെച്ച് കഴമയരിയുടെ കുളുത്ത് വിളമ്പുന്ന കാഴ്ച എരിയുന്ന വയർ കണ്ടു. സർവ അഭിമാനവും മറന്ന് കുഞ്ഞ്യമ്മ നിന്നു. അറിയാതെ ചോദിച്ചു പോയി:

"ഒരു ഗ്ലാസ് വെള്ളം തരുമോ?"

വീട്ടുകാരി നിവർന്നു നിന്നു. ചോദ്യകർത്താവിനെ കണ്ടു. അകത്തിരുത്തി ഊട്ടേണ്ടവരാണ്. പക്ഷേ, പറ്റില്ല. അപകടമാണ്. വേഗം പറഞ്ഞു വിടണം.

"ഇവിടെ വെള്ളൂല്ല. വറ്റൂല്ല." അവർ വീണ്ടും കുനിഞ്ഞ് ചോറ് വിളമ്പാൻ തുടങ്ങി. കുഞ്ഞ്യമ്മ തൂണിൽപ്പിടിച്ച് ഞൊടിയിട നിന്നു. ഭൂമി പിളർന്നു താഴ്ന്നുപോയെങ്കിൽ. ജീവച്ഛവംപോലെ കുഞ്ഞ്യമ്മ മുൻഭാഗത്തേക്ക് വന്നു. രാമൻ നമ്പ്യാർ ഊണുമതിയാക്കി എഴുന്നേറ്റു. അടുത്തു വന്ന് താഴ്മയോടെ പറഞ്ഞു: "ഏട്ത്തിയമ്മേ, ഞാൻ നിങ്ങളുടെ ഭർത്താവിന്റെ തറവാട്ടുകാരനാണ്. അനിയനാണ്. നിങ്ങൾ ഇവിടിരുന്ന് ഉണ്ണണം." കരിങ്കല്ലിനും ഉറവ വന്നു. കണ്ണു തുടച്ചുകൊണ്ടു കുഞ്ഞ്യമ്മ പറഞ്ഞു:

"രണ്ടുകാര്യം ഞാൻ ചെയ്യില്ല കുഞ്ഞിരാമാ. ഉച്ഛിഷ്ടം ഭുജിക്കലും ദാസ്യപ്പണിയെടുക്കലും. അതുകൊണ്ട് ഉണ്ടതുപോലെ കണക്കാക്കിക്കോ. വയറുനിറഞ്ഞു."

കളം നിറയെ നെല്ല് ഉണക്കാനിട്ടിട്ടുണ്ട്. ഒരുഭാഗത്ത് ആണുങ്ങൾ കറ്റ തല്ലുന്നുണ്ട്. 'ഇത് എന്റെ നെല്ലാണ്. എന്റെ അധ്വാനത്തിന്റെ ഫലം.' കുറേനേരം നോക്കിനിന്നു. മോന്റെ കൈയും പിടിച്ച് പടിയിറങ്ങി. കണ്ടത്തിലൂടെ നടന്ന് വെല്യാലിലെത്തി. മൂർന്നൊഴിഞ്ഞ കണ്ടം അനാഥമായി കിടക്കുന്നു.

തെക്കന്റെ കണ്ടത്തിൽ പെണ്ണുങ്ങൾ നെല്ല് മൂരുന്നുണ്ട്. പെണ്ണുങ്ങൾ ഒന്ന് തലപൊന്തിച്ചു നോക്കിയിട്ട് പെട്ടെന്നു തിരിഞ്ഞു കളഞ്ഞു. കുഞ്ഞ്യ

മ്മയ്ക്ക് ഇടനെഞ്ചുപൊട്ടി. ബോധമില്ലാതെ നടന്നെത്തിയത് വായോറ വീട്ടിന്റെ മുറ്റത്ത്. കണ്ടപാടെ അച്ഛമ്മ പറഞ്ഞു: "വാ മോളേ, ഇരിക്ക്. നീയൊന്നും കുടിച്ചിറ്റില്ല. കണ്ണ് തറച്ച്നല്ലാ. അമ്മാളൂ കഞ്ഞി വെള മ്പ്യാട്ടെ."

അമ്മയെയും മകനെയും അച്ഛമ്മ അടുത്തിരുത്തി ഊട്ടി. യാത്ര പറ ഞ്ഞിറങ്ങുമ്പോൾ കുഞ്ഞ്യമ്മ കൈയിൽ കൊണ്ടുനടക്കുന്ന പിച്ചളച്ചെല്ല പ്പെട്ടി തുറന്ന് നാണയത്തുട്ടുകൾ എടുത്തു വാതിൽപ്പടിയിൽ വെച്ചു.

"കുഞ്ഞീ, ഇത് എന്തിനാ. എടുത്തുകൊണ്ടുപോ. ഊട വെക്കണ്ട." അച്ഛമ്മ ഒച്ചയെടുത്തു.

തിരിഞ്ഞു നോക്കാതെ നടന്നുകൊണ്ട് പറഞ്ഞു: "അമ്മായ്മ ഒന്നും പറയണ്ട." ഇത്രയും ദിവസം തലചായ്ക്കാൻ ഇടം തന്നവരാണ്. വയറു പുകയുമ്പോൾ ഇത്തിരി ആഹാരവും സാന്ത്വനവും പകർന്നു തന്നവരാ ണ്. എന്തുകൊടുത്താലും മതിയാവില്ലെന്നറിഞ്ഞുകൊണ്ടു തന്നെയാണ് കൈയിലുള്ളത് നിർബന്ധിച്ചു പിടിപ്പിക്കുന്നത്. ഒരു കൈത്തണ്ടയിൽ ചെല്ലപ്പെട്ടി ചേർത്തു പിടിച്ച്, തോർത്തുമുണ്ടു കൊണ്ടത് മറച്ച്, മറുകൈ കൊണ്ട് മകന്റെ കൈയും പിടിച്ച് കുഞ്ഞ്യമ്മ നടന്നു.

28

ഒടുങ്ങാത്ത പീഡനങ്ങൾ

കാവുമ്പായി ഒന്നു പോയി നോക്കണം. രാഘവൻ മനസിലുറച്ചു. ചോദിച്ചാൽ ദേവകി വലിയമ്മ സമ്മതിക്കില്ല. അതുകൊണ്ട് ചോദിക്കാതെ പോകാനേ പറ്റൂ. ഉച്ചയ്ക്കു മുമ്പേ വലിയമ്മയോട് സൂത്രം പറഞ്ഞ് ആയ കഞ്ഞിയും വാങ്ങിക്കുടിച്ച് പുറപ്പെട്ടു. കാട്ടിലൂടെ ഒളിച്ചൊളിച്ചു നടന്നു. മലപ്പട്ടം പറമ്പിലെത്തിയപ്പോൾ വഴിതെറ്റി.

നോക്കുന്നിടത്തെല്ലാം കാട് മാത്രം. ഒരാൾപ്പൊക്കത്തിൽ കാലിൽ തറച്ചുകയറുന്ന ക്ടാരി പുല്ലും. എങ്ങോട്ടുപോകും? കുറേ നടക്കുമ്പോൾ വഴിതെറ്റിയെന്നു തോന്നും. പിന്നെ തിരിച്ചു നടക്കും. മൂന്നു പ്രാവശ്യം ഇതാവർത്തിച്ചു. നാലാമത്തെ പ്രാവശ്യം കല്യാട്ടെ കാര്യസ്ഥൻ ചന്ദ്രോത്ത് നാരായണൻ നമ്പ്യാരെ കണ്ടു. അദ്ദേഹം ശരിയായ വഴി കാണിച്ചു തന്നു. അങ്ങനെ കോട്ടൂരെത്തി. അവിടെ നിന്ന് ശ്രീകണ്ഠപുരം, പഴയങ്ങാടി, കാനപ്രം വഴി, ചന്തൂട്ടിപ്പാറയിറങ്ങി കാവുമ്പായി തമ്പായി വലിയമ്മയുടെ വീട്ടിലെത്തി.

അമ്മ അവിടെ പോയിട്ടേയില്ല. തന്നെപ്രതി ഏടത്തിക്കുനേരെയുണ്ടായ ആക്രമണം കുഞ്ഞ്യമ്മയെ വല്ലാതെ തളർത്തിയിരുന്നു. താൻ കാരണം ഇനിയും അത്തരമൊന്ന് കൂടപ്പിറപ്പിനുണ്ടാകരുത്.

അന്നത്തെ ആക്രമണത്തിലും പീഡനത്തിലും തമ്പായിയമ്മ അസ്ഥി തകർന്ന്, രക്തത്തിൽ കുളിച്ച്, കിടന്ന കിടപ്പിൽ മലമൂത്ര വിസർജനം നടത്തി കുറെനാൾ അബോധാവസ്ഥയിൽ കഴിഞ്ഞു.

രാത്രിയിൽ പൊലീസ് നിസ്സഹായരായ രണ്ടു സ്ത്രീകളെ ആക്രമിക്കുമ്പോൾ അയൽപക്കത്തെ സ്ത്രീകളുടെ ഉള്ളു നൊന്തു. അവർ പേടിച്ച്

വാതിൽ അടച്ചിരുന്നു, ഒന്നും ചെയ്യാനാവാതെ. അടുത്ത ദിവസം രാവിലെ അയൽപക്കത്തെ പാറുവമ്മ വന്നു നോക്കുമ്പോൾ തമ്പായിയമ്മയ്ക്ക് നേരിയ ഞരക്കമുണ്ട്. അവർ സ്വന്തം വീട്ടിൽനിന്നും കഞ്ഞി കൊണ്ടു വന്ന് വായിലിറ്റിച്ചു കൊടുത്തു. ദേഹം നനച്ചു തുടച്ചു വൃത്തിയാക്കി. അയൽപക്കത്തെ സ്ത്രീകളുടെ കരുണകൊണ്ട് തമ്പായിയമ്മയ്ക്ക് ജീവൻ തിരിച്ചുകിട്ടി. ഇപ്പോൾ വടികുത്തി കുറെശ്ശെ നടക്കും. രാഘവനെ കണ്ട ഉടനെ അവർ വാവിട്ടു കരഞ്ഞു. "ന്റെ മോൻ ഈട നിക്കണ്ട. പൊയ്ക്കോ. ഇല്ലെങ്കി അവര് നിന്നേം കൊല്ലും."

പാറുവേട്ടത്തി അവനെ നിർബന്ധിച്ച് വീട്ടിലേക്കു കൂട്ടി. അകത്തിരുത്തി കുടിക്കാൻ വെള്ളം കൊടുത്തു. അപ്പോൾ പുറത്തുനിന്നാരോ സംസാരിക്കുന്നത് കേട്ടു. ഗൃഹനാഥൻ മുകളിലേക്കുള്ള കൽഗോവണിയിൽ അവനെ ഒളിപ്പിച്ചിരുത്തി. അവർ പോയതിനുശേഷം വീട്ടുകാരൻ പറഞ്ഞു: "കാവുമ്പായിയിൽ സംഭവിച്ചതിന്റെ നിജസ്ഥിതിയെക്കുറിച്ച് അന്വേഷിച്ചറിയാൻ കോൺഗ്രസ് പാർട്ടി നിയോഗിച്ച നേതാക്കന്മാരാണ് വന്നത്. കെ കേളപ്പനും കയരളംകാരൻ ബാലകൃഷ്ണൻ നമ്പ്യാരും."

കയരളംകാരൻ ബാലകൃഷ്ണൻ എന്ന പേര് കേട്ടപ്പോൾ രാഘവന് കടുത്ത ഇച്ഛാഭംഗം തോന്നി, താഴെ ഇറങ്ങിപ്പോയി തന്റെയും കുടുംബത്തിന്റെയും അവസ്ഥ വിവരിക്കാത്തതിൽ. അയാൾ അമ്മയുടെ ഒരു അകന്ന ബന്ധുവാണ്. പാറുവേട്ടത്തിയുടെ ഭർത്താവ് പറഞ്ഞു: "മോനെ, നീ ഒരുനിമിഷംപോലും ഇനി കാവുമ്പായിയിൽ നിൽക്കരുത്. അപകടമാണ്. ഇപ്പൊ പോകണം." വലിയമ്മ വടിയുംകുത്തി വന്നു പറഞ്ഞു: "മോനിപ്പൊ പോണം മലപ്പട്ടത്തേക്ക്." സമയം വൈകുന്നേരം അഞ്ചു മണി കഴിഞ്ഞിട്ടുണ്ടാകും. കൊടുങ്കാട്ടിൽക്കൂടി എങ്ങനെ പോകും? കരച്ചിൽ വന്നു. പോയില്ലെങ്കിൽ എം എസ് പി വെടിവെച്ചുകൊല്ലും. പോയാൽ നരിപിടിച്ചു തിന്നും. രണ്ടായാലും മരണം ഉറപ്പ്. വിധിപോലെ വരട്ടെ എന്നു കൽപ്പിച്ച് ഇറങ്ങി നടന്നു. അല്ല ഓടി. ചന്തൂട്ടിപ്പാറകേറി ശങ്കരാംകുളത്തുകൂടി കാനപ്രത്തെത്തി. ഇനി ഒരടി മുന്നോട്ട് വെച്ചുകൂടാ എന്ന് മനസ്സ് പറഞ്ഞു. എന്തായാലും കാട്ടിൽ ഒടുങ്ങാൻ അനുവദിക്കണമെന്നപേക്ഷിച്ചു. അവർ ഒരു വയർ ചോറും ഇറയത്തൊരു പായും തന്നു. അന്നവിടെ കിടന്ന് രാവിലെ മലപ്പട്ടത്തെത്തി.

മലപ്പട്ടത്തും എം എസ് പി അക്രമം അഴിച്ചുവിടാനൊരു ശ്രമം നടത്തി. നായനാരുടെ ബന്ധുകൂടിയായ പഴയടത്ത് ഗോവിന്ദൻ നമ്പ്യാർ ആയിരുന്നു അന്ന് കണ്ടക്കൈ അധികാരി. അവിടത്തെ ജന്മിമാരുടെ സംരക്ഷണാർഥം കണ്ടക്കൈയിലും എം എസ് പി ക്യാമ്പ് ഉണ്ടായിരുന്നു. അവിടുന്ന് എം എസ് പിക്കാർ ബോട്ടിനുവന്ന് മുനമ്പ്കടവിലിറങ്ങും. ഇരിക്കൂർപ്പുഴയും ചെങ്ങളായി പുഴയും യോജിക്കുന്നിടം മുനമ്പ് കടവ്. മൂന്നു

ഭാഗം പുഴയും ബാക്കി ഭാഗം കാടുമായതുകൊണ്ട് ഒരു സുരക്ഷിത പ്രദേശമായിരുന്നു മലപ്പട്ടം. സാധാരണ ബോട്ടുവഴിയാണ് എം എസ് പി മലപ്പട്ടത്ത് എത്തുക. ബോട്ടിൽ നിന്നേ നാട്ടുകാരിലാരെങ്കിലും അവരെ കാണും. വാർത്ത ചെവിക്കു ചെവി വളരെ പെട്ടെന്ന് പരക്കും. പൊലീസ് വരുന്നു എന്ന വാർത്ത അറിയുമ്പോൾത്തന്നെ പിടികിട്ടേണ്ടവർ കാട്ടിൽ മുങ്ങും. പിന്നെ ആളിന്റെ പൊടിപോലും പൊലീസിനു കിട്ടില്ല.

ഒളിവിൽ കഴിയുന്നവർ വീട്ടിലോ നാട്ടിലോ എത്തിയാൽ അറിയിക്കാൻ നാട്ടുകാരുടെ സേവനം പൊലീസിന് അനിവാര്യമായി വന്നു. നാട്ടുകാരിൽ ചിലർക്ക് പൊലീസിന്റെ സഹായികളായി സ്ഥാനക്കയറ്റം കിട്ടി. തേലക്കാടൻ ചന്തൂട്ടി നമ്പ്യാരെയും ചിറ്റിക്കുന്നൻ നാരായണൻ നമ്പ്യാരെയും അങ്ങനെ പൊലീസ് പാട്ടിലാക്കിയതാണ്. മലപ്പട്ടം ഗോവിന്ദൻ നമ്പ്യാരെന്നറിയപ്പെടുന്ന അളോറ ഗോവിന്ദൻ നമ്പ്യാരും മരുമകൻ എ കുഞ്ഞിക്കണ്ണനും കല്യാടൻ കൃഷ്ണനും പൊലീസ് നോട്ടമിട്ടവരാണ്. മലപ്പട്ടത്ത് കർഷകസംഘത്തിനും കമ്യൂണിസ്റ്റ് പാർട്ടിക്കും ഉറച്ചൊര് അടിത്തറ കെട്ടിപ്പൊക്കിയതവരാണ്. എ കുഞ്ഞിക്കണ്ണൻ വളർന്നു വരുന്നൊരു യുവനേതാവായിരുന്നു. മലപ്പട്ടത്തെ ചെറുപ്പക്കാരെ വിപ്ലവത്തിന്റെ പാതയിലേക്ക് ആകർഷിക്കാൻ സഖാവ് കുഞ്ഞിക്കണ്ണന് കഴിഞ്ഞു. ഇപ്പോൾ ഇരിക്കൂർ ഫർക്കാ സെക്രട്ടറിയും. ആ നിലയ്ക്ക് അയാൾ ജന്മിമാർക്കും പൊലീസിനും തലവേദന സൃഷ്ടിക്കുന്നവനുമാണ്.

അങ്ങനെയിരിക്കെ

'പാരം പരിതാപം പാരിൽ പരത്തുന്ന
പാപി ജന്മിത്തത്തിനു'[1]

അദ്ദേഹം ശത്രുവാകാതിരിക്കുന്നതെങ്ങനെ?

ബക്കളത്ത് നടന്ന കോൺഗ്രസ് സമ്മേളനത്തിൽവെച്ചാണ് ചുറുചുറുക്കുള്ള ആ ചെറുപ്പക്കാരനെ കേരളീയൻ കണ്ടെത്തിയത്. പ്രതിനിധിയായ അമ്മാവൻ മലപ്പട്ടം ഗോവിന്ദൻ നമ്പ്യാർക്കൊപ്പം വളണ്ടിയറായി കുഞ്ഞിക്കണ്ണനും സമ്മേളനത്തിനെത്തി. അന്ന്, അവിടെ വെച്ച് കേരളീയൻ അമ്മാവനോടാവശ്യപ്പെട്ടു. "ഇവനെ പ്രസ്ഥാനത്തിനു വിട്ടുതരണം."

ഒരു പ്രവർത്തകന്റെയും കഴിവുറ്റ നേതാവിന്റെയും ജനനമായിരുന്നു ആ നിമിഷത്തിൽ സംഭവിച്ചത്...

നാട്ടുകാരെ കൃഷിചെയ്യാനനുവദിക്കാതെ നായനാർ കുടിയേറ്റക്കാർക്ക് തുച്ഛമായ വിലയ്ക്ക് മണ്ണ് വിൽക്കാൻ തുടങ്ങിയപ്പോൾ തിരുവിതാംകൂറിലെ കൃഷിക്കാരായ ക്രിസ്ത്യാനികൾ ഇരിക്കൂർ ഫർക്കയിലെങ്ങും ഭൂമി വാങ്ങി. കർഷകസംഘത്തിന്റെ പ്രവർത്തനങ്ങളെ

---

1. എ കുഞ്ഞിക്കണ്ണൻ രചിച്ച കവിതയിലെ വരികൾ.

ക്രിസ്ത്യൻ മതമേധാവികൾ അംഗീകരിച്ചിരുന്നില്ല. അവർ കർഷക സംഘാംഗങ്ങൾക്ക് ഇരുട് പള്ളിയിൽ വിലക്ക് കൽപ്പിച്ചു. അതിനെതിരെ സമരം ചെയ്തുകൊണ്ട് എ കുഞ്ഞിക്കണ്ണൻ, ചടയൻ ഗോവിന്ദൻ, എം സി ആർ തുടങ്ങിയവരുടെ നേതൃത്വത്തിൽ പള്ളിയിലേക്ക് കർഷക മാർച്ച് നടത്തി. മാർച്ച് തടയാൻ പള്ളിയനുയായികൾ മാരകായുധങ്ങളുമായെത്തി. പ്രവർത്തകരുടെമേൽ ആക്രമണമുണ്ടാകുമെന്ന ഘട്ടത്തിൽ എ കുഞ്ഞിക്കണ്ണൻ മൈക്ക് കൈയിലെടുത്തു.

“അടിച്ചാൽ ഞങ്ങൾ തിരിച്ചടിക്കും. അത് താങ്ങാനാവില്ല.” ആ സിംഹഗർജനത്തിൽ എതിരാളികൾ ചിതറിപ്പോയി.

ഇരിക്കൂർ പൊലീസ് സ്റ്റേഷൻ ആക്രമണക്കേസിലെ പ്രതി, ആനക്കാരൻ കൊലക്കേസിലെ പ്രതി എന്നിങ്ങനെ ഒരുപാട് പട്ടങ്ങൾ പൊലീസ് എ കുഞ്ഞിക്കണ്ണന് ചാർത്തിക്കൊടുത്തിട്ടുണ്ട്. അതുകൊണ്ട് ആ തലയ്ക്ക് വലിയ വിലയുണ്ട്.

നേതൃസ്ഥാനത്തുള്ളവർ എന്തുവന്നാലും പിടികൊടുക്കരുത് എന്നത് പാർട്ടിയുടെ നയമായിരുന്നു. അതുകൊണ്ടുതന്നെ ഇവർ ഒളിവിലിരുന്നാണ് പ്രവർത്തിച്ചിരുന്നത്. കക്ഷികൾ സ്ഥലത്തുണ്ട് എന്ന് ചാരന്മാർ വിവരം നൽകുമ്പോൾ ഇവരെ പിടിക്കാൻ പൊലീസ് ഇടയ്ക്കിടെ മലപ്പട്ടത്തെത്തും.

ഒരുദിവസം എം എസ് പി ബോട്ടിറങ്ങിയിട്ടുണ്ട് എന്നു കേട്ട ഉടനെ രാഘവനും വലിയമ്മയുടെ മരിച്ചുപോയ മകളുടെ മക്കളായ കൃഷ്ണനും നാരായണനും തൊട്ടടുത്തു തന്നെയുള്ള കുട്ട്യപ്പയുടെ ഭാര്യവീട്ടിലെ തട്ടിൻപുറത്തു കയറി ഒളിച്ചു. കൊല്ലൻ കണ്ണനും കൃഷ്ണൻ മാഷും കൂടി അങ്ങോട്ടോടിക്കയറി.

എ കുഞ്ഞിക്കണ്ണനും കല്യാടൻ കൃഷ്ണനും എത്തിയിട്ടുണ്ട്. എന്ന വിവരത്തിന്റെ അടിസ്ഥാനത്തിലാണ് പൊലീസെത്തിയത്. പുലികളെ പിടിക്കാൻ അവർ തോക്കിൽ ബയണറ്റൊക്കെ ഉറപ്പിച്ച് സർവ സന്നാഹത്തോടെയാണ് വന്നത്. കുഞ്ഞിക്കണ്ണനെ തറവാട്ടിൽ അന്വേഷിച്ചാൽ കിട്ടിയില്ലെങ്കിൽ സമീപത്തെ ഭാര്യവീട്ടിലും പൊലീസെത്തും. അതുകൊണ്ട് തൽക്കാലം വലിയമ്മയുടെ വീട്ടിൽ കഴിയുന്നത് സുരക്ഷിതമല്ലെന്ന് മനസിലായതുകൊണ്ടാണ് രാഘവനും കൂട്ടരും ഒളിച്ചത്.

കുറേസമയം ഇരുട്ടുനിറഞ്ഞ തട്ടിൻപുറത്ത് ഒളിച്ചിരുന്നപ്പോൾ കൃഷ്ണന് മടുത്തു. അയാൾ മെല്ലെ പുറത്തിറങ്ങി. ഏറ്റവും മൂത്തയാൾ എന്ന നിലയ്ക്ക് മറ്റുള്ളവരുടെ എതിർപ്പിനെ വകവയ്ക്കാതെ പറമ്പുകൾക്കിടയിലെ കിളയിൽ ഒളിക്കാനിറങ്ങി. അത് കണ്ടുകൊണ്ടാണ് എം എസ് പിയും പരിവാരങ്ങളുമെത്തിയത്. ചിറ്റിക്കുന്നൻ ആളിനെ കാണിച്ചു കൊടുത്തപ്പോൾ പൊലീസ് കൈയോടെ പിടികൂടി.

കൃഷ്ണനെയും പിടിച്ച് കുട്ട്യപ്പയുടെ ഭാര്യ വീടിന്റെ മുറ്റത്തെത്തി. ഇറയത്തിരുന്നു മുറുക്കാൻ പെട്ടിയിൽ വെറ്റിലടക്ക തപ്പുന്ന അച്ഛമ്മയോട് പൊലീസ് തലവൻ ചോദിച്ചു: "തള്ളേ, ആരെയെങ്കിലും കണ്ടോ?"

മുറുക്കാൻ വായിലിട്ടുകൊണ്ട് അച്ഛമ്മ പറഞ്ഞു: "അയിലെ രണ്ടാള് മേലോട്ട് പായുന്ന കണ്ടു."

അപ്പോൾ തേലക്കാടൻ ചന്തൂട്ടി അറിയിച്ചു. "അച്ഛമ്മ നൊണ പറീന്നതാ. ഈടത്തന്നെ രണ്ടാള് കൂടി ഒളിച്ചിരിക്കുന്നുണ്ട്."

"എന്നാ കേറി നോക്കാം" ഇൻസ്പെക്ടർ കൽപ്പിച്ചു. ബൂട്സിട്ട കാലുകൾ ചവിട്ടി പൊലീസ് അകത്തേക്കു കടന്നു. അതുകണ്ട് അച്ഛമ്മ പിറുപിറുത്തു: "കാല് കൗവാണ്ട് പാപ്പാസൂട്ട് പടിഞ്ഞാറ്റകത്തേക്ക്. കിണ്ടീം വെള്ളും വെച്ചിറ്റ്ണ്ട്ന്നൂല്ല."

പൊലീസിനെ കണ്ടപ്പോൾ പെണ്ണുങ്ങൾ അടുക്കളയിലൊളിച്ചു. പൊലീസ് മുകളിൽ കയറുമെന്നായപ്പോൾ നാരായണനും രാഘവനും മറ്റുള്ളവരും എഴുന്നേറ്റു. കൈയിലെ ചീട്ടുപെട്ടി ചുമരിന്മേൽ വെച്ച് നാരായണൻ ആദ്യം ഏണിപ്പടിയിറങ്ങി. രാഘവൻ പിന്നാലെയും.

രാഘവന്റെ കൈയിലെ പിച്ചാത്തിയിൽ ഒരു പൊലീസുകാരന്റെ കണ്ണുടക്കി.

"എന്താടാ നീ മാരകായുധവുമായി ആളെ കൊല്ലാൻ നടക്കുകയാണോ?" അയാൾ അതു പിടിച്ചുവാങ്ങി. തിരിച്ചും മറിച്ചും നോക്കി. പിന്നെയത് സ്വന്തം കീശയിലിട്ടു.

അച്ഛൻ ഒരു യാത്ര കഴിഞ്ഞ് വരുമ്പോൾ കൊണ്ടുവന്നതാണ് ആ പിച്ചാത്തി. ഈയിടെയായി അത് രാഘവന്റെ സന്തതസഹചാരിയാണ്. നേരംകൊല്ലാനും ഒളിച്ചിരിക്കാനും ആളൊഴിഞ്ഞ പറമ്പിൽക്കൂടി അലഞ്ഞു തിരിഞ്ഞു നടക്കും. വിശന്നു കുടൽ കരിയുമ്പോൾ ഏതെങ്കിലും തെങ്ങിൽ കയറി ഒരു കരിക്ക് പറിച്ച് മൂട് ചെത്തിക്കുടിക്കാനാണ് പിച്ചാത്തി കൊണ്ടുനടക്കുന്നത്.

"കൈയിൽ കത്തിയും കൊണ്ട് നടക്കുന്നവൻ ചില്ലറക്കാരനായിരിക്കില്ല. ഓന്റെ കൈ കെട്ടിയിട്" ഇൻസ്പെക്ടർ ഉത്തരവിട്ടു.

"മൂന്നാളെ കൊന്നോന്റെ മോനാ എശമാനെ ഇത്. തളിയൻ രാമന്റെ." തേലക്കാടൻ മൂപ്പിച്ചു.

പൊലീസ് മുറ്റത്തുനിന്ന് ഒരു കഷണം കയറെടുത്ത് രാഘവന്റെ കൈ കെട്ടി. എന്നിട്ട് എല്ലാവരെയും ആട്ടിത്തെളിച്ച് ഇരിക്കൂറേക്ക് പുറപ്പെട്ടു.

ഇല്ലിക്കൽ മായന്റെ പീടികയുടെ അടുത്തെത്തിയപ്പോൾ "വേഗം നടക്ക്" എന്ന് പൊലീസ് തിരക്കുകൂട്ടി. രാഘവന്റെയുള്ളിൽ അവശേഷിച്ച കുട്ടിക്കുറുമ്പ് പുറത്തു ചാടി. "കൈ കെട്ട്യാ എങ്ങന്യാ നടക്കാ?"

"ഓ. ഇവൻ കാവുമ്പായി രാജാവിന്റെ മോനല്ലേ." ഇൻസ്പെക്ടർ അയാളുടെ തലയിലെ തൊപ്പിയൂരി രാഘവന്റെ തലയിൽ വെച്ചുകൊടുത്തു. അതു കണ്ടുകൊണ്ട് മായന്റെ ജ്യേഷ്ഠൻ അബൂബക്കർ പീടികയിൽ നിന്നിറങ്ങി വന്നു. "അള്ള. ങ്ങടെ തലേല് ബെക്കണ്ട എശമാനത്തൊപ്യാ ഓന്റെ തലേല് ബെച്ചു കൊട്ക്ക്ന്ന്?"

ജാള്യം മറയ്ക്കാൻ പൊലീസ് രാഘവന്റെ തലയിൽനിന്ന് തൊപ്പിയൂരിയെടുത്തു. ആ കിണ്ണത്തൊപ്പികൊണ്ട് അവന്റെ കഴുത്തിനു തന്നെ അഞ്ചാറിടിയിടിച്ചു. കഴുത്ത് മുറിഞ്ഞു പോകുന്ന വേദനയിൽ അവൻ ഉറക്കെ നിലവിളിച്ചു. "മിണ്ടാതെ നടക്കെടാ." അയാൾ മുരണ്ടു, മറ്റുള്ളവർ ഉറക്കെ ചിരിച്ചു.

സന്ധ്യയാവുന്നതിനുമുമ്പ് ഇരിക്കൂർ പൊലീസ് സ്റ്റേഷനിലെത്തി. പൊലീസ് സ്റ്റേഷൻ എന്ന് പേരേയുള്ളൂ. ആകെ ഒറ്റ മുറി. അതിന്റെ മുൻവശത്തെ തുറന്ന സ്ഥലത്ത് താർപ്പായകൊണ്ട് ടെന്റ് കെട്ടിയിട്ടുണ്ട്. അവിടെയാണ് പിടിച്ചുകൊണ്ടുവരുന്നവരെ തള്ളുന്നത്.

അന്ന് പൊലീസ് സ്റ്റേഷനിൽ കണ്ടക്കൈയിലെ കുഞ്ഞാക്കമ്മയെ പിടിച്ചുകൊണ്ടുവന്നിട്ടുണ്ട്.

ഒളിവുകാർക്ക് ആഹാരം നൽകി എന്നതാണ് അവരുടെ പേരിലുള്ള കേസ്. ജന്മിയുടെ ഗുണ്ടകൾ അവരുടെ ചട്ടിയും കലവും പാത്രങ്ങളും അടിച്ചു പൊളിച്ചു. ഗുണ്ടകളുടെ ആക്രമണം സഹിച്ച് മിണ്ടാതിരിക്കാൻ കുഞ്ഞാക്കമ്മ തയാറല്ല. പൊട്ടിയ ചട്ടിയും കലവുമൊക്കെയെടുത്ത് കുറെ സ്ത്രീകളെയും സംഘടിപ്പിച്ച് അവർ ജന്മിയുടെ വീട്ടുമുറ്റത്തെത്തി. അവിടെ കുത്തിയിരിപ്പു സമരം തുടങ്ങി. പിരിഞ്ഞുപോകാൻ തയാറാകാത്ത കുഞ്ഞാക്കമ്മയെ പൊലീസ് അറസ്റ്റ് ചെയ്ത് ലോക്കപ്പിലാക്കി. പതിനെട്ടോളം സ്ത്രീകളുടെ പേരിൽ കേസെടുത്തു. പൊട്ടിയ ചട്ടിയും കലവുമൊക്കെ അവരെക്കൊണ്ട് ചുമപ്പിച്ചു കൊണ്ടുവന്നിട്ടുണ്ട്.

കുറെയേറെ തടവുകാർ അവിടെ ഇരിക്കുന്നുണ്ട്. ആർക്കും എഴുന്നേറ്റ് നിൽക്കാൻ ആവുന്നില്ല. കാലടി നിലത്തുവയ്ക്കാൻ കഴിയാത്തതാണ് കാര്യം. കസ്റ്റഡിയിൽ എടുത്തവരെ പൂട്ടിയിടാനുള്ള സൗകര്യമില്ലാത്തതിനാൽ അവർ ഓടിപ്പോകാതിരിക്കാൻ പൊലീസിനൊരു സൂത്രമുണ്ട്. രണ്ടുകാലും കൂട്ടിക്കെട്ടി മരക്കട്ടമേൽവെച്ച് ഉള്ളംകാലിൽ ചോര പൊടിയുന്നതുവരെ ലാത്തികൊണ്ടടിക്കും. പിന്നെ കാൽ നിലത്തുവെക്കാനാവില്ല. പിന്നെയെങ്ങനെ പുള്ളികൾ ഓടിപ്പോവും.

രാത്രിയായപ്പോൾ പൊലീസ് "ചോറ് വേണോ, ചോറ് വേണോന്ന്" വിളിച്ചു ചോദിച്ചു. രാഘവൻ പറഞ്ഞുപോയി, "കുറച്ചു വെള്ളം വേണം."

"ഇപ്പൊ തന്നേക്കാമെടാ" അങ്ങനെ പറഞ്ഞിട്ട് കുനിച്ചു നിർത്തി പുറത്ത് അഞ്ചാറിടി കൊടുത്തു.

സങ്കടവും ദേഷ്യവും കാരണം അഞ്ചുപേരും ചോറ് വേണ്ട എന്നു പറഞ്ഞു. അതേതായാലും നന്നായി എന്ന് മുമ്പേ വന്നവർ പറഞ്ഞു. വേണം എന്നു പറഞ്ഞിരുന്നെങ്കിൽ ഒരു നുള്ളു ചോറുംകൊടുത്ത് ഉള്ളം കാൽ തല്ലി പതം വരുത്തുക എന്ന കലാപരിപാടി അന്നുതന്നെ നടപ്പാക്കുമായിരുന്നു. ഇങ്ങനെ ഉള്ളംകാൽ തല്ലി പതം വരുത്തിയവരെ തൂറാൻ കൊണ്ടുപോകലൊക്കെ പ്രയാസമുള്ള കാര്യമാണ്.

അതൊഴിവാക്കാനാണ് ഒരു നുള്ള് ചോറിൽ നിർത്തുന്നത്.

അടുത്ത ദിവസം മുതൽ അഞ്ചുപേർക്കുകൂടി അഞ്ചുചോറ്റുപൊതിയിൽ രണ്ടെണ്ണം നൽകാൻ തുടങ്ങി. ബാക്കിയുള്ള മൂന്നെണ്ണം പൊലീസെടുത്തു. രണ്ടുചോറ് അഞ്ചുപേരുംകൂടി നുള്ളിത്തിന്നും. മൂത്രമൊഴിക്കാനുള്ള സൗകര്യം ഇഷ്ടംപോലെയുണ്ട്. തുറന്ന സ്ഥലമായതുകൊണ്ട് കിടന്നിടത്തു തന്നെയാവാം. കസ്റ്റഡിയിൽ എടുത്തവരെയെല്ലാം ഇങ്ങനെ ഒരിടത്തു കൂട്ടിയിട്ടിട്ട് പൊലീസുകാർ പുറത്ത് മേളിക്കുകയായിരിക്കും. എങ്ങനെയായലും കുറച്ച് കള്ള് സംഘടിപ്പിച്ചിട്ടുണ്ടാവും. കള്ളിന് അനുസാരിയായി നെയ്മത്തി വാങ്ങി ചുടും. പിന്നെ കുപ്പായവും തൊപ്പിയുമൊക്കെ ഊരിയെറിഞ്ഞ് കാലുറ മാത്രമിട്ട് പൊലീസുകാർ കുടി തുടങ്ങും. തീറ്റയും കുടിയുമൊക്കെ കഴിഞ്ഞ് പാതിരാവാകുമ്പോൾ തടവുകാരുടെ കൂടെ താർപ്പായയിൽ വീണുറങ്ങും.

അഞ്ചുപേരുടെ കാര്യത്തിൽ ഈ കാൽപതംവരുത്തൽ കലാപരിപാടി നടപ്പിലാക്കാൻ പറ്റിയില്ല. ഒരുപാടു പേരെ ദിവസവും പിടിച്ചു കൊണ്ടുവരുന്നതുകൊണ്ട് മജിസ്ട്രേറ്റിന്റെ മുന്നിൽ ഹാജരാക്കാൻ കുറച്ചു താമസിക്കും. അതിനിടയിൽ ചില്ലറകൾക്കുവേണ്ടി ചില്ലറ ശുപാർശകൾക്കൊക്കെ പൊലീസ് വഴങ്ങിയെന്നിരിക്കും. അത്തരക്കാരെ അവിടുന്ന് തന്നെ വെറുതെ വിടും. അത്തരത്തിലൊരു ഭാഗ്യം ഐവർസംഘത്തിനുമുണ്ടായി.

രണ്ടാമത്തെ ദിവസം പുലരുമ്പോഴേക്കും രാഘവന്റെ കഴുത്തിൽ നീരു വന്ന് വീങ്ങിയിരുന്നു. തല പൊന്തിക്കാൻ കഴിയാതെ ചുരുണ്ടുകൂടി കിടന്നു. അപ്പോഴാണ് നാരായണൻ സന്തോഷത്തോടെ വന്നു പറഞ്ഞത്. "കോരൻ മാഷ് വന്നിട്ടുണ്ട്. അച്ഛന്റെ ചങ്ങായ്യാണ്. നമ്മളെ എങ്ങനെങ്കിലും വിടീക്കും. ഇനിയൊന്നും പേടിക്കാനില്ല."

കേട്ടപ്പോൾ പ്രത്യേകിച്ചൊന്നും തോന്നിയില്ല. ഒന്നുകൂടി ചുരുണ്ടു കിടന്നു. യാതനകൾ മാത്രം അനുഭവിച്ച് രാഘവന് ഭാഗ്യത്തിൽ ഒട്ടും വിശ്വാസമില്ലാതായിരിക്കുന്നു. കോരൻ മാഷ് എം എസ് പിക്കും പൊലീസിനും വിശ്വാസമുള്ള ആളാണ്. അദ്ദേഹത്തിന് അവരിൽ സ്വാധീനമുണ്ട്. അയാളുടെ സുഹൃത്തിന്റെ മക്കളെ വിടുവിക്കേണ്ടത് അയാളുടെ ആവശ്യമായി പൊലീസിനെ ബോധ്യപ്പെടുത്താൻ കഴിഞ്ഞു. അതുവരെ

കോരൻ മാഷ് ഇരിക്കൂർ പൊലീസ് സ്റ്റേഷനിൽ തന്നെ കഴിഞ്ഞു. നാലാമത്തെ ദിവസം അഞ്ചുപേരെയും വിട്ടയച്ചു. ഇരിക്കൂർ നിന്ന് തൃക്കടമ്പ് വരെ പൊലീസിന്റെ ഇടിവണ്ടിയിൽ രാജകീയ യാത്ര. മേൽക്കൂരയിൽ കമ്പി വളച്ചുകെട്ടി കൂടുപോലെയുള്ള ഇടിവണ്ടിയിൽ നിറയെ ആൾക്കാർക്ക് നിന്ന് യാത്ര ചെയ്യാം. മുകളിലത്തെ കമ്പിയിലും ഇടയ്ക്കിടെയുള്ള തൂണിലും പിടിച്ചുനിൽക്കാം. മഴക്കാലത്ത് മേൽക്കൂരയിൽ ഷീറ്റ് വലിച്ചുകെട്ടിയാൽ നനയുകയുമില്ല.

ചൂളിയാട്ട് ചില പിടികിട്ടാപ്പുള്ളികളുടെ വീടുകളിൽ ജപ്തി നടപ്പിലാക്കാനായിരുന്നു പൊലീസിന്റെ യാത്ര. നടന്നു തളർന്നപ്പോൾ പൊലീസിനു വല്ലതും കുടിച്ചാൽ കൊള്ളാമെന്നു തോന്നി. വലിയൊര് വീടിന്റെ മുന്നിൽ തല നിറയെ ഇളനീരുമായി തെങ്ങുകൾ. പൊലീസ് പടികയറിച്ചെന്നു. ഒരു പൊലീസുകാരൻ തെങ്ങിൽക്കയറി ഇളനീർ പറിക്കാൻ തുടങ്ങി. പയ്യാവൂർ എസ് ഐ മമ്മൂട്ടിയും സംഘത്തിലുണ്ടായിരുന്നു. അയാൾ ആളൊര് രസികനായിരുന്നു.

ഇരിക്കൂറിൽനിന്ന് പുറപ്പെടുമ്പോൾ മമ്മൂട്ടിയുടെ ജീപ്പ് സ്റ്റാർട്ടാക്കി. അതിന്റെ ഭയങ്കരമായ ഒച്ച കേട്ടപ്പോൾ കൊല്ലൻ കണ്ണൻ ഒന്നു ഞെട്ടി. കണ്ണൻ ചെറിയൊരു പാവം മനുഷ്യനായിരുന്നു. ഇടതുകൈക്കു സ്വാധീനമില്ല. ഒരു ട്രൗസർ ആണ് വേഷം. ആളിനെ ഒരു കുട്ടിയായിട്ടേ കാണുന്നവർ കരുതൂ. കണ്ണന്റെ കൈയിൽ പ്രധാനപ്പെട്ട രേഖകളൊക്കെ നേതാക്കന്മാർ കൊടുത്തയക്കും. ട്രൗസറിന്റെ കീശയിൽ വെച്ച് തുന്നിക്കെട്ടി കൊടുക്കണം. പിന്നെ ലക്ഷ്യസ്ഥാനത്ത് എത്തിയാലെ അഴിക്കൂ. അതും വാങ്ങുന്നവർ തന്നെ അഴിച്ചെടുക്കണം.

കണ്ണന്റെ ചെറിയ രൂപവും ഞെട്ടലുമൊക്കെ കണ്ടപ്പോൾ എസ് ഐയ്ക്കൊരു തമാശ തോന്നി. കണ്ണനെ അടുത്തേക്കു വിളിച്ചു. സ്റ്റാർട്ടാക്കിക്കൊണ്ടിരിക്കുന്ന വണ്ടിയുടെ ടയറിൽ തൊടാൻ പറഞ്ഞു. അവൻ പേടിച്ചു പിന്നോട്ടു പോയി. അപ്പോൾ ഇൻസ്പെക്ടർ ഭീഷണിപ്പെടുത്താൻ തുടങ്ങി. രക്ഷയില്ലെന്നു കണ്ടപ്പോൾ രാഘവൻ കണ്ണനോട് പതുക്കെ പറഞ്ഞു: “എന്തായാലും പിടിക്കേണ്ടിവരും. അത് തല്ലുകൊള്ളുന്നതിനു മുമ്പല്ലേ നല്ലത്.”

കണ്ണൻ രണ്ടും കൽപ്പിച്ച് സ്വാധീനമുള്ള കൈകൊണ്ട് വണ്ടിയുടെ ടയറിൽ ഒന്ന് തൊട്ടു. പേടിച്ചു വിറച്ച് അവൻ വീണുപോകുമെന്നു തോന്നി. അയാൾക്കു മതിയാവുന്നതുവരെ പാവം കണ്ണനെ ഈ കളി കളിപ്പിച്ചു.

രസികനായ ഇൻസ്പെക്ടർക്ക് തമാശ കാണിക്കാൻ വീണ്ടും അവസരമുണ്ടായി. ആ വീടിന്റെ വിശാലമായ കളത്തിലിരുന്ന് പത്തു പന്ത്രണ്ട് പെണ്ണുങ്ങൾ പുല്ലു തല്ലുന്നത് കക്ഷിയുടെ കണ്ണിൽപ്പെട്ടു. അതിലൊരാൾ ഒളിവിൽ കഴിയുന്നൊരാളുടെ ഭാര്യയാണെന്നയാൾ തിരിച്ചറിഞ്ഞു.

അപ്പോൾ വീണ്ടും അയാൾക്കൊരു തമാശ തോന്നി. ഇളനീർ പറിക്കുന്ന പൊലീസുകാരൻ തെങ്ങിന്റെ ചുവട്ടിൽ ചാരി വെച്ചിരുന്ന തോക്കെടുത്ത് ആ സ്ത്രീയുടെ നേരെ ചൂണ്ടി കാഞ്ചി വലിക്കാനൊരുങ്ങി. "നിന്റെ ഭർത്താവിനെയോ കിട്ടിയില്ല. എന്നാൽപ്പിന്നെ നിന്നെ കാച്ചിക്കളയാം."

തെങ്ങിന്റെ മുകളിൽ നിന്ന് പൊലീസുകാരൻ അലറി വിളിച്ചു: "സർ, അരുത്. അത് ലോഡ് ചെയ്തതാണ്. വെടിപൊട്ടും.."

പൊലീസുകാരന്റെ സന്ദർഭോചിതമായ ഇടപെടൽ കാരണം വലിയൊരു ദുരന്തം ഒഴിവായി. സാധാരണയായി ലോഡ് ചെയ്യാത്ത തോക്കാണ് കൊണ്ടു നടക്കുക. അന്നു പക്ഷേ തോക്ക് ലോഡ് ചെയ്തിരുന്നു.

മമ്മൂട്ടി എസ് ഐ തോക്ക് ആകാശത്തേക്കുയർത്തി പതുക്കെ താഴ്ത്തി. പിന്നെ ചമ്മലോടെ അവിടെ നിന്ന് മാറി.

വീട്ടിലെത്തിയിട്ടും രാഘവന്റെ കഴുത്തിനു വേദന മാറിയില്ല. കഴുത്ത് വീങ്ങി പഴുത്ത് പൊട്ടി. വൈദ്യനെ കാണാനോ ചികിൽസിക്കാനോ പറ്റിയില്ല. വേദന സഹിച്ച് നാൾ കഴിച്ചു. അത് കല്ലിച്ചു കഴുത്തിലൊര് മുഴയായി മാറി.

അച്ഛന്റെ ഓർമ്മ രാത്രികളിൽ വേട്ടയാടുകയാണ്. കണ്ണൂർ സെൻട്രൽ ജയിലിൽ വിചാരണത്തടവുകാരനായുണ്ട് എന്നറിഞ്ഞു. എങ്ങനെ കഴിയുന്നു എന്നറിയില്ല. ഇടിച്ചു നുറുക്കി കൊണ്ടുപോയതാണ്. പോയി കാണണം. പക്ഷേ, കണ്ണൂർ വരെ ഒറ്റയ്ക്ക് പോകാൻ അറിയില്ല. എങ്ങനെയെങ്കിലും പോകാമെന്നുവെച്ചാൽത്തന്നെ അമ്മ സമ്മതിക്കുകയുമില്ല. അമ്മ മക്കളെ ചിറകിനടിയിൽ ഒളിപ്പിക്കാൻ ശ്രമിക്കുകയാണ്. അങ്ങനെയിരിക്കുമ്പോൾ വഴി തുറന്നു കിട്ടി.

ഒരു ദിവസം നാരായണേട്ടൻ അറിയിച്ചു: "നാളെ മലപ്പട്ടത്തുനിന്ന് കുറേപ്പേര് കണ്ണൂർ സെൻട്രൽ ജയിലിൽ തടവുകാരെ കാണാൻ പോകുന്നുണ്ട്. നമ്മക്കും പോകാം. വെല്ലിച്ഛനെ കാണാം." അമ്മയുടെ ഇളയമ്മയുടെ ഭർത്താവാണെങ്കിലും വലിയമ്മയുടെ മകളുടെ മക്കൾ അച്ഛനെ വലിയച്ഛൻ എന്നാണ് വിളിക്കാറുള്ളത്. അമ്മ അവർക്ക് വലിയമ്മയുമാണ്.

തോർത്തുടുത്ത്, ഉടുത്ത മുണ്ടും ബനിയനും നനച്ചിട്ടു. മുനമ്പ് കടവിൽനിന്ന് രാവിലത്തെ ബോട്ടിൽ കയറി. നാരായണനും കൂടെയുണ്ട്. വേറെയും ഒരുപാടാളുകൾ ബോട്ടിൽ കയറി. പലരുടെയും ആൾക്കാർ ജയിലിലുണ്ട്. വിചാരണത്തടവുകാരും ശിക്ഷിക്കപ്പെട്ടവരുമുണ്ട്. പലരും നെല്ലെടുപ്പ് കേസിലെ പ്രതികളാണ്. വളപട്ടണത്ത് ബോട്ടിറങ്ങി. എല്ലാവരും വേഗം നടന്നു. പത്തുമണിയോടെ പള്ളിക്കുന്നിലെത്തണം. പത്തുമണിക്ക് സന്ദർശകരുടെ ഹർജിപ്പെട്ടി കൊണ്ടുവെക്കും. പതിനൊന്നുമണിക്ക് എടുത്തുകൊണ്ടു പോകും. ജയിലിൽ വന്നു മുൻപരിചയമുള്ളവർ വിവരിച്ചു തന്നിട്ടുണ്ട്.

പുതിയ തെരുവിലെ പാർട്ടി ആപ്പീസിലാണ് ആദ്യം കയറിയത്. അവിടെ തടവുകാരെ കാണാൻ പോകുന്നവർക്ക് ഹർജിയെഴുതിക്കൊടുക്കാൻ ആളുകളുണ്ട്. അവർ എഴുതിക്കൊടുത്ത ഹർജി ജയിലിലെത്തി പെട്ടിയിലിട്ടു. ഉച്ചയ്ക്ക് രണ്ടുമണിയാണ് സന്ദർശന സമയം. അതുവരെ കാത്തിരിക്കണം.

വീട്ടിൽനിന്നു പുറപ്പെടുമ്പോൾ ആരൊക്കെയോ എന്തൊക്കെയോ പൊതിഞ്ഞു കൊണ്ടുവന്നിരുന്നു. അത് എല്ലാവരുംകൂടി പങ്കിട്ടു തിന്നു വിശപ്പടക്കി. ഉച്ചയായപ്പോൾ ഒരു വാർഡൻ വന്ന് കാണാൻ അനുവാദം കിട്ടിയവരുടെ പേര് വായിച്ചു. അതിൽ തളിയൻ രാമൻ നമ്പ്യാരുടെ പേരില്ല. അയാളുടെ അടുത്തു ചെന്ന് അന്വേഷിച്ചു:

"വിചാരണത്തടവുകാരെ കാണിക്കാൻ പറ്റില്ല. വേണമെങ്കിൽ വിചാരണയ്ക്കു കൊണ്ടുപോകുമ്പോൾ ക്യാമ്പിൽ വെച്ചുകാണാം. അടുത്തയാഴ്ച പയ്യാമ്പലത്ത് ക്യാമ്പുണ്ട്." അയാൾ പറഞ്ഞു. ബോട്ടിൽ തിരിച്ചു വരുമ്പോൾ ആരോടും ഒന്നും മിണ്ടിയില്ല. വീർത്ത മുഖം കണ്ട് കരീക്കണ്ണന്റെ ഭാര്യ മാത സമാധാനിപ്പിച്ചു: "മോൻ സങ്കടപ്പെടേണ്ട. കേസിന് കൊണ്ടോവുമ്പം അച്ഛനെ പോയിക്കാണാം."

മലപ്പട്ടത്തെത്തിയപ്പോൾ രാത്രിയായി. അമ്മയും വലിയമ്മയും ചിമ്മിനിക്കൂടും കത്തിച്ചുവെച്ച് ഇറയത്ത് കാത്തിരിക്കുന്നുണ്ടായിരുന്നു. കിണ്ടിയിലെ വെള്ളമൊഴിച്ച് കാൽ കഴുകുമ്പോൾ നാരായണൻ പറഞ്ഞു: "കാണാൻ പറ്റിയില്ല. വിചാരണക്കു കൊണ്ടുപോവുമ്പോൾ ക്യാമ്പിന്ന് കാണാൻ പറ്റും."

ആരും ഒന്നും മിണ്ടിയില്ല.

വലിയമ്മ വിളമ്പിവെച്ച ചോറ്റിൻകിണ്ണത്തിന് മുന്നിൽ പോയിരുന്നു. രണ്ടുപിടി വാരിയപ്പോൾ മതിയായി. എഴുന്നേറ്റ് കൈ കഴുകി. കിണ്ണമെടുത്തുകൊണ്ടു പോകുമ്പോൾ അമ്മ പിറുപിറുത്തു: "ഒരുത്തനീട പട്ടിണി കെടന്നാല് ജയിലിൽ പോയാള് തിരിച്ചു വര്വോ?"

അട്ടത്തുകയറി പത്തായപ്പുറത്ത് ചുരുട്ടിവെച്ച കോസടി വിരിച്ചു കിടന്നു. ഇരുട്ടിൽ കണ്ണു നിറഞ്ഞൊഴുകി. കാണണ്ട ആരെയും.

29

ചാരത്തിൽ നിന്നുയർന്ന്

പീഡനവും ദുരിതവും കഴിഞ്ഞുവന്ന കുംഭമാസം അമ്മയ്ക്ക് വറുതിയാണ് സമ്മാനിച്ചത്. കണ്ടം വിളഞ്ഞ് നിറഞ്ഞിട്ടും അമ്മയുടെ പത്തായം ഒഴിഞ്ഞും കരിഞ്ഞും കിടക്കുകയാണ്. വിത്തില്ല. പണിക്കാരില്ല. വീട്ടുകാരുമില്ല.

എന്നാലും അടുത്ത വിളയിറക്കണം. അപ്പോൾ എങ്ങനെ ഏട്ടത്തിയുടെ വീട്ടിൽ സുഖമായി കഴിയും. അമ്മ ഓടി കാവുമ്പായിയിലേക്ക്. കുഞ്ഞുമോന്റെ കൈയും പിടിച്ചു കയറിച്ചെല്ലാനൊരു ബന്ധുവീടുണ്ട് അവിടെ. വായോറ അച്ഛമ്മയുടെ വീട്. കാവുമ്പായിയിൽ കുഞ്ഞ്യമ്മക്ക് അന്തിയുറങ്ങാനൊരു വീട് അത് മാത്രം.

കുഞ്ഞ്യമ്മ അങ്ങോട്ടുമിങ്ങോട്ടുമോടി. എന്നിട്ടും കണ്ടത്തിൽ മൂരികളെ ഇറക്കാൻ കഴിഞ്ഞില്ല. പരിചയക്കാർ മുഖം തിരിച്ചു.

മേടം പിറന്നു. കണ്ടം പൂട്ടാതെ പുല്ലു മുളച്ചു കിടന്നു. അതറിഞ്ഞ് കോട്ടൂരിൽനിന്ന് ജന്മിയെത്തി. എടക്ലവൻ ദാമോദരൻ നമ്പ്യാർ. കണ്ടംനടക്കാഞ്ഞാൽ നാണക്കേടാണ്. അദ്ദേഹം ഇടപെട്ടു. അദ്ദേഹം രണ്ടു പങ്കുകാരെ കണ്ടെത്തി, ചീക്കിൽ കണ്ണനും പറമ്പിൽ കുഞ്ഞമ്പുവും. ജന്മി അവരുടെ സഹായത്തോടെ കുണ്ടൻ നമ്പ്യാരിൽനിന്നും വിത്ത് ശേഖരിച്ചു. കണ്ടം വാളാൻ തീരുമാനിച്ചു.

കിഴക്ക്, പട്ടരുമൂലയിൽനിന്നും വെള്ളം കിനിഞ്ഞു വരുന്നതുകൊണ്ട് എല്ലാ കണ്ടങ്ങളും ഉണങ്ങിയിട്ടില്ല. ഉണങ്ങിയ കണ്ടത്തിൽ ജന്മി ചീക്കിൽ കണ്ണന്റെ സഹായത്തോടെ ഒരുവിധം വിത്ത് വാളി.

എന്നുമുള്ള ചെങ്ങളായി യാത്രയും രാത്രിയിലെ തിരിച്ചുപോക്കും മലപ്പട്ടത്തെ വീട്ടിൽ ചോദ്യം ചെയ്യപ്പെട്ടപ്പോൾ രാഘവൻ അവിടെ നിന്നും നാട്ടിലേക്കു മടങ്ങി. എം എസ് പിയെ പേടിച്ച് പുതിയ വഴിയാണ് അന്ന്

തെരഞ്ഞെടുത്തത്. പറമ്പിലൂടെ നടന്ന് കോട്ടൂർ കടവിലെത്തി. എത്തിപ്പെട്ടത് എം എസ് പിക്കാരുടെ നടുവിലേക്കാണ്. അന്ന് എം എസ് പിയെ മാറ്റുന്ന ദിവസമാണ്. ഒരു ക്യാമ്പിൽ നിലവിലുള്ള പൊലീസുകാരെ മറ്റൊരു ക്യാമ്പിലേക്ക് അയയ്ക്കും. പുതിയ സംഘത്തെ ഇറക്കും. പുഴയുടെ കരയിൽ ഇടിവണ്ടി വന്നു കിടക്കുന്നുണ്ട്. അതിൽനിന്നും പൊലീസ് ഇറങ്ങി തോണിയിൽ കയറുന്നുണ്ട്. അതേസമയംതന്നെ കോട്ടൂർ പുഴയുടെ അക്കരെനിന്നും പൊലീസ് തോണിയിൽ കയറി കോട്ടൂരെത്തി ഇടിവണ്ടി ലക്ഷ്യമാക്കി നടക്കുന്നു.

രാഘവൻ പൊലീസിനെ കണ്ട് ഒന്നു ഞെട്ടിയെങ്കിലും മനസ്സാന്നിധ്യം വിടാതെ ഉടുത്ത മുണ്ട് കീറിയ ഭാഗം കാണത്തക്കവിധം മടക്കിക്കുത്തി നടന്നു. ഏതോ പാവം പിടിച്ച ചെക്കൻ എന്നേ കണ്ടവർക്കു തോന്നൂ. തിരക്കു കുറഞ്ഞൊരു തോണിയിൽ കയറി തലയും താഴ്ത്തി കുത്തിയിരുന്നു. തോണി കരയ്ക്കടുത്തപ്പോഴാണ് കൈയിൽ മുക്കാലില്ലെന്നോർത്തത്. നാട്ടിലേക്കു മടങ്ങാനുള്ള തീരുമാനം തലേന്നു രാത്രി എടുത്തതുകൊണ്ട് മുക്കാൽ സമ്പാദിക്കാൻ കഴിഞ്ഞിട്ടില്ല. ഇവിടെയും വിപദിധൈര്യം രാഘവനെ തുണച്ചു. ആളുകൾ ഇറങ്ങുമ്പോൾ അവരുടെ ഇടയിലൂടെ രാഘവനുമിറങ്ങി. തിരിഞ്ഞു നോക്കാതെ നടന്നു. ഭാഗ്യത്തിനു കടത്തുകാരന്റെ ശ്രദ്ധയിൽപ്പെട്ടില്ല. വായോറ വീട്ടിലെത്തിയപ്പോൾ ഉച്ച കഴിഞ്ഞിരുന്നു. കണ്ട ഉടനെ അമ്മ ചോദിച്ചു:

"നീ വന്നു അല്ലേ?"

"ഉം." വെറുതെ മൂളി. അമ്മ വല്ലാതെ മെലിഞ്ഞിട്ടുണ്ട്. അനിയൻ ചുണകെട്ട് ഇറയത്തിന്റെ മൂലയ്ക്കിരിക്കുന്നു.

അതിരാവിലെ രാഘവൻ ചാളമൂലക്കുപോയി ഗോപാലനെ വിളിച്ചുകൊണ്ടുവന്നു. അമ്മയും മകനും ഗോപാലനും വലിയ വയലിലെത്തി. കുറെ കണ്ടം വാളിയിട്ടുണ്ട്. കുറെ കണ്ടം കാലിപൂട്ടാതെ കിടക്കുന്നു. അമ്മ പെരുന്തില വയലിലെ പ്ടാരിയിലെത്തി. മണ്ണും വളവും കിളച്ച് കണ്ടത്തിലേക്ക് ഒറ്റക്ക് കടത്തി. മകൻ വയലിലൂടെ വെറുതെ നടന്നു നോക്കി. "ഗോപാലാ നമ്മള ഞേങ്ങോലും നുകവും ഓട്ത്തു."

"അപ്പ്റത്തെ കണ്ടത്തില്. രാമനെള്ളോലെ കണ്ടത്തിൽ, പൂട്ടുന്ന ഞേങ്ങോലും നൊകും ഒന്ന് നോക്ക്യാട്ട്."

രാഘവൻ അങ്ങോട്ട് നടന്നു. തോക്കൂറ രാമൻ നമ്പ്യാർ വരമ്പത്തിരുന്നു മുറുക്കുകയാണ്. കൈപ്പിടി കരിഞ്ഞ ഞേങ്ങോലിൽ പിടിച്ച് ഒരാൾ കാലിപൂട്ടുന്നുണ്ട്. ദേഷ്യം പതച്ചുപൊങ്ങി. "അല്ല രാമാട്ടാ നിങ്ങളെന്താ ഈ കാണിക്കുന്നത്. ഞങ്ങളെ കണ്ടത്തിലും കാലി പൂട്ടണ്ടേ? എന്റെ ഞേങ്ങോലും നൊകും തരണം."

നീട്ടിത്തുപ്പിയിട്ട് അയാൾ ഇരുന്നിടത്തുനിന്ന് എഴുന്നേറ്റു. "എടടാ അച്ഛനെ പറഞ്ഞയച്ചിടത്തേക്ക് നിന്നേം പറഞ്ഞയച്ചേക്കാം." അയാൾ അവന്റെ കഴുത്തിന് കുത്തിപ്പിടിച്ചു.

"അച്ഛൻ ഒരു തെറ്റും ചെയ്യാത്യാ പോയത്. ഞാൻ നിന്റെ തല കൊത്തീറ്റേ പോവൂ."

കൈയില കത്ത്യാൾ ഓങ്ങാൻ തുടങ്ങിയപ്പോൾ തോക്കൂറ അലറി വിളിച്ചു: "ഈ ചെക്കനെന്നെ കൊല്ലുന്നേ."

അയാളുടെ കരച്ചിൽ കേട്ട് കറുത്ത രാമൻ നമ്പ്യാർ ഓടി വന്നു. "എന്തെടാ നീയോന കൊല്ലോ? നിന്നെ ഞാനിണ്ടല്ലോ" അയാൾ കൈ ഓങ്ങിക്കൊണ്ട് അടുത്തു.

രാഘവൻ കൈയിലെ കത്ത്യാള് വലിച്ചെറിഞ്ഞു "ബെല്ലിച്ഛൻ എത്ര ബേണേങ്കിലും തച്ചോ."

"ബിടെടാ ചെക്കനെ. ഓൻ പറഞ്ഞത് മൻസിലായില്ലേ?" കറുത്ത രാമൻ നമ്പ്യാർ കാലുമാറി.

പറഞ്ഞുകൊണ്ടിരിക്കുമ്പോൾ പത്തുനൂറ് എം എസ് പിക്കാർ ചൈച്ചേരിയിൽനിന്ന് മാർച്ചു ചെയ്തു വന്നു. അമ്മ കണ്ടത്തിൽ കാലിവളമിട്ടു നിവരുമ്പോൾ തോക്കൂറ വിളിച്ചു: "ഏട്ത്തിമ്മേ ഏട്ത്തിമ്മേ, ഞാനിപ്പോ നിങ്ങള മോനെ കാണിച്ചു കൊടുക്കട്ടോ?"

"കാണിച്ചുകൊടുക്കോ കൊല്ലോ, തിന്വോ എന്താന്നു വെച്ചാൽ ചെയ്തോ. ശിക്ഷിക്കാനും രക്ഷിക്കാനും നിങ്ങൾക്ക് അധികാരമുണ്ട്. എന്നോട് ചോദിക്കണ്ട." അമ്മ അങ്ങനെ മറുപടി കൊടുത്ത് കണ്ടത്തിൽ നിന്ന് കയറിപ്പോയി. ഇതുകേട്ടപ്പോൾ അയാളൊന്നു തണുത്തു.

അമ്മയും മക്കളും തളിയന്മാർ വീട്ടിലെത്തി. കത്തിക്കരിഞ്ഞ വീട് കണ്ട് അമ്മ കരച്ചിൽ കടിച്ചുപിടിച്ചു നിന്നു. രാഘവൻ വിഷണ്ണനായി വീട് നോക്കിനിന്നു. കത്തിയമർന്ന പടിഞ്ഞാറ്റിപ്പുരയുടെ തറയിൽ കയറിനോക്കി. തെക്കിനിയുടെ മേൽക്കൂരയിൽ കത്തി ഞാന്നു നിൽക്കുന്ന പട്ടിക ഇപ്പോൾ തലയിൽ വീണേക്കാം എന്ന മട്ടിലാണ്. പുറവാതിൽ പാതി കത്തി വിണ്ടു പിളർന്നുനിൽക്കുന്നു. അതു പിടിച്ച് ഒരുഭാഗത്ത് മാറ്റി ഉള്ളിൽ കയറി. കോണിപ്പടികൾ ചവിട്ടിക്കയറി മുകളിലെത്തി. തുറന്ന ആകാശത്തുനിന്ന് ജ്വലിക്കുന്ന സൂര്യൻ സഹതാപത്തോടെ തഴുകി. വിണ്ടുകീറിയ തറയിൽ അവിടെയും ഇവിടെയുമായി നിഴൽ വീഴ്ത്തുന്ന കരിഞ്ഞ പട്ടികക്കഷണങ്ങൾ. കാറ്റിൽ കറങ്ങിപ്പൊങ്ങുന്ന വെണ്ണീരിൽ കാഴ്ച മറഞ്ഞ് അമ്മയും അനിയനും കയറിവന്നത് കണ്ടില്ല. കുഞ്ഞപ്പ നിലത്ത് കുനിഞ്ഞ് കരിക്കട്ടകൾ പെറുക്കിക്കൂട്ടി. പിന്നെ ഒന്നെടുത്ത് ചുമരിൽ ചിത്രം വരച്ചു കളിക്കുന്നത് തടയാൻ തോന്നിയില്ല. മുറ്റത്ത് നിന്ന് ഒരു കുറ്റിമാച്ചിയെടുത്ത് അമ്മ വന്നു.

"മക്കൾ താഴത്തേക്കു പൊയ്ക്കോ. വെണ്ണീർ മൂക്കിൽ കേറും" അമ്മ പറഞ്ഞു. അമ്മ നിലപ്പത്തായത്തിന്റെ പലക മാറ്റി നോക്കി. പത്തായത്തിൽ ഒരടി ഉയരത്തിൽ ഞാറ് വളർന്നു നിൽക്കുന്നു. എം എസ് പി പത്തായത്തിലെ നെല്ല് കോരിയെടുത്തപ്പോൾ അടിച്ചു വാരിയെടുത്തിരുന്നില്ല. പുതുമഴ പെയ്തപ്പോൾ പത്തായത്തിന്റെ നിലത്തുണ്ടായിരുന്ന നെല്ല് മുളച്ചു വളർന്നതാണ്. അമ്മ പത്തായത്തിലിറങ്ങി കണ്ടത്തിൽ നിന്ന് ഞാറ് പറിക്കുമ്പോലെ പറിച്ചെടുത്തു മുറത്തിൽ നിറച്ചു വെച്ചു.

"ഇനി കണ്ടത്തിൽ കൊണ്ടുപോയി നട്ടാൽ മതിയല്ലോ."

അനിയന്റെ കൈയും പിടിച്ച് താഴേക്കിറങ്ങുമ്പോൾ വെറുതെ പറഞ്ഞു. മുറ്റത്തിന്റെ അതിരിലിട്ട കല്ലുമെടുത്ത് മുകളിലെത്തിയപ്പോൾ അമ്മ ചോദിച്ചു: "എന്തിനാ മോനെ ഈ കല്ല്?"

"അടുപ്പു കൂട്ടാൻ."

"അട്ടത്ത് അടുപ്പു കൂട്ടാനോ?" അമ്മയ്ക്ക് അതിശയം.

"അതെ. അടച്ചൊറപ്പില്ലാതെ താഴെ എങ്ങനെ കൂട്ടും? ഈടൃാണെങ്കില് ഇടുമൂട് ഇടാലോ."

അമ്മ പിന്നെ ഒന്നും പറഞ്ഞില്ല. മിണ്ടാതെ പണി തുടർന്നു. അടുപ്പ് കൂട്ടിയതിനുശേഷം അമ്മ വട്ടക്കുന്നില്ലത്തുപോയി തീയും വെള്ളവും കൊണ്ടു വന്നു. അമ്മ മലപ്പട്ടത്തുനിന്ന് കൊണ്ടുവന്ന അരി കഴുകി അടുപ്പത്തിട്ടു. കിണറിനടുത്ത് കാന്താരി കായ്ച്ചുനിൽക്കുന്നുണ്ട്. അമ്മ അതിൽ നിന്ന് ഒരുപിടി പറിച്ചെടുത്തു. വട്ടക്കുന്നത്തെ ഇല്ലത്തമ്മ നൽകിയ ഒരു ചിരട്ട ഉപ്പുണ്ട്. ഉപ്പും പറങ്കിയും താളിച്ച് അമ്മയും മക്കളും കഞ്ഞി കുടിച്ചു. മാസങ്ങൾക്കുശേഷം സ്വന്തം വീട്ടിൽനിന്നും പാകംചെയ്ത ആഹാരത്തിന്റെ രുചിയിൽ വയറുനിറഞ്ഞു.

അമ്മയും അനിയനും വായോറ വീട്ടിൽ ഉറങ്ങാൻ പോകാനൊരുങ്ങുമ്പോൾ പറഞ്ഞു: "നിങ്ങള് പൊയ്ക്കോ. ഞാൻ ഇനി ഇവിടെയാണ് ഉറങ്ങുന്നത്."

"മോനെ നീ ഒറ്റയ്ക്ക്.." അമ്മ സംശയിച്ചുനിന്നു.

"നമ്മളെ വീടല്ലേ. നാളെത്തന്നെ നന്നാക്കാൻ തുടങ്ങണം." മനസില്ലാമനസോടെ അന്ന് അമ്മ പോയി. രാവിലെ പുലയൻ ഗോപാലനെ വിളിച്ചുകൊണ്ടു വന്നു. കിണറ്റിലിറങ്ങി വൃത്തിയാക്കണം. ആദ്യം ഗോപാലൻ ഇറങ്ങി. പാതിവഴി എത്തിയപ്പോൾ ഗോപാലൻ വിളിച്ചു പറഞ്ഞു: "ആവൂല രാഘവനെളോലെ, കണ്ണും മൂക്കും എരിയുന്നു. കണ്ണുകാണുന്നില്ല. ശ്വാസംമുട്ടുന്ന്." അവൻ തിരിച്ചു കയറി. എങ്ങനെ എരിയാതിരിക്കും. ഒരു ചാക്ക് ഉണങ്ങിയ പറങ്കിയല്ലേ എം എസ് പി കിണറ്റിൽ തട്ടിയത്. കിണർ വൃത്തിയാക്കിയേ തീരൂ. മറ്റാരും വരില്ല. തന്റെ ദൈവത്തിനു താൻ തന്നെ കോമരം. രണ്ടും കൽപ്പിച്ച് കിണറ്റിലിറങ്ങി. ഗോപാലൻ തടയാൻ നോക്കിയെങ്കിലും അനുസരിച്ചില്ല. "നീ മോളില് നിന്ന് വലിച്ചു കേറ്റ്യാ മതി." പകുതി വഴിയിലെത്തിയപ്പോൾ ഗോപാലൻ പറഞ്ഞതുപോലെ എരിവും ശ്വാസംമുട്ടലും അനുഭവപ്പെട്ടു. വേഗം വേഗം പടവ് പിടിച്ചിറങ്ങി. കുറച്ചുഭാഗംകൂടി ഇറങ്ങിയപ്പോൾ എരിവ് ഇല്ലെന്നു തോന്നി. കിണറ്റിൽ അരയോളം വെള്ളമുണ്ട്. കയർ കിണറ്റിലേക്കിടാൻ ഗോപാലനോട് വിളിച്ചു പറഞ്ഞു. കിണറ്റിലിറങ്ങി നിന്ന് അമ്മി കയറിൽ കെട്ടിയിട്ടു. എന്നിട്ട് ഒരു പടവ് മുകളിലേക്കു കയറിനിന്നു. വലിച്ചുകയറ്റുമ്പോൾ കയറെങ്ങാൻ അഴിഞ്ഞ് അമ്മിക്കല്ല് തലയിൽ വീഴാതിരിക്കാൻ ഒരു മുൻകരുതൽ.

ഗോപാലനും അമ്മയും ചേർന്ന് അമ്മി വലിച്ചുകയറ്റി. പിന്നെ വെള്ളവും വലിച്ചുവറ്റിച്ചു.

കത്തിയ പുറവാതിൽ മാറ്റണം. വാതിൽ ഇല്ലെങ്കിൽ അകത്ത് നരിയും പന്നിയും കേറും. ഉള്ളിൽ ഉറങ്ങുന്നവരുടെ ജീവൻ അപകടത്തിലാവും. കുരങ്ങന്മാരും കൂട്ടത്തോടെ വരും. എല്ലാ സാധനങ്ങളും എടുത്തുകൊണ്ടുപോകും. പേടിപ്പിക്കാൻ പോയാൽ അടുത്തേക്ക് ഓടിവരും. പിടിച്ചു പറിക്കുകയും കടിക്കുകയും മാന്തുകയും ചെയ്യും. ആളിന്റെ വലിപ്പമുള്ള കുരങ്ങുകളുണ്ട്. ആരെയും പേടിയില്ലാത്ത അമ്മയ്ക്കും അവയെ പേടിയാണ്. വെള്ളിയാഴ്ചയും ചൊവ്വാഴ്ചയും തോട്ടിൽപ്പോയി ചുവന്ന കല്ലുരച്ച് മുഖത്തു തേക്കുന്ന സ്വഭാവം കുരങ്ങുകൾക്കുണ്ട്. അപ്പോൾ അമ്മ വിളിക്കും: "മോനെ ഓടിവാ. മോത്ത് ചായോം തേച്ച് നാടകക്കാർ എത്തീറ്റ്ണ്ട്." ഏട്ടൻ തെറ്റാലിയും കല്ലുമെടുത്ത് കുരങ്ങന്മാരെ നേരിടും. അച്ഛന്റെ തലേക്കെട്ട് കണ്ടാൽ കുരങ്ങുകൾ ഓടിപ്പോകും. അമ്മ തലക്കെട്ടു കെട്ടി ഓടിക്കാൻ നോക്കാറുണ്ട്. എന്നാൽ അതവർ അഴിച്ചെടുക്കാൻ നോക്കും.

വീടുപണിക്ക് ഈർന്നു വെച്ച ഉരുപ്പടികളിൽ ഒരു കട്ടിള കത്താതെയുണ്ട്. അത് വാതിലാക്കാം. ആശാരിയെ കണ്ട് കാര്യം പറഞ്ഞു. അയാൾ പണിക്കു വരാമെന്നു സമ്മതിച്ചു, നിബന്ധനയോടെ. ഉണ്ണമ്മൻ നായനാർ വിളിച്ചു പറയണം. അല്ലെങ്കിൽ രാമൻമേനോൻ എശ്മാനന്റെ കത്ത് കാണിക്കണം. രണ്ടു നിബന്ധനകളും അംഗീകരിക്കാതെ ഇറങ്ങിപ്പോന്നു.

അലച്ചിലും കഷ്ടപ്പാടുകളും അപമാനവും അവഗണനയും മതിയാവോളം അനുഭവിച്ചവർക്ക് ഇതൊന്നും പുത്തരിയല്ലല്ലോ. പ്രതീക്ഷ കൈവിടാതെ രാഘവൻ പണിക്കർണ്ടി ചന്തൂട്ടി നായനാരെ കണ്ട് സങ്കടം പറഞ്ഞു. അദ്ദേഹം പണിക്ക് വരാമെന്നേറ്റു. നായനാരുടെ വെപ്പുകാരനായിരിക്കെത്തന്നെ കർഷകസംഘത്തോട് ആഭിമുഖ്യമുള്ള ആളായിരുന്നു പണിക്കർണ്ടി നായനാർ. നായനാരുടെ തോന്ന്യാസങ്ങളിൽ എതിർപ്പുള്ളൊരു പാവം മനുഷ്യൻ. അദ്ദേഹം ചാല്യൻ കൃഷ്ണനെയും കൂടെ കൂട്ടി. രണ്ടുപേരും മേൽപ്പുരയുടെ നാല് കഴുക്കോൽ മാറ്റി. പൊട്ടിയ ഓട് പെറുക്കിയെടുത്ത് മൂലയ്ക്കു പുതച്ചു. പടിഞ്ഞാറ് ഭാഗത്തെ ഞാലി ഇടിഞ്ഞു പൊളിഞ്ഞു വീഴാറായി നിൽക്കുന്നു. ജാതിമരത്തിന്റെ കൊമ്പ് കഴുക്കോലായി മുകളിൽ പൂട്ടുവാരി കെട്ടി നെയ്പ്പുല്ല് പുതച്ചു. നെയ്പ്പുല്ലായാൽ കുരങ്ങുകൾ ചിക്കിപ്പരത്തില്ല. അടുത്ത ദിവസംതന്നെ അമ്മയും അനിയനും തളിയന്മാർ വീട്ടിൽ ഉറങ്ങാൻ തുടങ്ങി.

മുകളിൽ കൂട്ടിയ അടുപ്പിൽ ഭക്ഷണമുണ്ടാക്കും. സന്ധ്യക്കു മുമ്പ് ഭക്ഷണം കഴിച്ച് ഇടുമൂടിട്ട് അതിനു മുകളിൽ വലിയൊര് കല്ലുമെടുത്തു വെച്ച് കിടന്നുറങ്ങും. നരി ഇടുമൂട് തുറന്ന് കയറി വരാതിരിക്കാനാണ് കല്ലെടുത്ത് വെക്കുന്നത്.

അച്ഛന്റെ വിചാരണ ദിവസം അടുത്തപ്പോൾ പോകാനുള്ള ഒരുക്കങ്ങൾ തുടങ്ങി. അമ്മയുടെ മടിശ്ശീല വീണ്ടും കനിഞ്ഞു. നാണയങ്ങൾ ഉള്ളംകൈയിൽ വെച്ചുതരുമ്പോൾ അമ്മ പറഞ്ഞു: "പട്ടിണികിടക്കണ്ട."

പയ്യാമ്പലത്താണ് എം എസ് പി ക്യാമ്പ്. വെളുക്കുന്നതിനു മുമ്പ്

എഴുന്നേറ്റു നടന്നു. പാർട്ടി ഏർപ്പെടുത്തിയ പി വി അച്യുതൻ നമ്പ്യാർ ആണ് പ്രതികളുടെ കേസ് നടത്തുന്നത്. അദ്ദേഹം മൊറാഴക്കേസിൽ ശിക്ഷിക്കപ്പെട്ട ആളാണ്. അതിരാവിലെ അദ്ദേഹത്തിന്റെ തളിപ്പറമ്പിലെ വീട്ടിലെത്തി. വലിയമ്മയുടെ മകൻ ഗോവിന്ദനും മാടായി രാമനും കൂടെയുണ്ട്. അച്യുതൻ നമ്പ്യാർ കേസിനെക്കുറിച്ചു സംസാരിച്ചതിനുശേഷം "നിങ്ങൾ നടന്നോളൂ" എന്നു പറഞ്ഞു.

ഇപ്രാവശ്യം ജഡ്ജിയുടെ സിറ്റിംഗ് പയ്യാമ്പലത്താണ്. അവിടെ കുറെ ആളുകൾ കാത്തു നിൽക്കുന്നുണ്ട്. അവരുടെ കൂട്ടത്തിൽ പോയി നിന്നു. "ജഡ്ജി തൊണ്ടിമാൻ വരുന്നുണ്ട്" ആരോ മെല്ലെ പറഞ്ഞു.

കുതിരവണ്ടിയിൽ ജഡ്ജി വന്നിറങ്ങി. ആദ്യമായിട്ടാണ് കുതിരവണ്ടി കാണുന്നത്. അതേ നിമിഷത്തിൽ പൊലീസ് വണ്ടിയും വന്നുനിന്നു. വണ്ടിയിൽനിന്ന് അച്ഛനെ പൊലീസുകാർ ഇറക്കിക്കൊണ്ടു വന്നു.

അച്ഛനെ കണ്ടപ്പോൾ പൊട്ടിക്കരഞ്ഞുകൊണ്ട് മുന്നോട്ടു നീങ്ങി. കണ്ണീരിനിടയിൽ അച്ഛനെ കണ്ടു. കൈയിൽ വിലങ്ങുവെച്ച്, തലയും താടിയും വളർന്ന്, അലക്കാത്ത മുറിക്കൈയൻ ഷർട്ടും മുണ്ടുമായി ഒരു പ്രാകൃതരൂപം. അച്ഛൻ ഒന്നുനോക്കി. കണ്ണുകൾ നിറഞ്ഞു. എന്തോ പറയാനൊരുങ്ങിയപ്പോൾ പൊലീസ് ലാത്തികൊണ്ട് തട്ടി, "നടക്ക്."

പൊലീസ് അച്ഛനെ കൂട്ടിൽ കയറ്റി നിർത്തി.

രാമൻമേനോൻ സാക്ഷിക്കൂട്ടിൽ കയറി വിചാരണ തുടങ്ങി. ഉച്ചയ്ക്ക് കോടതി പിരിയുന്നതുവരെ അവിടെ നിന്നു. അച്ഛനെ വണ്ടിയിൽ കയറ്റുന്നത് നോക്കിനിന്നു.

സമരവും പൊലീസ് മർദനവും ജനങ്ങളെ മാനസികമായി തകർത്തുകളഞ്ഞു. ആളുകളിൽ അവശേഷിക്കുന്ന വീര്യംകൂടി ചോർത്തിക്കളയാൻ പൊലീസ് പരമാവധി ശ്രമിച്ചു. അതിലവർ ഏറക്കുറെ വിജയിക്കുകയും ചെയ്തു. നായനാർക്കെതിരെ ഒന്നും ചെയ്യാനാവില്ലെന്ന് സമാധാനകാംക്ഷികൾക്ക് തോന്നിത്തുടങ്ങി. കാരണം പഴയതിനേക്കാൾ വഷളായ അവസ്ഥയിൽ നാട്ടിലെങ്ങും ഗുണ്ടാവിളയാട്ടങ്ങൾ അരങ്ങേറിയെന്നതു തന്നെ.

ഇങ്ങനെയൊരു തിരിച്ചുപോക്കിനു വേണ്ടിയല്ലല്ലോ പാർട്ടി ഇത്രയേറെ ത്യാഗം ചെയ്തത്. ഇവിടെ ജനങ്ങളുടെ ഉള്ളിൽ ആളിക്കത്തിയ അഗ്നി കെടാതെ സൂക്ഷിക്കേണ്ടതാവശ്യമാണ്. ഒളിവിലിരുന്നുകൊണ്ട് അതിനുവേണ്ടിയായി നേതാക്കന്മാരുടെ പിന്നീടുള്ള ശ്രമങ്ങൾ. പൊലീസിന് പിടികൊടുക്കാതെ ഫർക്കാ സെക്രട്ടറി എ കുഞ്ഞിക്കണ്ണൻ കാവുമ്പായിയിലും പരിസരങ്ങളിലും ചുറ്റിക്കറങ്ങി. പൊലീസിന്റെ കണ്ണുവെട്ടിച്ച് ഓരോ വീട്ടിലും കയറിയിറങ്ങി. ബന്ധുവായ ചെറുപ്പക്കാരെ കാണുമ്പോൾ കുഞ്ഞ്യമ്മയുടെ സങ്കടം ഇരട്ടിക്കും. തന്റെ അവസ്ഥ കല്യാണിക്കുട്ടിക്ക് ഉണ്ടാക്കരുതെന്ന് അപേക്ഷിക്കും.

വിപ്ലവാവേശം തുടിക്കുന്ന ആ ചെറുപ്പക്കാരനിൽ അതൊന്നും യാതൊരു ചലനവും ഉണ്ടാക്കിയില്ല. പാർട്ടി അയാളുടെ ജീവാത്മാവും

പരമാത്മാവുമായി മാറിയിരുന്നു. പാർട്ടിക്കുവേണ്ടി മരിക്കാനും അയാളൊരുക്കമാണ്. ഇരിക്കൂർ ഫർക്കയിലെങ്ങും പൊലീസിന്റെ കണ്ണിൽപ്പെടാതെ അയാൾ നിറഞ്ഞു പ്രവർത്തിച്ചു. പലവേഷത്തിൽ കുഞ്ഞിക്കണ്ണൻ പൊലീസിനെ കബളിപ്പിച്ചു. കൃത്രിമത്താടിയും മുടിയുമൊക്കെ വെച്ച സന്ന്യാസിവേഷത്തിന് ഓരോ വീട്ടിലും ചെന്നു കയറാൻ എളുപ്പമായിരുന്നു.

ഒളിവിൽ ഭക്ഷണമില്ലാതെ അലഞ്ഞുനടന്നതിന്റെ ഫലമായി കടുത്ത വയറുവേദന പിടിപെട്ടു. ആദ്യമൊക്കെ അതിനെ അവഗണിച്ചുനോക്കി. രക്ഷയില്ലെന്നായപ്പോൾ മദിരാശിയിലേക്ക് വണ്ടി കയറി. അവിടത്തെ ആശുപത്രിയിൽ ഡോ. പി കെ ആർ വാര്യർ ജോലിചെയ്യുന്നുണ്ട്. അടുപ്പവും പരിചയവുമുള്ള ഡോക്ടറാണ്. നേരെ അദ്ദേഹത്തിന്റെ ക്വാർട്ടേഴ്സിലേക്ക് ചെന്നു. കാവിയുടുത്ത് താടിയും മുടിയും നീട്ടി അധികാരഭാവത്തിൽ കയറിവന്ന അപരിചിതനെ ഡോക്ടർ ചോദ്യംചെയ്തു. ഇറങ്ങിപ്പോകാൻ പറയുന്ന ഘട്ടമായപ്പോൾ അയാൾ താടിയും മുടിയും പറിച്ചുകളഞ്ഞു. പ്രച്ഛന്നവേഷത്തിനുള്ളിലെ എ കുഞ്ഞിക്കണ്ണനെ ഡോക്ടർ അപ്പോഴാണ് തിരിച്ചറിഞ്ഞത്.

ഡോക്ടർ പരിശോധിച്ചു. രോഗം നിർണയിച്ചു. പട്ടിണി കിടന്നുണ്ടായ അൾസറാണ്. ഉടനടി ഓപ്പറേഷൻ വേണം. എല്ലാം ഡോക്ടർ തീരുമാനിച്ചു. ഓപ്പറേഷൻ കഴിഞ്ഞ രോഗി വിശ്രമിക്കാൻ കൂട്ടാക്കിയില്ലെന്നു മാത്രം.

വയറിലെ മുറിവുണങ്ങുന്നതിനുമുമ്പ് എ കുഞ്ഞിക്കണ്ണൻ ആശുപത്രി വിട്ടു; നാടിന്റെ മുറിവുണക്കാൻ. പിന്നെ ബ്ലാത്തൂരിലാണ് അദ്ദേഹം പൊങ്ങിയത്. അവിടെ സുരക്ഷിതമായി എത്തിച്ചേർന്നെങ്കിലും മുറിവ് ഉണങ്ങിയിട്ടില്ല. മുറിവിന്റെ അവസ്ഥ കണ്ട് സാദിരി ഞെട്ടി. “ഒര് ഓയിൻമെന്റ് വാങ്ങിത്താ. അത് പുരട്ടിയാൽ മതിയെടോ” സഖാവ് സാദിരിയെ ആശ്വസിപ്പിച്ചു.

30

പുതുമുളയ്ക്ക് വിത്തെറിഞ്ഞ്

നിടിയേങ്ങ തപാലാപ്പീസിൽനിന്ന് തപാൽ ശിപായി ഒരു കത്തു കൊണ്ടുവന്നു. രാഘവന്റെ പേർക്കാണ് കത്ത്. അച്ഛൻ ഒരു കാർഡിൽ കുനുകുനെ എഴുതിയിരിക്കുകയാണ് ഒരുപാട് കാര്യങ്ങൾ... അന്വേഷണങ്ങൾ. ഭാര്യയെയും മക്കളെയും കുറിച്ചുള്ള ആധികൾ. കാർഡിന്റെ മുക്കും മൂലയുംവരെ എഴുതി നിറച്ചിരിക്കുന്നു. മുഴുവൻ വായിച്ചുകഴിഞ്ഞപ്പോഴാണ് ആവശ്യം മനസിലായത്. ജയിലിൽ അച്ഛന് ധരിക്കാൻ ഒരു മുണ്ടും ഷർട്ടുമേയുള്ളു. അലക്കിയലക്കി അത് കീറിത്തുടങ്ങി. വിചാരണത്തടവുകാരനായതിനാൽ ജയിലിൽ വസ്ത്രം ലഭിക്കില്ല. എങ്ങനെയെങ്കിലും ഷർട്ടും മുണ്ടും എത്തിക്കണം.

അമ്മ കത്ത് വായിച്ചിട്ട് പറഞ്ഞു: "വണ്ണത്താൻ അലക്കി കഞ്ഞിയും നീലവും മുക്കി ഉണക്കി മടക്കിക്കൊണ്ടുവന്ന കുപ്പായോം മുണ്ടും ഉടുപ്പുപെട്ടി നിറയെ ഉണ്ടായിരുന്നു. മഹാപാപികൾ എല്ലാം കത്തിച്ചില്ലേ. പുതിയത് വാങ്ങാൻ ഒരു നാട് കൊടുക്കണല്ലോ."

"റേഷൻതുണി കിട്ടും. ഞാൻ കാർഡ് കിട്ടുമോന്ന് നോക്കട്ടെ. നിടിയേങ്ങ പോയി കൃഷ്ണൻ മാഷെ കാണണം."

കുപ്പായമെടുത്തിട്ട് പുറത്തേക്കിറങ്ങി. യുദ്ധം കഴിഞ്ഞതിനുശേഷം നിത്യോപയോഗ സാധനങ്ങൾ ഒന്നും കിട്ടാനില്ല. അത്യാവശ്യമാണെങ്കിൽ കരിഞ്ചന്തയിൽ വാങ്ങണം. അതിനു നാട്ടുകാരുടെ കൈയിൽ പണമില്ല. വിശക്കുന്ന വയറു മുറുക്കിയുടുക്കുവാൻ തുണിയും കിട്ടാനില്ല.

ഗവൺമെന്റ് ഇത്തരം ഘട്ടങ്ങളിൽ എന്തെങ്കിലും ചെയ്യണമല്ലോ. ഭക്ഷ്യ സിവിൽ സപ്ലൈസിന്റെ കീഴിൽ ബോർഡ് രൂപീകരിച്ചിട്ടുണ്ട്. അതിൽ ഓരോ പ്രദേശത്തുനിന്നുമുള്ള അംഗങ്ങൾ ഉണ്ടായിരിക്കും. നിടിയേങ്ങ പഞ്ചായത്തിൽ കൃഷ്ണൻ മാഷാണ് ബോർഡ് മെമ്പർ. അദ്ദേഹത്തിന്റെ ഒപ്പ് കിട്ടിയാൽ പെർമിറ്റ് പ്രകാരമുള്ള റേഷൻതുണി ന്യായ

വിലയ്ക്ക് കിട്ടും. കൃഷ്ണൻ മാഷിന്റെ ഒപ്പും വാങ്ങി ചെങ്ങളായി പോകണം. അവിടെ ഇബ്രഹാമിന്റെ പീടികയിലാണ് ന്യായവിലഷോപ്പ് പ്രവർത്തിക്കുന്നത്. അച്ഛന്റെ ഉയരവും വണ്ണവുമൊക്കെ പറഞ്ഞുകൊടുത്ത് രണ്ടു ഷർട്ടിന്റെ തുണി വാങ്ങി തുന്നാൻ കൊടുത്തു. രണ്ടുമുണ്ടും വാങ്ങി വീട്ടിലേക്ക് തിരിച്ചു. കുപ്പായം കിട്ടിയ ഉടനെ തന്നെ അച്ഛനെ കാണാൻ പോകണമെന്ന് അമ്മ പറഞ്ഞു. അടുത്ത ദിവസംതന്നെ കുപ്പായോം വാങ്ങി അച്ഛനെ കാണാൻ പോയി. വിശേഷങ്ങൾ പറഞ്ഞ കൂട്ടത്തിൽ വിത്തുപൊതി വാങ്ങിയ കാര്യം അറിയിച്ചു.

"പുഞ്ച വിത്തുകിട്ടിയോ" അച്ഛൻ ചോദിച്ചു.

"കുണ്ടൻ മൂസോറ അരിക്കലായി വിത്തുപൊതി പൊളിക്കുന്നൂന്ന് കേട്ടു."

"അയാളെ വിത്ത് തന്നെ വേണോ നിനക്ക്?" അച്ഛന് ദേഷ്യം വന്നു.

"മറ്റാരുടെ കൈയിലും വിത്തില്ല. ഞാൻ നേരിട്ടല്ല ചോദിച്ചത്. ദാമോദരൻ വെല്ലിച്ഛനാണ് ചോദിച്ചത്."

"എന്നാൽ സാരൂല്ല. വാങ്ങിക്കോ" അച്ഛന് സമാധാനമായി.

നാട്ടിലിറങ്ങിയാൽ ഓടിക്കാൻ കാത്തുനിൽക്കുന്നവരാണേറെയും. ഉണ്ടെങ്കിലും ആരും തനിക്ക് വിത്ത് തരില്ല. അഞ്ചുപൊതി വിത്ത് വിതയ്ക്കേണ്ടിടത്ത് ഒരു പൊതിയെങ്കിലും കിട്ടിയാൽ അത്രയുമായില്ലേ. മറ്റൊന്നും ഇപ്പോൾ ഓർത്തിട്ടു കാര്യമില്ല.

പുളീന്റടുത്തെ പീടികയിൽ കാദർ മാപ്പിള കച്ചവടം ചെയ്യുന്നുണ്ട്. അവിടെ ചായയുമുണ്ട്. പീടികയിൽ ചായ കുടിക്കാൻ വന്നപ്പോൾ കുണ്ടൻ നമ്പ്യാർ പ്രഖ്യാപിച്ചു: ഒരു വിത്തുപൊതി പൊളിച്ചുണ്ണാൻ പോകുന്നു. ആർക്കെങ്കിലും ആവശ്യമുണ്ടെങ്കിൽ കൊടുക്കാം. പകരം പണമോ നെല്ലോ കിട്ടിയാൽ മതി. ഇത് കൃഷിക്കാരന്റെ ധർമമാണ്. അധികം വരുന്ന വിത്ത് ആവശ്യമുള്ളവർക്ക് കൊടുക്കണം.

ജന്മിയായ ദാമോദരൻ വലിയച്ഛനോട് പറഞ്ഞപ്പോൾ ചോദിക്കാമെന്നേറ്റു. അതുപോലെ അഞ്ചുപൊതി വിത്തും എങ്ങനെയൊക്കെയോ സംഘടിപ്പിക്കുക തന്നെ ചെയ്തു. പണം വേണ്ടവർക്ക് പണം കൊടുത്തു. അല്ലാത്തവർക്ക് പൊലികടം വാങ്ങിയ നെല്ലും പകരം കൊടുത്തു. വിരിപ്പു കൃഷിക്കു വലിയ വയലിൽ വളർന്നത് നെല്ലായിരുന്നില്ല, വരിനെല്ലാണ്. അത് പറിച്ചുപറിച്ച് അമ്മയുടെ കൈ തളർന്നു. തഴച്ചു വളർന്ന വരിനെല്ല് കണ്ട് അവർ പറഞ്ഞു.

"ഞാൻ കാവുമ്പായി വന്നേപ്പിന്നെ ആദ്യായിട്ടാ ഇങ്ങനൊന്ന് കാണുന്നത്. നമ്മളോട് ഭൂമിയും കോപിച്ചൂന്നാ തോന്നുന്നെ."

കുറായി തുടങ്ങിയെങ്കിലും വരിനെല്ല് വളരുന്നത് കണ്ടപ്പോൾ ജന്മിയും കൂറ്റുകാരും കൈയൊഴിഞ്ഞു. ജന്മി വീട്ടിൽ വന്നു പറഞ്ഞു: "കുഞ്ഞീ, നിങ്ങൾ നാട്ടിലില്ലാഞ്ഞിട്ടാണ് ഞാൻ വാളിയത്. ഇന്നി നിങ്ങളെന്നെ മൂരോ കളയോ ചെയ്തോ. എന്റെ ചെലവും വാരും തന്നാമതി."

"അല്ല ഏട്ടാ, കണ്ടത്തിൽ വരിക്കോട്ട്ല് മാത്രേയുള്ളൂ. അതാണെങ്കിൽ നെല്ല് വെളീന്നേന് മുമ്പേ വെളഞ്ഞടിയും. പിന്നെങ്ങന്യാ ചെലവും വാരും തര്വാ? കുഞ്ഞ്യമ്മ ചോദിച്ചു.

"ഇക്കൊല്ലംതന്നെ മുഴുവൻ തരണ്ട. പറ്റുമ്പോൾ മതി. ഏതായാലും കണ്ടത്തിലുള്ളത് നിങ്ങളെന്നെ മൂർന്നെടുക്ക്" അദ്ദേഹം ഒരു സൗജന്യം ചെയ്തു.

നെല്ലടിഞ്ഞ വരിനെല്ലിന്റെ കോട്ടിലും അങ്ങിങ്ങ് വിളഞ്ഞും പച്ചയുമായി നിൽക്കുന്ന നെല്ലും അമ്മ മൂർന്നുവെച്ചു. പൈക്കൾക്കു തിന്നാൻ പുല്ലാവുമല്ലോ എന്നു സമാധാനിച്ചു. ഗോപാലന്റെ സഹായത്തോടെ അത് മെതിച്ചു, മണിയാക്കി ഉണക്കിയെടുത്തു. അടുത്ത വിളവിറക്കണം. അഞ്ചു പൊതി വിത്തും ഒറ്റത്തെങ്ങിൻതോട്ടിൽ കയറുകെട്ടി മുക്കിവെച്ചു. കയറു കെട്ടിയില്ലെങ്കിൽ നല്ല മഴവന്നാൽ പറമ്പൻ വെള്ളത്തിൽ ഒലിച്ചുപോകും. നേരത്തോടു നേരം തോട്ടിലെ തെളിവെള്ളത്തിൽ മുക്കിവെക്കണം.

പിന്നെ എടുത്തു കരക്കുകേറ്റി വലിയ കല്ല് ഭാരം വെക്കും. മുളപൊട്ടിയാൽ പൊതിപൊളിച്ച് നേർത്ത ചാണകവെള്ളം തളിച്ച് മുളകൾ പൊട്ടാതെ സൂക്ഷിച്ച് കുഴച്ചു വെക്കണം. ചാണകവും വെണ്ണീറും തോലുമിട്ട് പല ചാൽ പൂട്ടി നിരപ്പാക്കിയ ചളിക്കണ്ടത്തിൽ മുറത്തിലെടുത്ത് വിതക്കണം. അച്ഛൻ ചെയ്യുന്നത് കണ്ട പരിചയമേ ഉള്ളുവെങ്കിലും ഒരു വിധം ഭംഗിയായിത്തന്നെ രാഘവൻ വിത്തുവിതച്ചു. കുഞ്ഞ്യമ്മയും ഗോപാലനും എല്ലാക്കാര്യത്തിനും കൂടെ നിന്നു സഹായിച്ചു.

അങ്ങനെ ഒരുവിധം കാര്യങ്ങൾ മുന്നോട്ട് കൊണ്ടുപോകാൻ അമ്മയ്ക്കും മകനും കഴിഞ്ഞു.

ഏരുവേശിയിൽപ്പോയി കൈപ്പറോൻ കമ്മാരൻ നമ്പ്യാരെ കാണണമെന്നു തോന്നി. അമ്മയോട് പറയാനൊന്നും നിന്നില്ല. മുമ്പ് അമ്മ അയാളെ ഒരുപാട് സഹായിച്ചിട്ടുണ്ട്. ഒരിക്കൽ പുനത്തിലെ ഊമ്പുര മേയാനുള്ള പുല്ല് കെട്ടിക്കൊണ്ട് പോകാൻ നിറവയറുള്ള ഗർഭിണിയായ ഭാര്യയേയും കൂട്ടിവന്നു. അന്ന് അമ്മ ചോദിച്ചിരുന്നു:

"എന്റെ കമ്മാരാ, പത്തും തികഞ്ഞ കെർപ്പക്കാർത്തീനേം കൊണ്ട് നീ എങ്ങന്യാ ഈ സന്ധ്യക്ക് കാട്ടിൽക്കൂടി പുല്ലും കൊണ്ട് പോവ്വാ?"

"എന്റേടത്തീ, ആലക്ക് ഭാഗ്യൂണ്ടെങ്കില് അയിക്കടങ്ങട്ട്. അല്ലാണ്ടെന്തു പറയാൻ." അന്ന് ആലക്ക് ഭാഗ്യൂണ്ടായില്ല. ഇരുട്ടിയ നേരത്ത് കാട്ടിൽക്കൂടി ഗർഭിണിയായ ഭാര്യേയുംകൂട്ടി നടക്കുമ്പോൾ അവർ എന്തോ കണ്ടുപേടിച്ചു. അന്ന് പനി പിടിച്ചു കിടന്നതാണ്. പിന്നീടവർ എഴുന്നേറ്റില്ല. ഇന്നവരില്ലെങ്കിലും കമ്മാരൻ നമ്പ്യാരുടെ അടുപ്പത്തിനും സ്നേഹത്തിനും കുറവ് വന്നിട്ടില്ല. കണ്ടപ്പോൾ സ്നേഹത്തോടെ സ്വീകരിച്ചു. പോരാൻനേരം ഒരു ചാക്ക് മുത്താറി നിർബന്ധിച്ച് തലയിൽ കെട്ടിവെച്ചു. അത് വീട്ടിലെത്തിച്ചപ്പോൾ അമ്മയ്ക്ക് സന്തോഷമായി. നെല്ല് പൊലികടം വാങ്ങി ചെലവ് കഴിക്കുമ്പോൾ മക്കൾക്ക് വയറുനിറയെ ആഹാരം കൊടുക്കാൻ അമ്മയ്ക്ക് കഴിയാറില്ല. മുത്താറിയെങ്കിലും അരച്ചുകാച്ചിക്കൊടുക്കാലോ എന്നൊരാശ്വാസമായിരുന്നു അമ്മയ്ക്ക് അതു കണ്ടപ്പോൾ തോന്നിയത്.

31

തൂക്കുകയർ വിധിയിലാടി

ആയിരത്തിത്തൊള്ളായിരത്തി നാൽപ്പത്തി ഏഴ് ജൂലൈ 14. ആന ക്കാരൻ കൊലക്കേസ് വിധി പറയുന്ന ദിവസം.

പ്രതീക്ഷകളത്രയും അവസാനിപ്പിച്ചുകൊണ്ട് സെഷൻസ് കോടതി വിധി പ്രഖ്യാപിച്ചു. തളിയൻ രാമൻ നമ്പ്യാർ, മാടായി ചന്തുട്ടി, മാടായി കുഞ്ഞപ്പ എന്നിവരെ കോടതി തൂക്കിക്കൊല്ലാൻ വിധിച്ചു. എ കുഞ്ഞിക്ക ണ്ണൻ, അറാക്കിൽ കുഞ്ഞിരാമൻ, കേളോത്ത് കൃഷ്ണൻ, ഇ കെ നാരാ യണൻ, ഇ കെ ദാമോദരൻ എന്നിവരായിരുന്നു ആനക്കാരൻ കൊല ക്കേസിലെ മറ്റു പ്രതികൾ. അവരെ ജീവപര്യന്തം തടവിനും ശിക്ഷിച്ചു.

കേസന്വേഷണം നടത്തിയ രാമൻമേനോൻ പ്രതികൾക്ക് പരമാവധി ശിക്ഷവാങ്ങിക്കൊടുക്കാൻ കിണഞ്ഞു ശ്രമിച്ചു. അദ്ദേഹത്തിന്റെ സാക്ഷി മൊഴി നിർണായകമായിരുന്നു. അദ്ദേഹം പഠിപ്പിച്ചുവിട്ട സാക്ഷികളും പ്രതി കൾ കുറ്റം ചെയ്തു എന്നു കോടതിയെ ബോധ്യപ്പെടുത്തി.

മഞ്ഞേരി കൃഷ്ണനെയും കുണ്ടൻ നമ്പ്യാരെയും രാമൻമേനോൻ കോടതിയിൽ പറയേണ്ട കാര്യങ്ങൾ ആവർത്തിച്ചു പറഞ്ഞു പഠിപ്പിച്ചു. കുണ്ടൻ നമ്പ്യാർ തെറ്റിക്കുമ്പോൾ രാമൻമേനോന് ദേഷ്യം വരും. അപ്പോൾ "ഒരുപാനി കള്ള് കുടിക്കുംപോലെയല്ല കോടതിയിൽ സാക്ഷി പറയൽ" എന്ന് അയാളെ രാമമേനോൻ ആക്ഷേപിക്കും.

എന്നാൽ രണ്ടുപേരും കോടതിയിൽ പഠിപ്പിച്ചതുപോലെ തന്നെ പറ ഞ്ഞു. മഞ്ഞേരി കൃഷ്ണൻ തളിയനും മറ്റു പ്രതികളും വെട്ടുന്നതു കണ്ടു എന്ന കള്ളം സംശയലേശമെന്യേ ഉറപ്പിച്ചു പറഞ്ഞു. തളിയനും കുഞ്ഞ പ്പക്കും ചന്തുട്ടിക്കും വധശിക്ഷ വിധിക്കാൻ കാരണമായത് കൃഷ്ണന്റെ മൊഴിയാണ്.

അച്ഛനെ വധശിക്ഷയ്ക്ക് വിധിച്ച വിവരം കാവുമ്പായിയിലെത്തി. ചാരത്തിൽനിന്നും ഉയിർത്തെഴുന്നേൽക്കാൻ ശ്രമിക്കുന്ന അമ്മയ്ക്കും മക്കൾക്കും തലയിൽ വീണ്ടുമൊരു കുട്ട തീ കോരിയിട്ടു, ആ വാർത്ത.

അച്ഛനെ കാണാൻ വീണ്ടുമൊരു യാത്ര. കണ്ണൂർ സെൻട്രൽ ജയിലിലേക്ക്. കുഞ്ഞപ്പയുടെ അമ്മ പാറുവമ്മയും ചന്തൂട്ടിയുടെ അമ്മ മാക്കിയമ്മയും കൂടെയുണ്ട്. കണ്ണീരുറഞ്ഞ് കനം തൂങ്ങിയ മനസുമായി അവർ നടന്നു. സന്ധ്യക്കുമുമ്പ് പുതിയ തെരുവിലെ വാണിയർ വീട്ടിലെത്തി. ദൈന്യമായി കരയുകയും പറയുകയും ചെയ്യുന്ന സംഘത്തെ വീട്ടുകാർ ഞാലി ഇറയത്ത് ഉറങ്ങാൻ അനുവദിച്ചു. അടുത്തദിവസം ഉച്ചയാക്കണം. അതുവരെ കരയുകയല്ലാതെ മറ്റെന്താണവർക്ക് ചെയ്യാനുള്ളത്. ജയിലറുടെ ഇന്റർവ്യൂവിനുശേഷം അവർക്കു തടവുകാരെ കാണാൻ അനുവാദം ലഭിച്ചു. സാധാരണ വധശിക്ഷക്ക് വിധിച്ചവരെ കാണാൻ ഇടയ്ക്കിടെ സന്ദർശകരെ അനുവദിക്കാറില്ല. ഇവിടെ അനുവദിക്കേണ്ടി വരുന്നു. കമ്യൂണിസ്റ്റ് പാർട്ടിക്ക് പ്രാമുഖ്യം ഏറിവരുന്നുണ്ട്. പാർട്ടി ആപ്പീസിൽനിന്ന് സൂപ്രണ്ടിനെ വിളിച്ചു പറയും: "കാണാൻ ആളുകളെത്തും. അനുവദിക്കണം."

ജയിലറുടെ സാന്നിധ്യത്തിൽ, കടുത്ത പൊലീസ് കാവലിൽ പ്രിയപ്പെട്ടവരെ അവർ കണ്ടു. തളിയനും കുഞ്ഞപ്പയും ചന്തൂട്ടിയും അടുത്തടുത്ത മൂന്നു കണ്ടംസെല്ലുകളിൽ കമ്പിയിൽ പിടിച്ച് കൂട്ടിലിട്ട മൂന്നു കുരങ്ങുകളെപ്പോലെ പിൻകാലുകളിലിരിക്കുന്നു. മൂന്ന് കമ്പികൾ മാത്രമുള്ള ആ സെല്ലിൽ അങ്ങനെയിരിക്കാനേ കഴിയൂ, ഉറങ്ങുമ്പോൾപ്പോലും.

വധശിക്ഷയ്ക്കു വിധിച്ച പുള്ളികളുടെ കൈയും കോളറുമില്ലാത്ത കുപ്പായവും മുട്ടോളമെത്താത്ത ട്രൗസറുമിട്ട് കണ്ടംസെല്ലിനുള്ളിൽ കാലുകൾ രണ്ടും പിന്നോട്ട് മടക്കിയിരുന്ന് കമ്പിയിൽ പിടിച്ച് ശ്വാസം കഴിക്കാൻ ബുദ്ധിമുട്ടുന്ന അച്ഛനെ കണ്ടപ്പോൾ രാഘവന്റെ സർവനിയന്ത്രണങ്ങളും വിട്ടു. അയാൾ പൊട്ടിക്കരഞ്ഞു. അച്ഛൻ സമാധാനിപ്പിച്ചു. "ധൈര്യം കൈവിടരുത്. അമ്മയേയും അനിയനേയും നോക്കണം."

അദ്ദേഹം പിന്നെയും കുറേ കാര്യങ്ങൾ ചോദിച്ചു. പറഞ്ഞു. ഏങ്ങലടിച്ചു കരയുന്ന രാഘവന്റെ അടുത്തു വന്ന് ജയിലർ പറഞ്ഞു: "ഇവിടെ നിന്ന് ഇങ്ങനെ ബഹളം വെക്കരുത്. കരയരുത്."

"നിങ്ങളുടെ അച്ഛനെയാണ് ഇങ്ങനെ കണ്ടതെങ്കിൽ നിങ്ങൾ കരയുകയല്ല, കൂക്കി വിളിക്കുകയാണ് ചെയ്യുക" കരച്ചിലിനിടയിൽത്തന്നെ രാഘവൻ ജയിലറോട് മറുപടി പറഞ്ഞു. പിന്നെ അയാൾ ഒന്നും മിണ്ടിയില്ല.

ഏട്ടൻ എവിടെയാണെന്നറിയില്ല. അച്ഛനെ തൂക്കിക്കൊല്ലാനും വിധിച്ചു. ഇനിയെന്തു വരാനെന്നൊരു ധൈര്യം ഇപ്പോൾ അവനുണ്ട്.

രണ്ട് അമ്മമാരും ഉറക്കെ കരഞ്ഞു. പെറ്റവയറിന്റെ നോവ് കണ്ണീരായി ഒഴുകിക്കൊണ്ടിരുന്നു. അവരുടെ കരച്ചിൽ കണ്ടപ്പോൾ സ്വതസ്സിദ്ധമായ നർമത്തോടെ കുഞ്ഞപ്പ പറഞ്ഞു: "നിങ്ങളെന്തിനാപ്പാ ഇങ്ങനെ കാളും ബിളിക്കും ചെയ്യുന്നേ? തച്ചുകൊന്നിറ്റല്ലേ. അപ്പൊ തൂക്കിക്കൊല്ലുല്ലേ?"

ആരും കേസിലെ യഥാർഥ പ്രതികളല്ലല്ലോ. അതാണ് കുഞ്ഞപ്പയുടെ തമാശയുടെ പൊരുൾ. പക്ഷേ, ആ തമാശ ആസ്വദിക്കാനുള്ള മനസ്സാന്നിധ്യം അപ്പോൾ ആർക്കുമുണ്ടായിരുന്നില്ല.

വധശിക്ഷയ്ക്ക് വിധിച്ച ഈ പ്രതികൾക്ക് വധശിക്ഷ മാത്രം കാത്തിരുന്നാൽ പോരാ. അധികാരികൾ വിരിക്കുന്ന പ്രലോഭനത്തിന്റെ വലയിൽ നിന്നും അവർക്ക് രക്ഷപ്പെടാൻ പ്രയത്നിക്കണം. മരണത്തെ മുന്നിൽ കാണുമ്പോഴും പാർട്ടിയിൽനിന്ന് രാജിവെച്ചാൽ, മാപ്പ് പറഞ്ഞാൽ കേസിൽ നിന്നൊഴിവാക്കാം. എന്നൊക്കെയുള്ള വാഗ്ദാനങ്ങൾക്ക് അവർ പുല്ലുവിലയേ കൽപ്പിച്ചുള്ളൂ.

"വിടുന്ന സമയത്തേ പോകുന്നുള്ളൂ. യാതൊരു തിരക്കുമില്ല" ചന്തൂട്ടി രണ്ടാമതൊന്നാലോചിക്കാതെ പൊലീസിന് മറുപടി കൊടുത്തു.

"ഞങ്ങക്കീട പരമ സുഖല്ലേ. സമയമാകുമ്പോ നിങ്ങൾ തൂക്കിക്കോ" കുഞ്ഞപ്പ തീർത്തു പറഞ്ഞു.

എല്ലാ പ്രലോഭനങ്ങളെയും അതിജീവിച്ച് സമരനായകനായി മാറിയ തളിയൻ പിന്നോട്ടൊരു ചുവടു വെക്കില്ല. മരണത്തെ അദ്ദേഹം ഭയപ്പെടുന്നുമില്ല. "ഞങ്ങൾ ചെയ്യാത്ത കുറ്റത്തിന് മാപ്പ് പറയുകയോ? അത് കുറ്റം സമ്മതിക്കലല്ലേ. അതൊരിക്കലും ഉണ്ടാവില്ല."

രാഘവൻ വീട്ടിലെത്തിയപ്പോൾ അമ്മ ഒന്നും ചോദിച്ചില്ല. മകൻ ഒന്നും പറഞ്ഞുമില്ല. എല്ലാം ഉള്ളിലടക്കി പുകച്ചിൽ പുറത്തു കാണിക്കാതെ നടക്കാൻ ഉമ്മങ്ങ എന്ന കുഞ്ഞി പഠിച്ചുകഴിഞ്ഞു. അല്ലെങ്കിൽ ഒരു സ്ത്രീക്ക് സഹിക്കാൻ പറ്റുന്നതാണോ ഇതുവരെ അവർ അനുഭവിച്ചത്.

ഉള്ളിലെ നീറ്റൽ അസഹ്യമാകുമ്പോൾ അവർ മക്കളെ ശാസിച്ചു. ശിക്ഷിച്ചു. ശിക്ഷ കൂടുതലും ഏറ്റു വാങ്ങേണ്ടി വന്നത് രാഘവനായിരുന്നു. പ്രാപ്തിയില്ലാത്തവൻ എന്നു പറഞ്ഞ് കൈയോങ്ങാനും അമ്മ മടിച്ചില്ല.

അമ്മയെയും മക്കളെയും ആശ്വസിപ്പിക്കാൻ ഇടയ്ക്കിടെ നേതാക്കന്മാരെത്തി. ഇ എം എസും ഉണ്ണിരാജയും പ്രവർത്തകരോടൊപ്പം, കയറി വന്നപ്പോൾ അമ്മ മഴപോലെ കരഞ്ഞു. മകനും. അവരുടെ കണ്ണീരിനു മുന്നിൽ നേതാക്കന്മാർ പതറി. പ്രിയസഖാവിനെ ജയിലിൽ പോയി കണ്ടിട്ടാണ് അവർ അദ്ദേഹത്തിന്റെ ഭാര്യയെ ആശ്വസിപ്പിക്കാനും ധൈര്യം പകരാനുമെത്തിയത്. "കരയരുത്. സഖാവിനെ വിടുവിക്കാനുള്ള

എല്ലാ ഏർപ്പാടുകളും ഞങ്ങൾ ചെയ്യും. ഒട്ടും പേടിക്കേണ്ട." സ്വന്തം സഹോദരിയോടെന്നപോലെ ഇ എം എസ് കുഞ്ഞ്യമ്മയോട് പറഞ്ഞു.

ഐച്ചേരിയിൽ പൊതുയോഗം. സഖാക്കൾ അങ്ങോട്ടുപോകുമ്പോൾ രാഘവനെയും കൂടെക്കൂട്ടി. മഹിളാനേതാവ് പി യശോദയും യോഗത്തിൽ പങ്കെടുക്കുന്നുണ്ട്. മാപ്പിനിയിൽ നിന്ന് ചെറിയമ്മയെത്തി. അവർ കുഞ്ഞ്യമ്മയെ കൊണ്ടുപോയി, യോഗത്തിൽ പങ്കെടുപ്പിക്കാൻ. സമ്മേളനനഗരി ഒന്നടങ്കം ആശ്വസിപ്പിച്ചു.

"ഏതാപത്തിലും ഞങ്ങളുണ്ട് കൂടെ."

അധികാരികളുടെ കണ്ണിൽപ്പെടാതെ വെണ്ണീരിൽ പൂഴ്ത്തിവെച്ച ചെങ്കൊടി അന്നവിടെ പാറിക്കളിച്ചു. നേതാക്കന്മാരുടെ വാക്കുകൾ പ്രവർത്തകർക്ക് ആവേശം പകർന്നു.

32

ഒളിവിൽനിന്നും തടവറയിലേക്ക്

ഒരു രാത്രിയിൽ കുഞ്ഞ്യമ്മയുടെ ഏടത്തി തമ്പായിയമ്മയുടെ മകൻ ഗോവിന്ദൻ തളിയൻമാർ വീട്ടിലെത്തി. ഇളയമ്മയുടെ മുന്നിൽ ഒരു കുറ്റവാളിയെപ്പോലെ അയാൾ നിന്നു. ഒന്നും പറയാനാവാതെ.

"നീയിങ്ങനെ കാളാണ്ട് കാര്യം പറ ഗോയിന്നാ. ഓട്ത്തു നാരായണൻ?" കുഞ്ഞ്യമ്മ പരിഭ്രമത്തോടെ ചോദിച്ചു.

"നാരായണൻകുട്ടിയെ പൊലീസ് പിടിച്ചു ഏച്ചീ" അയാൾ പൊട്ടിക്കരഞ്ഞു.

ഏരുവേശിയിൽനിന്നും നാരായണൻ ചുഴലിയിലേക്കാണ് പോയത്. കൂടെ വലിയമ്മയുടെ മകൻ ഗോവിന്ദനുമുണ്ട്. കുറച്ചുദിവസം അവിടെ കഴിഞ്ഞു. അവിടെ മാപ്പിളമാർ കുരുമുളകു പാട്ടമെടുത്തിരുന്നു. അവർക്ക് തിമിരിയിലും മുളകുപാട്ടമുണ്ട്. കുറച്ചുകൂടി സുരക്ഷിതമായ താവളം തിമിരിയായിരിക്കുമെന്ന കണക്കുകൂട്ടലിൽ നാരായണൻ അവരുടെ കൂടെ പോയി. സരസനും സുമുഖനുമായ ചെറുപ്പക്കാരന് താമസിക്കാനൊരിടം കിട്ടുക വലിയ പ്രയാസമുള്ളതായിരുന്നില്ല.

തിമിരി കുന്നുകൾ നിറഞ്ഞ സ്ഥലം. കുന്നുകൾ നിറയെ കുരുമുളകുതോട്ടങ്ങൾ. രണ്ടുമൂന്ന് കുന്നുനിറയെ കുരുമുളകുതോട്ടമുള്ള ആളായിരുന്നു കമ്മാരൻ നമ്പ്യാർ. അത് അദ്ദേഹം മാപ്പിളമാർക്ക് പാട്ടം കൊടുത്തിരുന്നു. പാട്ടം പണമായല്ല. പറിച്ചെടുത്ത് ഉണക്കിയെടുത്ത കുരുമുളകുതന്നെയാണ് ഉടമയ്ക്ക് നൽകേണ്ടത്. മുളക് പറിക്കാൻ സമയമായി.

മമ്മദ് മാപ്പിള പണിക്കാരെയും കൂട്ടി നമ്പ്യാരുടെ ബംഗ്ലാവിലെത്തി. അവിടെ വിശാലമായ കളത്തിന്റെ വരമ്പത്ത് പണിക്കാരിരുന്നപ്പോൾ കമ്മാരൻ നമ്പ്യാർ മമ്മദിനെ വിളിപ്പിച്ചു.

പൂമുഖത്തിന്റെ പടിയിലിരുന്ന് മമ്മദ് മാപ്പിള സംസാരിക്കുന്നത്

തുണിന് മറഞ്ഞു നിൽക്കുന്ന നാരായണന്റെ ചെവിയിലുമെത്തി.

"നിങ്ങളൊപ്പരമുള്ള ബാല്യക്കാർ ഏതാ മമ്മതേ?"

"അവര് മൊള് പറിക്കാൻ ബന്നതാ."

"നീ എന്റെ ദാമോദരനെ കണ്ടിനല്ലോ. ഇവരെ മൊഖത്തുള്ള രക്ത പ്രസാദം ഉണ്ടോ ഓന്റെ മൊഖത്ത്? അതുകൊണ്ട് അവര് ജനിച്ചിട്ട് പണി യെടുത്തിട്ടില്ല. അവരെ മട്ടുംഭാവും കണ്ടാലറിയില്ലേ സമരക്കാരാണെന്ന്. എം എസ് പീന്റെ നെഞ്ചത്ത് വെടീം വെച്ചിറ്റ് വെർന്നവര് ഈടപ്പറ്റൂല. വേഗം പറഞ്ഞുവിട്ടോ."

മമ്മദ് പുറത്തിറങ്ങി നാരായണനെയും സഹോദരന്മാരെയും അടുത്തു വിളിച്ചു. അയാൾ നാരായണനെ അടിമുടിയൊന്നുനോക്കി. "അള്ളാ, തലേക്കെട്ട് അയിക്കാണ്ടാ നമ്പ്യാറെ കണ്ടത്. ബെറുതൃല്ല ഓറ ങ്ങനെ പറഞ്ഞത്. ഓറെ മുമ്പിലാരും തലേക്കെട്ടി പോവൂല."

"എനക്കറ്യോ അതെല്ലാം. അറിഞ്ഞിരുന്നെങ്കിൽ തലേക്കെട്ട് എപ്പളേ അഴിച്ചേനെ."

"ങ്ങള് ബേജാറാവണ്ട. നമ്മക്ക് ബേറെ വയി നോക്കാം. ഒരുമാസം ങ്ങളെ പോറ്റാന്ന് കുണ്ടൻ നമ്പ്യാർക്ക് ഞമ്മള് വാക്ക് കൊടുത്തതാ"

നാരായണൻ ചുവന്ന ടൗവൽകൊണ്ട് തലയിലൊരു കെട്ട് കെട്ടിയി രുന്നു. അതാണ് നമ്പ്യാരെ പ്രകോപിപ്പിച്ചത്. അവർ മൂന്നുപേരൊഴികെ ബാക്കിയുള്ളവരെല്ലാം കുരുമുളക് പറിക്കാൻ പോയി. കുരുമുളക് വിള യുന്ന കാലത്ത് തിമിരിയിൽ ഓലകൊണ്ട് താൽക്കാലിക ഷെഡ്ഡുകൾ കെട്ടി ചന്തകൾ ഉണ്ടാകും. അവിടെ എല്ലാ സാധനങ്ങളും വാങ്ങാൻ കിട്ടും. അത്തരമൊരു ഷെഡ്ഡിൽ കുറേപ്പേരിരുന്ന് പകിട കളിക്കുന്നുണ്ടാ യിരുന്നു. ജയിച്ചവർക്ക് ഒരുകെട്ട് ബീഡികിട്ടും. ഒന്നും ചെയ്യാനില്ലാത്ത തുകൊണ്ട് നാരായണൻ കുറച്ചുനേരം പകിട കളി കണ്ടുനിന്നു.

"ഒരു കൈ നോക്കുന്നോ" അതിലൊരാൾ ചോദിച്ചപ്പോൾ പകിടക ളിയിൽ നല്ല പരിചയമില്ലെങ്കിലും നാരായണനും കളിക്കാനിരുന്നു. ഉച്ചാ യായപ്പോഴേക്കും മുപ്പതു ബീഡിക്കെട്ടും കിട്ടി. ഉച്ചഭക്ഷണം എവിടെയാ ണെന്നും അതിലൊരാൾ ചോദിച്ചു. ഇതുവരെ ഒരിടത്തും തരമായില്ല എന്നു മറുപടി പറഞ്ഞപ്പോൾ "രണ്ടു ദിവസത്തെ കാര്യം ഞങ്ങളേറ്റു" എന്നായി അവർ. കല്യാണസദ്യയൊരുക്കാനാണ് അവർ പോകുന്നത്. അങ്ങനെ ക്ഷണിക്കാത്തൊരു കല്യാണത്തിന്റെ ദേഹണ്ഡക്കാരനാവാ നുള്ള ഭാഗ്യവും നാരായണനും ദാമോദരനും ഗോവിന്ദനുമുണ്ടായി. സദ്യ യൊരുക്കാനും സദ്യ വിളമ്പാനുമൊക്കെ അവർ തയാറായി. വിളമ്പു മ്പോൾ പലരും ചോദിച്ചു:

"ഇവരാരാണ്?"

"ആരായാലെന്താ? സദ്യ വിളമ്പിയാൽ പോരെ?" എന്ന മറുചോദ്യം കൊണ്ട് ഉത്തരം നൽകി.

അടുത്ത ദിവസം മമ്മദെത്തി. തിമിരിയിൽത്തന്നെ മറ്റൊരു പറമ്പിൽ കുരുമുളക് പറിക്കാനേൽപ്പിച്ചു. അയാൾ അവർക്ക് മരത്തിൽ കയറാനുള്ള

ഏണിയൊക്കെ സംഘടിപ്പിച്ചു കൊടുത്തു. അവർ മുളക് പറിക്കുമ്പോൾ എന്നും പറമ്പിൽ മേൽനോട്ടത്തിനെന്നപോലൊരാളെത്തി. വരുമ്പോൾ പാലും ചായപ്പൊടിയും പഞ്ചസാരയുമൊക്കെ കൊണ്ടുവരും. ആദ്യമൊക്കെ ഉടമസ്ഥനല്ലാത്തൊരാൾ എന്തിനിങ്ങനെ കഷ്ടപ്പെടുന്നു എന്നവർ അത്ഭുതപ്പെട്ടു. പിന്നീട് കാര്യം മനസിലായി.

അധികാരത്തർക്കമുള്ളൊരു പറമ്പിലാണ് അവർ കുരുമുളക് പറിക്കുന്നത്. അതിലൊരു കക്ഷിയെ കമ്മാരൻ നമ്പ്യാരും മറ്റേ കക്ഷിയെ അദ്ദേഹത്തിന്റെ ശത്രുവായ മരുമകനും സഹായിച്ചുപോന്നു. അതുകൊണ്ട് ഒരിക്കലും ആ പറമ്പിൽ ഒരു കക്ഷിക്കും കുഴപ്പമില്ലാതെ കുരുമുളക് പറിച്ചെടുക്കാൻ കഴിയാറില്ല. അക്കൊല്ലം എതിർകക്ഷി പറമ്പിന്റെ ഏഴയലത്ത് വന്നതേയില്ല. കാര്യസ്ഥന്മാർ മുഖേന കമ്മാരൻ നമ്പ്യാർ വിവരമറിയുന്നുണ്ടായിരുന്നു. എങ്ങുനിന്നോ വന്ന മൂന്നുപേരാണ് മുളക് പറിക്കുന്നതെന്ന് കേട്ടപ്പോൾ അദ്ദേഹത്തിനു മനസിലായി. എം എസ് പിയോട് ഏറ്റുമുട്ടുന്നവരാണ് മുളകുപറിക്കാർ എന്ന്. അദ്ദേഹം തന്റെ കക്ഷിയോട് അത് പറയുകയും ചെയ്തു. അതുകൊണ്ട് കരുമുളക് പറിച്ചു തീരുന്നതുവരെ യാതൊരു ശല്യവുമുണ്ടായില്ല.

കുരുമുളകു പറി കഴിഞ്ഞപ്പോൾ കുറച്ചകലെയുള്ള നാട്ടിൽ കൃഷിപ്പണിയെടുക്കാൻ കൊണ്ടുപോയി. ധാരാളം പശുക്കളുള്ള വലിയൊരു തറവാട്ടിലാണവരെത്തിയത്. അവിടുത്തെ ഇളയ പെൺകുട്ടിയാണ് പശുക്കളെ കറക്കാറുള്ളത്. ഒരു ദിവസം അവൾക്ക് പനി പിടിച്ചപ്പോൾ നാരായണന് പശുക്കളെ കറക്കേണ്ടി വന്നു. അന്ന് സാധാരണ ലഭിക്കുന്നതിന്റെ ഇരട്ടി പാൽ ലഭിച്ചപ്പോഴാണ് പെൺകുട്ടിയുടെ സൂത്രം മനസിലായത്. അവൾ എല്ലാ പശുക്കളെയും ദിവസവും കറക്കാറില്ല. പാലു കൂടുതൽ കിട്ടുന്ന പശുക്കളെ മാത്രം കറന്ന് ബാക്കിയുള്ളതിന്റെയൊക്കെ കുട്ടിയെ അഴിച്ചു വിട്ട് കുടിപ്പിക്കും. വീട്ടുകാർക്ക് കാര്യം മനസിലായപ്പോൾ നാരായണന്റെ ജോലി ഇരട്ടിച്ചു. അവർ സന്തോഷത്തോടെ തീരുമാനിച്ചു. ഇനി എന്നും നാരായണൻ കറന്നാൽ മതി.

കാലിപൂട്ടലും കണ്ടംകൊത്തലുമൊക്കെയായി ഒരു മാസം അവിടെ കഴിഞ്ഞു. വീടുവിട്ടതിനുശേഷം വീട്ടിൽ അമ്മയുണ്ടാക്കുന്നതുപോലെയുള്ള ഭക്ഷണം കഴിച്ചതവിടെ നിന്നാണ്.

പിന്നീട് കാടു വയക്കുന്ന ജോലി ലഭിച്ചു. താമസവും ഭക്ഷണവുമൊക്കെ ശോചനീയമാണെങ്കിലും അവരുടെയും പ്രീതി സമ്പാദിക്കാൻ കഴിഞ്ഞു. തമിഴന്മാർ കിണഞ്ഞു ശ്രമിച്ചിട്ടും വൻകാടിനെ അനക്കാൻ കഴിഞ്ഞില്ല. അപ്പോഴാണ് പുനംകാടിനോട് മല്ലിട്ടു പരിചയമുള്ള ജ്യേഷ്ഠാനുജന്മാർ എത്തിയത്. കൊത്തിയിടുന്ന കാടിനെ കവരമുള്ള കമ്പുകൊണ്ട് ഉരുട്ടി മറിച്ചു കൊണ്ടുപോകുന്ന കാഴ്ച കണ്ട് സ്ഥലമുടമ ഓടി വന്നു. ഈ വിദ്യ പഴയ പണിക്കാർക്കും പഠിപ്പിച്ചുകൊടുക്കണമെന്ന ആവശ്യവുമായി.

അതിനിടയിൽ നാരായണന് വയറുവേദന പിടിപെട്ടു. പണിക്കാർക്ക്

ഒന്നിച്ചുണ്ടാക്കുന്ന ചുവന്ന അരികൊണ്ടുള്ള ചോറും പുഴുക്കും കഴിച്ച് വയറ് കേടായതാണ്. മുതലാളി അറിഞ്ഞപ്പോൾ വിളിച്ചുകൊണ്ടുപോയി പാലും മോരും സമാസമം ചേർത്ത് കുടിക്കാൻ കൊടുത്തു. അവരുടെ കൂടെയിരുത്തി നല്ലരിയുടെ ചോറ് കൊടുത്തു.

അടുത്ത ദിവസങ്ങളിൽ വിശ്രമവും വിധിച്ചു.

കൂലി തീർക്കുമ്പോൾ പണിയെടുത്ത ദിവസങ്ങളിലെ ചെലവ് ഏട്ടന്മാരുടെ കൂലിയിൽ നിന്ന് പിടിച്ചോളാൻ പറഞ്ഞപ്പോൾ മുതലാളി പറഞ്ഞു: "നിങ്ങൾ കാരണം ഞങ്ങൾക്കൊരുപാട് ലാഭമുണ്ടായി." അവർ നിറഞ്ഞ മനസോടെ മുഴുവൻ ദിവസത്തെ കൂലിയും നൽകി. ഇനി അടുത്ത താവളം തേടണം. ആരോ പറഞ്ഞു. തിമിരിയിലെ അമ്പലത്തിനു പണിയെടുക്കുന്നുണ്ട്. അങ്ങോട്ടുപോയാൽ പണികിട്ടും.

തിമിരി ഒളിച്ചു താമസിക്കാൻ പറ്റിയ സ്ഥലം തന്നെയാണ്. സമരത്തിന്റെ ബഹളം എത്താത്തൊരു മലയോരഗ്രാമം. അമ്പലവും കാടുമൊക്കെയുള്ള ശാന്തമായ അന്തരീക്ഷം. ആദ്യ ദിവസം അമ്പലത്തിലേക്ക് മരം കടത്തുന്ന പണിയാണ് കിട്ടിയത്. തിമിരിയിലെ പ്രമാണിയായ പ്ലാക്കാൽ കുഞ്ഞിക്കണ്ണന്റെ വീട്ടിൽത്തന്നെ നാരായണന് അഭയം ലഭിച്ചു. അല്ലലും അലട്ടുമില്ലാതെ അവർ അവിടെ കഴിഞ്ഞു. അമ്മയുടെയും അച്ഛന്റെയും അനിയന്മാരുടെയും ഓർമകൾ മാത്രം അവനെ ഇടയ്ക്കിടെ നൊമ്പരപ്പെടുത്തി.

എന്നിട്ടും നാരായണനും ഗോവിന്ദനും പിടിക്കപ്പെടുക തന്നെ ചെയ്തു. എള്ളരിഞ്ഞിക്കാരൻ ഗോവിന്ദൻമാരാർ തിമിരിയിലെത്തിയത് ഒളിച്ചുതാമസിക്കാൻ തന്നെയാണ്. നായനാരുടെ പൊയ്തിപ്പണിക്കാരനായിരുന്നെങ്കിലും വാരിക്കുന്തം ഉണ്ടാക്കാനും മറ്റും ഗോവിന്ദനും പങ്കാളിയായിരുന്നു. അതുകൊണ്ട് താനും പ്രതിപ്പട്ടികയിൽ ഉണ്ടോയെന്നയാൾ സംശയിച്ചു. അങ്ങനെ തിമിരിയിൽ മുങ്ങിയതായിരുന്നു ഗോവിന്ദൻമാരാർ. ദൈവാധീനംകൊണ്ട് തിമിരി അമ്പലത്തിലെ വാദ്യക്കാരനായി. ദാമോദരനും ഗോവിന്ദനും അവിടെ ഒരു കല്യാണത്തിനു ക്ഷണം കിട്ടി. നാരായണന് പോകാൻ മടി തോന്നിയതുകൊണ്ട് ഏട്ടൻ ഗോവിന്ദനെ പറഞ്ഞയച്ചു, അവിടെ വെച്ച് മാരാർ ഗോവിന്ദനെ കണ്ടുമുട്ടി. നാരായണൻ തിമിരിയിലുണ്ടെന്ന് മാരാർ ഗോവിന്ദൻ മനസിലാക്കി. ആശ്വസിപ്പിച്ചുകൊണ്ട് അയാൾ നാരായണന് നീണ്ടൊരു കത്തെഴുതി ജ്യേഷ്ഠന്റെ കൈയിൽ കൊടുത്തയച്ചു. നാരായണനെ കണ്ട കാര്യം നാട്ടിൽ അറിയിക്കും എന്നൊരു സംശയമേ നാരായണനുണ്ടായിരുന്നില്ല. ആദ്യകാലത്ത് കർഷകരുടെ കൂടെ നിന്ന ആളിനെ അവിശ്വസിക്കേണ്ട കാര്യമില്ലല്ലോ.

പക്ഷേ, വിശ്വാസം രക്ഷിച്ചില്ല. മാരാർ ഒറ്റുകൊടുത്തു. നാരായണൻ തിമിരിയിലുണ്ട്. അതുമാത്രമല്ല, എം എസ് പിയുടെ കൂടെപ്പോയി നാരായണനെ കാണിച്ചുകൊടുക്കുകയും ചെയ്തു അയാൾ.

ഉച്ചയ്ക്ക് ചോറുണ്ണാൻ പ്ലാക്കാൽ കണ്ണന്റെ വീട്ടിലെത്തിയപ്പോൾ അവിടെ കളിച്ചുകൊണ്ടിരുന്ന കുട്ടി പറഞ്ഞു: "പൊലീസ് വന്നിട്ടുണ്ട്."

കുട്ടി പറയുന്നതല്ലേ. അതാരും കാര്യമായെടുത്തില്ല. ചോറുണ്ട് കൈകഴുകാൻ മുറ്റത്തേക്കിറങ്ങുമ്പോൾ രണ്ടുമൂന്നുപേർ വരുന്നതു കണ്ടു. അവരുടെ കൂടെ മാരാർ ഗോവിന്ദനുമുണ്ട്. അവരെ കണ്ടപ്പോൾ ഇറങ്ങി ച്ചെന്നു. കമ്യൂണിസ്റ്റുപാർട്ടിക്കാർ രക്ഷിക്കാൻ വരുന്നതാണെന്നു ധരിച്ചു പോയി. മറ്റൊരു താവളമായാൽ ഒളിവിൽ കഴിയുന്നവരെ ഓരോരുത്ത രെയായി അവർ കൊണ്ടുപോകും.

മൂന്നുപേരിൽ ഒരാളെ കൊണ്ടുപോകാൻ തയാറായപ്പോൾ നാരായ ണൻ അറിയിച്ചു.

"ആദ്യം ദാമോരനെ കൊണ്ടുപോയാൽ മതി."

കാരണം ദാമോദരന് ക്ഷമ നശിച്ചുകഴിഞ്ഞിരിക്കുന്നു. ഇനി ഒളിവിൽ കഴിഞ്ഞാൽ അയാൾ കുഴപ്പമുണ്ടാക്കും. അതനുസരിച്ച് അവർ ദാമോദ രനെ കൊണ്ടുപോയി. ഇപ്പോൾ തങ്ങളുടെ ഊഴമായി.

കണ്ട ഉടനെ വന്നവരിൽ ഒരാൾ ചോദിച്ചു: "നിങ്ങൾ ഇ കെ നാരാ യണൻ നമ്പ്യാരല്ലേ?"

"അതേ."

"നിങ്ങളെ അറസ്റ്റു ചെയ്യാനാണ് ഞങ്ങൾ വന്നിരിക്കുന്നത്."

"നിങ്ങളെ കണ്ടതുകൊണ്ടാണ് ഞാനിറങ്ങി വന്നത്."

നാരായണൻ പറഞ്ഞത് ശരിയായിരുന്നു. അവരെ കണ്ടതുകൊണ്ടു തന്നെയാണ് ഇറങ്ങി വന്നത്. അത് പാർട്ടിക്കാരാണെന്നു ധരിച്ചിട്ടു മാത്രം. മഫ്ടിയിൽ വന്ന പൊലീസാണെന്ന് ഇപ്പോഴാണ് മനസിലായത്. അപ്പോ ഴേക്കും വൈകിപ്പോയിരുന്നു.

മാസങ്ങൾക്കുള്ളിൽ നാരായണൻ തിമിരിക്കാർക്ക് പ്രിയപ്പെട്ടവനായി മാറിയിരുന്നു. ആരോടും മധുരമായി സംസാരിക്കുന്ന നാരായണനെ വൃദ്ധന്മാർക്കും കുട്ടികൾക്കും ഒരുപോലെ ഇഷ്ടമായിരുന്നു. ഞൊടിയി ടയിൽ നാരായണന്റെ അറസ്റ്റ് നാടെങ്ങും പരന്നു. തൊണ്ണൂറ്റഞ്ചു വയസു കഴിഞ്ഞ ഒതേനൻനമ്പ്യാർ വടിയും കുത്തി പ്ലാക്കാൽ കണ്ണന്റെ വീട്ടിലെ ത്തി. അദ്ദേഹം സബ് ഇൻസ്പെക്ടർ കരുണാകരൻനമ്പ്യാരോട് പറ ഞ്ഞു: "ഈ കുട്ടി നിരപരാധിയാണ്."

"അയാളെ ഞാൻ ഉപദ്രവിക്കില്ല" ഇൻസ്പെക്ടർ മറുപടി പറഞ്ഞു.

ചെവികേൾക്കാത്തതുകൊണ്ട് വീണ്ടുംവീണ്ടും വൃദ്ധൻ ആവർ ത്തിച്ചുകൊണ്ടിരുന്നു.

"ഈ കുട്ടി നിരപരാധിയാണ്."

അവസാനം ഇൻസ്പെക്ടർ കസേരയിൽ നിന്നെഴുന്നേറ്റ് നിന്നിട്ട് ഉറക്കെ പറഞ്ഞു:

"ഞാൻ ഒരച്ഛന് പിറന്നവനാണെങ്കിൽ ഇയാളെ ഉപദ്രവിക്കില്ല."

അദ്ദേഹം വാക്കു പാലിച്ചു. അറസ്റ്റു ചെയ്തുകൊണ്ടുപോകുമ്പോൾ പൊലീസുകാരൻ നാരായണനോട് പറഞ്ഞു: "സമരത്തിന്റെ അന്ന് നീ എന്നെ അടിച്ചു പരിക്കേൽപ്പിച്ചിരുന്നു."

പൊലീസുകാരന്റെ കൈത്തരിപ്പ് അസുഖം മനസിലായപ്പോൾ ഇൻസ്പെക്ടർ കർശനമായി താക്കീതു ചെയ്തു, "തൊട്ടുപോകരുത്."

അപ്രതീക്ഷിതമായ പൊലീസിന്റെ വരവിൽ നാരായണനും വലിയമ്മയുടെ മകൻ ഗോവിന്ദനും പരിഭ്രമിച്ചു. ഗോവിന്ദൻ ഒരു കേസിലും പ്രതിയായിരുന്നില്ല. അയാളെ പൊലീസ് വെറുതെ വിട്ടു. എന്നാലും അനിയനെ വിട്ടുപോകാൻ അയാൾ തയാറായില്ല. നാരായണനെ പൊലീസ് അറസ്റ്റ് ചെയ്ത് വേങ്ങയിൽ നായനാരുടെ ബംഗ്ലാവിൽ കൊണ്ടുപോയി. പ്രതിയെ ലോക്കപ്പു ചെയ്യാൻ പൊലീസ് കണ്ടെത്തിയത് അവിടുത്തെ നെല്ലറയാണ്. സൂത്രം പറഞ്ഞ് അറയിൽ കയറ്റി പലകയിടാൻ തുടങ്ങിയപ്പോൾ നാരായണന് കാര്യം മനസിലായി. പലക തട്ടിമാറ്റി ചാടിയിറങ്ങി അലറി: "എന്നെ ശ്വാസംമുട്ടിച്ചുകൊല്ലാനാണോ ഭാവം?"

അവസാനം പൊലീസിന് വഴങ്ങേണ്ടി വന്നു. അറയ്ക്കു പകരം മുറിയിൽ പൂട്ടിയിട്ടു. പിറ്റേന്നു രാവിലെ എള്ളരിഞ്ഞിയിലേക്കു കൊണ്ടുപോയി. അന്നവിടുത്തെ ക്യാമ്പിൽ സൂക്ഷിച്ചു.

അമ്മയും അനിയന്മാരും പത്തായപ്പുരയുടെ മുന്നിൽ ആർത്തലച്ചു വന്നു. അടുത്ത ദിവസം രാവിലെ തളിപ്പറമ്പിലേക്ക് കൈകെട്ടി കൊണ്ടുപോകുമ്പോൾ അമ്മ പൊട്ടിക്കരഞ്ഞു.

അനിയൻ കൂടെ നടന്നു, പട്യക്കല്ല് വരെ. വീട്ടിലെ വിശേഷങ്ങൾ നാരായണൻ അനിയനോട് ചോദിച്ചറിഞ്ഞു. കൂട്ടിക്കെട്ടിയ കൈകൾ മുണ്ടിനടിയിൽ ഒളിപ്പിച്ചുവെച്ച് അനിയന്റെ ഒന്നിച്ചു നടക്കുന്ന ചെറുപ്പക്കാരൻ പൊലീസുകാരിലും അലിവുണ്ടാക്കി. അവർ വളരെ സൗഹൃദത്തോടെയാണ് അയാളോട് പെരുമാറിയത്.

ചെങ്ങളായി എത്താറായപ്പോൾ നാരായണൻ പൊലീസിനോട് പറഞ്ഞു:

"ചെങ്ങളായി ഭാര്യ വീട് കഴിയുന്നതുവരെ കൈ ഒന്നഴിക്കണം. ശാരദയും അവളുടെ വീട്ടുകാരും കൈകെട്ടി കള്ളനെപ്പോലെ നടത്തിച്ചുകൊണ്ടുപോകുന്നത് കണ്ടാൽപ്പിന്നെ ജീവിച്ചിരുന്നിട്ട് കാര്യമില്ല."

"അപ്പോൾ നിന്റെ കല്യാണവും കഴിഞ്ഞല്ലേ. മീശമുളച്ചില്ലല്ലോ." പൊലീസ് കളിയാക്കി. പിന്നെ അവർ അയാളുടെ കൈ കെട്ടിയില്ല.

രാമൻമേനോന് പകരം വന്ന എസ് ഐ കരുണാകരൻ നമ്പ്യാർ മര്യാദയുള്ളൊരു മനുഷ്യനായിരുന്നു. അദ്ദേഹം വളരെ മാന്യമായിട്ടാണ് കക്ഷികളോട് പെരുമാറിയിരുന്നത്. ആ പെരുമാറ്റം പൊലീസുകാരിലും പ്രകടമായിരുന്നു.

ഗോവിന്ദൻമാരാർ ചെയ്ത ചതി പെറ്റ വയറിനു ക്ഷമിക്കാനും മറക്കാനും കഴിഞ്ഞില്ല. അവരുടെ സങ്കടവും ദേഷ്യവും പൊട്ടിത്തെറിച്ചു. "എങ്ങോ പോയിക്കിടക്കുന്ന എന്റെ കുട്ടികളെ ഓൻ പിടിച്ചു കൊടുത്തില്ലേ. ഓന്റെ ഓക്ക് ഈറ്റ് ചെലവിന്റെ പണം ഒപ്പിക്കാനല്ലേ എന്റെ മക്കളെ പിടിച്ചു കൊടുത്തത്?"

അമ്മ പറഞ്ഞത് ചെവിക്കുചെവി അറിഞ്ഞ ഗോവിന്ദൻ മാസങ്ങൾക്കുശേഷം പ്രതികരിച്ചു. ഓടക്കണ്ടത്തിന്റെ കരയിൽ പുത്തളോൻ വളപ്പിൽ പുത്തളോൻ കൃഷ്ണൻനായർ ചായക്കച്ചവടവും പലചരക്കു കച്ചവടവും നടത്തുന്നുണ്ട്. അടുത്ത ദേശങ്ങളിൽ നിന്നെല്ലാം ആളുകൾ അവിടെയെത്തും, ചായകുടിക്കാനും സാധനങ്ങൾ വാങ്ങാനും. കീറിയ ഉണക്ക അയിലയടക്കം എല്ലാ സാധനങ്ങളും അവിടെ കിട്ടും. പീടികയിൽ ഒരു സഹായി കൂടിയുണ്ട്, കോനാട്ടി രാമൻ. പീടികയിൽ കച്ചവടം പൊടിപൊടിക്കുമ്പോൾ ഒരു സഹായി കൂടിയേ തീരൂ. ആ പീടികയിൽ വെച്ച് രാഘവനും ഗോവിന്ദനും കണ്ടുമുട്ടി. ഏട്ടനെ ഒറ്റിക്കൊടുത്തവനോട് സംസാരിക്കാൻ രാഘവൻ മെനക്കെട്ടില്ല. എന്നാൽ ഒറ്റിക്കൊടുത്തവനെന്ന ദുഷ്പേരിൽ അസ്വസ്ഥനായ ഗോവിന്ദൻ മുഖം തിരിച്ച രാഘവനെ പിടികൂടി. "എന്റെ ഭാര്യ രണ്ടാമതും ഗർഭിണിയാണ്. അതിന്റെ ഈറ്റു ചെലവിനു ആര്യാ പിടിച്ചുകൊടുക്കേണ്ടതെന്ന് കുഞ്ഞേറ്റിയോട് ചോദിക്കണം."

"കുഞ്ഞേറ്റിക്ക് നിന്റെ ഈറ്റ് ചെലവിന്റെ കണക്കൊന്നും അറിയണ്ട. പെറ്റമ്മേന്റെ സങ്കടംകൊണ്ട് ഓറങ്ങനെ എന്തെങ്കിലും പറഞ്ഞിറ്റ്ണ്ടാവും. പിടിച്ചുകൊടുത്തേല് നിന്റെ പങ്ക് എത്ര്യാന്ന് നീ തന്നെ തീരുമാനിക്കുക" ഒട്ടും കൂസാതെ രാഘവൻ മറുപടികൊടുത്തു.

തളിപ്പറമ്പ് സബ് ജയിലിൽ നാരായണനെ റിമാന്റ് ചെയ്തു. കാറ്റും വെളിച്ചവുമില്ലാത്ത കുടുസ്സുമുറിയിൽ ഒറ്റയ്ക്ക്. കൊലക്കേസ് പ്രതിയായതുകൊണ്ട് പുറത്തിറക്കിക്കൂടാ.. മുറിയിൽ രണ്ടു മൺപാനികളുണ്ട്, തൂറാനും മൂത്രമൊഴിക്കാനും. പൂജ്യം റേഷനാണ് കൊടുക്കുന്നത് എന്നുവേണം പറയാൻ. അതിൽ പകുതിയും പൊലീസെടുക്കും. എന്നിട്ട് ജീവൻ നിലനിർത്താനുള്ള ഭക്ഷണം മാത്രം ഒരുനേരം വാർഡൻ വേവിച്ചു നൽകും. അതിനുശേഷം അയാൾ കഴിയുന്നത്ര നേരത്തെ ലോക്കപ്പിന്റെ താക്കോൽ പാറാവ് നിൽക്കുന്ന പൊലീസിനെ ഏൽപ്പിച്ച് സ്ഥലംവിടും.

ഏതാനും ദിവസങ്ങൾ കഴിഞ്ഞപ്പോൾത്തന്നെ നാരായണന്റെ ഊർജസ്വലതയെല്ലാം നഷ്ടപ്പെട്ടു. കുളിക്കാതെ, നനക്കാതെ, ഭക്ഷണമില്ലാതെ, തണുത്ത സിമന്റുതറയിൽ ഉറങ്ങാനാവാതെ ചുരുണ്ടുകൂടി ആ ഇരുപതുകാരൻ. ശരീരം മെലിഞ്ഞു. താടിയും മുടിയും നീണ്ടു. ദേഹം നിറയെ പേനും വരട്ടുചൊറിയും. ഏട്ടനെ കാണാൻ കാവുമ്പായിയിൽ നിന്ന് രാഘവൻ വരും. അനിയനെ കാണുമ്പോൾ ഏട്ടൻ കുഞ്ഞുങ്ങളെപ്പോലെ വിങ്ങിപ്പൊട്ടും. ഏട്ടന്റെ പ്രാകൃതരൂപം അനിയന്റെ കണ്ണു നിറയ്ക്കും.

നാരായണന്റെ റിമാന്റ് കാലം മാസങ്ങൾ നീണ്ടു. ഓരോ പ്രാവശ്യവും കേസിന് കൊണ്ടുപോയാൽ അടുത്ത അവധിക്ക് മാറ്റിവെക്കും. കൂടുതൽ കേസുകളുണ്ടെങ്കിലേ വിചാരണയ്ക്കെടുക്കൂ. അങ്ങനെ മാസങ്ങൾ കഴിഞ്ഞു. ഏട്ടനെ ആ നരകത്തിൽ നിന്നും രക്ഷിക്കാൻ അനിയൻ പല വാതിലും മുട്ടി. എവിടുന്നോ ഒരുപദേശം കിട്ടി: "കേസ് അടുക്കുമ്പോൾ അയാളോട് രണ്ടുദിവസം നിരാഹാരം കിടക്കാൻ പറയൂ."

വാർഡൻ വരുന്നതിനു മുമ്പു തന്നെ ജയിലിൽ രാഘവനെത്തി. സ്വൈര്യമായി ഏട്ടനോട് മിണ്ടാൻ പറ്റിയ സമയമതാണ്. ഹെഡ്ക്ലാർക്കിന്റെ ഉപദേശമാണത്. പത്തുമണിക്ക് മജിസ്ട്രേറ്റ് കോടതി കൂടിയാൽ ആളും ബഹളവുമായിരിക്കും. പതിവുപോലെ അന്നും ഏട്ടനെ കണ്ടു. പൊലീസിന്റെ സാന്നിധ്യത്തിൽ, അനിയൻ പറഞ്ഞു:

"ഏതായാലും നിനക്ക് ഈ നരകത്തിൽ നിന്ന് രക്ഷപ്പെടാൻ കഴിയില്ല. അപ്പൊപ്പിന്നെ ചാവുന്നതാ നല്ലത്. ഇനിയവര് നുള്ളിത്തരുന്ന വറ്റ് തിന്നണ്ട. പട്ടിണി കിടക്ക്."

ഇതു കേട്ടതും പൊലീസ് അവന്റെ മേൽ ചാടിവീണു രാഘവന്റെ കഴുത്തിനു കുത്തിപ്പിടിച്ച് അങ്ങോട്ടുമിങ്ങോട്ടും വലിച്ചു. ചുമരിലിട്ടിടിച്ചു മർദിച്ചു: "നായിന്റെ മോനെ, നീ നിരാഹാരത്തിന് പ്രേരിപ്പിക്കുന്നോടാ?"

നാരായണൻ ഉറക്കെ വിളിച്ചു പറഞ്ഞു: "ഓനെ ഒന്നും ചെയ്യരുത്. ഞാൻ നിരാഹാരം കിടക്കില്ല."

ഒച്ചയും ബഹളവും കേട്ട് ഹെഡ്ക്ലാർക്ക് ഓടി വന്നു. അദ്ദേഹം പൊലീസിനെ പിടിച്ചുമാറ്റി. "നിങ്ങളയാളെ മർദിച്ചു കൊന്നാൽ ഞാൻ സാക്ഷി പറയേണ്ടിവരും. അത് എന്നെക്കൊണ്ടാവൂല."

രാഘവൻ വരുമ്പോഴെല്ലാം അദ്ദേഹത്തോട് സങ്കടം പറയാറുണ്ട്. അവരുടെ നിസ്സഹായാവസ്ഥയിൽ അലിയുന്നൊരു മനസ്സ് അദ്ദേഹത്തിനുണ്ടായിരുന്നു.

"പിന്നെ ഞങ്ങളെന്താണ് ചെയ്യേണ്ടത്? നിരാഹാരം കിടക്കാനല്ലേ അവൻ പറയുന്നത്." വാർഡൻ ചോദിച്ചു.

"നിങ്ങൾക്കൊരുപാട് കാര്യങ്ങൾ ചെയ്യാനാവും. എന്തുവേണമെങ്കിലും ഇയാൾ കൊണ്ടുവരും. അത് പാകം ചെയ്തു കഴിച്ചാൽ മതി. നിങ്ങൾക്ക് ഭക്ഷണം കഴിക്കാൻ പുറത്തുപോകേണ്ട കാര്യമില്ല. രണ്ടു കൂട്ടർക്കും ഗുണമാണ്" അദ്ദേഹം പറഞ്ഞു. ആ നിർദേശം പൊലീസ് അംഗീകരിച്ചു.

അടുത്ത ദിവസംതന്നെ സാധനങ്ങളുമായി രാഘവനെത്തി. കുത്തരിയും പച്ചക്കറികളും തേങ്ങയും വീട്ടിൽനിന്നെടുത്തു. പാൽപ്പൊടിയും പലവ്യഞ്ജനങ്ങളും തളിപ്പറമ്പിൽ നിന്നും വാങ്ങി. അതിരാവിലെയെത്തി പീടിക തുറക്കുന്നതുവരെ കാത്തുനിന്നാണ് സാധനങ്ങൾ വാങ്ങിയത്. അറസ്റ്റു ചെയ്ത് പത്തുമാസത്തിനുശേഷം നാരായണനെ കണ്ണൂർ സെൻട്രൽ ജയിലേക്ക് മാറ്റുന്നതുവരെ ഈ സംവിധാനം തുടർന്നു.

ഒളിവിൽ പോയവരെ ഒന്നൊന്നായി പൊലീസ് അറസ്റ്റു ചെയ്തു. അതിനവർ ഏതു ചതിപ്രയോഗത്തിനും മടിച്ചില്ല. ഒ പി അനന്തൻ മാസ്റ്ററെ അറസ്റ്റ് ചെയ്തത് അത്തരത്തിലൊരു ചതിയിലൂടെയായിരുന്നു.

കാവുമ്പായി സമരത്തിലെ മുഖ്യപ്രതിയാണെങ്കിലും പൊലീസിന് അദ്ദേഹത്തെ അറസ്റ്റു ചെയ്യാൻ കഴിഞ്ഞില്ല. പാർട്ടി നിർദേശമനുസരിച്ച് ഒളിവിൽ കഴിഞ്ഞുകൊണ്ട് പ്രവർത്തിച്ചിരുന്ന ഒ പി അനന്തൻ മാഷിന് ജ്യേഷ്ഠന്റെ സന്ദേശമെത്തി. അമ്മ അത്യാസന്നനിലയിലാണ്. അമ്മ

മകനെ കാണാൻ ആഗ്രഹിക്കുന്നു. ഈ സന്ദേശത്തെ അവഗണിക്കാൻ ഒ പി യ്ക്കായില്ല. വൃദ്ധമാതാവിന്റെ സവിധത്തിലേക്ക് അദ്ദേഹം കുതിച്ചു. ചെറുകുന്നിലെത്തി അമ്മയെ കണ്ടപ്പോൾ ഒ പി ക്ക് ചതി മനസിലായി. മകനെ പിടികൂടാൻ അമ്മയും അറിയാതെ കൂട്ടുനിന്നു. നായനാരുടെ മുന്നിൽ കുറ്റസമ്മതം നടത്തിയാൽ മകനെ വെറുതെ വിടുമെന്നവരെ വിശ്വസിപ്പിച്ചിരുന്നു.

അറസ്റ്റു ചെയ്തു മാപ്പുസാക്ഷിയാക്കിയാൽ കേസിൽ നിന്നൊഴിവാക്കും എന്ന് ജ്യേഷ്ഠനും പ്രതീക്ഷിച്ചിരുന്നു. അതുകൊണ്ട് ഒ പി വീട്ടിലെത്തിയ ഉടനെ പൊലീസിനെ വിവരമറിയിച്ചു. വീടു വളഞ്ഞ് പൊലീസ് അദ്ദേഹത്തെ അറസ്റ്റു ചെയ്തു.

കുടകിൽനിന്നാണ് രാമർകുട്ടി നമ്പ്യാരെ പിടിച്ചത്. രാമർകുട്ടി നമ്പ്യാരും കേളോത്ത് കൃഷ്ണനും ഒന്നിച്ചാണ് കുടകിലേക്ക് പോയത്. എള്ളരിഞ്ഞിയിലുള്ള കുന്നോത്ത് നാരായണൻ കുടകിൽ വെച്ച് രാമർകുട്ടി നമ്പ്യാരെ കണ്ടു. അയാൾ നാട്ടിലെത്തി എം എസ് പിയെ വിവരം അറിയിച്ചു. ഹെഡ്കോൺസ്റ്റബിൾ കുഞ്ഞിക്കണ്ണൻ നമ്പ്യാരും കുന്നോത്തുംകൂടി കുടകിലെത്തി. അവർ അവിടെ മുറിയെടുത്ത് താമസിച്ചു. രണ്ടു മൂന്നു ദിവസം നിരീക്ഷിച്ചതിനു ശേഷമാണ് ആളിനെ കണ്ടെത്തിയത്. ചന്തയിൽ വെച്ചാണ് കാണുന്നത്. കുന്നോത്ത് നാരായണൻ ചൂണ്ടിക്കാണിച്ചയാളിനെ ഹെഡ്കോൺസ്റ്റബിൾ വിളിച്ചു: "ദാറൂട്ടി നമ്പ്യാരെ." ഓർക്കാപ്പുറത്ത് പേര് വിളിച്ചപ്പോൾ അദ്ദേഹം അറിയാതെ തിരിഞ്ഞു നോക്കിപ്പോയി. പെട്ടെന്ന് അപകടം മണത്ത് മുന്നോട്ടു നടന്നു.

വീണ്ടും പൊലീസ് വിളിച്ചു. "നിങ്ങളെത്തന്നെയാണ് വിളിച്ചത്. നിൽക്കൂ. ഞങ്ങളും അങ്ങോട്ടാണ്."

മഫ്ടിയിലാണെങ്കിലും ദാറൂട്ടി നമ്പ്യാർ പൊലീസിനെ തിരിച്ചറിഞ്ഞു. വഴിതടഞ്ഞ പൊലീസിനോട് "ഞാൻ ദാറൂട്ടിയല്ല" എന്ന് പറഞ്ഞൊഴിയാൻ ശ്രമിച്ചെങ്കിലും വിലപ്പോയില്ല. പൊലീസ് അന്വേഷിക്കുന്ന കുറ്റവാളിയാണെന്ന് അന്യനാട്ടുകാരെ അറിയിച്ചാൽ തടി ഒന്നുകൂടി കേടാവുകയേ ചെയ്യൂ എന്നറിയാവുന്നതുകൊണ്ട് ഓടിപ്പോവാതെ അയാൾ കീഴടങ്ങി.

മാടായി ചന്തൂട്ടിയെ അറസ്റ്റു ചെയ്തപ്പോൾ ആനക്കാരൻ കൊലക്കേസിലെ പ്രതികളിലൊരാളെ പിടികൂടിയതിന്റെ ആഹ്ലാദത്തിലായിരുന്നു എം എസ് പി. റിമാൻഡിൽ ആയ ചന്തൂട്ടിയുടെ കേസ് തലശ്ശേരി കോടതിയിൽ വിചാരണ ചെയ്തു. കോടതി വധശിക്ഷ വിധിച്ച് ചന്തൂട്ടിയെ കണ്ണൂർ സെൻട്രൽ ജയിലിലേക്ക് അയച്ചു. ധീരനായ ചന്തൂട്ടിയെ അറസ്റ്റും വിധിയുമൊന്നും ബാധിച്ചില്ല. മനശ്ചാഞ്ചല്യം ഒട്ടുമില്ലാതെ അയാൾ വിധിയെ നേരിട്ടു.

കേളോത്ത് കൃഷ്ണൻ ഒളിവിൽ കഴിയുമ്പോൾ ഭാര്യ കല്യാണിക്ക് ആശ്രയമില്ലാതായി. ഭർത്താവില്ലെങ്കിലും നാട്ടിലെ അലക്കുപണി അവർ ചെയ്തേ തീരു. അമ്മയ്ക്കൊപ്പം ചെറിയൊരു പുൽപ്പുരയിൽ താമസിച്ച്

കല്യാണി അലക്കുപണി ചെയ്തിരുന്നു. കേളോത്ത് കൃഷ്ണനെ പിടികിട്ടാഞ്ഞപ്പോൾ എം എസ് പിയും സംഘവും അവരുടെ പുരയിൽ എത്തി. കുശലമന്വേഷിക്കാനല്ല. പ്രതിയെ കിട്ടിയില്ലെങ്കിൽ പ്രതിയുടെ വീട് കത്തിക്കുക എന്ന നയം നടപ്പിലാക്കാൻവേണ്ടി. അതിനവർ നിയോഗിച്ചത് കുണ്ടൻ നമ്പ്യാരെയും. അയാൾക്ക് ഇത്തരം വിനോദ പരിപാടികൾ വളരെ ഇഷ്ടമാണ്. വീട്ടിലെ സ്ത്രീകളെ പരിഗണിക്കാതെ അയാൾ ഉള്ളിലേക്കു കടന്നു.

അവർ പേടിച്ചൊതുങ്ങിനിന്നു.

ഉള്ളിൽക്കയറിയ കുണ്ടൻ നമ്പ്യാർ ഒരു നല്ല കാര്യം ചെയ്തു. 'നാട്ടുകാരുടെ തുണിയാണ്. അത് കത്തിച്ചു കൂടാ' എന്നു പറഞ്ഞുകൊണ്ട് അലക്കിയതും മുഷിഞ്ഞതുമായ തുണികൾ മുഴുവൻ വലിച്ചു മുറ്റത്തിട്ടു. അയാൾ പരാക്രമം തുടങ്ങിയപ്പോൾ കല്യാണിയും അമ്മയും കരഞ്ഞുകൊണ്ട് മുറ്റത്തിറങ്ങി.

അടുപ്പിലെ തീയിൽനിന്നും ചൂട്ടുകത്തിച്ച് അയാൾ പുറത്തിറങ്ങി. പുരയ്ക്ക് തീ കൊടുക്കൽ കർമത്തിന് കാഴ്ചക്കാരായി പൊലീസ് നിന്നു. അഗ്നി ആ പുൽപ്പുര വേഗം നക്കിത്തീർത്തു. പേടിച്ചുകരയുന്ന മക്കളെയുമെടുത്ത് കണ്ണീരുമൊലിപ്പിച്ചുകൊണ്ട് സ്ത്രീകൾ കുടിയിറങ്ങി.

താണ്ഡവമാടി തളർന്നുപോയ എം എസ് പിയും സഹായികളും വലിയ വയലിലേക്കിറങ്ങി. ക്ഷീണം തീർക്കാൻ ഓരോ ഇളനീർ കുടിച്ചേതീരൂ. തെങ്ങിൽ കയറി ഇളനീർ പറിക്കണം. അതിന് തളയില്ല. കാലി പൂട്ടുമ്പോൾ ചെളി പറ്റാതിരിക്കാൻ രാഘവൻ വരമ്പത്തഴിച്ചുവെച്ച മുണ്ടെടുത്തു തളകെട്ടാൻ സഹായികളിലൊരാൾക്ക് രണ്ടാമതൊന്നാലോചിക്കേണ്ടിവന്നില്ല. "എന്റെ മുണ്ടെന്നു" പറഞ്ഞ് പിന്നാലെ പോയെങ്കിലും ആവശ്യം കഴിയാതെ തിരിച്ചു കിട്ടിയില്ല. തിരിച്ചുകിട്ടിയപ്പോഴേക്കും അത് ആരുള്ള തെങ്ങിലുരഞ്ഞ് അടിച്ചാരപോലെ കീറി ഉപയോഗ ശൂന്യമായിരുന്നു.

ആനക്കാരൻ കൊലക്കേസിൽ ഒന്നാം പ്രതിസ്ഥാനപ്പട്ടം ലഭിച്ച എ കുഞ്ഞിക്കണ്ണനെ അറസ്റ്റു ചെയ്യാൻ കഴിയാത്തത് പൊലീസിന്റെ കഴിവുകേടുതന്നെയായിരുന്നു. ആ നിരാശയിൽനിന്നും അവരെ രക്ഷിച്ചത് കൂറുള്ളൊരു കോൺഗ്രസുകാരൻ തന്നെ. ഇരണാവിലൊരു വീട്ടിൽ സഖാവ് ഒളിച്ചു പാർക്കുന്നുണ്ടെന്ന് അയാൾ പൊലീസിനൊറ്റുകൊടുത്തു. അവർ പറന്നെത്തി സഖാവിനേയും അറസ്റ്റു ചെയ്തു.

ആനക്കാരൻ കൊലക്കേസിൽ പ്രതി ചേർക്കാൻ കയരളത്തുമുണ്ടൊരാൾ, അറാക്കിൽ കുഞ്ഞിരാമൻ. തന്റേടിയായൊരു ചെറുപ്പക്കാരൻ. അധികാരികളുടെയും ജന്മിമാരുടെയും നോട്ടപ്പുള്ളി. ആനക്കാരൻ കൊലക്കേസിൽ അയാളെക്കൂടി പ്രതിചേർത്തപ്പോൾ എട്ടു പ്രതികളെ കിട്ടി.

കാവുമ്പായിയിൽ കൊലനടക്കുന്ന സമയത്ത് അറാക്കിൽ കുഞ്ഞിരാമൻ ഭാര്യയുമൊത്ത് കണ്ണൂരിലെ ഉമയാൾ ടാക്കീസിലിരുന്നു സിനിമ കാണുകയായിരുന്നു. എന്നിട്ട് മധുവിധു കാലത്തുപോലും ഭർത്താവിനെ

അടുത്തു കിട്ടാത്ത ഭാര്യയെ സന്തോഷിപ്പിക്കാൻ അന്ന് ലോഡ്ജിൽ മുറിയെടുത്തു താമസിച്ചു.

അതൊന്നും പ്രതിയാക്കാതിരിക്കാൻ പൊലീസിന്റെ കണ്ണിൽ മതിയായ തെളിവല്ല. പിറ്റേന്ന് അദ്ദേഹം ഭാര്യയുമൊത്ത് ബോട്ടിൽ കയറാൻ ബോട്ടുജെട്ടിയിലെത്തി. അവിടെവെച്ചുതന്നെ എം എസ് പി അന്വേഷിക്കുന്ന പ്രതിയാണ് താനെന്നദ്ദേഹത്തിനു വിവരം ലഭിച്ചു. പരിചയമുള്ളൊരു പൊലീസുകാരൻ ഉടനെ രക്ഷപ്പെടാൻ ഉപദേശിച്ചു.

അദ്ദേഹം ഭാര്യയോട് പറഞ്ഞു: "നീ വീട്ടിലേക്ക് പൊയക്കോളൂ. ഞാനുടനെ വരാം." പിന്നീടൊരിക്കലും പരസ്പരം കാണാൻ കഴിഞ്ഞില്ലെന്നത് പൊലീസ് അവർക്കു നൽകിയ വിധിയായിരുന്നു.

33

ഉയിർത്തെഴുന്നേൽപ്പിന്റെ നാളുകൾ

ഇന്ത്യക്ക് സ്വാതന്ത്ര്യം കിട്ടാൻ പോകുന്നു. പ്രതീക്ഷയോടെ അവർ കാത്തിരുന്നു. തങ്ങൾക്കും ഉടനെ സ്വാതന്ത്ര്യം കിട്ടും. ബ്രിട്ടീഷുകാരന്റെ ഭരണം തടവിലാക്കിയെങ്കിൽ തങ്ങളുടെ പ്രതിനിധികൾ മോചിപ്പിക്കുമെന്ന് ജയിലിനുള്ളിൽ കിടക്കുന്നവർ ഉറച്ചു വിശ്വസിച്ചു.

പറ്റുമ്പോഴൊക്കെ അച്ഛനെ കാണാൻ രാഘവൻ പോയി. പാർട്ടി കേസ് നടത്തുന്നുണ്ടെങ്കിലും അവന് അടങ്ങിയിരിക്കാനാവുമായിരുന്നില്ല. അച്ഛനും ഏട്ടനും തൂക്കുകയറിന്റെ നിഴലിൽ കഴിയുമ്പോൾ എങ്ങനെ സമാധാനത്തോടെയിരിക്കാൻ കഴിയും. ഇടയ്ക്കിടയ്ക്ക് തളിപ്പറമ്പിൽ പോകണം. ഏട്ടന് സാധനങ്ങളെത്തിക്കണം.

പാർട്ടി ആനക്കാരൻവധക്കേസ് വിധിക്കെതിരെ അപ്പീൽ കൊടുത്തിട്ടുണ്ട്. അതിന്റെ വിചാരണ ജയിലിലുള്ളവരും വീട്ടിലുള്ളവരും പ്രതീക്ഷയോടെ കാത്തിരിക്കുന്ന ഒന്നാണ്.

ഒരിക്കൽ ജയിലിലെ സന്ദർശനവേളയിൽ കരഞ്ഞുകൊണ്ടിരുന്ന മകനോട് അച്ഛൻ പറഞ്ഞു. "പേടിക്കേണ്ട. ഞങ്ങളെ വെറുതെ വിടും. സായിപ്പിന്റെ കോടതിയല്ലേ ശിക്ഷിച്ചത്. കോൺഗ്രസ് ഗവൺമെന്റ് അധികാരമേൽക്കും. ഞങ്ങളുടെ ശിക്ഷ റദ്ദ് ചെയ്യും."

"നീയിങ്ങനെ മീടും വണ്ണംവെപ്പിച്ച് നിക്കണ്ട രാഘവാ. രാമാട്ടൻ പറഞ്ഞത് നേരാ. ഞങ്ങള് അടുത്തന്നെ നാട്ടിലെത്തും." കുഞ്ഞപ്പയും ആശ്വസിപ്പിച്ചു. ചന്തുട്ടിയും അതുതന്നെ പറഞ്ഞു. ഒരു പൊൻപുലരി പിറക്കാൻ പോകുന്നു.

1947 ആഗസ്റ്റ് 15.

തടവറയിലും അവർ സ്വാതന്ത്ര്യക്കൊടി പാറിച്ചു. കണ്ണൂർ ജയിലിൽ തടവിൽ കഴിയുന്ന എ കെ ജി രാവിലെ തന്നെ ദേശീയ പതാകയുമായി

നടന്നു വന്നു. തടവുകാർ അദ്ദേഹത്തിനോടൊപ്പം ചേർന്നു. മൂന്നാം ബ്ലോക്കിനു മുന്നിൽ പതാക ഉയർത്തി.

എ കെ ജി ചെറിയൊരു പ്രസംഗം നടത്തി.

തടവുകാർ ആവേശത്തോടെ ദേശീയഗാനം ആലപിച്ചു. മധുരം വിളമ്പി.

"മഹാത്മാഗാന്ധി കീ ജയ്, ഭാരത്മാതാ കീ ജയ്" മുദ്രാവാക്യങ്ങൾ ജയിലിൽ അലയടിച്ചു.

ആരും ആഹ്ലാദം മറച്ചുവെച്ചില്ല.

ദിവസങ്ങൾ കൊഴിഞ്ഞുവീഴുംതോറും ആഹ്ലാദത്തിനു മങ്ങലേറ്റു. പ്രഗത്ഭനായ അഭിഭാഷകനെത്തന്നെയാണ് കമ്യൂണിസ്റ്റ് പാർട്ടി പ്രതികൾക്കുവേണ്ടി ഏർപ്പാടാക്കിയത്, വി ആർ കൃഷ്ണയ്യരെ.

ഒരുമാസത്തിനുള്ളിൽത്തന്നെ അവർ തിരിച്ചറിഞ്ഞു. ബ്രിട്ടീഷുകാർ രാജ്യം വിട്ടിട്ടും ഭരണയന്ത്രത്തിന് യാതൊരു മാറ്റവും സംഭവിച്ചിട്ടില്ലെന്ന്. വധശിക്ഷ ജീവപര്യന്തമാക്കി കുറയ്ക്കാൻ മാത്രമേ അപ്പീൽ കോടതിയിൽ സാധിച്ചുള്ളു. അത് സ്വാതന്ത്ര്യം നേടിക്കൊടുത്ത സൗജന്യമാണ്. കോൺഗ്രസിലുള്ള വിശ്വാസത്തിന്റെ അവസാനത്തെ കണികയും അതോടെ വറ്റി.

ഉമ്മങ്ങമ്മയ്ക്ക് ഈ വാർത്ത ഏറെ ആശ്വാസപ്രദം ആയിരുന്നു. ജയിലിലായാലും ഭർത്താവ് ജീവനോടെയുണ്ടാവുമല്ലോ എന്ന ആശ്വാസം. മകന്റെ കാര്യത്തിലും അമ്മയ്ക്ക് പ്രതീക്ഷയുണ്ട്.

അച്ഛന് മകൻ ജയിലിലേക്ക് കാർഡിൽ കത്തയയ്ക്കും. മിക്കവാറും കൃഷിയായിരിക്കും കത്തിലെ വിഷയം. ഏതൊക്കെ കണ്ടത്തിൽ എത്ര വിത്ത് വിതയ്ക്കണം. എത്ര ചാൽ ഉഴണം. കണ്ടത്തിൽ എങ്ങനെ, എപ്പോൾ വെള്ളം കെട്ടണം, എപ്പോൾ വെള്ളമിറക്കണം തുടങ്ങിയ കാര്യങ്ങൾ അച്ഛൻ മകനെ പഠിപ്പിച്ചു. വാർഡൻ നൽകുന്ന പോസ്റ്റ് കാർഡിൽ ഇത്തരം കാര്യങ്ങൾ അച്ഛൻ എഴുതി നിറച്ചു. തപാൽ ശിപായി അച്ചു അത് വീട്ടിലെത്തിക്കും. മിഥുനം, കർക്കിടകം മാസങ്ങളിൽ ഇടമുറിയാതെ പെയ്യുന്ന മഴയിൽ നിറഞ്ഞു കവിഞ്ഞ് തോട്ടിൽനിന്ന് കുത്തിയൊഴുകി വരുന്ന പറമ്പൻ വെള്ളത്തിൽ കണ്ടത്തിൽ നട്ട ഞാറ് കുത്തിയെടുത്ത് പോകാതിരിക്കാൻ അറുകണ്ടിക്ക് കുറ്റിയും ചരയുമിട്ട്—നിച്ചിലിന്റെയും ഏച്ചിലിന്റെയും കമ്പ് ആണ് ചര—മെടഞ്ഞ് വെള്ളത്തെ തടഞ്ഞു നിർത്തുന്ന വിദ്യയും അച്ഛൻ കാർഡിലെഴുതി.

അങ്ങകലെ ജയിലിലിരുന്നുകൊണ്ട് അച്ഛൻ കൃഷിയുടെ പാഠങ്ങളൊന്നൊന്നായി മകനെ പഠിപ്പിച്ചു.

നാരായണനെ പിടികിട്ടിയതുകൊണ്ട് ജപ്തി ചെയ്ത സാധനങ്ങൾ നിയമപ്രകാരം തിരിച്ചു കിട്ടേണ്ടതാണ്. രാഘവൻ എസ് ഐ കരുണാകരൻ നമ്പ്യാരുടെ പക്കൽ പരാതി എഴുതിക്കൊടുത്തു. പത്തായപ്പുരയിൽനിന്ന് സാധനങ്ങൾ കച്ചീട്ടനുസരിച്ചു തിരിച്ചു കൊടുത്തു. ഒരു മേശ കച്ചീട്ടിൽ ഉൾപ്പെട്ടിട്ടില്ല. അത് പടിപ്പുര മാളികയിൽ പൊലീസുകാർ

തോക്കിന്റെ തിര സൂക്ഷിക്കാൻ ഉപയോഗിച്ചിരുന്നു. അത് കണ്ടെത്തി ഇതെന്റെ മേശയാണെന്ന് രാഘവൻ പറഞ്ഞപ്പോൾ ഉടനെ സാധനങ്ങൾ ഒഴിവാക്കിക്കൊടുക്കാൻ എസ് ഐ ഉത്തരവിട്ടു.

ഇനി കഴിഞ്ഞ വിളവെടുപ്പിന്റെ നെല്ലാണ് കിട്ടാനുള്ളത്. അത് തോക്കുറയിൽനിന്ന് വസൂലാക്കണം. അയാൾ തളിയന്റെ നെല്ലെടുത്ത് ചെലവു കഴിച്ചു തിരിച്ചുകൊടുക്കാൻ ആവശ്യമായ കൃഷിയൊട്ടില്ലതാനും. അത് ശ്രദ്ധയിൽപ്പെടുത്തിയപ്പോൾ വിത്തുപൊതി ഉണ്ടാവില്ലേ എന്നായി കരുണാകരൻ നമ്പ്യാർ. ഇൻസ്പെക്ടർ അയാളുടെ വിത്തു പൊതി പൊളിപ്പിച്ചു. എന്നിട്ടും തികയാതെ വന്നപ്പോൾ മല വിറ്റ പണം കൂടി കൊടുക്കേണ്ടിവന്നു അയാൾ.

ഒന്നാം വിളയുടെ പരാജയം മറന്ന് അമ്മയും മകനും രണ്ടാംവിളയിറക്കി. ഇപ്രാവശ്യം മണ്ണ് ചതിച്ചില്ല. തരക്കേടില്ലാതെ വിളവുണ്ടായി. അമ്മയും മകനും ഗോപാലനും മനുഷ്യത്വമുള്ള കുറെ മനുഷ്യരും വിളഞ്ഞ നെല്ല് മൂർന്നു. കറ്റകെട്ടി. സ്വന്തം കളത്തിൽ തച്ചു മണിയാക്കി. കളത്തിൽ നെല്ല് ചിക്കി കാല്കൊടുത്ത് ഉണക്കി. പിന്നെ തൂറ്റി. അമ്മയോ മകനോ തൂറ്റാൻ കാറ്റുപായ പിടിച്ചു. പൊലികടവും ജന്മിക്ക് വാരവും അളന്നു കഴിഞ്ഞപ്പോൾ നെല്ല് ഏറെയൊന്നും പത്തായത്തിലിടാൻ ബാക്കിയുണ്ടായില്ലെങ്കിലും അമ്മയ്ക്കും മകനും സന്തോഷമായി. ഒരു ഉയിർത്തെഴുന്നേൽപ്പിന്റെ ആശ്വാസം അവരനുഭവിച്ചു. എല്ലാ സങ്കടവും അപമാനവും മറന്ന് കുഞ്ഞ്യമ്മ ജീവിതം കരുപ്പിടിപ്പിക്കാൻ ശ്രമിച്ചു. ശങ്കരൻ ആശാരിയെ കണ്ട് കത്തിയ വീടിന് മേൽക്കൂരയും വാതിലും ഉണ്ടാക്കിത്തരണമെന്ന് ആവശ്യപ്പെട്ടു. അമ്മ എല്ലാദിവസവും പത്തുപന്ത്രണ്ട് നാഴിക നടന്ന് പരിപ്പായിയിലെത്തും, ആശാരിയുടെ അച്ഛനെ കണ്ട് ആവലാതി പറയാൻ. ആശാരിയുടെ അച്ഛന് 'അയ്യോ പാവം' തോന്നി മകനെ നിർബന്ധിച്ചു പണിക്കയച്ചു.

രണ്ടുമൂന്നുദിവസം വീടുപണിയെടുത്തപ്പോൾ എം പിയും സംഘവും നാട്ടിലിറങ്ങിയിട്ടുണ്ടെന്നു കേട്ടു. നാടിന്റെയും നാട്ടുകാരുടെയും സമാധാനം കെടുക്കുവാൻ പുതിയൊരു സംഘം അക്രമികൾ എത്തിയിട്ടുണ്ട് എന്നർഥം.

മലബാർ കലക്ടറുടെ അനുമതിയോടെ നാട്ടിൽ സ്വകാര്യവ്യക്തിയുടെ നേതൃത്വത്തിൽ കുഴപ്പക്കാരെ അമർച്ചചെയ്യാൻ ഒരു സംഘം രൂപം കൊണ്ടു. എം പി ഗോവിന്ദന്റെ നേതൃത്വത്തിൽ തോക്കും ലാത്തിയുമായി അവർ വേട്ടയ്ക്കിറങ്ങി. നെടുങ്ങോം, മാപ്പിനി ഭാഗങ്ങൾ ഇളക്കി മറിച്ചുകൊണ്ടാണ് എം പിയും സംഘവും രംഗപ്രവേശം ചെയ്തത്.

കാവുമ്പായി സമരത്തിൽ സമ്മറി വിചാരണയിൽ[1] ഒരുവർഷം തടവനുഭവിച്ചു നാട്ടിലെത്തിയ എം സി കണ്ണൻ നമ്പ്യാർ ആയിരുന്നു അവരുടെ ആദ്യത്തെ ഇര. ഒറ്റയ്ക്കു താമസിക്കുന്ന വീട്ടിൽ നിന്നും മാറി

1. സംഭവസ്ഥലത്തു വച്ചുതന്നെ വിചാരണ ചെയ്യൽ.

നിൽക്കണമെന്ന് വേണ്ടപ്പെട്ടവർ ഉപദേശിച്ചിരുന്നെങ്കിലും അദ്ദേഹം പേടിച്ചോടിയില്ല. എം പിയും സംഘവും അദ്ദേഹത്തെ വീട്ടിൽ കയറി മർദിച്ചു. തലപൊട്ടി. മൂക്കിൽനിന്നു ചോരയൊഴകി ബോധരഹിതനായി. ചത്തെന്നു കരുതി എം പിയും പാർട്ടിയും അടുത്ത ഇരയെത്തേടി പുറപ്പെട്ടു.

ചാക്കിന്റെ തുന്നലഴിച്ച് മഞ്ചലാക്കി അതിൽ കിടത്തിയാണ് കണ്ണൻ നമ്പ്യാരെ ആശുപത്രിയിലേക്കെടുത്തത്. അവരുടെ അടുത്ത ഇര പാർട്ടിയുടെ സജീവപ്രവർത്തകയായി വളർന്ന ചെറിയമ്മയായിരുന്നു. ആന്തൂർ കല്യാണി ഓടിവന്ന് കുഞ്ഞ്യമ്മയോട് പറഞ്ഞു: "ഏട്തിമ്മേ, ഏട്തിമ്മേ എം പീം പാർട്ടീം എറങ്ങീറ്റ്ണ്ട്. ഊട്ന്ന് ഏട ്യെങ്കിലും പൊയ്ക്കോ. അല്ലെങ്കിൽ അയിറ്റ്ങ്ങ്ള് ഇങ്ങോട്ടു വരും."

"ഇനി ഏടീം പോകാൻ കഴിയില്ല കല്യാണീ. അനുഭവിക്കാനുള്ളതെല്ലാം അനുഭവിച്ചു. വരുമ്പോലെ വരട്ട്." കുഞ്ഞ്യമ്മ പറഞ്ഞു.

"ആ പോതാടിച്ചി ചെറിയ പോതോംകതേം ഇല്ലാണ്ട് കെടക്ക്വാന്ന്. ചോരവാർന്ന് ചാവാനായിട്ട്, മഹാപാപ്യള് ലാത്ത്യോണ്ടാന്ന് പോലും..."

"ദൈവം ചോയ്ച്ചോട്ട് കല്യാണീ." കുഞ്ഞ്യമ്മ കത്തുന്ന ഓർമകളെ തല കുടഞ്ഞ് തെറിപ്പിക്കാൻ ശ്രമിച്ചു.

ആറോൺമിൽ സമരവും തുടർന്നുണ്ടായ കുഴപ്പങ്ങളോടുമനുബന്ധിച്ച് പ്രമുഖ വ്യവസായി സാമുവൽ ആറോൺ ഒരു സമാധാന സേന രൂപീകരിച്ചു. സമാധാന സേന എന്നാണ് പേരെങ്കിലും സാമുവൽ ആറോണിന്റെ ആശ്രിതരും ഗുണ്ടകളുമടങ്ങിയ സംഘത്തിന്റെ പ്രധാന ലക്ഷ്യം കമ്യൂണിസ്റ്റുകാരെയും അനുഭാവികളെയും ഒതുക്കുക എന്നതാണ്. ആറോൺ മില്ലിലെ വാച്ച്മാൻ ആയിരുന്ന എം പി ഗോവിന്ദൻ നമ്പ്യാരായിരുന്നു ഗുണ്ടാത്തലവൻ.

കലാപക്കാരെ ഒതുക്കാനെന്ന വ്യാജേന എം പിയും സംഘവും നാട്ടിൽ അരാജകത്വം സൃഷ്ടിക്കാൻ തുടങ്ങി. അന്യായമായി കൈക്കലാക്കിയ അധികാരത്തിന്റെ ബലത്തിൽ എം പിയും സംഘവും മർദദനം തുടർന്നപ്പോൾ ജനങ്ങൾ പ്രതികരിച്ചു. അവർ സംഘടിച്ച് പുതിയ സബ് ഇൻസ്പെക്ടർ വീരമണിയെ സമീപിച്ചു. ഒരു സാധാരണ പൗരൻ പൊലീസിന്റെ അധികാരമെടുത്ത് പ്രയോഗിക്കുന്നതിൽ അദ്ദേഹത്തിന് അതൃപ്തിയുണ്ട്. വളരെ വ്യംഗ്യമായി അദ്ദേഹം അത് സൂചിപ്പിച്ചു. പരാതിയും കൊണ്ട് വന്നവരോട് അദ്ദേഹം ചോദിച്ചു: "കണ്ടത്തിൽ കട്ടയില്ലേ?"

ആളുകൾക്ക് അത് ധാരാളമായിരുന്നു. മൂർന്നു കഴിഞ്ഞ കണ്ടത്തിൽ കാലിപൂട്ടിയിട്ടിട്ടുണ്ട്. വയലിൽ വലിയ വലിയ മൺകട്ടകൾ ധാരാളമുണ്ട്. എം പിയും സംഘവും വേട്ടയ്ക്കിറങ്ങുമ്പോൾ ആളുകൾ സംഘടിച്ച് മൺകട്ടകൾ പെറുക്കിയെടുത്ത് എറിഞ്ഞോടിക്കാൻ തുടങ്ങി. അവസാനം എം പിയും സംഘവും ജീവനുംകൊണ്ട് രക്ഷപ്പെട്ടു.

34

ഗ്രഹണകാലം

പ്രിയപ്പെട്ടവർക്ക് തുണയാവാൻ, അവരുടെ മാനം രക്ഷിക്കാൻ, അവരെ സംരക്ഷിക്കാൻ കഴിയില്ല എന്നറിഞ്ഞുകൊണ്ടു തന്നെയാണ് പാർട്ടിയിൽ അംഗമായത്. ഏൽപ്പിച്ച ദൗത്യങ്ങൾ പൂർത്തിയാക്കാൻ കുടുംബത്തെ മറക്കേണ്ടി വന്നു.

ഇതൊക്കെ തന്റെ നിയോഗമാണെന്ന് തിരിച്ചറിയുന്നതുകൊണ്ട് അതിൽ ഇന്നും കുറ്റബോധം തോന്നിയിട്ടില്ല. പൊലീസിന്റെ കടുത്ത മർദനങ്ങൾക്ക് ശരീരത്തിനെ മാത്രമേ വേദനിപ്പിക്കാൻ കഴിഞ്ഞിട്ടുള്ളൂ. കാവുമ്പായി എന്തക്രമം നടന്നാലും തളിയൻ പ്രതിയായിരിക്കുമെന്നറിയുന്നതുകൊണ്ട് ചെയ്യാത്ത കുറ്റത്തിന് വധശിക്ഷ വിധിച്ചപ്പോഴും മനഃസാന്നിധ്യം കൈവിട്ടില്ല. മരിക്കാൻ ഒരിക്കലും പേടി തോന്നിയിട്ടില്ല. ജീവനുവേണ്ടി ആരോടും ഇതുവരെ കെഞ്ചിയിട്ടില്ല. വിശ്വസിച്ചു കൂടെ കൊണ്ടുനടക്കുന്ന പ്രസ്ഥാനത്തെ ചതിക്കാനാവില്ല.

എന്നാൽ ഇന്ന് രാഘവന്റെ കരച്ചിൽ കാണുമ്പോൾ ഹൃദയം പിളർന്നു പോകുന്നു. എല്ലാം കുട്ടി ഒറ്റയ്ക്ക് സഹിക്കുകയാണ്. അവൻ പറയാതെ പറഞ്ഞ വാക്കുകളിൽനിന്ന് അവന്റെ അമ്മയ്ക്ക് എന്താണ് സംഭവിച്ചിട്ടുള്ളതെന്ന് ഊഹിക്കാൻ കഴിയും. തളിയനിപ്പോൾ ഗ്രഹണമാണെന്ന് ഞാഞ്ഞൂലുകൾക്കറിയാം.

അവറ്റ തലപൊക്കി കൊത്തിക്കൊണ്ടിരിക്കുകയാണ് തന്റെ കുടുംബത്തെ. മതിലുകൾ തകർത്ത് പുറത്തിറങ്ങാൻ ഉള്ളം കൊതിച്ചുകൊണ്ടിരുന്നു, തന്റെ കൈക്കരുത്ത് ശത്രുക്കളെ അറിയിക്കാൻ. പക്ഷേ, ഇവിടെ താൻ നിസ്സഹായനായി നിൽക്കേണ്ടിവരുന്നു. ഊണിലും ഉറക്കത്തിലും നീറ്റുന്നൊരോർമയായി വീട് ഉള്ളിൽ പുകഞ്ഞുകൊണ്ടിരിക്കുന്നു.

നേരിൽ കാണുമ്പോൾ വിങ്ങിപ്പൊട്ടി പറയാനാവാത്ത സങ്കടങ്ങൾ കത്തുകളിലൂടെ വരച്ചു കാണിക്കുകയാണ് രാഘവൻ. നാരായണനെ ശിക്ഷിക്കില്ല എന്നൊരു പ്രതീക്ഷയുണ്ടായിരുന്നു. ഇരുപത് തികയാത്ത കുട്ടിയെയും ജീവപര്യന്തം തടവിനു ശിക്ഷിച്ചു. സ്വാതന്ത്ര്യം കിട്ടിയതിന്റെ സമ്മാനമായി വധശിക്ഷ ഒഴിവാക്കിയെന്നു മാത്രം. ശിക്ഷ വിധിച്ച കോഴിക്കോട് സെഷൻസ് ജയിലിലേക്ക് അയച്ചിരിക്കുന്നു. ഇനി ഇടയ്ക്കിടെ ഏട്ടനെ പോയി കാണാനാവില്ലല്ലോ എന്ന സങ്കടവും രാഘവനുണ്ട്.

"സാരമില്ല മോനെ അച്ഛനും ഏട്ടനും തിരിച്ചു വരും. അതുവരെ സഹിക്കണം." ഇങ്ങനെ സാന്ത്വനിപ്പിക്കുമ്പോൾ കെട്ടിപ്പിടിച്ച് ആശ്വസിപ്പിക്കുവാൻ കൊതിച്ചിട്ടുണ്ട്. പൊലീസിന്റെ കാവലിൽ കമ്പിവലയ്ക്കപ്പുറം നിന്നു കരയുന്ന കുട്ടിയെ കാണാനാവാതെ ഗൗരവം നടിച്ചു പിന്തിരിയുമ്പോൾ ഹൃദയം പൊടിഞ്ഞുപോകുമ്പോലെ തോന്നും. "പൊറുക്കുക മോനെ, ഈ പാപിയായ അച്ഛനോട്. നിങ്ങൾക്കു വേണ്ടതൊന്നും തരാൻ എനിക്കു കഴിഞ്ഞിട്ടില്ല. തന്നതെല്ലാം യാതനകൾ മാത്രം."

കുഞ്ഞുമോനെ കാണാൻ അതിലേറെ കൊതിച്ചിട്ടുണ്ട്. കുഞ്ഞിരാമനെന്നു പേരിട്ട് കുഞ്ഞപ്പനെന്നോമനിച്ച് എടുത്തുകൊണ്ടു നടക്കുന്ന പൊന്നുമോൻ. അമ്മ കണ്ടത്തിൽ പണിക്കുപോകുമ്പോൾ ഇങ്ക്[1] കാച്ചി വെക്കും. മോനുണരുമ്പോൾ പ്ലാവില കോട്ടി കോരിക്കൊടുക്കണം. അത് അടുക്കളയിൽനിന്ന് എടുത്തുകൊണ്ടു വരേണ്ടത് മൂത്തവന്റെ ജോലിയാണ്. അതിനവൻ കൃത്യമായി കൂലിയും വാങ്ങും. രണ്ട് പ്ലാവില ഇങ്ക് വായിലൊഴിച്ചു കൊടുക്കണം. കുട്ടിക്കു കൊടുക്കുന്നതിനിടയിൽ മറന്നുപോയെങ്കിൽ പിന്നെ പറയേണ്ട കാര്യം... നിലത്തുവീണുരുണ്ട് നിലവിളിക്കും. രാഘവൻ മിണ്ടാതെ മാറിനിൽക്കും. കൊടുത്തെങ്കിൽ കുടിക്കും. ഇല്ലെങ്കിൽ വേണ്ട അത്രതന്നെ.

നാട്ടിപ്പണിത്തിരക്കാവുമ്പോൾ കുഞ്ഞപ്പനെ മുലകൊടുക്കാൻ കണ്ടത്തിൽ കൊണ്ടുപോണം. മുലകുടിച്ചു കഴിഞ്ഞാൽ തലപൊന്തിച്ചു നോക്കി മോണകാട്ടി ഒരു ചിരിയുണ്ട്. അപ്പോൾ അമ്മച്ചി പറയും: "നിങ്ങള മോനിതാ വിളിക്ക്ന്ന്. ഓന് മതിയായിപോലും."

ഇപ്പോൾ ഒരാശ്വാസം സെല്ലിൽ മുട്ടുമടക്കിയിരിക്കേണ്ട എന്നതാണ്. ഏടത്തിയുടെ മകളുടെ ഭർത്താവ് കുഞ്ഞിക്കണ്ണനും ഏടത്തിയുടെ മകൻ ദാമോദരനും ജയിലിൽ ഉണ്ട്. അവരെ ഇടയ്ക്ക് കാണുമ്പോൾ ഒന്നോ, രണ്ടോ വാക്യങ്ങൾ മിണ്ടും. അവർക്കും അതൊരാശ്വാസമാണ്.

ജീവപര്യന്തം തടവുകാരനായതോടെ സി ക്ലാസ് തടവുകാരനായി. സി ക്ലാസ് തടവുകാരെ പണിയെടുക്കാൻ കൊണ്ടുപോകും. നെയ്ത്താണ് കിട്ടിയ പണി. ഭാര്യവീട്ടിൽ പോകുമ്പോൾ വഴിയിൽ തുണി നെയ്യുന്ന മഗ്ഗം കണ്ടിട്ടുണ്ടെന്നല്ലാതെ നെയ്ത്തിനെക്കുറിച്ചൊന്നുമറിഞ്ഞുകൂടാ.

---

1. കുറുക്ക്.

ആട്ടുന്നവനെപ്പിടിച്ച് നെയ്ത്താനാക്കിയാൽ എന്നതുപോലെയായി കാര്യം. ജയിൽ സൂപ്രണ്ട് വിസിറ്റിന് വന്നപ്പോൾ പരാതി പറഞ്ഞു:

"എനക്ക് നെയ്ത്താനറിയില്ല സർ. മറ്റെന്തെങ്കിലും പണി തരണം."

"നമ്പ്യാർക്ക് മറ്റെന്തു പണിയാണ് പറ്റുക? കല്ലുകൊത്താനാവുമോ?" അദ്ദേഹം ചോദിച്ചു. "പറ്റും" രണ്ടാമതൊന്നാലോചിക്കാതെ മറുപടി പറഞ്ഞു. കൊത്തിയും കിളച്ചും കാലിപൂട്ടിയും മണ്ണിനോട് മല്ലടിക്കുന്നവനാണ് താൻ. പണിക്കിറങ്ങിയാൽ ദാഹവും വിശപ്പും അറിയാറില്ല. രണ്ടാളിന്റെ പണിയെടുത്തിട്ടേ നടുനിവർക്കാറുള്ളൂ. അപ്പോൾ കല്ലു കൊത്താനും പറ്റും.

നാരായണനെക്കുറിച്ചോർക്കുമ്പോൾ സമാധാനമില്ല. കുട്ടി ജയിലിൽ കഷ്ടപ്പെടുന്നുണ്ടാവും. പണിയെടുത്ത് ശീലമില്ലാത്ത കുട്ടിക്ക് എന്തുപണിയായിരിക്കും കിട്ടിയിട്ടുണ്ടാവുക. അമ്മയുടെ പുന്നാരമോനാണ്. അവനെയോർത്ത് കരയാതെയിരിക്കുവാൻ അവന്റെ അമ്മയ്ക്കാവില്ല.

ഭ്രാന്തു പിടിപ്പിക്കുന്ന ചിന്തകളിൽനിന്നു രക്ഷപ്പെടാൻ തളിയൻ കൂടുതൽ പ്രവർത്തനനിരതനായി. ജയിൽകമ്മിറ്റി മെമ്പറായതോടെ തടവുകാരുടെ പ്രശ്നങ്ങളിലിടപെടാൻ തുടങ്ങി.

ഒരിക്കൽ രാഘവൻ അറിയിച്ചു: "സാക്ഷിയായി വന്നിട്ട് സാക്ഷി പറയാതെ പോയ അംശം മേനോൻ കണ്ണൂർ വന്നതിന്റെ ചെലവ് ചോദിക്കുന്നു."

"കൊടുക്കരുത്. അയാൾ എന്റെ കേസിൽ സാക്ഷി പറയാനിഷ്ടമില്ല എന്നാണ് കോടതിയെ അറിയിച്ചത്."

"കൊടുത്തില്ലെങ്കിൽ മേനിഫാറത്തിൽ കാണിച്ചു തരാമെന്നു പറഞ്ഞു."

"നീ ഒരു പരാതി എഴുതി കലക്ടർക്ക് അയച്ചു കൊടുക്ക്. എന്തെങ്കിലും വഴിയുണ്ടാകും."

അംശം മേനോൻ പഴയ പരിചയക്കാരനാണ്. സ്വാമിമഠവുമായി ബന്ധപ്പെട്ട് ഒന്നിച്ചു പ്രവർത്തിച്ചിരുന്നു. അതിന്റെ അടുപ്പം ഇപ്പോഴുമുണ്ടാകും എന്നു കരുതിയാണ് അയാളെ സാക്ഷി ചേർത്തത്. ആപത്തു വന്നപ്പോൾ പഴയ പരിചയം അയാൾ കണക്കിലെടുത്തില്ല.

ഒരു കൊലപാതകിക്ക് അനുകൂലമായി സാക്ഷി പറയാൻ അയാൾ വിസമ്മതിച്ചു. അത് അയാളുടെ ഇഷ്ടം. ദ്രോഹം ചെയ്തിട്ട് അതിനു കൂലി ചോദിക്കുന്നത് എവിടുത്തെ ന്യായം? അത് അംഗീകരിക്കാനാവില്ല.

പറഞ്ഞതുപോലെ അയാൾ പ്രവർത്തിച്ചു. വലിയ അളവ് മേനിഫോറത്തിൽ കാണിച്ചുകൊണ്ടുള്ള കടലാസ് അംശം ശിപായി നാരായണൻ നായർ വശം കൊടുത്തയച്ചു. അയാൾ അത് തളിയന്മാർ വീട്ടിൽ കൊണ്ടിട്ടു.

യുദ്ധാനന്തരം ഭക്ഷ്യക്ഷാമം രൂക്ഷമായപ്പോൾ ഒരാൾക്ക് ഒരുദിവസം മൂന്നു ഔൺസ് ധാന്യമായിരുന്നു അനുവദിച്ചിരുന്നത്. റേഷൻകടയിൽ നിന്ന് വേവാത്ത അമേരിക്കൻ ചോളമാണ് വിതരണം ചെയ്തിരുന്നത്.

'ഉരിയരിപോലും കിട്ടാനില്ല പൊന്നുകൊടുത്താലും'[1] എന്ന അവസ്ഥ തന്നെ. ഈ അവസ്ഥയെ മറികടക്കാനാണ് കെ പി സി സി പ്രസിഡന്റ് കെ കേളപ്പൻ പ്രകാശം മന്ത്രിസഭയിൽ സ്വാധീനം ചെലുത്തി പി സി സി സൊസൈറ്റികൾ രൂപീകരിച്ചത്.

വിളവെടുപ്പ് ആകുമ്പോൾ അംശം മേനോൻ ഓരോ കൃഷിക്കാരന്റെയും വയൽ സന്ദർശിച്ചു മേനി കണക്കാക്കും. മൊത്തം വിളവിൽ നിന്നും ജന്മിക്ക് കൊടുക്കേണ്ട വാരവും അടുത്ത വിളവുവരെയുള്ള കാലത്തെ മൂന്ന് ഔൺസ് റേഷൻ അരിയുടെ നെല്ലും കുറച്ച്, മിച്ചം വരുന്ന നെല്ല് പി സി സി സൊസൈറ്റികൾക്ക് ന്യായവിലയ്ക്ക് വിൽക്കണം. അംശം അധികാരികൾ വിളവിന്റെ മേനി കണക്കാക്കുമ്പോൾ കൈക്കൂലിയും വ്യക്തിവൈരാഗ്യങ്ങളും നിർണായക പങ്ക് വഹിച്ചിരുന്നു. റവന്യു ഇൻസ്പെക്ടർമാരും പർച്ചേസിങ്ങ് ഇൻസ്പെക്ടർമാരും ജന്മിമാരുടെ നേർക്കിതൊന്നും പ്രയോഗിക്കാറില്ല. അവർക്കിതൊന്നും ബാധകമല്ലാത്തതുകൊണ്ട് വാരം കിട്ടുന്ന നെല്ല് അവർ കരിഞ്ചന്തയിൽ വിൽക്കും.

എ കെ പൊതുവാളെ പോയി കണ്ടാൽ പരാതിയെഴുതിത്തരുമെന്നറിഞ്ഞു. അദ്ദേഹം എഴുതിക്കൊടുത്ത പരാതി സപ്ലൈ ഓഫീസർ വഴി കലക്ടർക്ക് അയച്ചു. അന്വേഷണോദ്യോഗസ്ഥൻ വന്നു. കനകത്തിടത്തിൽ എത്തി പരാതിക്കാരനായ രാഘവനെയും മേനോനെയും അങ്ങോട്ടു വിളിപ്പിച്ചു. ജന്മി കൃഷിചെയ്തതും വരിനെല്ല് വിളഞ്ഞതും അദ്ദേഹം പിൻമാറിയതും രാഘവൻ അന്വേഷണോദ്യോഗസ്ഥനെ ബോധ്യപ്പെടുത്തി. മേനി കുറച്ചു കാണിക്കാൻ ഉത്തരവായി.

ഗ്രാമങ്ങളിൽ ക്ഷാമവും പട്ടിണിയും കരിഞ്ചന്തയും അഴിമതിയും അരങ്ങു വാണപ്പോൾ കോൺഗ്രസ് ഗവൺമെന്റിന് ഒന്നും ചെയ്യാൻ കഴിഞ്ഞില്ല. മാത്രമല്ല അതുവരെ ബ്രിട്ടീഷ് അനുയായികളായിരുന്ന ജന്മിമാർ കോൺഗ്രസുകാരായി മാറുകയും ചെയ്തു. ഇത് ആളുകളെ പ്രകോപിപ്പിച്ചു. കരിഞ്ചന്തക്കാർക്കും പൂഴ്ത്തിവെപ്പുകാർക്കുമൊപ്പം നിൽക്കുന്ന കോൺഗ്രസിനേക്കാൾ പകർച്ചവ്യാധികൾ പകർന്നുപിടിച്ചപ്പോൾ കൈമെയ് മറന്ന് തങ്ങളോടൊപ്പം നിന്നു സഹായിച്ച കമ്യൂണിസ്റ്റുകാരെ ജനം വിശ്വസിച്ചു. കമ്യൂണിസ്റ്റുകാർ ജന്മികൾ പൂഴ്ത്തിവെച്ച നെല്ല് ജനങ്ങൾക്ക് വിതരണം ചെയ്തു തുടങ്ങിയപ്പോൾ പൊലീസ് പ്രവർത്തകരെ അറസ്റ്റു ചെയ്ത് ജയിൽ നിറയ്ക്കാനും തുടങ്ങി. തില്ലങ്കേരി, മലപ്പട്ടം തുടങ്ങിയ പ്രദേശങ്ങളിൽനിന്ന് നെല്ലെടുപ്പ് കേസിൽ ധാരാളം പേർ അറസ്റ്റിലും ഒളിവിലുമായി.

പുരളിമലയുടെ താഴ്വാരത്തിൽ പഴശ്ശി രാജാവിന്റെ പോരാട്ടവീര്യം സ്മരണയിൽ കൊണ്ടുനടക്കുന്ന ജനത അധിവസിക്കുന്ന ഗ്രാമം. തില്ലങ്കേരി. ജന്മിയുടെ പത്തായം വീർത്തിരിക്കുമ്പോഴും തില്ലങ്കേരിയിലെ ജനങ്ങൾ പട്ടിണിയിൽ. വിഷുനാളിൽപ്പോലും ഒരുനേരത്തെ കഞ്ഞിക്കു വക

1. കേരളീയന്റെ വരികൾ.

യില്ലാതെ ജനങ്ങൾ പട്ടിണി കിടക്കുമെന്ന അവസ്ഥ ഉണ്ടായപ്പോൾ കമ്യൂണിസ്റ്റുകാരുടെ നേതൃത്വത്തിൽ റേഷൻകട തുറപ്പിച്ച് ജനങ്ങൾക്ക് അരി എടുത്തു കൊടുത്തു. കൊടുത്തില്ലെങ്കിൽ പാർട്ടി പ്രവർത്തകർ ബലമായെടുത്ത് വിതരണം ചെയ്യുമെന്നായപ്പോൾ ജന്മിമാർ കരിഞ്ചന്തയിൽ വിൽക്കാൻ പൂഴ്ത്തിവെച്ച നെല്ല് ന്യായവിലയ്ക്ക് പട്ടിണിക്കാർക്ക് കൊടുക്കാൻ നിർബന്ധിതരായി.

കമ്യൂണിസ്റ്റുകാരുടെ ഇത്തരം പ്രവർത്തനങ്ങളിൽ ക്ഷുഭിതനായ അധികാരി കുഞ്ഞിക്കൃഷ്ണൻ നമ്പ്യാർ മേലധികാരികളിലുള്ള സ്വാധീനമുപയോഗിച്ച് തില്ലങ്കേരിയിലും എം എസ് പിയെ വരുത്തി. തില്ലങ്കേരി സ്കൂളിലും സ്വന്തം വീട്ടിലും പൊലീസിനെ ക്യാമ്പ് ചെയ്യിച്ചു. എം എസ് പി വന്ന ഉടനെ സി അനന്തന്റെ വീട്ടിലെത്തി അക്രമം അഴിച്ചുവിട്ടു. ഇതിൽ പ്രതിഷേധിക്കാൻ നടത്തിയ ജാഥയ്ക്കുനേരെ യാതൊരു പ്രകോപനവുമില്ലാതെ എം എസ് പി വെടിവെച്ചു.

1948 ഏപ്രിൽ 15 നു തില്ലങ്കേരിയിലെ വെടിവെപ്പിൽ അഞ്ചുപേർ മരിച്ചു. ഒരാളെ അടിച്ചു കൊല്ലുകയാണുണ്ടായത്. ഓടിപ്പോയ ഒരാളെ പിന്തുടർന്ന് വെടിവെച്ചുകൊന്നു.

അങ്ങനെ ആകെ ഏഴു രക്തസാക്ഷികൾ.

ബാക്കിയുള്ളവർ പരിക്കേറ്റവരും ഒളിവിൽപ്പോയവരും. പുരളിമലയിലെ പാറയുടെ അടിയിൽ ഗുഹയിൽ ദിവസങ്ങളോളം ഒളിച്ചുകഴിഞ്ഞു. പിന്നീട് സർക്കിൾ ഇൻസ്പെക്ടർ കുങ്കൻ നമ്പ്യാരുടെ അടുത്ത് ഹാജരായി മർദനത്തൽനിന്ന് രക്ഷപ്പെട്ടു.

കാവുമ്പായി സമരത്തിൽ പങ്കെടുത്ത് തിമിരിയിൽ ഒളിവിൽ കഴിഞ്ഞ ദാമോദരനെ സഖാക്കൾ തില്ലങ്കേരിയിലാണെത്തിച്ചത്. അയാൾ കുറച്ചുകാലം അവിടെ കഴിഞ്ഞു. പിന്നെ മറ്റുള്ളവർക്കൊപ്പം അയാളും കീഴടങ്ങി.

35

തടവുചാട്ടവും ജയിൽമാറ്റവും

കേന്ദ്രഗവൺമെന്റിന്റെ പൊതുരക്ഷാനിയമം മറയാക്കി കമ്യൂണിസ്റ്റ് പാർട്ടിയെ ഇല്ലായ്മ ചെയ്യുക എന്ന ലക്ഷ്യത്തോടെ പ്രവർത്തകരെയും നേതാക്കളെയും അറസ്റ്റു ചെയ്ത് ജയിൽ നിറച്ചു. പ്രവർത്തകർ തടവിൽ നിഷ്ക്രിയരായി കഴിയുന്നതിനോട് പാർട്ടി നേതൃത്വത്തിന് യോജിപ്പില്ലായിരുന്നു. അങ്ങനെയാണ് കണ്ണൂർ സെൻട്രൽ ജയിലിൽനിന്ന് കുറച്ചുപേർ ജയിൽ ചാടാൻ തീരുമാനിച്ചത്.

1949 ഡിസംബറിൽ അത് സംഭവിച്ചു.

രാഷ്ട്രീയത്തടവുകാർക്ക് ജയിലിൽ കുശിനിയുടെ ചുമതല നൽകാറുണ്ടായിരുന്നു. അവർക്ക് അടുക്കളയിൽ പ്രവേശിക്കാൻ സ്വാതന്ത്ര്യമുണ്ട്. തില്ലങ്കേരി കേസിൽ അറസ്റ്റു ചെയ്ത ഒമ്പതുപേർ തടവുചാടാൻ ഈ സൗകര്യം നന്നായി ഉപയോഗിച്ചു. അവർ അടുക്കളയിൽനിന്ന് കത്തി എടുത്തു. അടുക്കളയിലേക്കുള്ള സാധനങ്ങൾ കൊണ്ടുവരുന്ന ചാക്കുകൾ ശേഖരിച്ചു. അത് കീറി നീളത്തിൽ കെട്ടി ബലമുള്ള കയറാക്കി മാറ്റി.

ജയിൽ വളപ്പിൽ നല്ല തടിവണ്ണമുള്ള പപ്പായമരങ്ങൾ വളർന്നു നിൽക്കുന്നുണ്ടായിരുന്നു. അതിലൊരെണ്ണം അടിയെ മുറിച്ചുകൊണ്ടു വന്ന് മതിലിനോട് ചരിച്ചു ചാരിവെച്ചു.

സമയവും സൗകര്യവും ഒത്തുവന്നപ്പോൾ തടവുകാർ മതിലിനരികിലെത്തി. ചരിച്ചുവെച്ചിരിക്കുന്ന പപ്പായ മരത്തില് ഒരു പാലത്തിലെന്ന പോലെ കയറി മതിലിനു മുകളിലെത്തി. ഉറപ്പുള്ള ചാക്കുകയർ മരത്തിൽ കെട്ടി. അതിൽപ്പിടിച്ച് ഓരോരുത്തരായി മതിലിനു പുറത്തേക്കു ചാടി. അങ്ങനെ ഒമ്പതുപേരും മതിലിനു വെളിയിലെത്തി.

ജയിലിൽ റോന്തു ചുറ്റുന്ന വാർഡൻ ചരിഞ്ഞുനിൽക്കുന്ന പപ്പായ മരം കണ്ടു. അപകടം മണത്തറിഞ്ഞ അയാൾ വിസിലടിച്ചു. മറ്റു വാർഡർമാർ പാഞ്ഞെത്തി തടവുകാരെ സെല്ലുകളിൽനിന്നും ഇറക്കി വരിയായി നിർത്തി. ഒമ്പതുപേരുടെ കുറവു കണ്ടെത്തി. ജയിൽ സൂപ്രണ്ട് പറന്നെത്തി. പൊലീസ് വണ്ടികൾ ചീറിപ്പാഞ്ഞു. തടവുചാടിയ എട്ടുപേരെയും പിടികൂടി. ഒരാളെ മാത്രം പിടികിട്ടിയില്ല. കോളാരി അയ്യല്ലൂരെ തട്ടാൻ നമ്പിയെ. അതി സാഹസികനും ധീരനുമായ നമ്പി രക്ഷപ്പെട്ടു കളഞ്ഞു. എവിടെയൊക്കെ വലവീശിയിട്ടും പൊലീസിന് അയാളെ കണ്ടെത്താൻ കഴിഞ്ഞില്ല. മറ്റൊരു ദിക്കിൽ, മറ്റൊരു പേരിൽ അയാൾ രാഷ്ട്രീയ പ്രവർത്തനം തുടർന്നു.

കണ്ണൂർ സെൻട്രൽ ജയിലിലെ തടവുചാട്ടം ഭരണാധികാരികളെ വിളറി പിടിപ്പിച്ചൊരു സംഭവമായിരുന്നു. ജയിലിനുള്ളിലെ സൗകര്യങ്ങൾ പരിഗണിക്കാതെ രാഷ്ട്രീയത്തടവുകാരെ കുത്തിനിറച്ചതാണ് കാരണമെന്നും അല്ലാതെ സുരക്ഷാ വീഴ്ചയല്ലെന്നും ജയിലധികൃതർ അധികാരികൾക്ക് റിപ്പോർട്ടു നൽകി. അധികാരികൾ അത് ഗൗരവപൂർവം പരിഗണിച്ചു. തടവുകാരെ വെല്ലൂർ സെൻട്രൽ ജയിലിലേക്കു മാറ്റാനുള്ള തീരുമാനമായി. കണ്ണൂർ സെൻട്രൽ ജയിലിലെ കമ്യൂണിസ്റ്റ് തടവുകാരെ വെല്ലൂർ സെൻട്രൽ ജയിലിലേക്ക് മാറ്റി.

കാവുമ്പായി സമരക്കേസിലും ആനക്കാരൻ കൊലക്കേസിലും കൂടി നാരായണന് മുപ്പത്തൊൻപത് വർഷം തടവുശിക്ഷയാണ് കോടതി വിധിച്ചത്. നാരായണനേയും കോഴിക്കോട്ട് നിന്ന് വെല്ലൂരേക്ക് മാറ്റി. അതോടെ അച്ഛനും മകനും ഒരേ ജയിലിൽ ഒന്നിച്ചായി.

നാരായണന് ജയിലിൽ അച്ഛനെ മാത്രമല്ല കിട്ടിയത്. വലിയമ്മമാരുടെ മക്കളായ ദാമോദരനും കുഞ്ഞപ്പയും അമ്മാവൻ കണ്ണൻ നമ്പ്യാരും മരുമകളുടെ ഭർത്താവ് എ കുഞ്ഞിക്കണ്ണനും ജയിലിലുണ്ടായിരുന്നു. കുടുംബക്കാർ ആറുപേർ. പോരാത്തതിന് പ്രിയപ്പെട്ട ചങ്ങാതിമാരായ കുഞ്ഞപ്പയും ചന്തൂട്ടിയും. നാട്ടുകാരിൽ മറ്റുപലരുമുണ്ട്. രണ്ടുകൊല്ലത്തിലേറെയായി അനുഭവിച്ച പീഡനങ്ങൾക്കും സങ്കടങ്ങൾക്കും അതോടെ താൽക്കാലിക വിരാമം.

മകനെ നേരിൽ കണ്ടപ്പോൾ ഗൗരവക്കാരനായ അച്ഛന് ഒന്നും പറയാനുണ്ടായിരുന്നില്ല. ആകെ പറഞ്ഞത് ഇത്രമാത്രം: "നീ ക്ഷീണിച്ചു പോയല്ലോ."

അച്ഛന്റെ സ്വഭാവം അറിയുന്ന മകന് അതിലൊട്ടും പ്രയാസം തോന്നിയില്ല. ഏട്ടന്മാരെയും അളിയനെയും അമ്മാവനെയും അടുത്തുകണ്ടപ്പോൾ അയാളുടെ കണ്ണുനിറഞ്ഞു. കൂട്ടുകാരുടെ അടുത്തെത്തിയപ്പോൾ സന്തോഷംകൊണ്ട് തുള്ളിച്ചാടാൻ തോന്നി. അവരുടെ അവസ്ഥയും വ്യത്യസ്തമായിരുന്നില്ല.

വെല്ലൂർ വ്യത്യസ്തമായൊരനുഭവമാണ് നാരായണന് സമ്മാനിച്ചത്. സി ക്ലാസ് തടവുകാരാണെങ്കിലും കഠിനമായ ജോലികളൊന്നുമില്ല.

കടലാസ് സഞ്ചി ഉണ്ടാക്കിയാൽ മതി. കമ്യൂണിസ്റ്റ് തടവുകാർക്ക് പ്രത്യേകം അടുക്കളയുണ്ട്. ഗോഡൗണിൽനിന്ന് സാധനങ്ങൾ തടവുകാർ തന്നെ തൂക്കിയെടുക്കും. പാചകത്തിലും തടവുകാർ പങ്കെടുക്കും.

രാവിലെ വായിക്കാൻ ഇഷ്ടംപോലെ പത്രങ്ങൾ. ഇംഗ്ലീഷ്, മലയാളം, തമിഴ് എല്ലാമുണ്ട്. തമിഴ്പത്രങ്ങൾ വായിക്കുമ്പോൾ മറ്റുള്ളവരും തമിഴ് പഠിക്കാൻ താൽപ്പര്യം പ്രകടിപ്പിച്ചു. അവരെ പഠിപ്പിക്കാനും തുടങ്ങി. എഴുതാനും വായിക്കാനും അറിയാത്തവരും പഠിക്കാൻ തയാറായി മുന്നോട്ടു വന്നു.

കൂട്ടുകാരനായ മാടായി കുഞ്ഞപ്പയുടെ അടുത്ത് നാരായണന്റെ പഠിപ്പിക്കലൊന്നും നടന്നില്ല. പഠിപ്പിക്കാൻ വിളിക്കുമ്പോൾ കുഞ്ഞപ്പ പറയും:

“എള്ളരിഞ്ഞി സ്കൂളിലെ മാഷന്മാർ വിചാരിച്ചിറ്റ് നടന്നിട്ടില്ല മോനെ നാരായണാ. നിങ്ങളെല്ലാം പടിച്ച് മാഷമ്മാരാവുമ്പം സഞ്ചീം തൂക്കി ബയ്യന്നെ വരാനും ഒരാള് വേണ്ടേ?”

ഈ പഠനപ്രവർത്തനങ്ങൾക്ക് ജയിലധികാരികൾ വേണ്ടത്ര പ്രോത്സാഹനം നൽകി.

ജയിൽ വാർഡർമാരും നർമബോധമുള്ളവർ തന്നെ. ജയിൽ ചുമരിലെ അടച്ച ദ്വാരം ചൂണ്ടിക്കാണിച്ച് വാർഡർമാർ പറയും. “അതുതാൻ നീങ്ക തലൈവർ പോന വഴി.”

എ കെ ജിയും സി കണ്ണനും ചുമർ തുരന്നുണ്ടാക്കിയ ദ്വാരമാണവർ കാണിച്ചു തന്നത്. വെല്ലൂർ ജയിൽ രാഷ്ട്രീയ പാരമ്പര്യമുള്ള ജയിലാണ്. സുഭാഷ് ചന്ദ്രബോസിനെ അവിടെ പാർപ്പിച്ചിട്ടുണ്ടായിരുന്നു. എ കെ ജിയും സി കണ്ണനും തടവുചാടിയതും അവിടെ വെച്ചായിരുന്നു.

കലാപത്തിന്റെ ഇരകളുടെ വീടുകളിൽ സാന്ത്വനവുമായി ഇടയ്ക്കിടെ നേതാക്കന്മാരെത്തി. ഐച്ചേരിയിലെ പൊതുയോഗത്തിൽ സംബന്ധിക്കുന്നതിനുമുമ്പ് എ കെ ജി കൂട്ടുംമുഖം വഴി കാവുമ്പായിയിലെത്തി. ജാഥയിൽനിന്ന് വേറിട്ട് അദ്ദേഹം രണ്ടുമൂന്നുപേർക്കൊപ്പം തളിയന്മാർ വീട്ടിലെത്തി. പതിവുപോലെ അന്നും അമ്മ കരഞ്ഞു. “വധശിക്ഷ ഇല്ലാണ്ടാക്കിയില്ലേ? ഇനിയും വിടുവിക്കാൻ ശ്രമിക്കും.” എ കെ ജി ഉറപ്പിച്ചു പറഞ്ഞു. അമ്മ മേൽമുണ്ടെടുത്ത് കണ്ണും മുഖവും തുടച്ചു. ഐച്ചേരി പോകുന്ന വഴിയിൽ കുണ്ടൻ നമ്പ്യാർ സങ്കടം പറയാൻ കാത്തുനിൽപ്പുണ്ടായിരുന്നു. തല തടവിക്കൊണ്ട് അയാൾ എ കെ ജിയോട് പറഞ്ഞു:

“കണ്ടോ എന്റെ തല. കമ്യൂണിസ്റ്റുകാർ തച്ചുപൊളിച്ചത്.”

“ഇവരായതുകൊണ്ടല്ലേ നമ്പ്യാരെ നിങ്ങളെ വെറുതെ വിട്ടത്. മനുഷ്യനായാൽ കുറച്ചൊക്കെ നന്മ ചെയ്യേണ്ടേ? നിങ്ങളെന്താ ചെയ്തത്? എത്ര ആളുകളെയാണ് നിങ്ങൾ ദ്രോഹിച്ചത്? അവരുടെ സ്ഥാനത്ത് ഞാനായിരുന്നെങ്കിൽ നിങ്ങളുടെ തല കഴുത്തിൽ ഉണ്ടാവില്ലായിരുന്നു. അത് ഞാനിങ്ങെടുക്കുമായിരുന്നു.” അദ്ദേഹത്തിന്റെ വാക്കുകൾ കേട്ടപ്പോൾ കുണ്ടൻ നമ്പ്യാർ പതുക്കെ പിന്നോട്ടു വലിഞ്ഞു.

കണ്ണൂരിൽ കമ്യൂണിസ്റ്റ് പാർട്ടിയുടെ അഖിലേന്ത്യാ സമ്മേളനം നടക്കുകയാണ്. തലേദിവസംതന്നെ രാഘവൻ കയരളത്ത് പോയി താമസിച്ചു. പഴയ തറവാടായ എടവൻ കോറോത്ത് വീട്ടിൽ ആണ് താമസിച്ചത്. രാവിലെ ചെക്കിക്കടവിൽനിന്ന് ബോട്ടിന് വളപട്ടണത്ത് ഇറങ്ങി. കൂടെ അകന്ന ബന്ധത്തിലുള്ള മരുമകൻ നാരായണനുമുണ്ട്. വളപട്ടണത്തെത്തിയപ്പോഴേക്കും ജാഥകൾ മറികടക്കേണ്ടി വന്നു.

ജാഥയ്ക്കൊപ്പം പോയാൽ സമ്മേളനനഗരിയിലെ കാഴ്ചകൾ കാണാൻ പറ്റില്ല. അതുകൊണ്ട് ജാഥകളെ മറികടന്ന് കലക്ടറേറ്റിനടുത്തുള്ള മൈതാനത്തെത്തി. ഇന്ത്യയുടെ നാനാഭാഗങ്ങളിൽ നിന്നുള്ളവർ കണ്ണൂരേക്കൊഴുകിയെത്തി. തീവണ്ടികളുടെ മുകൾഭാഗംപോലും സമ്മേളനത്തിനു വരുന്നവരെക്കൊണ്ട് നിറഞ്ഞിരുന്നു. കമ്യൂണിസ്റ്റ് പാർട്ടിയുടെ ശക്തി വിളിച്ചോതുന്നതായിരുന്നു അവിടെക്കൂടിയ ജനസഞ്ചയം. നേതാക്കന്മാരുടെ പ്രസംഗം ശ്രദ്ധാപൂർവം കേട്ടു. കെ പി ആർ ഗോപാലന്റെ പ്രസംഗം ആവേശം നിറഞ്ഞതും അധികാരികൾക്കുള്ള താക്കീതുമായിരുന്നു.

"ഇവിടെ കലക്ടർ എന്നു പറഞ്ഞൊരു മഹാനുണ്ട്. നേരാംവണ്ണം ഭരിക്കാൻ കഴിയില്ലെങ്കിൽ പൂട്ടി താക്കോലേൽപ്പിക്കട്ടെ. ഈ കലക്ടറേറ്റാക്കെ പറിച്ചെടുക്കാനുള്ള ആൾക്കാർ ഇവിടെ കൂടിയിട്ടുണ്ട്. വേണോ വേണ്ടയോ എന്നു തീരുമാനിക്കട്ടെ."

പാർട്ടിയുടെ ശക്തിയിലുള്ള ആത്മവിശ്വാസം സ്ഫുരിക്കുന്ന വാക്കുകൾ. സ്വജനപക്ഷപാതവും അഴിമതിയും അക്രമവും അരങ്ങുതകർക്കുന്ന കോൺഗ്രസ് ഭരണത്തിനു നേർക്ക് അദ്ദേഹം ആഞ്ഞടിച്ചു.

36

സേലം സെൻട്രൽ ജയിലിൽ

സേലം സെൻട്രൽ ജയിൽ അന്നേ കുപ്രസിദ്ധിയാർജിച്ചതായിരുന്നു. മുരത്ത കള്ളന്മാരെയും അപകടകാരികളായ കുറ്റവാളികളെയും പാർപ്പിച്ചിരുന്ന ജയിലിൽ ക്രൂരതയുടെ ആൾരൂപങ്ങളായിരുന്നു ജീവനക്കാർ. പുതിയ പുതിയ മർദനമുറകൾ പുള്ളികളിൽ അവർ പരീക്ഷിച്ചുകൊണ്ടിരുന്നു.

വെല്ലൂർ ജയിലിൽനിന്ന് 108 പേരെ ഒന്നിച്ചാണ് സേലത്തേക്ക് മാറ്റിയത്. കമ്യൂണിസമില്ലാത്ത നാട് എന്ന നിലയ്ക്കാണ് കമ്യൂണിസ്റ്റ് തടവുകാരെ അങ്ങോട്ട് മാറ്റിയത്. തടവുകാരോട് മൃഗീയമായി പെരുമാറാൻ പ്രത്യേക പരിശീലനം കിട്ടിയിട്ടുണ്ടോയെന്ന് സംശയിക്കേണ്ട മട്ടിലാണ് ജയിലധികാരികൾ പെരുമാറാറുള്ളത്.

'മലബാർ തിരുടന്മാർ' എന്നാണ് വെല്ലൂരിൽനിന്നും കൊണ്ടുവരുന്നവരെ ജയിലധികാരികൾ അവജ്ഞയോടെ വിളിച്ചിരുന്നത്.

തടവുകാരുടെ പ്രാഥമികാവശ്യങ്ങൾപോലും നിറവേറ്റാനുള്ള സൗകര്യങ്ങൾ ജയിലിൽ അനുവദിക്കപ്പെട്ടില്ല. എണ്ണയും സോപ്പും നൽകിയില്ല. പത്രം സേലത്ത് വന്നതിനുശേഷം കണ്ടിട്ടേയില്ല.

പ്രാകൃതമായ ഈ അവസ്ഥയിൽ ജീവിക്കാൻ തടവുകാർ തയാറായില്ല. ഒരാഴ്ച കഴിഞ്ഞപ്പോൾ ജയിലിൽ തടവുകാർ ഒരു കമ്മിറ്റി രൂപീകരിച്ചു. തടവുകാരുടെ കമ്മിറ്റിയുടെ സെക്രട്ടറി കാന്തലോട്ട് കുഞ്ഞമ്പുവായിരുന്നു. തളിയൻ കമ്മിറ്റി അംഗവും. കമ്മിറ്റിയംഗങ്ങളോടാലോചിച്ച് സെക്രട്ടറി ആവശ്യങ്ങൾ ജയിൽ സൂപ്രണ്ടിനെ അറിയിക്കും. കമ്മിറ്റി യോഗം ചേർന്ന് ചില തീരുമാനങ്ങളെടുത്തു. വെല്ലൂർ ജയിലിൽ തടവുകാർക്ക് ആവശ്യമുള്ള സാധനങ്ങൾ ഗോഡൗണിൽനിന്നും തൂക്കി എടുക്കാം. ഇവിടെയും അതേ ആവശ്യം തടവുകാർ ഉന്നയിച്ചു. പത്രം,

എണ്ണ, സോപ്പ്, കത്തെഴുതാനുള്ള സൗകര്യം എന്നിവയും നൽകണം. ഈ ആവശ്യങ്ങൾ അംഗീകരിച്ചില്ലെങ്കിൽ നിരാഹാരം കിടക്കുമെന്ന് സൂപ്രണ്ടിന് നോട്ടീസ് നൽകി.

സൂപ്രണ്ട് ഒരാവശ്യവും അംഗീകരിച്ചില്ല. അപ്പോൾ നിരാഹാരം മാത്രമായി അവരുടെ മുന്നിലുള്ള ഏക മാർഗം. സി കണ്ണന്റെയും എം കണാരന്റെയും നേതൃത്വത്തിൽ നൂറുപേരടങ്ങിയ ഒരു ബാച്ച് തടവുകാർ നിരാഹാരം തുടങ്ങി. നാലാമത്തെ ദിവസം മറ്റൊരു ബാച്ച് കൂടി അവരുടെ കൂടെ ചേർന്നു. അധികാരികൾക്ക് തടവുകാർ വഴങ്ങില്ലെന്നുറപ്പായപ്പോൾ ആവശ്യങ്ങൾ ഭാഗികമായി അംഗീകരിക്കേണ്ടി വന്നു. പ്രത്യേക കിച്ചൻ എന്ന ആവശ്യമൊഴികെ ബാക്കിയെല്ലാം അംഗീകരിച്ചു.

ചില മാറ്റങ്ങൾ ജയിലിൽ കൊണ്ടുവരാൻ കഴിഞ്ഞെങ്കിലും മർദനവും പീഡനവും അവസാനിപ്പിക്കാൻ കഴിഞ്ഞില്ല.

സി ക്ലാസ് തടവുകാരാണെങ്കിൽ ജോലി ചെയ്യണം എന്ന നിബന്ധനയുണ്ടായിരുന്നു. നെയ്ത്ത്, പുൽപ്പായ മെടയൽ, റോഡ് റോളർ ഉരുട്ടൽ തുടങ്ങി കഠിനമായ ജോലികളാണ് തടവുകാരെക്കൊണ്ട് ചെയ്യിപ്പിക്കാറുള്ളത്. പന്ത്രണ്ട് പേരുള്ള ഒരു ബാച്ചായാണ് തടവുകാരെ കൊണ്ടുപോവുക. അഴുക്കുവെള്ളം കോരി റോഡിലൊഴിക്കുക, ഭാരിച്ച റോഡ് റോളർ വലിക്കുക തുടങ്ങിയ ജോലികൾ ചെയ്യാൻ ചിലർ വിസമ്മതിക്കും. അവരെ ജോലിസ്ഥലത്തുവെച്ച് ബോധംകെടുന്നതുവരെ കഠിനമായി തല്ലിച്ചതയ്ക്കും.

ആയിടയ്ക്ക് ജയിൽമന്ത്രി കോഴിപ്പുറത്ത് മാധവമേനോൻ ജയിൽ സന്ദർശിക്കുന്നു എന്ന വിവരം തടവുകാർക്ക് ലഭിച്ചു. അണഞ്ഞുപോയ പ്രതീക്ഷയുടെ നാളം വീണ്ടും തെളിഞ്ഞു. തളിയൻ മകനോട് പറഞ്ഞു:

"ഇനി നമ്മൾക്ക് നാട് കാണാൻ കഴിയുമെന്ന് തോന്നുന്നു."

നാരായണനും ആ വാർത്ത കേട്ടിരുന്നു. അവനത് കുഞ്ഞപ്പയോടും ചന്തൂട്ടിയോടും പങ്കുവെച്ചു. അവരും പ്രതീക്ഷയിലാണ്. വൈകാതെ തങ്ങൾ സ്വതന്ത്രരാകും. നാരായണന്റെ മനസിൽ സ്വപ്നങ്ങൾ കൂടുകൂട്ടാൻ തുടങ്ങി. അമ്മയെ കാണാൻ, അമ്മ വെച്ചുവിളമ്പിത്തരുന്ന ആഹാരം കഴിക്കാൻ, അനിയന്മാരോട് കലമ്പൽ കൂട്ടാൻ അയാൾ കൊതിച്ചു. അതിലുപരി 'എന്നെ മറന്നോ'യെന്നു വിതുമ്പുന്നൊരു മുഖം. ഒരുപാട് ആഗ്രഹിച്ചിരുന്നെങ്കിലും അവൾക്ക് സ്നേഹം കൊടുക്കാൻ കഴിഞ്ഞിട്ടില്ല. ആദ്യം നൽകിയത് കൈയിലൊരു മുറിവാണ്. ഇപ്പോൾ മനസിലും. അവൾ കാത്തിരിക്കുന്നുണ്ടാവുമോ? അതോ, മറ്റാരെയെങ്കിലും പുടമുറി കഴിച്ചോ? അതാലോചിക്കാൻപോലും കഴിയുന്നില്ല. ആരോടും അവളെക്കുറിച്ചന്വേഷിക്കാൻ ധൈര്യമില്ല.

ശാരദ താൻ പുടമുറി കഴിച്ചുകൊണ്ടുവന്ന പെണ്ണാണെന്ന് തോന്നിയിട്ടേയില്ല. ഇതുവരെ മുഖത്തോടു മുഖം നോക്കിയിട്ടില്ല. മിണ്ടിയിട്ടില്ല. എപ്പോഴും അമ്മയെ ചുറ്റിപ്പറ്റി നടക്കും. എന്തെങ്കിലും പണിയെടുക്കുമ്പോൾ കയറിച്ചെന്നാൽ മിന്നൽപോലെ ഓടിയൊളിക്കും. പിന്നെ അമ്മ

വിളിച്ചാലും പുറത്തുവരില്ല. അതുകൊണ്ട് അങ്ങനെയൊരാൾ അവിടെ ഉണ്ടെന്നോർക്കാറില്ല.

ഒരിക്കൽ മാത്രം നേരിട്ടു നോക്കേണ്ടി വന്നു. ഉച്ചയ്ക്കു കഞ്ഞികുടിക്കാൻ ചെന്നപ്പോൾ അമ്മയില്ല. അമ്മേയെന്ന വിളികേട്ട് അവൾ കോമ്പിനിയിൽ കിണ്ണത്തിൽ കഞ്ഞി കൊണ്ടുവെച്ച് ഓടിപ്പോയി. അന്ന് കണ്ടം കൊത്താനും ഞാറൊലുമ്പാനുമെല്ലാം കൂടിയതുകൊണ്ട് വല്ലാതെ വിശന്നിരുന്നു. വേഗം കഞ്ഞി കുടിച്ചു തീർന്നു. കുറച്ചുകൂടി വേണമെന്നുണ്ട്. വിളമ്പിയ ആളിനെ കാണുന്നുമില്ല. വിളിക്കാൻ നാണക്കേടും. മെല്ലെ എഴുന്നേറ്റ് അടുക്കളപ്പുറത്തേക്കുപോയി നോക്കി. ആള് അവിടെയിരുന്ന് കൂമ്പ് മുറിച്ചിടുകയാണ്. കുനിഞ്ഞിരുന്ന് മുറിക്കുന്നതുകൊണ്ട് വാതിൽക്കൽ നിൽക്കുന്ന ആളിനെ കണ്ടില്ല. ദേഷ്യം വന്നു. ഉണ്ടാക്കിയ കൂട്ടാനും കഞ്ഞിയും തന്നിട്ടല്ലേ ഇനിയുണ്ടാക്കല്. ഒറ്റ ചവിട്ട് കൊടുക്കാനാണ് തോന്നിയത്. കൊടുത്തു പുറത്തു തന്നെ ഒരു ചവിട്ട്. മറിഞ്ഞുവീണത് കൈയിൽ കത്തിയുമായി. കൈ മുറിഞ്ഞു ചോര ഒഴുകാൻ തുടങ്ങി. ചോര കണ്ടപ്പോൾ പേടിച്ചുപോയി. അയക്കോലിൽ ആറിയിട്ടിരുന്ന തോർത്തു വലിച്ചു കീറി, കൈപിടിച്ചു മുറിവു കെട്ടിക്കൊടുത്തു. പാവം പൂക്കുല പോലെ വിറയ്ക്കുന്നു. പിന്നെ ഒന്നും മിണ്ടാതെ പുറത്തിറങ്ങി.

അന്ന് സന്ധ്യയാകുന്നതുവരെ വീട്ടിലേക്കു പോയില്ല. അമ്മയെ പേടിച്ച്. അച്ഛനറിഞ്ഞാൽ കൊല്ലും. തലവെട്ടം കണ്ടപ്പോഴേ അമ്മ തുടങ്ങി:

“നീ എന്ത് വിചാരിച്ചിട്ടാ ആരാൻ പെണ്ണിനെ കൊല്ലാൻ തൊടങ്ങ്യത്? ബക്കീളേളാർ അതിന്റെ അച്ഛനോടും കാരണോമ്മാറോടും എന്താ പറയ്യാ. ചോയ്ക്കാനും പറയാനും ഓക്കാരുല്യാന്നാ നിരീച്ചത്.”

ഒന്നും മിണ്ടാതെ മുകളിൽ പോയി ഒളിച്ചു. “നീ മിണ്ടാണ്ടിരിക്ക്. ചെക്കനേട്യെങ്കിലും പോണ്ട.” അച്ഛൻ സമാധാനിപ്പിച്ചു. പത്തുമാസത്തെ ദാമ്പത്യത്തിൽ ഓർക്കുന്ന ഒരേയൊരു കാര്യം.

പ്രതീക്ഷിച്ചതുപോലെ മന്ത്രി വന്നു. പരിവാരങ്ങൾക്കൊപ്പം. തടവുകാരെ കാണാനുള്ള ആഗ്രഹവും അദ്ദേഹം പ്രകടിപ്പിച്ചു. കാണുകയും ചെയ്തു. പക്ഷേ, ആ കൂടിക്കാഴ്ച അവരുടെ പ്രതീക്ഷയെ തല്ലിക്കെടുത്തുകയാണ് ചെയ്തത്.

കമ്യൂണിസ്റ്റ് തടവുകാരെ കണ്ടപ്പോൾ മന്ത്രിയുടെ രക്തം തിളച്ചു. തടവുകാരെ ഭീഷണിപ്പെടുത്താനാണ് അദ്ദേഹം ആ അവസരം ഉപയോഗിച്ചത്. “നിങ്ങൾ കുറ്റവാളികളാണ്. നിങ്ങൾക്ക് ജയിലിൽ നിരാഹാരമനുഷ്ഠിക്കാനും സമരം ചെയ്യാനുമൊന്നും അവകാശമില്ല. അങ്ങനെ ചെയ്താൽ അതിന്റെ ശിക്ഷ നിങ്ങൾ അനുഭവിക്കേണ്ടിവരും.”

വിടുതലിനു പകരം മർദനമാണ് കമ്യൂണിസ്റ്റ് തടവുകാർക്കേൽക്കേണ്ടിവന്നത്. ലാത്തിച്ചാർജും സമ്മാനമായി സ്വീകരിച്ചുകൊണ്ട് തിരിച്ചുപോരേണ്ട ഗതികേടാണ് പ്രതീക്ഷയോടെ സൂപ്രണ്ടിനെ കാണാൻ പോയവർക്കുണ്ടായത്.

രാജ്യം ഒരു നിയമവ്യവസ്ഥയും ഭരണഘടനയുമുള്ള പരമോന്നത

രാഷ്ട്രമാവുന്നതിന്റെ ആഹ്ലാദത്തിൽ സ്വാതന്ത്ര്യം പ്രതീക്ഷിച്ച രാഷ്ട്രീയ ത്തടവുകാർ നിരാശയുടെ പടുകുഴിയിൽ വീണു. 1950 ജനുവരി 26 തടവുകാർ കരിദിനമായി ആചരിച്ചു. റിപ്പബ്ലിക്ക് ദിനത്തിൽ കാലാവധി തീരാറായ ഇരുപത്തേഴ് തടവുകാരെ മാത്രം വിട്ടയച്ചു. തടവുകാർ ഇതിൽ പ്രതിഷേധിച്ച് വീണ്ടും നിരാഹാരം തുടങ്ങി. ഇത് പ്രതീക്ഷിച്ചിരുന്ന ജയിലധികാരികൾ രാത്രിയിൽപോലും വിളക്കണയ്ക്കാതെ തടവുകാർക്ക് കാവൽ നിന്നു; അവരെ ഒരുതരത്തിലും സംഘടിക്കാനും ആശയ വിനിമയം ചെയ്യാനും സമ്മതിക്കാതെ.

തടവുകാർ ഇതിനെ വളരെ സമർഥമായി മറികടന്നു. അടുത്ത ദിവസം ഒന്നിച്ചു നിരാഹാരം തുടങ്ങാൻ ഒരാൾ മറ്റൊരാളിന്റെ പായിലേക്ക് ഉരുണ്ടു ചെന്ന് "We don't want kanji" എന്നു പറയാൻ പഠിപ്പിച്ചു. വാർഡർമാർ കണ്ണിമയ്ക്കാതെ ഉറക്കമിളച്ചു കാവലിരുന്നിട്ടും അടുത്ത ദിവസം നിരാഹാരമിരിക്കാനുള്ള സന്ദേശം ഒരാളിൽനിന്ന് മറ്റൊരാളിലേക്ക് അയക്കാൻ തടവുകാർക്ക് കഴിഞ്ഞു. അടുത്ത ദിവസം ഭക്ഷണത്തിനിറക്കിയപ്പോൾ തടവുകാർ മുഴുവൻ "We don't want kanji" എന്നു പറഞ്ഞു. ഓരോരുത്തരും ഒരേ മറുപടി നൽകിയപ്പോൾ വാർഡർമാർ ആവശ്യപ്പെട്ടു: "Don't say we. Say I."

അതിനും തടവുകാരുടെ മറുപടി "We don't want kanji" എന്നുതന്നെയായിരുന്നു. അവിടെ നിരായുധരും ദുർബലരുമായ തടവുകാർ 'ഐ' മാറി 'വി' ആയിക്കഴിഞ്ഞിരുന്നു. അധികാരികൾ ഭയപ്പെട്ടതും ആ 'ഞങ്ങളെ' ആണ്. ഒന്നിച്ചു ചേർന്നാൽ ജയിലിൽപ്പോലും പലതും നേടിയെടുക്കാൻ കഴിയുമെന്നവർ പഠിച്ചു.

ജയിൽമന്ത്രി കോഴിപ്പുറത്ത് മാധവമേനോൻ സംസ്ഥാനത്തെ ജയിൽ സൂപ്രണ്ടുമാരുടെ അടിയന്തരയോഗം വിളിച്ചുചേർത്ത് ജയിലിലെ കമ്യൂണിസ്റ്റ് തടവുകാരെ മുഴുവൻ അമർച്ച ചെയ്യണമെന്ന നിർദേശം നൽകി. ഈ ഉത്തരവിന്റെ ബലത്തിൽ ജയിലിൽ പീഡനപരമ്പരകൾ അരങ്ങേറി.

37

ജയിലറകളിലെ നരബലി

ആയിരത്തിത്തൊള്ളായിരത്തി അൻപത് ഫെബ്രുവരി 11. സമയം രാവിലെ എട്ടുമണി.

തടവുകാരെ നെയ്ത്തുശാലയിൽ ബാൻഡേജുണ്ടാക്കുന്ന പണിക്കു കൊണ്ടുപോകുകയാണ്. പന്ത്രണ്ടുപേരടങ്ങുന്ന ഗ്രൂപ്പുകളാക്കി ഉച്ചയ്ക്ക് മുമ്പും ഉച്ചയ്ക്കുശേഷവും രണ്ടു ബാച്ചായിട്ടാണ് പണിക്ക് കൊണ്ടുപോയിരുന്നത്. കള്ളന്മാരും കുറ്റവാളികളും ജയിലിനകത്തും പുറത്തും കട്ടയും കുള്ളയും ധരിക്കണമെന്നത് നിർബന്ധമായിരുന്നു.

കഴുത്തുമുതൽ കാൽമുട്ടിനു മുകളിൽ എത്തുന്ന ട്രൗസറും ഒരു തരം തൊപ്പിയും. അതിൽ ഒരു കറുത്ത വൃത്തം ഉണ്ടാകും. ധരിക്കുന്നവൻ കള്ളനാണെന്ന് സൂചിപ്പിക്കുന്നതാണത്. കഴുത്തിൽ ഒരു തകിടും തൂക്കിയിടണം. കള്ളന്മാർ അതൊക്കെ ധരിക്കാൻ വിസമ്മതിക്കാറില്ല. എന്നാൽ കുരങ്ങനെന്നു തോന്നിപ്പിക്കുന്ന, കള്ളനെന്നു മുദ്രകുത്തുന്ന ഈ വേഷം ധരിക്കാൻ കമ്യൂണിസ്റ്റുകാർ സമ്മതിച്ചില്ല. അവർ അതിനെ ചോദ്യം ചെയ്തു. വാർഡർമാരുമായി അന്നും അതിനെച്ചൊല്ലി വാക്കുതർക്കമുണ്ടായി.

ഉച്ചഭക്ഷണത്തിനുശേഷം വിശ്രമിക്കുന്ന തടവുകാരുടെ സമീപത്തെത്തി തലശ്ശേരിക്കാരനായൊരു ഹെഡ് വാർഡൻ ശബ്ദം താഴ്ത്തി മുന്നറിയിപ്പുനൽകി.

"ഇവിടെ ഇന്നെന്തെങ്കിലും കലാപം സംഭവിക്കും."

ഉച്ചയ്ക്കുശേഷം രണ്ടാമത്തെ ബാച്ചിനെ പണിക്കു കൊണ്ടുപോകാൻ നാലുവരിയായി നിർത്തിയപ്പോൾ ഡെപ്യൂട്ടി ജയിലറും പന്ത്രണ്ട് വാർഡർമാരും കടന്നു വന്നു. അവർ തടവുകാരോട് കട്ടയും കുള്ളയും ധരിച്ചു യൂണിഫോമിൽ ജോലിക്കു പോകണമെന്ന് കൽപ്പിച്ചു.

"സാധാരണ അങ്ങനെയല്ലല്ലോ പോകാറുള്ളത്. അങ്ങനെ പോകാൻ ഞങ്ങൾ കള്ളന്മാരല്ല. ഇന്നെന്താണ് വിശേഷം?" കാന്തലാട്ട് കുഞ്ഞമ്പു ചോദിച്ചു.

ജയിലർ അയ്യാപ്പിള്ള ഇതുകേട്ട് ക്ഷുഭിതനായി. "ഇങ്ങോട്ട് ചോദ്യങ്ങൾ വേണ്ട. പറയുന്നത് അനുസരിച്ചാൽ മതി." അയാൾ ഇംഗ്ലീഷിൽ പറഞ്ഞു.

"എനിക്ക് ഇംഗ്ലീഷ് അറിയില്ല. എനിക്കു മനസിലാകുന്ന ഭാഷയിൽ സംസാരിക്കണം" കാന്തലാട്ട് വീണ്ടും പറഞ്ഞു.

"ഇംഗ്ലീഷ് അറിയാത്തവൻ എന്നോട് സംസാരിക്കുന്നതെന്തിന്?" അയ്യാപ്പിള്ള ആക്രോശിച്ചു. ഉടനെ വിസിലടിക്കാൻ വാർഡനോട് അയാൾ ആജ്ഞാപിച്ചു. വിസിൽ മുഴക്കം കേട്ടതോടെ തയാറായി നിന്നതുപോലെ അമ്പതിലേറെ വാർഡന്മാർ ലാത്തിയും തോക്കുമായി പീസ്, പീസ് എന്നു പറഞ്ഞുകൊണ്ട് തടവുകാരെ വളഞ്ഞു.

"പീസിനെന്തിനാ തോക്ക്" എന്ന തടവുകാരുടെ ചോദ്യത്തിനു തലങ്ങും വിലങ്ങും അടിയായിരുന്നു ഉത്തരം. കൈയിൽ കിട്ടിയതെല്ലാമെടുത്ത് തടവുകാരും തിരിച്ചടിച്ചു. കൈയിൽ ആയുധമില്ലാത്തവൻ കിട്ടിയതെല്ലാം ആയുധമാക്കി. നെയ്ത്തുപകരണമായ മഗ്ഗം തകർത്ത് അവർ മരക്കഷണങ്ങളെടുത്തു.

മഗ്ഗത്തിന്റെ തടിക്കഷണവുമെടുത്ത് ഓങ്ങിപ്പിടിച്ച് നിൽക്കുകയാണ് മാടായി ചന്തൂട്ടി. അതുകണ്ട് തളിയൻ വിളിച്ചു പറഞ്ഞു: "ഓങ്ങി നിൽക്കാതെ അടിച്ചു തകർക്കെടാ."

സമ്മതം കിട്ടാൻ കാത്തുനിന്നതുപോലെ ചന്തൂട്ടിയുടെ കൈയിലെ മരക്കഷണം ഉയർന്നു താഴ്ന്നു. ജയിലർ കൃഷ്ണൻ നായർ പുളഞ്ഞു പോയി. തോളെല്ല് പൊത്തിപ്പിടിച്ചുകൊണ്ട് അയാൾ നിലത്തിരുന്നു.

അറുപതോളം വരുന്ന വാർഡർമാർ ആധുനിക യന്ത്രത്തോക്കുകളുമായി നിരായുധരായ ഒരുപറ്റം മനുഷ്യരെ നേരിടുകയാണ്. ഒട്ടും വൈകാതെ വെടി തുടങ്ങി. ഒരു വെടിയിൽ പത്തു ചില്ല് പരന്നു കൊള്ളുന്ന ബക്ഷൂട് എന്ന തോക്കുകൊണ്ട് നരാധമന്മാർ വെടിവെക്കാൻ തുടങ്ങി.

വെടിവെക്കാൻ തുടങ്ങിയതോടെ തടവുകാർ ചിതറിയോടി. അറുപതോളം വാർഡർമാർ തീ തുപ്പുന്ന തോക്കുമായി വളഞ്ഞുനിന്ന് വെടിവെക്കുമ്പോൾ എങ്ങോട്ടാണവർക്ക് ഓടിയൊളിക്കാൻ കഴിയുക?

വളണ്ടിയർ ട്രെയിനിങ്ങിൽനിന്ന് ലഭിച്ച അറിവിന്റെ അടിസ്ഥാനത്തിൽ പറ്റുന്ന മുറികളിലേക്ക് ഓടിക്കയറി തടവുകാർ നിലത്തു കമിഴ്ന്നു കിടന്നു. തടവുകാരുടെ അനെക്സിനടുത്തായി പഴയൊരു ഹാൾ ഉണ്ട്. അതിനുള്ളിലേക്ക് ഓടുന്ന തടവുകാരുടെ പിന്നാലെ തോക്കുധാരികൾ കുതിച്ചു.

ജീവൻ രക്ഷിക്കാൻ കമിഴ്ന്നു കിടക്കുന്ന തടവുകാരെ പൊട്ടിയ ജനാലയ്ക്കിടയിലൂടെ തോക്കിൻകുഴൽ നീട്ടി വാർഡർമാർ വെടിവെച്ചുകൊ

ണ്ടേയിരുന്നു. പലതും ലക്ഷ്യം കണ്ടു. ചിലതൊക്കെ ചുമരിൽ തറച്ച് മായാത്ത പാടുകളുണ്ടാക്കി.

കമിഴ്ന്നു കിടന്നവരുടെ മേലെ പിന്നാലെയെത്തിയവർ വെടിയേറ്റു വീണു.

ഉറക്കെക്കരയുന്ന പുരുഷശബ്ദങ്ങളെ കേൾപ്പിക്കാതെ വെടിയൊച്ചകൾ കാതുകളെ ബധിരമാക്കി. വെടിയുണ്ടകൾ ഉതിർന്നുകൊണ്ടിരുന്നു. പൂക്കുറ്റി ചിതറുംപോലെ മനുഷ്യ ശരീരത്തിൽ നിന്നും രക്തം ചിതറിത്തെറിച്ചു. താഴോട്ടു വീണ് ചാലുകളായൊഴുകി.

ശ്വാസം നിലച്ച മട്ടിൽ അങ്ങനെ അനങ്ങാതെ കിടക്കുന്ന ജഡപ്രായരായ ശരീരങ്ങൾക്കിടയിൽനിന്ന് ഒരു തല പൊന്തി. അത് തളിയനായിരുന്നു. "എന്റെ മോൻ. അവന്റെ കരച്ചിലല്ലേ ഞാൻ കേട്ടത്. എന്റെ കുട്ടിക്ക് വെടിയേറ്റോ." അദ്ദേഹം നാലുപാടും ഉഴറിനോക്കി. ചീറിവന്ന വെടിയുണ്ട നെറ്റി തുളച്ച് തലച്ചോറിനുള്ളിലേക്ക് ഞൊടിയിടയിൽ പ്രവേശിച്ചു. അവശേഷിക്കുന്ന ബോധമണ്ഡലത്തിൽ മകന്റെ മുഖം നിറച്ചുകൊണ്ട് ആ പിതാവിന്റെ കണ്ണുകൾ അടഞ്ഞു. തല ഒടിഞ്ഞു തൂങ്ങി തറയിൽ വീണു.

മകന് കാലിൽ ചിതറിത്തറച്ചുകയറിയ വെടിയുണ്ടയുമായി ഹാളിലേക്കോടിക്കയറിയതോർമയുണ്ട്. ബോധം മറഞ്ഞു വീണ് എത്രനേരം കിടന്നെന്നോർമയില്ല. കടുത്ത വേദനയിൽ കൺതുറന്നപ്പോൾ എല്ലാം അവസാനിച്ചിരുന്നു. വേദന സഹിക്കാനാവാതിരിക്കുമ്പോൾ അയാൾ അച്ഛനെ വിളിച്ചു കരഞ്ഞു. അച്ഛൻ പോയതറിയാതെ, ഇനി ഒരിക്കലും മകന്റെ വിളി കേൾക്കില്ലെന്നറിയാതെ. അരമണിക്കൂറോളം നീണ്ട യുദ്ധത്തിനൊടുവിൽ നേരിയ ഞരക്കങ്ങൾ മാത്രം അങ്ങിങ്ങായി കേട്ടു. അതിലൊരു ഞരക്കം വാർഡൻമാരിലൊരാൾ തിരിച്ചറിഞ്ഞു.

ജീവനുണ്ടെന്നു മനസിലായപ്പോൾ ജീവൻ ബാക്കിയായ ശരീരത്തെ അയാൾ വലിച്ചു പുറത്തിട്ടു. തില്ലങ്കേരിക്കാരൻ അമ്പാടി ആശാരി. വാർഡൻ മഗ്ഗത്തിന്റെ തടിക്കഷണം വലിച്ചെടുത്തു. അതുകൊണ്ട് ആശാരിയുടെ തലയ്ക്കടിച്ച് മരണം ഉറപ്പാക്കി ആ പിശാച്.

ജയിലറും വാർഡൻമാരും സംഹാരതാണ്ഡവം അവസാനിപ്പിച്ചപ്പോൾ ശവങ്ങളെയും ജീവനുള്ളവരെയും വേർതിരിച്ചു കിടത്താൻ തുടങ്ങി. തീവ്രവേദനയിൽ പുളയുന്ന നാരായണനെ തിരിച്ചിട്ടുകൊണ്ടൊരു വാർഡൻ പകയോടെ പറഞ്ഞു:

"നീ എവിടെ പോയി ഒളിച്ചിരുന്നെടാ. എന്റെ കൈയിൽ തോക്കുള്ളപ്പോൾ ഞാൻ നിന്നെ നാലഞ്ചുറൗണ്ട് പരതിയിരുന്നു. അപ്പോൾ നിന്നെ കൈയിൽ കിട്ടിയിരുന്നെങ്കിൽ വെടിവെച്ചുകൊല്ലുമായിരുന്നു." ജയിലിലെ നരഹത്യക്കുശേഷം ജയിൽ സൂപ്രണ്ട് തോക്കുകൾ തിരിച്ചു വാങ്ങിയിരുന്നു. ഈ വെല്ലുവിളിയിൽ പ്രതികരിക്കാനാവാതെ നാരായണൻ ഞരങ്ങി.

ജയിലിലെ കലാപം കേട്ടറിഞ്ഞ് നാട്ടുകാരായ ജനങ്ങൾ ജയിലിലെത്തി. നിരത്തിയിട്ടിരിക്കുന്ന ശവങ്ങളെയും മുറിവേറ്റവരെയും കണ്ട്, മരവിച്ച മനസോടെ ഒന്നും മിണ്ടാതെ അവർ മടങ്ങി.

വെടിവെപ്പു പൂർണമായി അവസാനിച്ചു എന്നു തോന്നിയപ്പോൾ കമിഴ്ന്നു കിടന്ന തടവുകാർ എഴുന്നേറ്റ് സഹജീവികളെ തെരയാൻ തുടങ്ങി. തങ്ങളുടെ കൂട്ടുകാരെ അവർ തിരിച്ചറിഞ്ഞു. മുറിവേറ്റവരെയും മരിച്ചവരെയും.

ജയിലിൽ വെടിവെപ്പ് നടന്നെന്നറിഞ്ഞ് ജില്ലാ കലക്ടറും സംഘവും സംഭവസ്ഥലം സന്ദർശിച്ചു. അവരെ എതിരേറ്റത് രക്തത്തിൽ കുളിച്ച് എഴുന്നേറ്റു നിൽക്കുന്ന തിളങ്ങുന്ന കണ്ണുകളോടുകൂടിയ പ്രേതരൂപിയാണ്. ആ രൂപത്തെക്കണ്ട് എല്ലാവരും പേടിച്ചു പിന്നോട്ടു മാറി. വെടിയേറ്റു വീണ ശവങ്ങളുടെ അടിയിൽനിന്നു എഴുന്നേറ്റുനിൽക്കുന്ന കാന്തലോട്ട് കുഞ്ഞമ്പുവിനെയാണ് അവർ കണ്ടത്. മറ്റുള്ളവരുടെ രക്തത്തിൽ കുളിച്ചാണ് അദ്ദേഹം നിൽക്കുന്നത്.

പുറ്റൂക്കാടൻ കൃഷ്ണക്കുറുപ്പിനെ മരിച്ചവരുടെ കൂട്ടത്തിലാണ് കൊണ്ടിട്ടത്. പോസ്റ്റുമോർട്ടം ചെയ്യാൻ തുടങ്ങുമ്പോഴാണ് ജീവനുണ്ടെന്ന് ഒരു മലയാളി ഡോക്ടർ തിരിച്ചറിഞ്ഞത്. അയാളെ ആശുപത്രിയിലേക്ക് മാറ്റി.

വെടിവെപ്പിൽ മരിച്ച ഇരുപത്തിരണ്ടുപേരുടെയും പരിക്കേറ്റ നൂറ്റിപ്പതിനെട്ടുപേരുടെയും രക്തമൊഴുകിപ്പടർന്ന നിലം ചാണകം മെഴുകിയതുപോലെ. ചുടുനിണത്തിൽ ചവിട്ടാതെ ആ മണ്ണിൽ നടക്കാൻ സാധ്യമല്ലായിരുന്നു. കലക്ടർക്കും അനുചരന്മാർക്കും ചോരയിൽ ചവിട്ടാതെ നടക്കാൻവേണ്ടി വാർഡർമാർ തടവുകാരുടെ ഭക്ഷണം കഴിക്കുന്ന പാത്രങ്ങൾ കമിഴ്ത്തി വെച്ചുകൊടുത്തു. അതിനുമുകളിൽ ചാടിച്ചാടി നടന്നാണ് ഉദ്യോഗസ്ഥർ സംഭവസ്ഥലം പരിശോധിച്ചത്. എത്ര കഴുകിയാലും മായാത്ത ചോരപ്പാടുകൾ സേലം ജയിലിന്റെ ചരിത്രത്താളുകളിൽ പതിപ്പിച്ച് അധികാരികൾ ജയിലിന്റെ കുപ്രസിദ്ധിയുടെ മാറ്റ് ഒരുപാട് കൂട്ടി.

38

ഉണങ്ങാത്ത മുറിവുകൾ

സേലം ജനറൽ ആശുപത്രിയിലെ ഡോക്ടർമാരും നേഴ്സുമാരും മറ്റു ജീവനക്കാരും അന്ന് വിശ്രമമെന്തെന്നറിഞ്ഞില്ല. 1950 ഫെബ്രുവരി 11 ന് ഉച്ചയ്ക്കുശേഷം നൂറ്റിപ്പതിനെട്ടുപേരെയാണ് പരിക്കുപറ്റി ആശുപത്രിയിൽ പ്രവേശിപ്പിച്ചത്. അതിൽ നാൽപ്പത്തിരണ്ടു പേർ മരണത്തോട് മല്ലടിക്കുന്നവരാണ്. ആശുപത്രി ജീവനക്കാർ ഊണും ഉറക്കവും ഉപേക്ഷിച്ച് പരിക്കേറ്റവരെ ശുശ്രൂഷിച്ചു.

ഇരുപത്തൊന്നുപേർ സംഭവസ്ഥലത്ത് കൊല്ലപ്പെട്ടു. ആശുപത്രിയിൽ തീവ്ര പരിചരണത്തിലായിട്ടും പരിക്കേറ്റവരിൽ ഒരാൾകൂടി മരിച്ചു. കുത്തുപറമ്പുകാരൻ എൻ ബാലൻ. അന്നത്തെ പത്രങ്ങൾ സേലം ജയിൽ വെടിവെപ്പ് വളരെ പ്രാധാന്യത്തോടെ റിപ്പോർട്ടു ചെയ്തു.

മദിരാശി അസംബ്ലി ഇളകിമറിഞ്ഞു. പ്രതിപക്ഷം ആഞ്ഞടിച്ചു. ജില്ലാ കളക്ടർ ഇനിയൊരു മരണംകൂടി ഉണ്ടാവരുതെന്ന് ആശുപത്രി അധികൃതർക്ക് കർശന നിർദേശം നൽകി.

ജയിലിൽനിന്നും ആശുപത്രിയിലേക്ക് കൊണ്ടുപോകുന്നതിനു മുമ്പ് നാരായണൻ കണ്ണുതുറന്നു. കടുത്ത വേദനയിലേക്ക് അയാളുടെ ബോധം തിരിച്ചുവന്നു. ആരൊക്കെയോ ചേർന്ന് എടുത്തുകൊണ്ടുപോവുകയാണെന്ന് മനസിലായി. എങ്ങോട്ടാണെന്ന് ചോദിക്കാൻ ആഗ്രഹിച്ചെങ്കിലും നാവനക്കാൻ ആവുന്നില്ല. അണ്ണാക്കിൽ പശതേച്ച് ഒട്ടിച്ചതുപോലെ. വെള്ളം വേണം. കണ്ണടഞ്ഞുപോകുന്നു.

കണ്ണു തുറന്നപ്പോൾ കട്ടിലിൽ കിടക്കുകയാണ്. വെള്ളനിറം കണ്ണിൽപ്പെട്ടു. ആരാണത്?

“കുടിക്കാൻ വെള്ളം വേണോ?” സൗമ്യമായ ശബ്ദം. അമ്മയാണോ? അതോ ശാരദയോ? നെറ്റിയിൽ ആരോ തൊട്ടുനോക്കുന്നു. അല്ല, ശാരദ

യല്ല. ആണെങ്കിൽ ഇത്രയടുത്ത് നിൽക്കില്ല, തൊടില്ല. അമ്മയുടെ മണമല്ല. വിളഞ്ഞ നെല്ലിന്റെ മണമാണമ്മയ്ക്ക്.

അവ്യക്തമായി മൂളിയപ്പോൾ സ്പൂണിൽ വെള്ളം വായിലിറ്റിച്ചു തന്നു.

പതുക്കെ എല്ലാം ഓർമ വന്നു. കാലിനു വെടിയേറ്റോടിയത്. അച്ഛൻ എവിടെ? കണ്ണു തുറന്നു നോക്കി. മെല്ലെ മന്ത്രിച്ചു. "അച്ഛൻ." വെള്ള ഉടുപ്പിട്ട സ്ത്രീ അടുത്തു വന്നു. ദയയോടെ ചോദിച്ചു: "എന്താണ് വേണ്ടത്?"

"അച്ഛനെവിടെ?"

"നോക്കാം. ഇപ്പോൾ അനങ്ങാതെ കിടക്കൂ." നേഴ്സ് പറഞ്ഞു.

സംസാരം കേട്ട് പൊലീസുകാരൻ അടുത്തു വന്നു. "ആ... നാരായണനുണർന്നൂല്ലോ."

"സർ, ഇയാൾ അച്ഛനെ അന്വേഷിക്കുന്നു." നേഴ്സ് അയാളോട് പറഞ്ഞു.

അയാളുടെ കൈയിൽ അന്നത്തെ പത്രവുമുണ്ട്. 'സേലം ജയിലിൽ വെടിവെപ്പ്.' വലിയ അക്ഷരങ്ങൾ കണ്ണിൽപ്പെട്ടു.

"ഇന്നലത്തെ വെടിവെപ്പിൽ ഇരുപത്തൊന്നുപേർ അവിടവെച്ചുതന്നെ മരിച്ചു. ഒരാൾ ആശുപത്രിയിൽ വെച്ചും." അയാൾ നിർവികാരമായി പറഞ്ഞു. എന്നിട്ട് മരിച്ചവരുടെ പേരുകൾ വായിക്കാൻ തുടങ്ങി. ഇടയ്ക്കൊരുപേർ ഇടിത്തീപോലെ തലച്ചോറിൽ മിന്നിവീണു. അച്ഛന്റെ പേര്. 'തളിയൻ രാമൻ നമ്പ്യാർ.'

അച്ഛൻ മരിച്ചു. ഇനി അച്ഛനില്ല.

അടുത്തു കാണാഞ്ഞപ്പോൾ അച്ഛനെ വെടിവെച്ചു കൊന്നിരിക്കാം എന്ന് മനസ്സ് പറഞ്ഞെങ്കിലും അത് വിശ്വസിക്കാൻ കൂട്ടാക്കിയിരുന്നില്ല. ഇപ്പോൾ നേരിൽ കേൾക്കുന്നതുവരെ. കണ്ണുകൾ നിറഞ്ഞൊഴുകി. അവസാനമായി ഒരുനോക്കുകാണാനാവാതെ അച്ഛൻ പോയി. ശവശരീരം പോലും കാണിക്കാതെ അവർ കൊണ്ടുപോയി

ശരീരത്തിൽ ബാൻഡേജിട്ട ഇരുപത്തിരണ്ടു മുറിവുകൾ. വെടിയുണ്ടയിലെ ഷെല്ലുകൾ ചിതറിത്തെറിച്ച് ഉണ്ടായ മുറിവുകൾ പഴുത്ത് നീരുവന്ന് രണ്ടുകാലുമനക്കാനാവാതെ വേദനിക്കുമ്പോൾ ഉറക്കെക്കരഞ്ഞു. ഉറക്കം തടസപ്പെടുമ്പോൾ കാവൽ നിൽക്കുന്ന പൊലീസുകാരൻ പിറുപിറുത്തുകൊണ്ട് വന്നു നോക്കും. ഒരാൾ മാത്രമല്ല, മൂന്നു വാർഡു നിറയെ ഞെരങ്ങുന്നവരും കരയുന്നവരുമാണ്.

ആശ്വസിപ്പിക്കാൻ ആശുപത്രിയിലെ ജീവനക്കാർ മാത്രം. പ്രത്യേകിച്ചും മലയാളിപ്പെൺകുട്ടികളായ നേഴ്സുമാർ. അവരെ കോഴിക്കോടു നിന്നും ഇങ്ങോട്ടു മാറ്റിയതേ ഉണ്ടായിരുന്നുള്ളൂ. അവർ പരിക്കേറ്റ തടവുകാരെ സ്വന്തം സഹോദരന്മാരെപ്പോലെ ശുശ്രൂഷിച്ചു. ആശ്വസിപ്പിച്ചു. പുഷ്പയും കമലയും സുശീലയുമൊക്കെ പിറക്കാതെ പോയ പെങ്ങന്മാരാണെന്ന് തോന്നിയിട്ടുണ്ട്. അവർ അടുത്തുള്ളപ്പോൾ ഒരുപാട്

ആശ്വാസം തോന്നിയിട്ടുണ്ട്. കാലിലെ മുറിവുകൾ വെച്ചുകെട്ടുമ്പോഴും ഇൻജക്ഷൻ എടുക്കുമ്പോഴും അവർ സംസാരിച്ചുകൊണ്ടിരിക്കും, മലയാളത്തിൽ. മാതൃഭാഷയിൽ സംസാരിക്കുന്നത് അവർക്കും കേൾക്കുന്നത് തടവുകാർക്കും ഇഷ്ടമായിരുന്നു. വീട്ടിലെയും നാട്ടിലെയും വിശേഷങ്ങൾ അവർ ചോദിക്കുകയും പറയുകയും ചെയ്തു. മലയാളപത്രങ്ങൾ വായിച്ചുകേൾപ്പിക്കാനും അവർ സമയം കണ്ടെത്തി. മറുനാട്ടിൽ അവർ പരസ്പരം ബന്ധുക്കളായി മാറി.

ആശുപത്രിയിൽ ഇടയ്ക്കിടെ വി ഐ പി സന്ദർശകരുണ്ടാവും. കിട്ടാവുന്ന ഏറ്റവും നല്ല ചികിത്സ ലഭ്യമായിട്ടും കാലിലെ വെടിയുണ്ടകൾ നീക്കം ചെയ്യാൻ കഴിഞ്ഞില്ല. പുറത്തും പുറംകൈയിലും തറച്ചുകയറിയ വെടിയുണ്ടയുടെ ഷെല്ലുകൾ നീക്കം ചെയ്യാൻ കഴിഞ്ഞില്ല. കാലിന്റെ മുറിവ് ഉണങ്ങിയില്ല. പഴുപ്പ് കൂടുതൽ ഭാഗത്തേക്ക് വ്യാപിക്കുകയാണ്. വലതുകാൽമുട്ടിനു മുകളിലെ മാംസം വെടിയുണ്ട തെറിപ്പിച്ചു കളഞ്ഞിരുന്നു. അവിടെ പുറത്തുനിന്നുമെടുത്ത മാംസം തുന്നിച്ചേർത്തു. ഒരുദിവസം ഡി എം ഒ പരിശോധിച്ചിട്ടു പറഞ്ഞു: "ഉണങ്ങുന്നില്ലല്ലോ നാരായണാ. കാലുമുറിക്കേണ്ടിവരുമെന്നു തോന്നുന്നു."

അതുകേട്ടപ്പോൾ നാരായണൻ ഉറക്കെ കരഞ്ഞു. "കാൽ മുറിച്ചിട്ട് എനിക്ക് ജീവിക്കേണ്ട. ചെയ്യാത്ത കുറ്റത്തിനാണ് എന്നെയും അച്ഛനെയും ശിക്ഷിച്ചത്. അച്ഛനെ കൊന്നു. എന്നെയും കൊന്നോട്ടെ."

"സമാധാനിക്ക് നാരായണാ. നമുക്കു വഴിയുണ്ടോന്ന് നോക്കാം." അദ്ദേഹം അയാളെ ആശ്വസിപ്പിച്ചു.

നേരിയ പലക പാദത്തിൽനിന്നും കാൽവണ്ണയ്ക്ക് ചുറ്റും നിർത്തി കെട്ടിവെച്ചു, വെടിയേറ്റ് അളിഞ്ഞുപോയ മാംസം വീണ്ടും നിറഞ്ഞുവരാൻ. മൂന്നു മാസങ്ങൾക്കുശേഷം വീണ്ടും പരിശോധിച്ചപ്പോൾ 'നിനക്ക് ഭാഗ്യമുണ്ടെന്ന് അദ്ദേഹം പറഞ്ഞു. അലിവുള്ള ഡോക്ടർമാരുടെയും മലയാളിപ്പെൺകുട്ടികളുടെയും പരിചരണത്തിൽ നാരായണൻ പതുക്കെ സുഖം പ്രാപിച്ചു.

എ കുഞ്ഞിക്കണ്ണന്റെ തൊണ്ടക്കുരലിനാണ് വെടിയേറ്റത്. ആരുടെയൊക്കെയോ ഭാഗ്യം കൊണ്ട് തലനാരിഴയുടെ വ്യത്യാസത്തിൽ ജീവൻ തിരിച്ചുകിട്ടി.

തോളിൽ വെടിയേറ്റ ചന്തൂട്ടിയും സുഖപ്പെട്ടു. അവരെ കാണുമ്പോൾ നേഴ്സുമാർ പരസ്പരം പറയും. "പാവങ്ങൾ നല്ല ചെറുപ്പക്കാരായിരുന്നു. ജീവിതകാലമത്രയും ജയിലിൽ കഴിയണമല്ലോ."

"ജീവിതകാലം മുഴുവൻ ഞങ്ങളാരും ജയിലിൽ കഴിയില്ല. നിങ്ങൾ കണ്ടോ ഞങ്ങൾ വേഗം നാട്ടിലെത്തും." അത് കേൾക്കുമ്പോൾ അവർ ചിരിക്കും.

കാവൽ നിൽക്കുന്ന പൊലീസുകാർക്കും അവരോട് സഹതാപമുണ്ടായിരുന്നു. അവരിൽ പലരും ദ്രാവിഡ മുന്നേറ്റ കഴകം അനുഭാവികളായിരുന്നു. അവർ പറഞ്ഞു:

"നിങ്ങൾ കുറേക്കൂടി ശക്തമായി സമരം ചെയ്തിരുന്നെങ്കിൽ ജയിലിലേക്ക് ഞങ്ങളെ വിളിക്കുമായിരുന്നു. ഞങ്ങൾ ഇങ്ങനെ കൊല്ലാനൊന്നും നിൽക്കില്ലായിരുന്നു."

ആറരമാസം പൊലീസ് കാവലിൽ ആശുപത്രിക്കിടക്കയിൽ കഴിഞ്ഞു. അതിനുശേഷം തിരിച്ചു ജയിലേക്കുതന്നെ കൊണ്ടുവന്നു. അപ്പോഴേക്കും വെടിയുണ്ടകൾ ശരീരത്തിന്റെ ഭാഗമായിക്കഴിഞ്ഞിരുന്നു. കാൽവണ്ണയിലും കൈപ്പടത്തിലും പുറത്തും ഓരോന്നുവീതം.

തളിയൻ രാമൻ നമ്പ്യാർ, അമ്പാടി ആശാരി, നക്കായി കണ്ണൻ, പുല്ലാഞ്ഞിയോടൻ കുഞ്ഞപ്പ നമ്പ്യാർ, പുല്ലാഞ്ഞിയോടൻ ഗോവിന്ദൻ നമ്പ്യാർ, എൻ ബാലൻ, എൻ പത്മനാഭൻ, കോയിലിയോടൻ നാരായണൻ നമ്പ്യാർ, കോരൻ ഗുരുക്കൾ, നീലഞ്ചേരി നാരായണൻനായർ, ആസാദ് നാരായണൻനായർ, എൻ കോരൻ, എൻ ഗോപാലൻകുട്ടിനായർ, മൈലപ്രവൻ നാരായണൻ നമ്പ്യാർ, പിലാട്യാർ ഗോപാലൻനമ്പ്യാർ, കോരൻ ഗുരുക്കൾ, ഞങ്ങാടി കുഞ്ഞമ്പു, അണ്ടലോടൻ കുഞ്ഞപ്പ, പി സി കുഞ്ഞിരാമൻ നമ്പ്യാർ, കെ അനന്തൻ, എം കെ രാമുണ്ണി, അറുമുഖൻ, കാവേരി മുതലിയാർ, ഷെയ്ക്ക് ദാവൂദ്–ഇവർ വെടിയുണ്ടകൾ കവർന്നുകൊണ്ടുപോയ ഇരുപത്തിരണ്ടുപേർ.

അവരുടെ ഓർമയിൽ ജയിൽ അനെക്സ് മൂകമായി. അച്ഛനും അനന്തൻ മാഷും ഓർമയിൽ ഇടയ്ക്കിടെ കയറിവന്നു നാരായണന്റെ കണ്ണു നനയിച്ചു. തളിയൻ കാരണവരുടെ മരണവാർത്ത കേട്ട് 'കഷ്ടം' എന്നു പറഞ്ഞ വാർഡർമാർ ജയിലിൽ തന്നെ ഇഷ്ടംപോലെയുണ്ടായിരുന്നു. അദ്ദേഹം അവർക്കെല്ലാം പ്രിയപ്പെട്ട കാരണവരായിരുന്നു.

കുട്ടികൾക്കും നാട്ടുകാർക്കും അനന്തൻ മാഷിനെ മറക്കാൻ കഴിയില്ല. അടിമത്തത്തിൽ ആണ്ടുകിടന്നിരുന്ന ജനതയ്ക്ക് ഉണർത്തുപാട്ടോതിക്കൊടുത്ത അനന്തൻ മാസ്റ്റർ അവസാനംവരെ പ്രസ്ഥാനത്തിനുവേണ്ടി പ്രവർത്തിച്ചു. എല്ലാവർക്കും അന്തസ്സോടെ ജീവിക്കാൻ കഴിയുന്നൊരു ലോകം മാഷ് സ്വപ്നം കണ്ടു. ആ സ്വപ്നമാണ് അദ്ദേഹത്തെ സേലം ജയിലിലെത്തിച്ചത്. അവിടെ വെച്ച് വെടിയുണ്ടകൾ അദ്ദേഹത്തിന്റെ ജീവൻ കവർന്നെടുത്തു. മകൻ ഒരു കുഴപ്പവുമില്ലാതെ തിരിച്ചെത്തുമെന്ന് വിശ്വസിച്ചൊരമ്മയ്ക്ക് തോരാക്കണ്ണീർ സമ്മാനിച്ചുകൊണ്ട് മകൻ വെടിയുണ്ടകൾക്കിരയായി.

39

പറന്നുപോയൊരിണക്കിളി

അങ്ങ് ജയിലിൽ അച്ഛനും മകനും സ്വൈര്യമായി കഴിയുന്നു എന്ന വിശ്വാസത്തോടെ സമാധാനിച്ചിരിക്കുകയാണ് അമ്മയും രണ്ടു മക്കളും. ജീവപര്യന്തം പൂർത്തിയായാൽ അവർ ജീവനോടെ തിരിച്ചുവരും.

രണ്ടാംവിളയുടെ മൂർച്ചയും മെതിയും കഴിഞ്ഞ് പൊള്ളോലെടം വള പ്പിലെ കളത്തിൽ പുല്ല് ഉണക്കാൻ ഇട്ടിരിക്കുന്നു. അത് അടുക്കിവെച്ച് വരികയാണ് രാഘവൻ. പുല്ല് എടുത്തതുകൊണ്ട് നന്നായി ചൊറിയുന്നു ണ്ട്. ഒന്ന് കുളിക്കണം. കളത്തിൽനിന്ന് തിരിച്ച് നടയിലെത്തിയപ്പോഴാ ണ് പോസ്റ്റുമാൻ അച്ചു പിന്നിൽനിന്ന് വിളിച്ചത്. അച്ഛന്റെ കത്തുണ്ടാകും.

അച്ഛനും ഏട്ടനും ജയിലിൽ ഒന്നിച്ചായതുകൊണ്ട് എല്ലാ വിവരങ്ങളും എഴുതി അയയ്ക്കാറുണ്ട്. ചില്ലറ ആവശ്യങ്ങൾക്ക് ജയിലിലേക്ക് പണവും അയച്ചുകൊടുക്കാറുണ്ട്. വാർഡന്റെ അഡ്രസിൽ കവറിൽ ഒളിപ്പിച്ചുവെച്ച് പണം അയച്ചു കൊടുക്കും. അയാൾ അത് അച്ഛനു കൊടുക്കും. ഒരി ക്കൽ ഏട്ടനോട് പറഞ്ഞുപോലും:

“ആ അബൂബക്കർ സ്ഥലം മാറിപ്പോയില്ലേ? അയാളുടെ പേരിൽ തന്നെ പണം അയച്ചുകൊടുത്തിട്ടുണ്ട് എന്നാണ് രാഘവൻ എഴുതിയിട്ടു ള്ളത്. അതൊരു വിഡ്ഢിത്തമായല്ലോ.”

അതറിഞ്ഞപ്പോൾ തനിക്കും വിഷമം തോന്നിയിരുന്നു. നെല്ലും പുല്ലും വിറ്റ് കഷ്ടപ്പെട്ടുണ്ടാക്കിയ പണമാണ്.

അച്ചു കാർഡേൽപ്പിക്കുമ്പോൾ പറഞ്ഞു: “അമ്മയ്ക്കാണ്. സേല ത്തുനിന്നും.” പെട്ടെന്നു വയറ്റിലൊരു തീയാളി. അച്ഛൻ അമ്മയ്ക്ക് കത്തെ ഴുതാറില്ലല്ലോ. വേഗം കാർഡ് വാങ്ങി നോക്കി. ഇംഗ്ലീഷിലാണ്. ജയിൽ സൂപ്രണ്ട് രഘുനാഥ് ഉമ്മങ്ങമ്മയ്ക്ക് അയച്ച കാർഡ്. തപ്പിത്തടഞ്ഞു

വായിച്ചു. 'Thaliyan Raman Nampiar expired.' കണ്ണിൽ ഇരുട്ടു കയറി. എല്ലാം കറങ്ങുന്നു. എക്സ്പയേർഡ്. മരിച്ചെന്നോ. അച്ഛനോ?

"അമ്മേ...." അമ്മ ഓടിവന്നു. "എന്താ മോനെ, എന്തിനാ വിളിച്ചത്? എന്തിനാ നീ കാളുന്നത്?"

"അമ്മേ, അച്ഛൻ...." അമ്മ ഒരുനിമിഷം സ്തംഭിച്ചു നിന്നു. അടുത്ത നിമിഷം അവർ പൊട്ടിക്കരഞ്ഞുകൊണ്ട് നിലത്തു വീണു. കരഞ്ഞു തളർന്ന് അമ്മയും മക്കളും മുറ്റത്തെ വെറും മണ്ണിൽ കിടന്നു.

ആരൊക്കെയോ കേട്ടറിഞ്ഞു വന്നു. സാന്ത്വനിപ്പിക്കുവാൻ ശ്രമിച്ചു. വായോറ അച്ഛമ്മ അമ്മയെ പിടിച്ചെഴുന്നേൽപ്പിച്ചു. "മതി കുഞ്ഞി. കാളും ബിളിക്കും ചെയ്താൽ പോയവർ തിരിച്ചു വെരൂല. മക്കൾക്കുവേണ്ടി നീ എണീക്കണം."

കരഞ്ഞു വിളിച്ചുകൊണ്ട് അച്ഛന്റെ മരുമക്കൾ വന്നു. അമ്മ എഴുന്നേറ്റില്ല; മകനും. കുഞ്ഞുമോൻ മാത്രം എഴുന്നേറ്റു നടന്നു. മടുക്കുമ്പോൾ കരഞ്ഞു. അമ്മായി അവനെ നെഞ്ചോട് ചേർത്ത് ആശ്വസിപ്പിക്കുവാൻ ശ്രമിച്ചു. കുഞ്ഞ്യമ്മയുടെ ആങ്ങള കുഞ്ഞിക്കണ്ണന്റെ ഭാര്യ നാരായണി കോട്ടൂർനിന്ന് വിവരമറിഞ്ഞയുടനെ ഓടിയെത്തി. ഏടത്തിക്കും മക്കൾക്കും കാവലിരുന്നു. ഭക്ഷണമുണ്ടാക്കി നിർബന്ധിച്ചു കഴിപ്പിച്ചു.

അവരെ പതുക്കെ ജീവിതത്തിലേക്ക് കൈപിടിച്ചു കൊണ്ടുവന്നു.

രാഘവൻ ഏട്ടന്റെ വിവരം തേടിയലഞ്ഞു. ജീവനോടെയുണ്ടോ എന്നറിയണം.

സേലം ജയിലിലെ കലാപത്തിന്റെ വാർത്ത പൊടിപ്പും തൊങ്ങലും വെച്ച് നാട്ടിൽ പരന്നു. വെടിവെപ്പിൽ ആരൊക്കെ കൊല്ലപ്പെട്ടു, ആരൊക്കെ ജീവനോടെയുണ്ട് എന്നറിയാതെ ജയിലിലുള്ളവരുടെ വീട്ടുകാർ വലഞ്ഞു. രാഘവൻ മുട്ടാവുന്ന വാതിലിലൊക്കെ മുട്ടി. ഏട്ടനെക്കുറിച്ചറിയണം. ജീവിച്ചിരിപ്പുണ്ടെങ്കിൽ പുറത്തുകൊണ്ടുവരണം. നേതാക്കന്മാരെയും വക്കീലിനെയും കണ്ടു. അധികാരികൾക്ക് അപേക്ഷകൾ അയച്ചു. ഒടുവിൽ അറിഞ്ഞു. ഏട്ടൻ പരിക്കേറ്റ് ആശുപത്രിയിലാണ്. ജീവന് ആപത്തില്ല. ആ കൗമാരക്കാരനെ സംബന്ധിച്ചിടത്തോളം സേലം ഒരുപാട് ദൂരെയാണ്. കണ്ണെത്താത്ത ദൂരം. സഹായിക്കാൻ ആരുമില്ല; കൊണ്ടുപോകാനും.

കാളിമൂളി കള്ളക്കർക്കിടകം വന്നു. അമ്മയുടെ കണ്ണീരിനൊപ്പം തോരാമഴ തകർത്തുപെയ്തു. ഇറയത്തെ തൂണും ചാരിയിരുന്ന് അമ്മ *രാമായണ*ത്തിന്റെ ഏടുകൾ മറിച്ചു. വൈധവ്യത്തിന്റെ നൂൽപ്പാലത്തിലൂടെ പിച്ചവെക്കുമ്പോൾ സീതയെ ഒരാശ്വാസമായി അവർ കൂടെക്കൂട്ടി. വനാന്തരങ്ങളിലലഞ്ഞു നടക്കുമ്പോഴും അപഹരിക്കപ്പെട്ടപ്പോഴും രാമൻ സീതയുടെ പ്രതീക്ഷയായിരുന്നു. ഇവിടെ തന്റെ രാമൻ വരില്ലെന്നറിഞ്ഞു. ഇനിയെന്നും ഒറ്റയ്ക്കാണ്. ഒറ്റയ്ക്കു തന്നെ ജീവിതം ജീവിച്ചു തീർക്കണം.

അനിയത്തിയുടെ ദുഃഖത്തിൽ പങ്കുചേർന്ന് കണ്ണീരൊഴുക്കിയ നാളുകളിലൊന്നിൽ തമ്പായിയമ്മയ്ക്ക് ജയിൽ സൂപ്രണ്ട് രഘുനാഥിന്റെ

കാർഡ് കിട്ടി. "ദാമോദരൻ നമ്പ്യാർ ആശുപത്രിയിൽ. വേണ്ടപ്പെട്ടവർക്ക് എപ്പോൾ വേണമെങ്കിലും വന്നു കാണാം."

അടിക്കടിയുണ്ടാവുന്ന ദുരന്തങ്ങൾ ആദ്യത്തേതിന്റെ തീക്ഷ്ണത കുറയ്ക്കും. അനിയത്തിയുടെ ദുഃഖം ഏടത്തിയുടെ ദുഃഖത്തിന് മുന്നിൽ വഴിമാറിക്കൊടുത്തു. ഏടത്തി നെഞ്ചത്തടിച്ച് നിലവിളിക്കാൻ തുടങ്ങി. ഗോവിന്ദൻ രാഘവനോടാലോചിച്ചു. അയാൾ ഒരു സാധുവാണ്. ഒറ്റയ്ക്ക് സേലത്ത് പോകാൻ ആവില്ല. പോയില്ലെങ്കിൽ ചിലപ്പോൾ ജ്യേഷ്ഠനെ ഇനി കാണാൻ കഴിഞ്ഞെന്നു വരില്ല. പ്രായത്തിൽ ഇളയതാണെങ്കിലും രാഘവൻ പ്രാപ്തനാണ്. അവർ രണ്ടുംകൽപ്പിച്ച് സേലത്തേക്കു പുറപ്പെട്ടു.

വളപട്ടണംവരെ ബോട്ടിന്. മിഥുനം തകർത്തു പെയ്യുകയാണ്. പറമ്പും വയലും കുത്തിയൊഴുകി തോട്ടിലേക്ക് വെള്ളം കുതിക്കുന്നു. തോട് കരകവിഞ്ഞൊഴുകി കരയും തോടുമൊന്നായി. പുഴ നിറഞ്ഞുകവിഞ്ഞു കരയിലേക്ക് ക്രുദ്ധയായി കയറിവന്നു. കണ്ടതൊക്കെ തകർത്തെറിഞ്ഞൊഴുകി. ബോട്ട് പലപ്പോഴും കുത്തൊഴുക്കിൽ ആടിയുലഞ്ഞു. ബോട്ടുജെട്ടി കാണാനില്ല. വെള്ളക്കെട്ടു മാത്രം. എവിടെ നിർത്തണമെന്നറിയാതെ സ്രാങ്ക് കഷ്ടപ്പെട്ടു. എങ്ങനെയോ കുറേ മുമ്പോട്ടുകൊണ്ടുപോയി നിർത്തി കരയിലേക്ക് കയറെറിഞ്ഞു. ആരോ അത് ഒരു മരത്തിൽ പിടിച്ചുകെട്ടി. മുട്ടിനു മുകൾ വെള്ളത്തിലിറങ്ങി. ഒരുവിധം നടന്ന് കരയ്ക്കെത്തി. അവിടുന്ന് റെയിൽവേസ്റ്റേഷൻവരെ നടന്നു. ഇടയ്ക്ക് അമ്മ പൊതിഞ്ഞുതന്ന ചോറുണ്ടു.

തീവണ്ടി കണ്ടിട്ടുണ്ടെന്നേയുള്ളൂ. ഇതുവരെ കയറിയിട്ടില്ല. പ്ലാറ്റ്ഫോമിൽ കയറി രാഘവൻ ആരോടൊക്കെയോ ചോദിച്ച് ഷൊർണൂർക്ക് രണ്ടു ടിക്കറ്റെടുത്തു. അവിടെനിന്ന് മാറിക്കേറണം. മറുഭാഗത്തിറങ്ങി റെയിൽപ്പാളം മുറിച്ചു കടന്നു. തീവണ്ടിയിൽ രണ്ട് ഈർച്ചക്കാരുമുണ്ടായിരുന്നു, വലിയ വാളുമൊക്കെയായിട്ട്. അവരുടെയൊക്കെ തിരക്കിനിടയിലേക്ക് രണ്ടുപേരും സ്വയം തിരുകിക്കയറ്റി.

സേലത്തെത്തിയപ്പോൾ സന്ധ്യകഴിഞ്ഞിരുന്നു. സ്റ്റേഷനു സമീപം ഹോട്ടൽപോലൊരു കുടിൽ കണ്ടു. അത് മട്ടന്നൂർക്കാരനായ ഒരു മലയാളിയുടേതാണ്. അവിടെ രാത്രി കഴിച്ചുകൂട്ടാൻ അനുവദിക്കുമോ എന്നയാളോട് ചോദിച്ചു. "ഇവിടുത്തെ സൗകര്യമൊക്കെ നിങ്ങൾ കാണുന്നില്ലേ?" അയാൾ മറുപടിയായി ഒരു ചോദ്യമാണ് ചോദിച്ചത്. അയാൾ അൽപ്പം ആലോചിച്ചിട്ടു പറഞ്ഞു. "നിങ്ങളൊര് കാര്യം ചെയ്യ്. സ്റ്റേഷനിൽ തീവണ്ടി നിർത്തിയിട്ടുണ്ട്. അതിൽ ഉറങ്ങാം. രാവിലെ പത്തുമണിക്ക് അതിൽത്തന്നെ സേലം ജംഗ്ഷനിൽ ഇറങ്ങാം."

അയാൾ പറഞ്ഞതുപോലെ കുളിയും ഉറക്കവും തീവണ്ടിയിൽ തന്നെയാക്കി. ജയിലിനടുത്തുള്ള സബ് സ്റ്റേഷനിൽ ഇറങ്ങി. രണ്ടണ കൊടുത്ത് ജയിലിനടുത്തുള്ളൊരു തമിഴനെക്കൊണ്ട് തടവുകാരെ കാണാനുള്ള ഹർജി തമിഴിൽ എഴുതിച്ചു പെട്ടിയിലിട്ടു.

എസ്കോർട്ട് ആശുപത്രിയിൽ പോയി ദാമോദരനെ കണ്ടു. അവശനായി മയങ്ങിക്കിടക്കുകയാണ് അയാൾ. വിളിച്ചപ്പോൾ പ്രയാസപ്പെട്ടു കണ്ണു തുറന്നു. ക്ഷീണിച്ച കണ്ണുകൾകൊണ്ട് അനിയന്മാരെ നോക്കി. ഒന്നും പറയാനാവാതെ വിതുമ്പി. അവരുടെ കണ്ണുകളും നിറഞ്ഞു. അനുവദിച്ച സമയം കഴിഞ്ഞപ്പോൾ അവർ നിശ്ശബ്ദരായി പുറത്തിറങ്ങി.

ദാമോദരന് അതിസാരമായിരുന്നു. വയറ്റിൽനിന്നു പോക്കും ഛർദിയും നിയന്ത്രണാതീതമായപ്പോൾ ജയിലധികൃതർ വീട്ടുകാരെ അറിയിച്ചു. മരിക്കുന്നതിനുമുമ്പ് കാണാനുള്ള അവസരം കൊടുത്തതാണ്. തിരിച്ചു ജയിലിൽ എത്തി അഞ്ചുപേരെയും കണ്ടു. രാഘവൻ ഏട്ടനെ കണ്ടു. നെറ്റിയിലേക്കു പറന്നു വീഴുന്ന ചുരുൾമുടി മാടിയൊതുക്കി കണ്ടം മീശയ്ക്കു താഴെ കള്ളച്ചിരിയുമായി നിൽക്കുന്ന വെളുത്ത് സുന്ദരനായ ഏട്ടന്റെ സ്ഥാനത്ത് കറുത്തു കരുവാളിച്ച് ഞൊണ്ടിനടക്കുന്ന ഏട്ടൻ. ചുരുങ്ങിയ വാക്കുകളിൽ വിശേഷങ്ങൾ പങ്കുവെച്ചു. എ കുഞ്ഞിക്കണ്ണന്റെ കഴുത്തിലെ വെടിയുണ്ടയേറ്റ മുറിവ് ഉണങ്ങിത്തുടങ്ങി. തലനാരിഴയ്ക്കാണ് കുഞ്ഞിക്കണ്ണന്റെ ജീവൻ രക്ഷപ്പെട്ടത്. വലിയമ്മയുടെയും കല്യാണിക്കുട്ടിയുടെയും പ്രാർഥനയുടെ ഫലമായിരിക്കും.

അറാക്കിൽ കുഞ്ഞിരാമനും കുഞ്ഞിക്കണ്ണനും കുഞ്ഞപ്പയും ചന്തുട്ടിയും നാട്ടിലെ വിവരങ്ങൾ ആരാഞ്ഞു.

നെഞ്ചിൽ കൊത്തിപ്പറിക്കുന്ന വേദനയുമായി രണ്ടുപേരും നാട്ടിലേക്കു വണ്ടി കയറി; അമ്മമാർക്ക് നൽകാനുള്ള ആശ്വാസവാക്കുകൾ കണ്ടെത്താൻ കഴിയാതെ.

40

മാറി വീശുന്ന കാറ്റ്

ജയിലിൽ തിരിച്ചെത്തിയിട്ടും അധികാരികളുടെ മനോഭാവത്തിന് മാറ്റമുണ്ടായില്ല. എല്ലാ കുഴപ്പങ്ങളുടെയും ഉത്തരവാദികൾ തടവുകാർ എന്നു വരുത്തുകയായിരുന്നു പിന്നീടവരുടെ ഉദ്ദേശ്യം. നൂറ്റിപ്പതിനെട്ടു പേരെ പ്രതിചേർത്തുകൊണ്ട് സർക്കാർ കേസുകൊടുത്തു. കേസ് വിചാരണയ്ക്കെടുക്കുന്ന ദിവസം തടവുകാരെ നാല് അണികളായി അനക്സിന്റെ മുറ്റത്ത് നിരത്തി നിർത്തി. ജയിലധികാരികൾ ആദ്യമേ തടവുകാരെ ഭീഷണിപ്പെടുത്തിയിരുന്നു. 'മിണ്ടിയാൽ കൊന്നുകളയും.'

തീയിൽ കുരുത്തവർ ഈ ഭീഷണിക്ക് പുല്ലുവിലയേ കൽപ്പിച്ചുള്ളു. തമിഴിൽ മുദ്രാവാക്യങ്ങൾ വിളിക്കാൻ എല്ലാ തടവുകാരെയും പഠിപ്പിച്ചിരുന്നു. മുദ്രാവാക്യങ്ങൾ തമിഴ് തന്നെയായിരിക്കണം. കാരണം തടവുകാരുടെ പ്രതിഷേധം നാട്ടുകാരായ തമിഴ് പൗരന്മാർ മനസിലാക്കണം.

ജയിൽ കേസ് വാപസ് വാങ്ങവേണ്ടും.[1]

കൈതികളുടെ റേഷൻ തിരുടാതെ.

റേഷൻ അരി ഉയർത്ത വേണ്ടും.

റേഷൻ കിട്ടാതെ പല്ലൻ ചോളം തിന്നു വിഷമിച്ചിരുന്ന കാലം. ജയിലിൽ ചോളം കൊണ്ടുള്ള കഞ്ഞികുടിച്ചു തടവുകാർ മടുത്തിരുന്നു.

'താഴ്ന്ന സിൽബന്ധികളുടെ ശമ്പളം ഉയർത്ത വേണ്ടും.'

ഈ മുദ്രാവാക്യത്തിന് ഫലമുണ്ടായി. ചില ജയിലുദ്യോഗസ്ഥന്മാർ തന്നെ ഈ മുദ്രാവാക്യങ്ങൾ മുഴക്കാൻ തടവുകാരെ പ്രേരിപ്പിച്ചു.

കൊലയാളി ജയിലർ കുട്ടിക്കൃഷ്ണൻനായരെ തൂക്കിലേറ്റണം എന്നും തടവുകാർ ആവശ്യപ്പെട്ടു. പത്തറുപത് തോക്കുധാരികളായ

---

1. തടവുകാരുടെ കേസ് പിൻവലിക്കണം

വാർഡർമാരെ കൊണ്ടുവന്ന് വെടിവെച്ച് ഇരുപത്തിരണ്ടുപേരെ ചുട്ടുകൊന്നത് അയാളാണ്.

മുദ്രാവാക്യം മുഴക്കി തടവുകാർ കോടതിയിലേക്ക് പുറപ്പെട്ടു. രണ്ടുപേർ വെടിയേറ്റ് അവശരായതിനാൽ സ്ട്രക്ച്ചറിൽ ആണ് കൊണ്ടുപോയത്. അവരും കിടന്നുകൊണ്ട് മുഷ്ടി ചുരുട്ടി മുദ്രാവാക്യം വിളിച്ചു.

രാവിലെ കോടതിയിലേക്ക് കൊണ്ടുപോകുമ്പോൾ റോഡിൽ കാഴ്ചക്കാർ കുറവായിരുന്നു. വൈകുന്നേരം അഞ്ചുമണിക്ക് തിരിച്ചു വരുമ്പോൾ പതിനായിരത്തോളം ജനങ്ങൾ റോഡിൽ കാത്തുനിൽപ്പുണ്ടായിരുന്നു.

വിചാരണ അഞ്ചുദിവസം നീണ്ടുനിന്നു. ഈ ദിവസങ്ങളിൽ ആന്ധ്രാക്കാരികളായ സ്ത്രീകൾ മുഴുവൻ തടവുകാർക്കും പാഠാണിക്കടല പുഴുങ്ങിയതും കാപ്പിയും വിതരണം ചെയ്തു. അവരുടെ ഭർത്താക്കന്മാർ തടവുകാരായി അവിടെയുണ്ട്. ഭാഷയ്ക്കും ദേശത്തിനും അതീതമായി മനുഷ്യസ്നേഹം വളരും എന്നതിനുദാഹരണമായിരുന്നു ആ തെലുങ്കത്തികൾ. മനുഷ്യസ്നേഹത്തിലധിഷ്ഠിതമായ യഥാർഥ കമ്യൂണിസം തിരിച്ചറിഞ്ഞവർ.

വിചാരണ കഴിഞ്ഞ് കേസ് സെഷൻസ് കോടതിയിലേക്കു മാറ്റി. അപ്പോഴേക്കും ജനങ്ങളിൽ ചലനം സൃഷ്ടിക്കാൻ സേലം വെടിവെപ്പ് കേസിനു കഴിഞ്ഞിരുന്നു. ഒരുമാസം കഴിഞ്ഞപ്പോൾ സെഷൻസ് കോടതിയിൽ പതിനൊന്ന് തവണ തടവുകാരെ വിചാരണയ്ക്ക് കൊണ്ടുപോയി. പിന്നീട് കേസ് തുടരുന്നത് മണ്ടത്തരം എന്നു മനസിലാക്കിയ സർക്കാർ കേസ് പിൻവലിച്ചു.

1952 ലെ പാർലമെന്റ് തിരഞ്ഞെടുപ്പിൽ ഇതൊക്കെ ഫലം കണ്ടു എന്നു പറഞ്ഞാൽ മതിയല്ലോ. കമ്യൂണിസമില്ലാത്ത നാടായതുകൊണ്ടാണ് കമ്യൂണിസ്റ്റ് തടവുകാരെ സേലത്തേക്കു മാറ്റിയത്. മോഹൻ കുമരമംഗലം ആയിരുന്നു സേലത്തെ കമ്യൂണിസ്റ്റ് സ്ഥാനാർഥി. അദ്ദേഹത്തിന്റെ തിരഞ്ഞെടുപ്പ് യോഗങ്ങളിൽ സേലം വെടിവെപ്പ് വലിയ പ്രാധാന്യത്തോടെ ഉയർത്തിക്കൊണ്ടുവന്നു. ജയിലിൽ കമ്യൂണിസ്റ്റ് തടവുകാരെ പീഡിപ്പിക്കുന്നത് ചോദ്യം ചെയ്യപ്പെട്ടു. കമ്യൂണിസ്റ്റ് തടവുകാരെ അകാരണമായി മർദിക്കുന്ന 223 എന്ന വാർഡനെ തങ്ങൾ കൈകാര്യം ചെയ്യുമെന്ന് ചെറുപ്പക്കാരായ പ്രവർത്തകർ പരസ്യമായി പ്രഖ്യാപിച്ചു: "അവനെ പുറത്തു കണ്ടാൽ ഞങ്ങൾ കഴുത്തറുത്തു കളയും." അത് കച്ചവടക്കാരികൾ ബസാറിൽ സാധനം വാങ്ങാൻ പോയ അയാളുടെ ഭാര്യയോട് പറഞ്ഞു. അവർ ഭർത്താവിനെ നന്നായൊന്നു വിരട്ടി, "നീ കൈതികളുടെ ചുമലിൽ കയറാൻ പോയതെന്തിന്? നീ എനി ബസാറിൽ പോകണ്ട. പോയാൽ അവർ നിന്നെ കൊല്ലും."

തലയെടുക്കുമെന്ന ഭീഷണി ഏറ്റു. 223 ശരിക്കും വിരണ്ടു. മുമ്പ് തടവുകാർക്ക് അയാളുടെ കൺവെട്ടത്ത് നിന്ന് ബീഡി വലിക്കാൻ പാടില്ല. എന്നാലിപ്പോൾ അയാൾ തടവുകാർക്ക് ബീഡി എത്തിച്ചു കൊടുക്കാൻ തുടങ്ങി. "നീങ്ക ഏഴൈ തോഴർ. നാനുമൊരു ഏഴൈ" എന്നൊക്കെ

പറഞ്ഞ് അയാൾ വിനീത വിധേയനായി തടവുകാരുടെ പിറകെ നടക്കാൻ തുടങ്ങി.

വാശിയേറിയ മത്സരത്തിനൊടുവിൽ വെറും രണ്ടായിരം വോട്ടിന് മോഹൻ കുമരമംഗലം തോറ്റു. മദ്രാസ് അസംബ്ലിയിൽ കോൺഗ്രസിന് ഭൂരിപക്ഷം നഷ്ടപ്പെട്ടു. കമ്യൂണിസ്റ്റ് ഐക്യമുന്നണി അധികാരത്തിൽ വന്നേക്കും എന്ന അഭ്യൂഹം പരന്നതിനെത്തുടർന്ന് എം എൽ എ അല്ലാത്ത മുൻ ഗവർണർ ജനറലായിരുന്ന സി രാജഗോപാലാചാരി മുസ്ലീം ലീഗിന്റെ സഹായത്തോടെ മന്ത്രിസഭ രൂപീകരിച്ചു. അദ്ദേഹം മദിരാശി സംസ്ഥാനത്തിന്റെ പ്രധാനമന്ത്രിയായി.

പ്രധാനമന്ത്രിയുടെ നയപ്രഖ്യാപനത്തിൽ എല്ലാ കമ്യൂണിസ്റ്റ് തടവുകാരെയും വൺ ബൈ വൺ ആയി വിട്ടയക്കുന്നതായിരിക്കും എന്നു പ്രഖ്യാപിച്ചു. കുറെ ആളുകളെ വിട്ടയക്കുകയും ചെയ്തു.

കൊട്ടയാടൻ രാഘവൻ മാസ്റ്ററും വിട്ടവരിൽപ്പെട്ടു. അക്രമത്തെ മുഖം നോക്കാതെ എതിർക്കുന്ന ചെറുപ്പക്കാരൻ. ആദർശവാനായ അധ്യാപകൻ. ആദ്യ പുനംകൊത്തു സമരത്തിൽ ശിക്ഷിക്കപ്പെട്ടയാൾ. ആറോൺ മിൽ സമരത്തിലും മൊറാഴ സമരത്തിലും പങ്കെടുത്തയാൾ. കാവുമ്പായി സമരത്തിൽ പങ്കെടുത്ത് നീണ്ടകാലം ഒളിവിൽ. ഇത്രയും യോഗ്യതകൾ മതിയല്ലോ ജന്മിയുടെയും പൊലീസിന്റെയും നോട്ടപ്പുള്ളിയാവാൻ. അധ്യാപകനായിരിക്കെ ട്രെയിനിങ് കഴിക്കാൻ കണ്ണൂർ ട്രെയിനിങ് സ്കൂളിൽ ചേർന്നെങ്കിലും പൂർത്തിയാക്കാൻ കഴിഞ്ഞില്ല. കാവുമ്പായി സമരത്തിലെ പ്രതിയെ അന്വേഷിച്ച് പൊലീസ് ട്രെയിനിങ് സ്കൂളിലുമെത്തി. പൊലീസിന്റെ കണ്ണിൽപ്പെടാതെ അന്ന് രക്ഷപ്പെട്ടെങ്കിലും പിന്നീട് ബ്ലാത്തൂരിൽവച്ച് പിടിച്ചപ്പോൾ പൊലീസ് മർദനത്തിന്റെ മുതലും പലിശയും ചേർത്ത് അയാൾക്ക് നൽകി.

നട്ടെല്ലിന് ക്ഷതമേറ്റ്, മാറാത്ത നടുവേദനയുമായി കഴിയുന്ന രാഘവൻ മാസ്റ്റർ രക്ഷപ്പെട്ടതിൽ എല്ലാവർക്കും സന്തോഷം തോന്നി.

സ്വന്തം ജില്ലയിലേക്ക് മാറ്റം കിട്ടണം എന്നാവശ്യപ്പെട്ടതനുസരിച്ച് കുറച്ചുപേർക്ക് കണ്ണൂർ ജയിലിലേക്ക് മാറ്റം കിട്ടി.

ആനക്കാരൻ കൊലക്കേസിലെ അഞ്ചുപ്രതികളടക്കം പത്തുപേർക്ക് മാസങ്ങൾ കഴിഞ്ഞിട്ടും വിടുതലോ മാറ്റമോ കിട്ടിയില്ല.

വെടിവെപ്പിനുശേഷം ചാർജെടുത്ത പുതിയ സൂപ്രണ്ട് രഘുനാഥ് ക്രൂരതയ്ക്ക് ഒട്ടും പിറകിലായിരുന്നില്ല. തടവുകാർക്ക് മലമൂത്രവിസർജനത്തിന് ഒരു മൺപാത്രം വച്ചിരുന്നു. ആ പാത്രം രാവിലെ തടവുകാർ എടുത്തുകൊണ്ടുപോയി വൃത്തിയാക്കണം. തടവുകാർ ഈ കാടൻ നിയമത്തെ എതിർത്തു. അവർ മലം നിറഞ്ഞ പാത്രം എടുക്കാൻ കൂട്ടാക്കിയില്ല. അങ്ങനെയൊരു കാരണം കിട്ടിയപ്പോൾ ജയിലധികാരികൾ അത് ഉപയോഗിച്ചു. ലാത്തിച്ചാർജ് നടത്തി ഭീകരാന്തരീക്ഷം സൃഷ്ടിച്ചതിനു ശേഷം നാൽപ്പത്തിരണ്ടു തടവുകാരെ പ്രത്യേകം സെല്ലിലടച്ചു. അങ്ങനെ

ചെയ്യാൻ വേണ്ടിയായിരുന്നു ജയിലിൽ സംഘർഷാവസ്ഥ ഉണ്ടാക്കിയ തെന്ന് തടവുകാർക്ക് അപ്പോഴാണ് മനസിലായത്.

ഇതേസമയം നാട്ടിലും വൻ ചലനങ്ങൾ ഉണ്ടായി. അമ്പത്തിരണ്ടിലെ തിരഞ്ഞെടുപ്പിൽ തളിപ്പറമ്പ് നിയോജകമണ്ഡലത്തിൽ കമ്യൂണിസ്റ്റ് പാർട്ടി യുടെ സ്ഥാനാർഥി മലബാർ കമ്യൂണിസ്റ്റ് പാർട്ടി സെക്രട്ടറി ടി സി നാരാ യണൻ നമ്പ്യാരായിരുന്നു. അദ്ദേഹത്തിന്റെ തിരഞ്ഞെടുപ്പ് ഉദ്ഘാടന യോഗം തൃച്ചംബരം പൂക്കോത്ത് വയലിലെ തളിയൻനഗറിൽവെച്ച് നട ക്കുകയാണ്.

റാലിയിൽ പങ്കെടുക്കാൻ രാഘവനും എത്തി. സഖാവ് സി പി മൂസാൻകുട്ടി രാഘവൻ തന്നെ സ്വാഗതം പറയണമെന്നാവശ്യപ്പെട്ടു. അന്ന് അവിടെ കൂടിയ വമ്പിച്ച ജനാവലിക്ക് ടി സി നാരായണൻ നമ്പ്യാർ രാഘവനെ പരിചയപ്പെടുത്തി. “ഇത് സേലം രക്തസാക്ഷി തളിയൻ രാമൻ നമ്പ്യാരുടെ ഇളയ മകൻ രാഘവൻ.”

അന്നത്തെ യോഗത്തിൽ മറ്റൊരു കാര്യംകൂടി സംഭവിച്ചു. സ്ത്രീകൾ ക്കുനേരെ നടന്ന അതിക്രമങ്ങളും കൈയേറ്റങ്ങളും അവിടെ തുറന്നു കാണിക്കപ്പെട്ടു. എം പിയും പാർട്ടിയും നാട്ടിൽ അഴിച്ചുവിട്ട അക്രമത്തിന്റെ ഇര തെളിവുമായി സ്റ്റേജിൽത്തന്നെ ഉണ്ടായിരുന്നു, സഖാവ് ചെറിയമ്മ. ടി സി നാരായണൻ നമ്പ്യാർ അക്രമികൾ അവരോട് ചെയ്ത അക്രമ ത്തെക്കുറിച്ച് വിവരിച്ചപ്പോൾ ചെറിയമ്മ ഒരു ലാത്തി ഉയർത്തിക്കാണി ച്ചു. അവരുടെ യോനിയിൽ അക്രമികൾ കുത്തിയിറക്കിയ ആയുധം. ഭാഗ്യംകൊണ്ടുമാത്രം മരണത്തിൽനിന്നും ചെറിയമ്മ രക്ഷപ്പെട്ടതാണ്. അല്ലെങ്കിൽ ആ ആയുധം ഒരു ധീര വനിതയോട് പരാജയപ്പെട്ടു എന്നും പറയാവുന്നതാണ്.

ആ തിരഞ്ഞെടുപ്പിൽ ടി സിയുടെ എതിർ സ്ഥാനാർഥി വേങ്ങയിൽ നായനാർക്ക് കെട്ടിവെച്ച പണംപോലും കിട്ടിയില്ല. വൻ ഭൂരിപക്ഷത്തോടെ ടി സി നാരായണൻ നമ്പ്യാർ തിരഞ്ഞെടുക്കപ്പെട്ടു.

മറ്റൊരാഹ്ലാദം കൊലയാളി ജയിൽമന്ത്രിയുടെ ദയനീയ പരാജയ മാണ്. സുരക്ഷിതമായ മണ്ഡലം തേടി അയാൾ വയനാട്ടിലാണ് എത്തി യത്. മനുഷ്യത്വമുള്ള വയനാട്ടിലെ ജനങ്ങൾ അയാളെ തുണച്ചില്ല.

കുളിക്കടവിൽ വെച്ചായിരുന്നു ടി സിയുടെ വിജയവാർത്ത ജീപ്പിൽ മെഗാഫോൺ അറിയിപ്പായി സഖാവ് ചെറിയമ്മ ശ്രവിച്ചത്. കുളി പൂർത്തി യാക്കാതെ സന്തോഷവാർത്തയിൽ മതിമറന്ന് ആവേശത്തോടെ അവ രോടി. കേട്ടവർ കേട്ടവർ ജീപ്പിനു പിന്നാലെയോടി. ഐച്ചേരിയിൽ അര മണിക്കൂറിനുള്ളിൽ നല്ലൊരാൾക്കൂട്ടം രൂപപ്പെട്ടു. അതൊരു ജാഥയായി മാറി. സമീപപ്രദേശങ്ങളിലെല്ലാം അവർ ടി സിയുടെ വിജയം ആഘോ ഷിച്ചു. കാലാകാലങ്ങളായി അടിച്ചമർത്തപ്പെട്ടവന്റെ ആത്മഹർഷമായി രുന്നു ഈ വിജയം.

പല സ്ഥലങ്ങളിലും സമ്മേളനങ്ങൾ സംഘടിപ്പിച്ചു. ജനപ്രതി നിധിക്ക് ജനങ്ങളോട് കൃതജ്ഞത പ്രകാശിപ്പിക്കാനുള്ള വേദികൾ. ചെങ്ങ

ളായി ടി വി കമ്മാരൻ നമ്പ്യാരുടെ നേതൃത്വത്തിൽ ടി സി നാരായണൻ നമ്പ്യാർക്ക് സ്വീകരണയോഗം. അതിൽ പങ്കെടുക്കാൻ രാഘവനും പോയി. യോഗം കഴിഞ്ഞ് കാവുമ്പായിയിലേക്ക് എം എൽ എയും സംഘവും പുറപ്പെട്ടു. പെട്രോമാക്സിന്റെ വെളിച്ചത്തിൽ സന്ധ്യയ്ക്കുശേഷം കാൽനടയായി അവർ സഞ്ചരിച്ചു.

ടി സിക്ക് രക്തസാക്ഷികളുടെ വീടുകൾ സന്ദർശിക്കണം. അടുത്ത ദിവസം ഐച്ചേരിയിൽ പൊതുയോഗം. അതിലും എം എൽ എ പങ്കെടുക്കണം. ടി സിയും പരിവാരങ്ങളും കൂട്ടുംമുഖത്ത് നിന്ന് കാവുമ്പായിയിൽ പ്രവേശിച്ചു. ഒറ്റത്തടിപ്പാലത്തിൽ കയറി കൈത്താങ്ങിൽ പിടിച്ച് എം എൽ എയും സംഘവും എടേയ്ക്കോത്ത് പാലം കടന്നു. തുലാമാസത്തിൽ ചെളി കൊണ്ട് വരമ്പു വെച്ചതിനാൽ ചെളിക്കണ്ടത്തിലിറങ്ങി നടക്കണം. മുണ്ട് മാടിക്കെട്ടി, ഉഴുത് മറിച്ച് പായസമാക്കിയ കണ്ടത്തിലെ ചെളിയിൽ കാലുകൾ താഴ്ത്തിവെച്ച് അവർ നടന്നു.

നേരത്തേ അറിയിച്ചതിനാൽ തളിയന്മാർ വീട്ടിൽ കുഞ്ഞ്യമ്മ എല്ലാ ഒരുക്കങ്ങളും പൂർത്തിയാക്കി കാത്തിരിക്കുകയായിരുന്നു. സഖാക്കൾക്ക് ഊണും ഉറക്കവും അന്നവിടെയാണ്. രക്തസാക്ഷികുടുംബങ്ങളിലാണ് സാധാരണയായി സഖാക്കൾ താമസിക്കുക. കുഞ്ഞ്യമ്മയെ സദ്യയൊരുക്കാനും മറ്റും ഏടത്തിയും മകൻ ഗോവിന്ദനും തളിയന്റെ മരുമക്കളും സഹായിച്ചു. അല്ലെങ്കിലും കുറേപ്പേർക്ക് അവർ ഒറ്റയ്ക്കു തന്നെ വെച്ചു വിളമ്പും. പാചകത്തിൽ അവരെ വെല്ലാൻ അടുത്തൊന്നും ആരുമുണ്ടായിരുന്നില്ല.

ടി സി ഇറയത്തുകയറി കുഞ്ഞ്യമ്മയുടെ കാൽതൊട്ടു വന്ദിച്ചു.

"അനുഗ്രഹിക്കണം." അദ്ദേഹം പറഞ്ഞു.

"അതെപ്പോഴുമുണ്ടാകും." കുലീനമായ മറുപടി.

"മകനെ പുറത്തുകൊണ്ടുവരാൻ ഞാനെന്തും ചെയ്യും." ടി സി പഞ്ഞു.

"ഊണ് കഴിച്ചിട്ടാകാം മറ്റ് കാര്യങ്ങൾ." മേൽമുണ്ട് കൊണ്ട് കണ്ണു തുടച്ചിട്ട് അമ്മ ഉത്തരവാദിത്വമുള്ള ആതിഥേയയായി.

തൽക്കാലത്തേക്ക് പുല്ലുമേഞ്ഞു നന്നാക്കിയെടുത്ത തെക്കിനിയുടെ മുകളിൽ ഇലയിട്ടു ചോറു വിളമ്പി. അവിടെയും ഇറയത്തുമായി ഉള്ള പുടവയും പായുമൊക്കെ വിരിച്ച് എല്ലാവരും ഉറങ്ങി. അടുത്ത ദിവസം പ്രഭാതഭക്ഷണവും കഴിച്ച് അവർ ഐച്ചേരിയിലേക്ക് യാത്രയായി.

41

വിധിവിളയാട്ടം

മക്കൾക്ക് ഉയർന്ന വിദ്യാഭ്യാസം നൽകണമെന്ന് തളിയൻ അതിയായി ആഗ്രഹിച്ചിരുന്നു. ഒന്നും നിറവേറ്റാനാവാതെ അദ്ദേഹം കൊല്ലപ്പെട്ടു. കുഞ്ഞുമോനെയെങ്കിലും അച്ഛന്റെ ആഗ്രഹമനുസരിച്ച് പഠിപ്പിക്കണമെന്ന് അമ്മയും ഏട്ടനും ആഗ്രഹിച്ചു. ആറാംക്ലാസിൽ പഠിപ്പിക്കണമെങ്കിൽ ഏറ്റവും അടുത്ത് ചെങ്ങളായി സ്കൂളേ ഉള്ളൂ. മകനെ അവിടെ ചേർത്തു പഠിപ്പിക്കാൻ തീരുമാനിച്ചു.

ഏട്ടൻ കുഞ്ഞിരാമനെ ചെങ്ങളായി അനന്തവാര്യരുടെ സ്കൂളിൽ കൊണ്ടുപോയി ചേർത്തു. എന്നും അങ്ങോട്ടുമിങ്ങോട്ടും നടക്കാൻ മകന് ശേഷിയില്ലെന്ന് അമ്മ പറഞ്ഞു. അതിനും രാഘവൻ പരിഹാരമുണ്ടാക്കി. അനന്തവാര്യരുടെ വീട്ടിൽത്തന്നെ അനിയന് താമസിക്കാനുള്ള സൗകര്യമേർപ്പെടുത്തി. ചെലവിനുള്ള അരിയും സാധനങ്ങളും ഏട്ടൻ എത്തിക്കും. ഒന്നോ, രണ്ടോ ആഴ്ച കൂടുമ്പോൾ കുഞ്ഞപ്പമോൻ ഏട്ടനെയും അമ്മയെയും കാണാനെത്തും.

ഒരു ശനിയാഴ്ച കുട്ടി വീട്ടിലെത്തിയപ്പോൾ അമ്മ കണ്ടു. മകൻ വല്ലാതെ ക്ഷീണിച്ചിരിക്കുന്നു. ചുവന്നു വെളുത്ത നിറമൊക്കെ പോയി വിളറി മഞ്ഞളിച്ചിരിക്കുന്നു. അമ്മ രാഘവനെ വിളിച്ചു പറഞ്ഞു: "കുഞ്ഞപ്പനെ വൈദ്യരെ കാണിക്കണം.."

ഏട്ടൻ അനിയനെ കൂട്ടുംമുഖത്ത് വണ്ണാൻ വൈദ്യരുടെ അടുത്തു കൊണ്ടുപോയി. വൈദ്യർ കുട്ടിയെ പരിശോധിച്ചു. കൺപോളകൾ വിടർത്തി നോക്കി.

"മഞ്ഞപ്പിത്തമാണ്. കുറച്ചു മൂത്തുപോയല്ലോ" അദ്ദേഹം പറഞ്ഞു. നാട്ടുവൈദ്യമാണ് മഞ്ഞപ്പിത്തത്തിന് നല്ലതെന്ന് പറഞ്ഞ് കുട്ടിക്ക് നാട്ടു മരുന്ന് നൽകിത്തുടങ്ങി.

ഉപ്പുകൂട്ടാതെ കടുത്ത പഥ്യമെടുത്തിട്ടും മഞ്ഞപ്പിത്തം കുറഞ്ഞില്ല. കണ്ണിലും ശരീരത്തിലും മഞ്ഞനിറം ഏറിവന്നു.

അമ്മ കരയാൻ തുടങ്ങി. സാധനങ്ങളൊക്കെയെടുത്ത് അമ്മയും മക്കളും തളിപ്പറമ്പിലേക്കു തിരിച്ചു, കുട്ടിക്ക് അലോപ്പതി ചികിത്സ നൽകാൻ. തളിപ്പറമ്പിലെ പ്രശസ്തനായ ഗോവിന്ദമേനോൻ ഡോക്ടറെ കാണിച്ചു. അമ്മയും മക്കളും വെച്ചുകുടിച്ച് മൂന്നു ദിവസം അവിടെ കഴിഞ്ഞു. നാലാമത്തെ ദിവസം ഡോക്ടർ പറഞ്ഞു:

"വീട്ടിലേക്ക് കൊണ്ടുപൊയ്ക്കോളൂ."

ക്ഷീണിച്ചുതളർന്ന പൊന്നുമോനെയും താങ്ങി അമ്മയും ഏട്ടനും നടന്നു. എങ്ങനെയോ എഴുപത്തഞ്ചോളം നാഴികകൾ താണ്ടി അവർ വീട്ടിലെത്തി.

അമ്മ ഭ്രാന്ത് പിടിച്ചതുപോലെ ഓടിനടന്നു.

എന്താണ് ചെയ്യേണ്ടതെന്നറിയാതെ രാഘവൻ നിന്നു വെന്തു. വലിയമ്മയുടെ മകൻ ഗോവിന്ദൻ പറഞ്ഞു: "ചെറുകുന്നിൽ നല്ലൊരു ഡോക്ടരുണ്ട്. നല്ല കൈപ്പുണ്യമാണുപോലും. നമ്മക്ക് കൂട്ടിക്കൊണ്ടന്നാലോ?"

രണ്ടാമതൊന്നാലോചിക്കാതെ രാഘവൻ ഷർട്ടെടുത്തിട്ടു. ഗോവിന്ദനെയുംകൂട്ടി ചെറുകുന്നിലേക്കു പുറപ്പെട്ടു. കൂട്ടുംമുഖംവരെ കാറിൽ ഡോക്ടറെ കൂട്ടി വന്നു.

അബോധാവസ്ഥയിലായ കുട്ടിയെ പരിശോധിച്ചിട്ട് ഡോക്ടർ പറഞ്ഞു:

"വൈകിപ്പോയി."

അമ്മയുടെ പൊന്നുമോൻ പിന്നെ കണ്ണുതുറന്നില്ല. അന്നുരാത്രി മഞ്ഞളിച്ച ശരീരത്തിൽനിന്നും പ്രാണൻ പറന്നു പോയി. അമ്മ ബോധം കെട്ടു വീണു. ഏട്ടന്റെ കണ്ണിലിരുട്ടു കയറി.

അവർ എഴുന്നേറ്റില്ല. ശരീരത്തിന്റെ വിശപ്പും ദാഹവും അവർ മറന്നു. അവർക്കിനി ജീവിക്കണമെന്നു തോന്നിയില്ല. പക്ഷേ, അവരെയങ്ങനെ മരണത്തിനു വിട്ടുകൊടുക്കാൻ പ്രിയപ്പെട്ടവർക്കാവില്ലായിരുന്നു. ഏടത്തി കരഞ്ഞുകൊണ്ട് അനിയത്തിക്കു കൂട്ടിരുന്നു. നാരായണിയമ്മായി കഞ്ഞിയും കറിയുംവെച്ച് അമ്മയെയും മകനെയും ഊട്ടാൻ ശ്രമിച്ചു. കഴിക്കാൻ കൂട്ടാക്കാഞ്ഞപ്പോൾ കെട്ടിപ്പിടിച്ചു കരഞ്ഞു. അവരുടെ കൂടെ പട്ടിണി കിടന്നു. അമ്മായി അവരുടെ ജീവൻ പന്ത്രണ്ടു ദിവസം പിടിച്ചു നിർത്തി.

പന്ത്രണ്ടാമത്തെ ദിവസം ബാധയേറ്റതുപോലെ അമ്മ എഴുന്നേറ്റു. "എന്റെ മോനുവേണ്ടി ഇന്നു പുലകുളിക്കണം." വേച്ചുവേച്ച് അമ്മ എഴുന്നേറ്റു നിന്നു. നാരായണിയുടെ കൈപിടിച്ച് കിണറ്റിൻകരയിലേക്കു നടന്നു. നാരായണി തൊട്ടിയിൽ വെള്ളം വലിച്ച് അങ്ങനെതന്നെ തലയിലൊഴിച്ചുകൊടുത്തു. പത്തുപന്ത്രണ്ടു തൊട്ടി വെള്ളം ഒഴിച്ചപ്പോൾ നാരായണി പറഞ്ഞു: "മതി ഏടത്തി പനി വരും."

അമ്മ ഈറനോടെ കയറിനിന്നു. നാരായണി എടുത്തുകൊടുത്ത പുടവയുടുത്ത് കിഴക്കോട്ടു തിരിഞ്ഞു നിന്ന് ഭസ്മം തൊട്ടു.

പായിൽ ചുരുണ്ട് കിടന്ന് കണ്ണീരൊഴുക്കുന്ന മകനെ അമ്മ വിളിച്ചു. "മോനേ രാഘവാ എഴുന്നേറ്റ് കുളിക്ക്. ഇന്ന് അനിയനുവേണ്ടി കുളിച്ച് പുല ഒടുക്കണം. ഇനി ഓന് വേണ്ടി മറ്റൊന്നും ചെയ്യണ്ടല്ലോ" പറഞ്ഞിട്ട് അമ്മ പൊട്ടിക്കരഞ്ഞു.

ഏട്ടനും എഴുന്നേറ്റു. കുളത്തിൽപ്പോയി കുഞ്ഞനിയനുവേണ്ടി മുങ്ങിക്കുളിച്ചു.

പുലകുളിച്ച് ഭസ്മം തൊട്ട് അക്കരമ്മിൽനിന്ന് ഏടത്തി വന്നു. അനിയത്തിയുടെ സങ്കടം ദേഷ്യമായി അണപൊട്ടിയൊഴുകി."ഏടത്തി കുളിയും കഴിഞ്ഞു കുറിയും തൊട്ടു വന്നു അല്ലേ. എല്ലാവർക്കും സന്തോഷായല്ലേ?"

തമ്പായിയമ്മയുടെ കണ്ണു നിറഞ്ഞു. "എന്തു സന്തോഷം കുഞ്ഞീ, പൊല കുളിക്കാണ്ട് പറ്റ്വോ?"

ആ പാവം അമ്മയ്ക്ക് എന്താണ് പറയുന്നതെന്ന് ആലോചിക്കാനുള്ള മനസ്സാന്നിധ്യം ഇല്ലെന്ന് ഏടത്തിക്കറിയാം. അനിയത്തി എന്തു പറഞ്ഞാലും അവർ കരയുക മാത്രം ചെയ്തു.

വീണ്ടും വീണ്ടും ദുരന്തങ്ങൾ മാത്രം അമ്മയ്ക്കും മകനും മേൽ പതിച്ചുകൊണ്ടിരുന്നു. ഉള്ളിൽ അണയാത്ത കനൽ ഒളിപ്പിച്ചുവെച്ച് അവർ ദിനരാത്രങ്ങൾ തള്ളിനീക്കി. എന്തും അനുഭവിക്കാൻ അവരുടെ മനസ്സ് പാകപ്പെട്ടു. അവരുടെ കണ്ണിൽ കരയാൻ ഇനി കണ്ണീരും ബാക്കിയില്ല. നെഞ്ചിലെ ഭാരവും പേറി വീട്ടുകാര്യങ്ങളും കൃഷിപ്പണികളും നോക്കിനടത്തി. വിത്തു വിതച്ചു. ഞാറ് പറിച്ചു നട്ടു. നെല്ല് മൂർന്നു, ഉണക്കി. ഒന്നും ചെയ്യാനില്ലാത്തപ്പോൾ രാഘവൻ പുറത്തേക്കിറങ്ങും. പുളിയുടെ കീഴിലുള്ള പീടികയിൽ പോയിരിക്കും. ആരെങ്കിലും എന്തെങ്കിലും ചോദിച്ചാൽ ഒന്നോ രണ്ടോ വാക്കുകളിൽ ഉത്തരം പറയും.

അമ്മ *ഭാഗവതം* എടുത്തു വായിക്കും. ദശമസ്കന്ധത്തിൽ കൃഷ്ണലീല വായിക്കാൻ തുടങ്ങിയാൽ പൊന്നുമോൻ മുന്നിൽ വന്നുനിൽക്കുന്നതായി അനുഭവപ്പെടും. കണ്ണീർ ധാരധാരയായി ഒഴുകും. കണ്ഠമിടറി വായന നിർത്തും. കരഞ്ഞുകരഞ്ഞു തലവേദനയായി കിടക്കും. നേരത്തോടു നേരം കഴിഞ്ഞാലേ ആ തലവേദനയിൽനിന്ന് അമ്മയ്ക്ക് മോചനമുണ്ടാകൂ. ക്രമേണ അതു വിട്ടുമാറാത്ത തലവേദനയായി മാറി.

42

ഉർവശീശാപം ഉപകാരം

ആനക്കാരൻ കൊലക്കേസ് പ്രതികളുൾപ്പെടെ പത്തു കമ്യൂണിസ്റ്റ് തടവുകാരെ സേലത്തുതന്നെ പാർപ്പിച്ചു. മറ്റുള്ളവരെ കണ്ണൂർ ജയിലിലേക്കു മാറ്റി.

കള്ളക്കേസിൽ പ്രതിചേർത്ത് ജയിലിലടച്ചത് അന്യായമാണെന്ന് ഭരണയന്ത്രം തിരിക്കുന്ന ജനങ്ങളുടെ ഗവൺമെന്റിന് തോന്നാത്തതിനാൽ അവരിന്നും സേലത്തെ മഹാനരകത്തിൽത്തന്നെ. അറാക്കിൽ കുഞ്ഞിരാമൻ ഇടയ്ക്കിടെ ചോദിക്കാറുണ്ട്: "എവിടെയാണ് നാരായണാ കോയാടൻ വളപ്പ്?"

കൃത്യം നടക്കുമ്പോൾ പത്തമ്പത് നാഴികയകലെയയുള്ള സിനിമാക്കൊട്ടകയിലിരുന്ന് സിനിമ കണ്ടുകൊണ്ടിരുന്ന ആൾ പിന്നെന്താണ് ചോദിക്കേണ്ടത്? പ്രതികളിൽ ആർക്കും തന്നെ കുറ്റകൃത്യവുമായി യാതൊരു ബന്ധവുമുണ്ടായിരുന്നില്ലല്ലോ.

ഏതായാലും സേലത്തെ തടവുകാർ പതിനഞ്ചുദിവസത്തിനുള്ളിൽ തങ്ങളെ നിരുപാധികം വിട്ടയച്ചില്ലെങ്കിൽ മരണംവരെ നിരാഹാര സമരം ചെയ്യുമെന്ന് മദിരാശി സംസ്ഥാനത്തിന്റെ മുഖ്യമന്ത്രി സി രാജഗോപാലാചാരിക്ക് നിവേദനം സമർപ്പിച്ചു. അതിൽ രാജഗോപാലാചാരി ക്ഷുഭിതനായി. അതിന്റെ ഫലമായി തടവുകാരെ തമിഴ്നാട്ടിലെ കടലൂർ ജയിലിലേക്ക് മാറ്റി. കടലൂർ ജയിലിലെത്തിയ തടവുകാർ പരിഭ്രാന്തരായി. അസഹനീയമായ ചൂട്. അംഗസംഖ്യ കുറവ്, സേലത്തെ അനുഭവം ഇവിടെയും ആവർത്തിക്കുമോ എന്ന ഭയം തുടങ്ങിയവയായിരുന്നു അവരുടെ പരിഭ്രാന്തിക്കു കാരണം.

ഭയം അസ്ഥാനത്താണെന്ന് പിന്നീടവർക്കു മനസിലായി. അവിടുത്തെ ജയിലർ തടവുകാരോട് വളരെ മാന്യമായി പെരുമാറി.

തടവുകാരെ ലോക്കപ്പ് ചെയ്തു കഴിഞ്ഞിട്ട് ഏതാണ്ട് ഏഴുമണിയോടെ അയാൾ തടവുകാരെ പാർപ്പിച്ചിരുന്ന ബ്ലോക്കിന്റെ മുമ്പിലെത്തി. എന്നിട്ട് ചോദിച്ചു: "ആരാണ് നിങ്ങളുടെ നേതാവ്?"

ലീഡറെന്നു പറഞ്ഞാൽ ഐസൊലേറ്റ്[1] ചെയ്യുമോയെന്ന് ഭയന്നിട്ട് തടവുകാരെല്ലാവരും ലീഡർമാർ ആണെന്നു പറഞ്ഞു. ആ ഉത്തരത്തിൽ തൃപ്തനാവാതെ അയാൾ ചോദിച്ചു: "നിങ്ങൾ കമ്യൂണിസ്റ്റുകാർ പാവങ്ങളുടെ ആൾക്കാരല്ലേ?"

"അതെ."

"എന്നാൽ ഞാനാണ് ഈ ലോകത്തിലേറ്റവും പാവം."

"അതെങ്ങനെയാണ് ഒരു ജയിലർ പാവമാകുന്നത്?"

അപ്പോൾ അയാൾ ഇടതുകാലിന്റെ ട്രൗസർ കയറ്റി മുട്ടിനടുത്തു വെച്ചു മുറിച്ചുമാറ്റിയ കാൽ കാണിച്ചു തന്നു.

"നിങ്ങളൊക്കെ രണ്ടുകാൽ ഉള്ളവരല്ലേ? ഞാനോ ഒരൊന്നരക്കാലൻ. അപ്പോൾ ഞാൻ പാവമല്ലേ?"

"അതിനു ഞങ്ങളെന്താണ് വേണ്ടത്?"

"എന്റെ സർവീസ് തീരാൻ ഇനി പത്തുമാസമേയുള്ളൂ. നിങ്ങൾ എന്റെ കടലാസിൽ ചുവന്ന മഷി പുരളാനനുവദിക്കരുത്. മാനമായി പിരിയാൻ അനുവദിക്കണം. ഞാൻ ഏഴുപെൺമക്കളുടെ അച്ഛനാണ്. പോരാത്തതിനു ഞാനൊരു ക്രിസ്ത്യാനിയും കൂടിയാണ്. മക്കളെയൊക്കെ സ്ത്രീധനം കൊടുത്ത് കെട്ടിച്ചയക്കണം. എന്റെ സർവീസ് റെക്കോർഡിൽ ചുവപ്പു മഷി പുരണ്ടാൽ ഞാൻ എങ്ങനെയാണ് മക്കളെ സ്ത്രീധനം നൽകി കെട്ടിച്ചയക്കുക?"

"ഇതൊക്കെ ഞങ്ങളോട് എന്തിനാണ് പറയുന്നത്?"

"നിങ്ങൾ ഡേഞ്ചർ കമ്യൂണിസ്റ്റല്ലേ? അത്രയ്ക്കും അപകടകാരികളായ നിങ്ങളെ സൂക്ഷിക്കുന്ന എനിക്ക് എന്തും സംഭവിക്കാമല്ലോ?"

"ഞങ്ങൾ ഡേഞ്ചർ കമ്യൂണിസ്റ്റാണെന്ന് ആരാണ് പറഞ്ഞത്?"

"നിങ്ങളുടെ വാറണ്ടിൽ ഡേഞ്ചർ കമ്യൂണിസ്റ്റ് എന്നെഴുതിയിട്ടുണ്ടല്ലോ."

അയാളിൽനിന്നാണ് ആ സത്യം മനസിലാക്കിയത്. പഴയ ജയിലിൽ നിന്നും മാറ്റുമ്പോൾ ജയിൽ സൂപ്രണ്ട് രഘുനാഥ് വാറണ്ടിൽ ഡേഞ്ചർ കമ്യൂണിസ്റ്റ് എന്ന് രേഖപ്പെടുത്തിയിരുന്നു. 1950 ഫെബ്രുവരി 11 ലെ ജയിൽ വെടിവെപ്പിനുശേഷം സേലത്തു ചാർജെടുത്ത ആളാണ് രഘുനാഥ്. തടവുകാരോട് എപ്പോഴും ബ്ലഡി ചേർത്ത് സംസാരിക്കുന്നതുകൊണ്ട് അയാളെ ബ്ലഡി സൂപ്രണ്ട് എന്നാണ് തടവുകാർ വിളിച്ചിരുന്നത്. പിടിച്ചതിനേക്കാൾ വലുത് കടിച്ചത് എന്ന മട്ടിലുള്ള ആളായിരുന്നു രഘുനാഥ്. അയാൾ ചാർജെടുത്തതിനുശേഷം തടവുകാരെ ഒതുക്കാൻ ജയിലിൽ ഭീകരമായൊരു ലാത്തിച്ചാർജ് നടത്തി പേരെടുത്തു.

---

1. ഐസോലൈറ്റ് ചെയ്യുക – ഒറ്റയ്ക്കൊരു സെല്ലിലടയ്ക്കുക.

ആരോഗ്യമുള്ള ചെറുപ്പക്കാരായ ഡേഞ്ചർ കമ്യൂണിസ്റ്റുകളെ വികലാംഗനായ ജയിലർ എങ്ങനെ ഭയപ്പെടാതിരിക്കും. അതുകൊണ്ട് അയാൾ തടവുകാരെ പരമാവധി പ്രീണിപ്പിച്ചു നിർത്താൻ ശ്രമിച്ചിരുന്നു. അതൊരു സൗകര്യമായി തടവുകാർ ചില ആവശ്യങ്ങൾ ഉന്നയിച്ചു. മുത്താറി കഞ്ഞിയാക്കുന്നതിനു പകരം പലഹാരമാക്കിത്തരണം. ചൂട് കാരണം മോര് കൂടുതൽ തരണം. എണ്ണ, സോപ്പ്, പേസ്റ്റ്, ബ്രഷ്, പഞ്ചസാര, ചെറുനാരങ്ങ മുതലായവ തങ്ങളുടെ കാശിനു വാങ്ങിത്തരണം. പഞ്ചസാരയും ചെറുനാരങ്ങയും ഒഴികെ ബാക്കിയെല്ലാം ഉടൻ സമ്മതിച്ചു.

"ചെറുനാരങ്ങയും പഞ്ചസാരയും തരാൻ അനുവാദമില്ല. നിർബന്ധമാണെങ്കിൽ ചെറുനാരങ്ങയും പഞ്ചസാരയും എന്റെ കാശിനു വാങ്ങിത്തരാം." അയാൾ പറഞ്ഞു.

"അതുവേണ്ട. പാവമായ അങ്ങയുടെ കാശുകൊണ്ട് വാങ്ങിത്തരണ്ട. എന്നാൽ ഞങ്ങൾക്കതു കിട്ടുകയും വേണം."

നിർബന്ധിച്ചപ്പോൾ പേര് മാറ്റിയിട്ട് ഈ സാധനങ്ങൾ തന്നെ വാങ്ങിത്തരാമെന്നായി. അയാൾ പറഞ്ഞ വാക്ക് പാലിച്ചു. തടവുകാർ ആവശ്യപ്പെട്ടതെല്ലാം വാങ്ങിക്കൊടുത്തു. "താങ്കളെ ഞങ്ങൾ ദ്രോഹിക്കില്ല." എന്നു തടവുകാരും വാക്കുകൊടുത്തു.

രണ്ടാഴ്ചയ്ക്കുള്ളിൽ ഇരിക്കൂർ മണ്ഡലം എം എൽ എ ടി സി നാരായണൻ നമ്പ്യാർ സ്ഥലം എം എൽ എയെയും കൂട്ടി കടലൂർ ജയിലിലെത്തി. കമ്യൂണിസ്റ്റ് പാർട്ടിയുടെ സഹായത്തോടെ വിജയിച്ച ഫോർവേർഡ് ബ്ലോക്ക് എം എൽ എ തടവുകാരെ സന്ദർശിക്കാൻ ടി സി നാരായണൻ നമ്പ്യാരുടെ കൂടെയെത്തി.

ജയിലുദ്യോഗസ്ഥന്മാരും എം എൽ എമാരും തടവുകാരും ഒരു മുറിക്കുള്ളിൽ ഇരുന്ന് സംസാരിച്ചു. ജയിലധികൃതരോട് ടി സി വളരെ ആവേശത്തോടെ പറഞ്ഞു: "ഇവരാണ് നാട്ടിലെ കണ്ണിലുണ്ണികൾ. ഇവർ നാട്ടിലുണ്ടായിരുന്നെങ്കിൽ ഇവരാണ് എം എൽ എമാരാകേണ്ടിയിരുന്നത്, എന്നെപ്പോലുള്ളവരല്ല."

പിന്നീടദ്ദേഹം തടവുകാരോട് പറഞ്ഞു: "ഞാനിവിടെ നിന്നും നേരെ പോകുന്നത് പ്രധാനമന്ത്രി രാജഗോപാലാചാരിയുടെ അടുത്തേക്കാണ്. ഒന്നുകിൽ നിങ്ങളുടെ റിലീസ് അല്ലെങ്കിൽ എന്റെ മരണംവരെയുള്ള നിരാഹാരം. രണ്ടിലൊന്ന് സംഭവിച്ചിരിക്കും."

അദ്ദേഹം നേരെ മദ്രാസിലേക്കു പുറപ്പെട്ടു.

അദ്ദേഹം പറഞ്ഞതുപോലെ ചെയ്തു. നിരാഹാര ഭീഷണിക്ക് ഫലമുണ്ടായി. രണ്ടാഴ്ച കഴിഞ്ഞപ്പോൾ അറാക്കിൽ കുഞ്ഞിരാമനെയും എ കുഞ്ഞിക്കണ്ണനെയും കണ്ണൂർ സെൻട്രൽ ജയിലിലേക്ക് മാറ്റി. മറ്റുള്ളവരെ വിട്ടയച്ചു.

43

മോചനത്തിന്റെ പാതയിൽ

ആയിരത്തിത്തൊള്ളായിരത്തി അൻപത്തി മൂന്ന് ജൂലായ് 10. രാവിലെ പത്തുമണിക്ക് കടലൂർ സെൻട്രൽ ജയിലിന്റെ കവാടം തുറന്നു. ജയിൽവേഷമഴിച്ചുവെച്ച് സൂപ്രണ്ട് നൽകിയ തങ്ങളുടെ പഴയ വേഷം ധരിച്ച് എട്ടുപേർ ഇരുമ്പ് ഗേറ്റിന് പുറത്തിറങ്ങി. നാരായണനെ തിമിരിയിൽ വെച്ച് പൊലീസ് പിടികൂടുമ്പോൾ അണിഞ്ഞ അതേ ഷർട്ടും മുണ്ടും.

ഏഴുവർഷത്തോളം പഴക്കമുള്ള അലക്കാത്ത ഷർട്ടും മുണ്ടും. കൈയിലെടുത്തപ്പോൾ നാരായണന്റെ കണ്ണുനിറഞ്ഞു. കുഞ്ഞപ്പയും ചന്തൂട്ടിയും ബാക്കിയുള്ളവരും അതേ അവസ്ഥയിലായിരുന്നു.

"എന്ത്ന്നാ നാരായണാ നീയിങ്ങനെ കാളും ബിളിക്കും ചെയ്യുന്നത്. പുതിയ കുപ്പായും മുണ്ടും കിട്ടാഞ്ഞിറ്റാ? നമ്മളെ പാവം ജയിലറോട് ഒന്നു ചോയ്ച്ചുനോക്ക്യാലോ. പോയാ ഒരു വാക്കല്ലേ." പതിവുപോലെ കുഞ്ഞപ്പയുടെ നർമം രക്ഷയ്ക്കെത്തി. "അതൊന്നുമല്ലെടോ. ഇതു പൊടിഞ്ഞു തുടങ്ങി. പൊടി കണ്ണില് പാറ്യതാ." നാരായണൻ വീണിടത്തുനിന്നുരുണ്ടു. അതോടെ കണ്ണീര് ചിരിക്ക് വഴിമാറി.

എട്ടുപേരും റെയിൽവേസ്റ്റേഷനിൽ എത്തി മൂന്ന് ടിക്കറ്റെടുത്തു. കോഴിക്കോടുവരെ തീവണ്ടിയിൽ. പരസ്പരം തമാശകൾ പറയാൻ അവർ മത്സരിച്ചു. കയ്ക്കുന്ന ഓർമകൾ അവർ പുറത്തെടുത്തതേയില്ല. പുറത്തെ കാഴ്ചകളിൽ കണ്ണും കരളുമുടക്കി. എന്തൊരു വെളിച്ചമാണ് പുറത്ത്. സ്വാതന്ത്ര്യത്തിന്റെ ഇളംകാറ്റ് വീശിക്കൊണ്ടിരിക്കുന്നു.

വിശക്കുമ്പോൾ സ്റ്റേഷനിൽനിന്നും ചായയും പലഹാരങ്ങളും വാങ്ങിക്കഴിച്ചു. ചോറുണ്ടു. ആഹാരത്തിനെന്തൊരു രുചിയാണ്! മുത്താറിയും ചോളവും തിന്നുമടുത്ത വായ മതിയാവോളം ഭക്ഷിച്ചു.

കോഴിക്കോട് സ്റ്റേഷനിൽ വണ്ടിയെത്തിയപ്പോൾ കൊണ്ടുപോകാൻ നാലു റിക്ഷകൾ കാത്തുനിൽപ്പുണ്ടായിരുന്നു. ഒരു റിക്ഷയിൽ രണ്ടു പേർക്കിരിക്കാം. റിക്ഷ വലിച്ചുകൊണ്ടുപോകുന്നത് ആളാണ്. മൂന്നുപേരും ആദ്യമായി റിക്ഷയിൽ കയറുകയാണ്. റിക്ഷ കോഴിക്കോട് കമ്യൂണിസ്റ്റ് പാർട്ടി ആപ്പീസിലേക്കാണ് അവരെ കൊണ്ടുപോയത്. അപ്പോൾ സമയം വൈകുന്നേരം. അവിടെ അറുനൂറോളം സഖാക്കൾ ചേർന്നൊരുക്കിയ സ്വീകരണയോഗം. സഖാവ് ടി സി നാരായണൻ നമ്പ്യാരും എ വി കുഞ്ഞമ്പുവും നേതൃത്വം നൽകിയ യോഗം ഗംഭീരമായിരുന്നു. സേലം വെടിവെപ്പിലെ ഇരകൾക്ക് കോഴിക്കോട്ടുകാർ നൽകിയ ഹൃദ്യമായ സ്വീകരണം.

രാത്രിയിൽ എ വി കുഞ്ഞമ്പു ടാക്കീസിൽ കൊണ്ടുപോയി സിനിമ കാണിച്ചു. സിനിമ *ഝാൻസിറാണി.* ഒരു വനിത സ്വാതന്ത്ര്യത്തിനുവേണ്ടി നടത്തിയ പോരാട്ടങ്ങൾ നേർക്കാഴ്ചയായി തിരശ്ശീലയിൽ തെളിഞ്ഞപ്പോൾ അതുവരെ അനുഭവിച്ചതൊക്കെ അവർക്ക് നിസ്സാരമായിത്തോന്നി.

പ്രഭാത ഭക്ഷണത്തിനുശേഷം കുഞ്ഞപ്പയെയും ചന്തൂട്ടിയെയും നാരായണനെയും സഖാക്കൾ തീവണ്ടിയിൽ കയറ്റി വിട്ടു. കർക്കിടകത്തിന്റെ വരവറിയിക്കുന്ന കനത്ത മഴയെ കീറിമുറിച്ചുകൊണ്ട് തീവണ്ടി കൂകിപ്പാഞ്ഞു.

കണ്ണൂർസ്റ്റേഷനിൽ സഖാക്കൾ കാത്തുനിൽക്കുന്നു. മരണത്തിന്റെ വായിൽനിന്നും രക്ഷപ്പെട്ടുവന്ന ധീര സഖാക്കളെ അവർ പാർട്ടി ആപ്പീസിലേക്ക് ആനയിച്ചുകൊണ്ടുപോയി. അവിടെ വമ്പിച്ച പൊതുയോഗം. തടവുകാർ അനുഭവങ്ങൾ പങ്കുവെച്ചു. അന്ന് മൂവരും കണ്ണൂരിൽ തങ്ങി. പിറ്റേന്ന് പന്ത്രണ്ട് മണിയോടെ കമ്പിലെത്തി. അവിടെ സ്വീകരണയോഗവും ഉച്ചഭക്ഷണവും. ഇ പി കൃഷ്ണൻ നമ്പ്യാർ, ഇ കുഞ്ഞിരാമൻ നായർ, ചടയൻ ഗോവിന്ദൻ, സി പി മൂസാൻകുട്ടി എന്നിവർ യോഗത്തിൽ സേലം തടവുകാർക്ക് അഭിവാദ്യങ്ങളർപ്പിച്ചു. ഭക്ഷണം കഴിച്ചതിനുശേഷം രണ്ടുമണിയോടെ കാൽനടയായി കയരളത്തേക്കു പുറപ്പെട്ടു. സഖാവ് സി പി മൂസാൻകുട്ടി കമ്പിൽനിന്ന് സഖാക്കളെ അനുഗമിച്ചു. കയരളത്തും വമ്പിച്ച സ്വീകരണം ലഭിച്ചു. അവിടെനിന്നും അറാക്കിൽ കുഞ്ഞിരാമന്റെ വീട്ടിലേക്ക് പോയി. ദുരിതക്കടലൊന്നിച്ചു കടക്കാൻ ശ്രമിച്ചെങ്കിലും കൂട്ടുകാരനെ തടവറയിൽ ഉപേക്ഷിച്ചു വരേണ്ടിവന്നതിന്റെ പ്രയാസത്തോടെ അവർ വീട്ടുകാരെ "അറാക്കിൽ ഉടനെ എത്തു"മെന്ന് ആശ്വസിപ്പിച്ചു. അദ്ദേഹത്തിന്റെ വിശേഷങ്ങളറിയിച്ചു.

അന്നു നാലുപേരും അറാക്കിലിന്റെ വീട്ടിൽ താമസിച്ചു. പിറ്റേന്ന് നാലുപേരും കാൽനടയായി മലപ്പട്ടത്തേക്ക് പുറപ്പെട്ടു. നാട്ടുകാരുടെ സ്വീകരണത്തിനുശേഷം വലിയമ്മയുടെ, എ കുഞ്ഞിക്കണ്ണന്റെ ഭാര്യവീട്ടിലെത്തി.

അദ്ദേഹത്തിന്റെ ഭാര്യ കല്യാണി നാരായണന്റെ വലിയമ്മയുടെ മക

ളുടെ മകളാണ്. കല്യാണിയും വലിയമ്മയും നാരായണനെ കണ്ടപ്പോൾ കരഞ്ഞു. എല്ലാവരും അന്നവിടെ താമസിച്ചു. പിറ്റേന്ന് രാവിലെ അവിടെ നിന്നും അകമ്പടിയോടെ ചെങ്ങളായി എത്തി. ടി വി കമ്മാരൻ നമ്പ്യാർ, എ ബാലകൃഷ്ണൻ എന്നിവരുടെ നേതൃത്വത്തിൽ സ്വീകരണയോഗം. ഉച്ചഭക്ഷണശേഷം പിറന്ന മണ്ണിൽ. ചുറ്റും പ്രിയപ്പെട്ടവർ. സ്വീകരണയോഗമൊരുക്കി നാട്ടുകാർ കാത്തിരിക്കുകയാണ്.

എം സി കുഞ്ഞിക്കണ്ണൻ, കെ രാഘവൻ എന്നിവരുടെ നേതൃത്വത്തിൽ വമ്പിച്ച സ്വീകരണവും പൊതുയോഗവും. നാട്ടിലെ പ്രായം കൂടിയ അമ്പുക്കാരണവർ യോഗനടപടികൾ നിയന്ത്രിച്ചു. ചെറുപ്പക്കാർക്കൊപ്പം നാട്ടിലെ പ്രായമായവരെല്ലാമെത്തിയിട്ടുണ്ട്. മണ്ണിനുവേണ്ടി പോരാടി മർദനമേറ്റുവാങ്ങി, തൂക്കുകയറിന്റെ നിഴലിൽ ഏറെനാൾ കഴിഞ്ഞു തിരിച്ചെത്തിയ മണ്ണിന്റെ മക്കളെ സ്വീകരിക്കാൻ പ്രായത്തിന്റെ അവശതകൾ മറന്നു. സ്വന്തം നാട്ടുകാരുടെ സ്നേഹത്തിനു മുന്നിൽ കുഞ്ഞപ്പയ്ക്കും ചന്തുട്ടിക്കും നാരായണനും സ്വയം നിയന്ത്രണം നഷ്ടപ്പെട്ടു.

പലപ്പോഴും അവരുടെ വാക്കുകളിടറി. യോഗം കഴിഞ്ഞു. ഇനി അവരവരുടെ വീടുകളിലേക്ക്. ചന്തുട്ടിയേയും കുഞ്ഞപ്പയേയും വീട്ടിലെത്തിച്ച് മൂസാൻകുട്ടിക്കൊപ്പം നാരായണൻ തളിയന്മാർ വീട്ടിലെത്തി. ദാമോദരൻ ജയിലിൽ വെച്ച് അസുഖം ഭേദമായി നേരത്തേതന്നെ വിടുതൽ നേടി നാട്ടിലെത്തിയിരുന്നു.

ഏഴുകൊല്ലത്തിനുശേഷം അമ്മ മകനെ കണ്ടു. എന്നും കാണുന്നതിൽക്കവിഞ്ഞൊന്നും പ്രകടിപ്പിക്കാതെ. ഒരുപാട് ദുരിതങ്ങൾ അനുഭവിച്ച അമ്മയും അനുജനും വികാരപ്രകടനങ്ങളൊന്നുമില്ലാതെ നാരായണനെ സ്വീകരിച്ചു. മൂകമായി സന്തോഷം പങ്കിട്ടു. അതിഥിയെ സൽക്കരിച്ചു.

നാരായണന്റെ കണ്ണുകൾ അമ്മയുടെ പുടവത്തുമ്പു പിടിച്ചു നിൽക്കുന്ന കുഞ്ഞനുജനെ തേടിക്കൊണ്ടിരുന്നു, ഇനിയൊരിക്കലും കാണില്ലെന്ന അറിവോടെ തന്നെ. നിറയാൻ തുടങ്ങുന്ന കണ്ണുകൾ മറച്ചുവെക്കാൻ അയാൾ പെട്ടെന്ന് ഉള്ളിലേക്കു കയറിപ്പോയി. വൈകുന്നേരമായതുകൊണ്ട് മൂസാൻകുട്ടി അന്നു പോയില്ല. അദ്ദേഹം തെക്കിനിയുടെ മുകളിൽ കിടന്നു.

ഏരുവേശി, കാഞ്ഞിലേരി, പയ്യാവൂർ, ബ്ലാത്തൂർ തുടങ്ങിയ സ്ഥലങ്ങളിലെ സ്വീകരണയോഗങ്ങളിൽ പങ്കെടുത്തു. ഇങ്ങനെ സ്വീകരണവും മറ്റുമായി നാലഞ്ചു ദിവസം കഴിഞ്ഞു. കമ്യൂണിസ്റ്റ് പാർട്ടിയുടെ ജില്ലാ സെക്രട്ടറി ടി സി നാരായണൻ നമ്പ്യാരുടെ കത്ത് ഏരിയാക്കമ്മിറ്റി സെക്രട്ടറി മലപ്പട്ടത്തെ കുമാരൻ മാസ്റ്റർക്ക് ലഭിച്ചു. നാരായണനേയും ചന്തുട്ടിയേയും വേണ്ടതുപോലെ ഉപയോഗിക്കണം എന്ന് അദ്ദേഹം എഴുതിയിരുന്നു. കമ്യൂണിസ്റ്റ് പാർട്ടി ഏരിയാകമ്മിറ്റിയുടേതടക്കമുള്ള യോഗങ്ങളിലും പ്രവർത്തനങ്ങളിലും നാരായണൻ അതോടെ സജീവമായി.

* * * * * * *

രണ്ടുപേർ ഇപ്പോഴും ജയിലിൽത്തന്നെ. അറാക്കിൽ കുഞ്ഞിരാമനും എ കുഞ്ഞിക്കണ്ണനും. എം എൽ എ, ടി സി നാരായണൻ നമ്പ്യാരുടെ നിരാഹാരഭീഷണിയും തൽക്കാലം അവരുടെ മോചനത്തിന്റെ വഴിതുറന്നില്ല. ഒന്നിനു പിറകെ ഒന്നായി തടവുകാരെ വിട്ടയക്കും എന്നാണല്ലോ മദിരാശി സംസ്ഥാനത്തിന്റെ പ്രധാനമന്ത്രി സി രാജഗോപാലാചാരി പറഞ്ഞത്. കുറ്റകൃത്യത്തിന്റെ ഭീകരതയനുസരിച്ച് പൊലീസിന്റെ കണക്കുപ്രകാരം ഏറ്റവുമവസാനം പുറത്തുവരേണ്ടത് അവർ തന്നെയല്ലേ?

ഒരാൾ മൊറാഴയടക്കം പലകേസിലും പ്രതിയായ ആൾ. മറ്റേയാൾ ഇരിക്കൂർ ഫർക്കയിലെങ്ങും കമ്യൂണിസം വിതച്ചു നടക്കുന്നവനും. പൊലീസ് സ്റ്റേഷൻ ആക്രമണത്തിന്റെ വരെ മുഖ്യ ആസൂത്രകനല്ലേ എ കുഞ്ഞിക്കണ്ണൻ? പിന്നെങ്ങനെയാണ് ജന്മിത്തത്തോട് ഒട്ടിനിൽക്കുന്ന ഭരണവർഗം ഇവരെ തടവിൽനിന്നും മോചിപ്പിക്കുക. കൂടെയുള്ളവരെല്ലാം തടവറയ്ക്കുള്ളിൽനിന്ന് രക്ഷപ്പെട്ടിട്ടും ഇവരെ വിട്ടയച്ചില്ല. അവസാനം 1954 ൽ എ കുഞ്ഞിക്കണ്ണന്റെ നറുക്കു വീണു. ജയിലിലിന്റെ വാതിൽ അയാൾക്കുവേണ്ടി തുറന്നു. എന്നിട്ടും അറാക്കിൽ കുഞ്ഞിരാമനെന്ന പോരാളിയെ ഭരണവർഗം ഭയപ്പെട്ടു. ആ സിംഹത്തെ കൂട്ടിൽ നിന്നും പുറത്തുവിട്ടാൽ പല ദുഷ്ടജീവികൾക്കും മാളത്തിലൊളിക്കേണ്ടിവരും.

ആയിരക്കണക്കിനു വർഷങ്ങളുടെ ചരിത്രവും സംസ്കാരവുമുള്ള ഭാരതത്തിൽ പലതരത്തിലുള്ള ഭരണം അരങ്ങേറിയിട്ടുണ്ട്. രാജഭരണത്തിന്റെ മുഷ്കും വിദേശാധിപത്യത്തിന്റെ ചൂഷണവും മർദനവും അനുഭവിച്ചു തീർത്തവരാണ് ഭാരതീയർ. അതൊക്കെ പഴങ്കഥയാക്കി മാറ്റിക്കൊണ്ട് ഭാരതത്തിന്റെ തെക്കുപടിഞ്ഞാറ് ഭാഗത്ത് ഒരു ചുവന്ന നക്ഷത്രം ഉദിച്ചുയർന്നു. 1957 ഏപ്രിൽ 5 ന് ഇന്ത്യയിലെ ആദ്യത്തെ കമ്യൂണിസ്റ്റ് ഭരണകൂടം അധികാരത്തിലെത്തി.

മാനവ സ്നേഹത്തിലും സാഹോദര്യത്തിലും സമത്വത്തിലും വിശ്വസിക്കുന്ന, വിയർപ്പിന്റെ മണമുള്ള അധ്വാനിക്കുന്നവന്റെ വർഗം വോട്ട് ചെയ്ത് അധികാരത്തിലേറ്റിയ ഭരണകൂടം. ബൂർഷ്വാവർഗത്തിന്റെ അധികാര ഗർവിനെ അരിഞ്ഞു വീഴ്ത്തിക്കൊണ്ട് സഖാവ് ഇ എം എസിന്റെ നേതൃത്വത്തിലുള്ള മന്ത്രിസഭ കേരള സംസ്ഥാനത്തിന്റെ അധികാരമേറ്റെടുത്തു.

ഇങ്ങനെയൊരു മുഹൂർത്തത്തിനുവേണ്ടി എത്രയോപേർ രക്തസാക്ഷികളായി. അനേകായിരങ്ങൾ മർദനമേറ്റ് നിത്യരോഗികളായി. എത്രയോ സ്ത്രീത്വങ്ങൾ അപമാനിക്കപ്പെട്ടു. എത്രയോ കുഞ്ഞുങ്ങൾ നിരാലംബരായി. ഇനി പ്രതീക്ഷയുടെ കാലം. തടവറകൾ താനേ തുറക്കപ്പെട്ടു. സഖാവ് അറാക്കിൽ കുഞ്ഞിരാമൻ സ്വതന്ത്രനാവുകയാണ്. മറ്റനേകർക്കൊപ്പം. മണ്ണിൽ അധ്വാനിക്കുന്നവന്റെ അവകാശങ്ങൾ ഒന്നൊന്നായി നേടിക്കൊടുക്കാൻ പ്രതിജ്ഞാബദ്ധമാണ് പുതിയ ഗവൺമെന്റ്. അധികാരത്തിലെത്തി ഒരാഴ്ച പൂർത്തിയാവുന്നതിനുമുമ്പ്, 1957 ഏപ്രിൽ 11 ന് കേരളത്തിലെ കമ്യൂണിസ്റ്റ് ഭരണകൂടം കുടിയൊഴിപ്പിക്കൽ നിരോ

ധന നിയമം കൊണ്ടുവന്നു. ജന്മിക്ക്, പിറന്നുവീണ മണ്ണിൽനിന്നും ഇനി കുടിയാനെ ഒഴിവാക്കാനാവില്ല. തലചായ്ക്കുന്ന കൂരയിൽനിന്ന് ചട്ടിയും കലവുമെടുത്തെറിയാൻ അലറിവിളിച്ചുകൊണ്ട് ജന്മിഗുണ്ടകളെത്തില്ല. കൃഷിചെയ്യുന്ന ഇത്തിരി മണ്ണിൽ മറ്റൊരാളും വിളയിറക്കില്ല. പാട്ടബാക്കിയെന്നും പറഞ്ഞ് അന്യർ വിളകൊയ്തുകൊണ്ടുപോകില്ല. പട്ടിണി കിടന്ന് വിയർപ്പൊഴുക്കിയുണ്ടാക്കിയ നെല്ല് വാശിയും നുരിയും മുക്കാലുമായി പിടിച്ചുപറിക്കാനാരുമെത്തില്ല.

ഒളിവിലും തടവിലും കഴിഞ്ഞ് സ്വാതന്ത്ര്യത്തിലേക്ക് തുറന്നു വിട്ടപ്പോഴേക്കും കേളോത്ത് കൃഷ്ണന് കാലുറപ്പിക്കാൻ ഇത്തിരി മണ്ണുണ്ടായിരുന്നത് അന്യാധീനപ്പെട്ടിരുന്നു. അത് തിരിച്ചു പിടിക്കാൻ പുതിയ നിയമം കൃഷ്ണനെ തുണച്ചു. തൂക്കുകയറിന്റെ നിഴലിൽനിന്നും രക്ഷപ്പെട്ടെത്തുമ്പോഴേക്കും ചന്തൂട്ടിയുടെ നിലവും ജന്മി തിരിച്ചെടുത്തിരുന്നു. ഒഴിപ്പിക്കൽ നിരോധന നിയമം ചന്തൂട്ടിയുടെ മണ്ണിനെ അയാൾക്കു തന്നെ തിരിച്ചു നൽകി.

കുഞ്ഞ്യമ്മ ഇടയ്ക്കിടെ മക്കളെ ഓർമിപ്പിക്കും: "ഞാനൊരുത്തി പിന്നാലെ പാഞ്ഞില്ലായിരുന്നെങ്കിൽ നമ്മുടെ വയലും കൊണ്ടുപോകുമായിരുന്നു മക്കളേ."

"നമ്മുടെ സർക്കാർ അത് തിരിച്ചു തരുവിക്കുമല്ലോ അമ്മേ'' എന്നു മക്കൾ മറുപടി നൽകും. ഇങ്ങനെയെത്രയോ കൃഷ്ണന്മാരും ചന്തൂട്ടിമാരും കുഞ്ഞ്യമ്മമാരും... കുടിയാൻ നിരോധന നിയമം പ്രാബല്യത്തിൽ വന്നപ്പോൾ ആശ്വാസത്തോടെ നെടുവീർപ്പിട്ടു.

44

അക്ഷരവിളക്കായെന്നുമെരിയാൻ

ആയിരത്തിത്തൊള്ളായിരത്തി അറുപത്തിരണ്ട് ആഗസ്റ്റ് 15. പണി പൂർത്തിയായ ഒരു കൊച്ചു കെട്ടിടം. ഒറ്റമുറിയുടെ മുന്നിൽ ഭംഗിയുള്ള പൂമുഖം. തേച്ചു മിനുക്കി കലാഭംഗി പ്രകടമാകുന്ന ചിത്രപ്പണികളോടു കൂടിയ ചുമരുകൾ. മുറ്റത്തെ പന്തൽ പൂക്കളും തോരണങ്ങളും കൊണ്ട് അലങ്കരിച്ചിരിക്കുന്നു. ഒരരികിൽ ജാതിമരത്തിന്റെ കൂറ്റൻ കൊടിമരത്തിൽ ദേശീയ പതാക പാറിക്കളിക്കുന്നുണ്ട്. ഒരുഭാഗത്തായി മൈക്ക് സെറ്റിന്റെ കോളാമ്പി വാ തുറന്നിരിക്കുന്നു.

സായാഹ്നത്തിലെ ചാറ്റൽ മഴയ്ക്ക് മഴവില്ലിന്നേഴുനിറങ്ങളുടെ മനോഹാരിത. തെക്കുഭാഗത്തെ പാലുറച്ച കതിരുകൾ തലകുനിച്ചു നിൽക്കുന്ന പാടവരമ്പത്തുകൂടി ആളുകൾ വരിവരിയായി നടന്നു വരുന്നുണ്ട്. കിഴക്കുനിന്നും പടിഞ്ഞാറുനിന്നുമുള്ള ഒറ്റയടിപ്പാതയിലൂടെയും ജനങ്ങളൊഴുകിയെത്തുന്നു. ആബാലവൃദ്ധം ഗ്രാമീണരും ചരിത്രത്തിന്റെ ആ മുക്കവലയിൽ ഒത്തുകൂടിയത് ഒരു പ്രദേശത്തിന്റെ ജാതകം മാറ്റിക്കുറിക്കുന്ന ചടങ്ങിൽ പങ്കാളികളാവാനാണ്. അവിടെ ഒരു ഉദ്ഘാടനകർമം നടക്കുകയാണ്.

'തളിയൻ രാമൻ നമ്പ്യാർ സ്മാരക പൊതുജന വായനശാല ആൻഡ് ഗ്രന്ഥാലയം.'

വെൺമയിൽ തിളങ്ങുന്ന അക്ഷരങ്ങൾ കാവുമ്പായിയുടെ ഭാഗ്യചിഹ്നമായി മാറുകയാണ്. സേലം ജയിലിലടയ്ക്കപ്പെട്ട സമരനായകർ വേദിയിൽ നിരന്നിരിക്കുന്നുണ്ട്. തങ്ങളോടൊപ്പമുണ്ടായിരുന്ന പ്രിയ സഖാവ് തളിയൻ രാമൻ നമ്പ്യാരുടെ സ്മാരകമായി ഉയിർക്കൊള്ളുന്ന വിദ്യാകേന്ദ്രത്തിൽ അവരൊത്തുകൂടി. അറാക്കിൽ കുഞ്ഞിരാമൻ, എ കുഞ്ഞിക്കണ്ണൻ, കേളോത്ത് കൃഷ്ണൻ, മാടായി കുഞ്ഞപ്പ നായർ, മാടായി ചന്തുക്കുട്ടി

നായർ, തളിയന്റെ പ്രിയപുത്രൻ ഇ കെ നാരായണൻ നമ്പ്യാർ, ഇ കെ ദാമോദരൻ നമ്പ്യാർ എന്നിവർ വേദിയിൽ നിറഞ്ഞപ്പോൾ സദസ്യർ ഒരുനിമിഷം നിശ്ശബ്ദരായി.

മാടായി ചന്തുക്കുട്ടിനായർ അധ്യക്ഷപദമലങ്കരിച്ച് സംസാരിച്ചു. പഴയ ഓർമകളിൽ മുങ്ങാംകുഴിയിടുമ്പോൾ പലപ്പോഴുമദ്ദേഹം വികാരാധീനനായി. വിശിഷ്ടാതിഥി സമരനായകന്റെ സ്മരണയ്ക്കുചിതമായ സ്മാരകമെന്ന് വിലയിരുത്തിക്കൊണ്ട് കേരളീയൻ പ്രഭാഷണമാരംഭിച്ചു:

“ജന്മിമാരും അധികാരി വർഗവും പുഴുക്കളെപ്പോലെ ചവിട്ടിയരച്ചിരുന്ന കർഷകന്റെ കണ്ണുകളിൽ ഇന്നു ഞാൻ പ്രതീക്ഷയാണ് കാണുന്നത്. നിങ്ങളുടെ ജീവിതത്തിൽ പുത്തനുണർവും പ്രകാശവുമുണ്ടാക്കാനാണ് ഞങ്ങളെപ്പോലുള്ളവർ സമരം ചെയ്തത്.

കാവുമ്പായിക്കുന്നിലും ജയിലറകളിലും സമരം ചെയ്ത് ജീവത്യാഗം ചെയ്തതും അധ്വാനിക്കുന്നവന് അന്തസ്സോടെ ജീവിക്കാനുള്ള അവസരമുണ്ടാക്കാനാണ്. കവർന്നെടുത്ത അവകാശങ്ങൾ നേടിയെടുക്കാനാണ് തളിയനും മറ്റുള്ളവരും രക്തസാക്ഷികളായത്. നാം മനുഷ്യരാണെന്നും അടിമകളല്ല എന്നും ബോധ്യപ്പെടുത്തിയത് അവരുടെ ജീവത്യാഗമാണ്. ഇന്ന് നിങ്ങളുടെ മുഖങ്ങൾ കാണുമ്പോൾ അവരുടെ ജീവത്യാഗം സഫലമായി എന്നു ബോധ്യമാവുന്നുണ്ട്.”

കേരളീയൻ ഏതാനും വർഷങ്ങൾക്കുമുമ്പുവരെ നടമാടിയിരുന്ന അന്യായങ്ങൾ നിരത്തിയപ്പോൾ പീഡനത്തിന്റെ ഇരകൾ നിശ്ശബ്ദരായി ശ്രവിച്ചു. ഒരു ഗ്രന്ഥശാല നാട്ടിനുണ്ടാക്കുന്ന മാറ്റങ്ങൾ ദീർഘദർശനം ചെയ്യാനുമദ്ദേഹം തയാറായി. വളരെ അഭിമാനത്തോടെ കേരളീയൻ, ‘തളിയൻ രാമൻ നമ്പ്യാർ സ്മാരക പൊതുജനവായനശാല ആൻഡ് ഗ്രന്ഥാലയം’ ഉദ്ഘാടനം ചെയ്ത് നാട്ടുകാർക്ക് തുറന്നുകൊടുത്തു.

കാവുമ്പായി സമരത്തിൽ തളിയനോടൊപ്പം വധശിക്ഷയ്ക്കു വിധിക്കപ്പെട്ട മാടായി കുഞ്ഞപ്പ നായർ എഴുന്നേറ്റപ്പോൾ ആളുകൾ ഒന്നിളകി. ഘനഗംഭീരമായ ശബ്ദത്തിൽ അദ്ദേഹം കടന്നുപോയ ദുരിതപർവം വിവരിച്ചു. അടുത്ത തലമുറയെങ്കിലും നന്നായി പഠിച്ചു വളരണം. ചൂഷണം ചെയ്യുന്നത് തടയാനുള്ള വിവരമെങ്കിലും കുട്ടികൾക്കുണ്ടാവണം. ഒരു കമ്യൂണിസ്റ്റുകാരന്റെ അന്തസ്സോടെയുള്ള രക്തസാക്ഷിത്വത്തിനുചിതമായ സ്മാരകം തന്നെയാണിത്. മരണശേഷവും നാട്ടിൽ വിപ്ലവം ഉണ്ടാക്കാൻ സഖാവ് തളിയന്റെ സ്മാരകത്തിന് കഴിയുമെന്ന പ്രതീക്ഷയോടെ അദ്ദേഹം അവസാനിപ്പിച്ചു.

അടുത്തത് എ കുഞ്ഞിക്കണ്ണന്റെ ഊഴമായിരുന്നു. ജന്മിത്തത്തിന്റെ അക്രമങ്ങളെയും അതിനെതിരെ നടത്തിയ പോരാട്ടങ്ങളെയും വസ്തുനിഷ്ഠമായി അദ്ദേഹം വിലയിരുത്തി. തളിയന്റെ സ്മാരകമായി ഒരു ഗ്രന്ഥാലയംതന്നെ നിർമിച്ച മകൻ, രാഘവനെ അദ്ദേഹം ശ്ലാഘിച്ചു. ജന്മിത്തത്തിന്റെ കിരാതവാഴ്ചയിൽ നശിപ്പിക്കപ്പെട്ട വായനശാലകളുടെയും വിദ്യാലയങ്ങളുടെയും ചരിത്രവും അദ്ദേഹം അനുസ്മരിച്ചു.

സ്വതസ്സിദ്ധമായ നർമം കലർത്തി അറാക്കിൽ തളിയനെ അനുസ്മരിച്ചു. ദാമോദരൻ നമ്പ്യാരും ഇളയച്ഛനെക്കുറിച്ചുള്ള സ്മരണകൾ അയവിറക്കി വായനശാലയ്ക്ക് ആശംസയർപ്പിച്ചു. തളിയന്റെ മൂത്തമകൻ നാരായണൻ നിരുദ്ധകണ്ഠനായി പിതാവിനെ അനുസ്മരിച്ചപ്പോൾ അമ്മമാർ കണ്ണുകളൊപ്പി.

ചുറുചുറുക്കുള്ള ചെറുപ്പക്കാർക്കൊപ്പം ഓടിനടന്നു കാര്യങ്ങൾ നടത്തിക്കുന്നൊരാൾ. തളിയന്റെ രണ്ടാമത്തെ മകൻ രാഘവൻ. ഇത് അയാൾക്ക് ജീവിതത്തിലെ അനർഘനിമിഷം. അച്ഛൻ ഹൃദയത്തിൽ നിറഞ്ഞുവഴിഞ്ഞപ്പോൾ പ്രതിഷ്ഠിക്കാനൊരിടം കൂടിയേ തീരൂ എന്നായി.

വിപ്ലവപ്രസ്ഥാനത്തിന്റെ മുന്നണിപ്പോരാളിയായി, അടിമകളെ ഉടമകളാക്കാൻ ജീവത്യാഗം ചെയ്ത അച്ഛനെ കുടിയിരുത്താൻ മരണമില്ലാത്ത ആശയങ്ങളുടെ പുതുലോകത്തേക്കു നയിക്കുന്ന വായനശാലയാണ് ഉചിതമെന്ന ചിന്ത മകന്റെ തലച്ചോറിൽ ഏതോ നിമിഷത്തിൽ കടന്നുവന്നത് ഒരു പൂവിരിയുന്നതുപോലെയാണല്ലോ.

"വായനശാലാമാഹാത്മ്യം
വായിക്കാനുള്ളൊരു ശ്രീരംഗം
ബുദ്ധിവികാസത്തിൻ കാരണം
ശുദ്ധവിചാരത്തിൻ തോരണം."

എന്ന് വിശ്വസിക്കാൻ നിമിത്തമായത് കർഷകസംഘം വായനശാലകൾ സ്ഥാപിച്ച് അക്ഷരമറിയാത്ത കർഷകരെ എഴുത്തും വായനയും പഠിപ്പിച്ചത് രാഘവന്റെ ഹൃദയത്തിൽ പതിഞ്ഞിരുന്നതുകൊണ്ടാണ്.

പിന്നീടെത്രയോ ദിനരാത്രങ്ങൾ അതിനുള്ള തയാറെടുപ്പുകൾ. മനസിലെ ആശയം വേണ്ടപ്പെട്ടവരോട് പറഞ്ഞപ്പോൾ എല്ലാവരും പരിഹസിച്ചു ചിരിച്ചു. വായനശാലയോ? അവിടെ ആര് വരും? ഇവനെന്താ ഭ്രാന്ത് പിടിച്ചോ?

അതൊന്നും രാഘവന്റെ തലയിൽ കയറിയില്ല. മറ്റുള്ളവർ തെളിക്കുന്ന വഴിയേ അയാൾ സഞ്ചരിക്കാറില്ല. സ്വന്തം വഴി സ്വയം തെളിച്ചുകൊണ്ടയാൾ മുന്നേറി. ഭാഗത്തിൽ ലഭിച്ച നിലം വിൽക്കാൻ ഒട്ടുമാലോചിക്കേണ്ടി വന്നില്ല. പണത്തിനുള്ള മാർഗം തെളിഞ്ഞപ്പോൾ വീട്ടുപറമ്പിന്റെ കുറച്ചുഭാഗം അളന്നു തിരിച്ച് പണി തുടങ്ങി. ആശാരി ഗോവിന്ദൻ വീട്ടിൽത്തന്നെ താമസിച്ചു. കൽപ്പണിക്കാരെ വരുത്തി. കോരിച്ചൊരിയുന്ന മഴയിലും പണി നിർത്തിയില്ല. ശ്രീകണ്ഠാപുരത്തുനിന്നും പരിചയമുള്ളൊരു കച്ചവടക്കാരനെ കണ്ട് താർപ്പായ കടംവാങ്ങി. മഴയത്ത് കുമ്മായക്കൂട്ട് ഒലിച്ചുപോകാതിരിക്കാൻ താർപ്പായ പുതച്ചു. മഴ നനഞ്ഞ് പണിയെടുത്തതുകൊണ്ട് രാഘവന് പനി പിടിച്ചു. അതൊന്നും വായനശാലയുടെ പണിനിർത്താൻ കാരണമായില്ല. പനിയുടെ ഇടയിലൂടെ അയാൾ പണിയെടുത്തു. മേമി ഹാജിയുടെ വിലയേറിയ താർപ്പായ കളഞ്ഞുപോയാൽ അങ്ങനെയൊന്ന് വിലകൊടുത്ത് വാങ്ങാൻ തൽക്കാലം സാധിക്കില്ല. രാത്രിയിൽ രാഘവന് വീട്ടിൽ കിടക്കപ്പൊറുതിയില്ലാതായി.

കിടപ്പും പണിതീരാത്ത കെട്ടിടത്തിലേക്കു മാറ്റി. കെട്ടിടം പണിക്കു സഹായിക്കുന്ന അയൽവാസിയായ പയശ്ശേരി രാമൻ നമ്പ്യാർ പറഞ്ഞു: "രാഘവാ, നീ ഈ പനിയും കൊണ്ട് ഈട കെടന്നാല് വായനശാല നിന്റെ സ്മാരകമാക്കേണ്ടിവരും. ഇനി ഞാൻ കാവൽ കെടന്നോളും. എനക്ക് ജീവനുണ്ടെങ്കില് ഒരു കൊഴ്പ്പും ഉണ്ടാവൂല."

ഒരു വായനശാലയ്ക്കു കെട്ടിടം മാത്രം പോരല്ലോ. നിറയെ പുസ്തകങ്ങൾ വേണം. നിയമാനുസൃതമായ ഗ്രന്ഥശാലയാകാൻ രജിസ്റ്റർ ചെയ്യണം. ഭരണസമിതി വേണം. നാടിന്റെ ചരിത്രം തിരിച്ചുവിട്ട പിതാവിന്റെ മകന് തടസങ്ങൾ മറികടക്കുവാനുള്ളവ മാത്രം. അയാൾ നാട്ടിലെ വിദ്യാഭ്യാസമുള്ള ചെറുപ്പക്കാരെ കൂട്ടുപിടിച്ചു. കേപ്പുക്കുട്ടിയും ബാലകൃഷ്ണനും എസ് കെ മാധവനും മറ്റു പല ചെറുപ്പക്കാരും രംഗത്തിറങ്ങി. അവർ വീടുകൾതോറും കയറിയിറങ്ങി. പണവും പുസ്തകവും സമാഹരിച്ചു. കാവുമ്പായിക്കു പുറത്തേക്കും അവരുടെ കാലുകൾ നീണ്ടു. കമ്യൂണിസ്റ്റ് വായനശാലയ്ക്ക് സംഭാവന തരില്ലെന്ന് ശഠിച്ചവരും അവസാനം കൊടുക്കുകതന്നെ ചെയ്തു.

വായനശാലയുടെ പ്രവർത്തനം സുഗമമായി നടക്കാൻ മാടായി ചന്തുക്കുട്ടി സെക്രട്ടറിയും എം സി രാമർകുട്ടി നമ്പ്യാർ പ്രസിഡന്റുമായി താൽക്കാലിക ഭരണസമിതിയും രൂപീകരിച്ചു.

സദസിന്റെ പിൻനിരയിൽ നിന്നുകൊണ്ട് രാഘവൻ സ്വപ്നം കാണുകയാണ്:

അച്ഛൻ കൊതിച്ച നാടിന്റെ മാറ്റം ഇവിടെ നടപ്പിലാവും. ഇവിടെ വിരിയുന്ന അക്ഷരപ്പൂക്കളിലെ തേൻ നുകരാൻ പൂമ്പാറ്റകൾ പാറിപ്പറന്നുവരും. പൂർവികരുടെ ചാരത്തിൽനിന്നും ഉയർന്നു പൊങ്ങുന്ന കാവുമ്പായിയുടെ മക്കൾക്ക് ഒരു ശക്തിക്കും അരിഞ്ഞുവീഴ്ത്താനാവാത്ത ചിറകുനൽകാൻ ഈ സ്ഥാപനം എന്നെന്നും നിലനിൽക്കും. തളിയൻ രാമൻ നമ്പ്യാർ എന്ന രക്തസാക്ഷി ഇവിടെ അമരനായി ജീവിക്കും.

www.ingramcontent.com/pod-product-compliance
Lightning Source LLC
LaVergne TN
LVHW101420051026
849519LV00005BC/1820
* 9 7 8 9 3 8 3 1 5 5 2 4 8 *